ഗ്രീൻ ബുക്സ്

വെള്ളൻ ദൈവം

മുണ്ട്യാടി ദാമോദരൻ

കോഴിക്കോട് ജില്ലയിൽ കൊയിലാണ്ടിക്കടുത്ത
മുചുകുന്നിലെ പുളിയഞ്ചേരി വില്ലേജിൽ ജനനം.
വിദ്യാഭ്യാസം: മൂടാടി പവൂർക്കുന്നിലെ ഗോപാലപുരം
ഗോഖലെ യു.പി.സ്കൂൾ, മേപ്പയൂർ ഗവ.ഹൈസ്കൂൾ.
ദേവഗിരി സെന്റ് ജോസഫ് കോളേജ്, കാലിക്കറ്റ്
ഓപ്പൺ യൂനിവേഴ്സിറ്റി എന്നിവിടങ്ങളിൽനിന്ന് ബിരുദം.
പട്ടാമ്പി ഗവ. സംസ്കൃതകോളേജിനോടനുബന്ധിച്ചുള്ള
ഓറിയന്റൽ റിസേർച്ച് സെന്ററിൽ ഫോക്‌ലോറിൽ
ഗവേഷണം. ബി.എസ്.എൻ.എൽ
ചീഫ് എസ്.എസ്. ആയി വിരമിച്ചു.
ഇപ്പോൾ വിശ്രമജീവിതം നയിക്കുന്നു.

നോവൽ

വെള്ളൻ ദൈവം

മുണ്ട്യാടി ദാമോദരൻ

ഗ്രീൻ ബുക്സ്

green books private limited
gb building, civil lane road, ayyanthole,
thrissur- 680 003, kerala, ph: +91 487-2381066, 2381039
website: www.greenbooksindia.com
e-mail: info@greenbooksindia.com

malayalam
vellan daivam
novel
mundiady damodharan

first published april 2018

cover design : rajesh chalode

branches:
thrissur 0487-2422515
palakkad 0491-2546162
kannur 0497-2763038
thiruvananthapuram 0471-2335301

isbn : 978-93-87331-77-8

GBPL/1008/2018

മുഖക്കുറി

കഥാനായകനായ വെള്ളൻ, വടക്കൻ കേരളത്തിലെ ഒരു ചരിത്രപുരുഷനായി മാറുകയും തെയ്യം ദൈവമായി അവരോധിക്കപ്പെടുകയും ചെയ്തതിന്റെ ഹൃദയഭേദകമായ കഥയാണ് ഈ കൃതി. തമ്പ്രാക്കളുടെ കുടിലതകളും അടിയാളർ പുലയരുടെ ധർമ്മസങ്കടങ്ങളും ഉൾക്കൊണ്ട ഈ പുസ്തകം സവിശേഷ വായനയർഹിക്കുന്നു.

കൃഷ്ണദാസ്
മാനേജിങ് എഡിറ്റർ

ഒന്ന്

മുനിസിപ്പൽ നഗരത്തിലെത്തിയപ്പോൾ അവിടെ നിന്ന് രണ്ടു മൂന്ന് കിലോമീറ്റർ കൂടി വടക്കോട്ട് ഞാൻ യാത്ര ചെയ്തു. ഒരു വലിയ ക്ഷേത്രത്തിന്റെ കിഴക്കേ നടയിൽ, മനോജ്ഞമായി പണികഴിപ്പിച്ച ഗോപുരങ്ങൾക്കു മുന്നിലാണ് ബസ്സിറങ്ങിയത്. അവിടെ നിന്നും നേരെ കിഴക്കോട്ടേക്ക്. അടുത്തകാലത്തായി പണിത ടാറിട്ട റോഡിലൂടെ വീണ്ടും മൂന്നു കിലോമീറ്റർ യാത്ര ചെയ്താൽ നഗരത്തിന് അനുവദിച്ചു കിട്ടിയ സർക്കാർ വക ആർട്സ് ആൻഡ് സയൻസ് കോളേജ് എത്താം.

ഓട്ടോറിക്ഷ സർവ്വീസുണ്ടായിരുന്നിട്ടും അരമണിക്കൂറോളം കാത്തു നിന്ന്, നാട്ടുകാർ നിറഞ്ഞ പ്രൈവറ്റ് ബസ്സിലാണ് യാത്രചെയ്യാൻ തോന്നിയത്. ഇറങ്ങുവാനായി 'കോളേസ്, കോളേസ്...' എന്ന് കിളി വിളിച്ചു പറഞ്ഞപ്പോൾ, തിക്കിത്തിരക്കി ഇറങ്ങുവാൻ തുടങ്ങുമ്പോഴേക്കും 'കീഞ്ഞോളി, കീഞ്ഞോളി' എന്നും ഒരായാസത്തിനെന്നപോലെ കിളി പാടുന്നുണ്ടായിരുന്നു.

കോളേജിന്റെ മുന്നിലെ ചരിഞ്ഞ നിരത്തിലിറങ്ങി, ബസ്സ് മുന്നോട്ടു പോയിക്കഴിഞ്ഞപ്പോഴേക്കും ഉള്ളിൽ ഒരദ്ഭുതം പോലെ ആ പരിസരം വലുതായി വിടരുന്നതായി തോന്നി. മനസ്സ് ഒരമ്പതുകൊല്ലം പിന്നോട്ട് പാഞ്ഞു. അടുത്ത ബസ്സ്സ്റ്റോപ്പായ അന്നത്തെ മാടത്തുംമുകളിൽ നിന്ന് ഞങ്ങൾ, കുപ്പായമിടാത്ത കുറെ കുട്ടികൾ മുകളിൽ ആകാശവും താഴെ പരന്നുനിരന്നു കാണുന്ന എണ്ണമറ്റ കുന്നുകളും കണ്ട കാഴ്ചയിൽ, കാലത്തിന്റെ ചില മിനുക്കുപണികൾ മാത്രമേ പുതിയതായി വന്നിട്ടുള്ളൂ.

നോക്കിയാൽ കാണാത്തത്ര ദൂരത്തിലായിരുന്നു അന്ന് മനുഷ്യവാസമുള്ള കുടിലുകൾ. ഇന്ന് നിരനിരയായും പൊറ്റകെട്ടിയും കോൺക്രീറ്റ് വീടുകൾ നിറഞ്ഞിരിക്കുന്നു. നിരത്തോ നടപ്പാതയോ എന്ന് തിരിച്ചറിയുവാനാവാത്ത ചവിട്ടുവഴികളൊക്കെ ടാറുചെയ്ത റോഡുകളായി മാറിക്കഴിഞ്ഞിരിക്കുന്നു. രാജവീഥികൾക്ക് വേരുമുളച്ചതുപോലെ വന്നിട്ടുള്ള പഴയ ഇടവഴികളൊക്കെ ടാർ ചെയ്യപ്പെട്ടിരിക്കുന്നു. നേരെ മുന്നിൽ കാണുന്ന നീണ്ടു കിടക്കുന്ന വലിയ കെട്ടിടമാണ് ഗവൺമെന്റ് കോളേജ്. ആ മഹാസൗധത്തിനു ചുറ്റും കമ്പിവേലി കെട്ടിയിട്ടുണ്ട്. ആ നാട്ടിലൊന്നും ഒരിക്കലും

കണ്ടിട്ടില്ലാത്ത ചവോക്കുമരങ്ങൾ പഴയ പച്ചപ്പിന്റെ ഓർമ്മയെ ഉണർത്തുന്നു. ഒരുകാലത്തും വൃക്ഷങ്ങളോ കെട്ടിടങ്ങളോ വരികയില്ലെന്ന് കരുതിയിരുന്ന, കോളേജ് കോമ്പൗണ്ടിന് താഴേക്ക് പരന്നു കിടക്കുന്ന ചെങ്കൽപ്പാറയുടെ നിരപ്പുപോലും ഇപ്പോൾ കോൺക്രീറ്റുകെട്ടിടങ്ങൾ പടർന്നു കഴിഞ്ഞിരിക്കുന്നു. മരങ്ങളും ചെടികളുമില്ലാത്ത ആ ഭവനസമുച്ചയങ്ങളിലൊക്കെ ചെടിച്ചട്ടികളിൽ പച്ചപ്പുകൾ കൊളുത്തപ്പെട്ടിരിക്കുന്നു. ഒരു സർക്കാർ കലാലയത്തിന്റെ വരവാണോ ഇത്തരം കൃത്രിമത്വങ്ങളുടെ പടർച്ചയ്ക്ക് നിദാനം?

കോളേജിന് എതിർവശത്തേക്കു നീണ്ടുകിടക്കുന്ന കറുകറുത്ത റോഡിലൂടെ, മൂക്കുന്ന വെയിലിനെ വകവെയ്ക്കാതെ പതുക്കെ നടന്നു. ഒറ്റയും തെറ്റയുമായി ആളുകൾ പൊയ്ക്കൊണ്ടേയിരിക്കുന്ന റോഡാണത്. ഒന്നും രണ്ടും മൂന്നും കുടുംബങ്ങൾ ഒരുമിച്ചും നീങ്ങുന്നുണ്ട്.

പത്തിരുപത് മിനുട്ട് നടന്നപ്പോഴേക്കും റോഡ് വിശാലമായ കുന്നിൻ ചരിവിന്റെ മുകളിലെ നീണ്ടുപോകുന്ന ഒരു കറുത്ത രേഖയായി മാറി. ആ കറുത്ത ചരടിൽ നിന്ന് അവിടവിടെയായി ചുവന്നുചെടിച്ച പട്ടുതുണിപോലെ ഇറക്കത്തിലേക്കു പോകുന്ന അവ്യക്തമായ കാൽവഴികൾ കണ്ടുതുടങ്ങി. ഒറ്റനോട്ടത്തിൽ റോഡിന്റെ വലതുഭാഗം മുഴുക്കേ കുറ്റിക്കാടുകളും ഇടയ്ക്കിടെ വള്ളിപ്പടർപ്പുകളുംകൊണ്ട് പൊതിഞ്ഞു കിടക്കുന്ന മരക്കൂട്ടങ്ങളും നിറഞ്ഞ ഒരസാധാരണ മലയിറക്കം. വലതുഭാഗത്തു പൊതുവെ ആൾപ്പാർപ്പും ഇല്ലതന്നെ. എന്നാൽ ഇടതുഭാഗം കോളേജ് കാമ്പസിന്റെ തുടർച്ചയെന്നതുപോലെ പുതിയ നല്ല വീടുകളും പഴയതും പൊളിഞ്ഞു വീഴാറായതുമായ ചെറുഭവനങ്ങളുംതന്നെയാകുന്നു. ആൾപ്പാർപ്പില്ലാത്ത വലതുഭാഗമാണ് എന്റെ ലക്ഷ്യം. നൂറ് ഏക്രയോളം വരുന്ന ഒഴിഞ്ഞുകിടക്കുന്ന ആ കാട്ടുപ്രദേശത്തിന്റെ കേന്ദ്രത്തിലേക്കുള്ള, കൂടുതൽ തേഞ്ഞ കാൽവഴിയിലേക്ക് സ്വാഭാവികമായും ഞാനിറങ്ങിത്തുടങ്ങി. ലക്ഷ്യസ്ഥാനമായ താഴെ, ജനാരവം മുഴങ്ങുന്നതായി തോന്നി. അകൃത്രിമമായ കാട്ടുമരങ്ങൾക്കിടയിൽ കയറുകെട്ടി ബന്ധിച്ച കമ്പവലിപ്പുകൾ. കമ്പവലികളിൽ ക്ഷേത്രക്കൊടിതോരണങ്ങൾ. ഉത്സവമായിട്ടും കൊത്തിയുണ്ടാക്കിയ നല്ല നടവഴിയോ കൃത്രിമമായ ചെത്തുവഴിയോ കാണാത്തത് എന്നെ അദ്ഭുതപ്പെടുത്തി.

അതങ്ങനെയാണത്രേ. നൂറ്റാണ്ടുകളായി ഉത്സവകാലത്തുമാത്രമേ ഒഴിഞ്ഞുകിടക്കുന്ന ഈ പത്തുനൂറു ഏക്രയിൽ ആളനക്കമുണ്ടാവുകയുള്ളൂ. അമ്പലവുമായി ബന്ധപ്പെട്ടവർ ഇടയ്ക്കിടെ ചെറുകൂട്ടമായി സങ്കല്പദേശത്ത് ചെല്ലുമായിരിക്കാം. കർമ്മങ്ങൾ കഴിഞ്ഞ് അവർ തിരിച്ചുപോവുകയും ചെയ്യും. എന്നാൽ കുംഭമാസത്തിലെ രണ്ടാമത്തെ ആഴ്ചയിൽ രണ്ടുദിവസം ഭക്തജനങ്ങളെക്കൊണ്ടും കാഴ്ചക്കാരെക്കൊണ്ടും ഈ പത്ത് നൂറേക്ര കാട്ടുപ്രദേശം ജനനിബിഡമാകും. അതിലൊരു ബിന്ദുവായാണ് ഞാനും എത്തിയിരിക്കുന്നത്.

നടമുന്നേറ്റത്തിനനുസരിച്ച് ഞാൻ ആൾക്കൂട്ടത്തിലേക്ക് നീണ്ടു പോകാൻ തുടങ്ങി. പ്രധാനക്ഷേത്രം പണിപ്പുരയിലാണ്. ഒരു ചെറിയ ഓടിട്ട മണ്ഡപവും സാമാന്യം വിശാലമായ മുറ്റവും പ്രത്യേകം സജ്ജമാക്കിയതുപോലെ തോന്നുന്നു. മുറ്റത്ത് ഏതാനും പടുകൂറ്റൻമരങ്ങളുടെ നിത്യവാസമുണ്ട്. അവിടെ നിന്ന് നേരെ പടിഞ്ഞാട്ട് ഒരു നിരത്തു വീതിയിൽ വഴിനടന്ന് എത്തുന്നേടത്ത് ഒരു പടുകൂറ്റൻ ആൽമരം. ആൽമരത്തിന് സമീപത്തായി ഏതാനും കൽമണ്ഡപങ്ങൾ. ആ കൽമണ്ഡപങ്ങൾ അലങ്കരിച്ചും വെള്ളതേച്ചും പുതുക്കിയത് പ്രത്യേകം അറിയാം.

തൊട്ടുമേലെ പഴയ ഒരു കളരിപ്രദേശം നിരന്നു കിടക്കുന്നു. താഴെ നൂറേക്രയ്ക്ക് വിട എന്നതുപോലെ ചെറിയ ഒരു തറവാട്ടു വീടും അതിന്റെ തെക്കറ്റത്ത് ഒരു ക്ഷേത്രമണ്ഡപവും.

ഒഴിഞ്ഞു കാടു കേറിക്കിടക്കുന്ന ഈ നൂറേക്ര നൂറ്റാണ്ടുകളായി തമ്പുരാക്കന്മാരായ തറവാട്ടുകാരുടെ വകയായിരുന്നുവത്രേ. ഭഗവതിയോടും മുത്തപ്പനോടുമുള്ള ആദരവിന്റേയും ഭയഭക്തിയുടേയും ഭാഗമായി അവരാ പ്രദേശം ഉപയോഗിക്കാതെ ഒഴിച്ചിട്ടതായിരുന്നു. പടിഞ്ഞാററ്റത്ത് മുത്തപ്പന്മാരും കിഴക്ക് ഭഗവതിയുമായി ആകെയിപ്പോൾ റിക്കാഡിക്കലായി പതിനെട്ടുസെന്റോളം സ്ഥലമേ ക്ഷേത്രത്തിനും ആചാരത്തിനുമായിട്ടുള്ളൂ. തൊണ്ണൂറ്റൊമ്പതേക്രയും എൺപത്തിരണ്ടു സെന്റും ഇപ്പോൾ ചില ഡിമാർക്കേഷനുകളുടെ അടയാളങ്ങൾ വന്നു കിടക്കുകയാണ്. പക്ഷേ ജനവാസത്തിനായോ കെട്ടിടനിർമ്മിതിക്കായോ ഈ വിശാലമായ പ്രദേശത്തിലെവിടെയും അടയാളപ്പെടുത്തലുകളൊന്നും പ്രകടമായെത്തിയതായി കണ്ടില്ല. എന്നാലും നൂറേക്രയിൽ പതിനെട്ട് സെന്റുസ്ഥലം ക്ഷേത്രാചാരക്കമ്മിറ്റിക്കായി ഇപ്പോൾ റജിസ്റ്റർ ചെയ്യപ്പെട്ടിരിക്കുന്നു. ഭൂസ്വാമിമാരായിരുന്ന തമ്പുരാക്കന്മാരുടെ പിന്മുറക്കാർ ദൈവവിശ്വാസികൾതന്നെ ആയതുകൊണ്ടാകാം ഈ പ്രദേശത്തുമാത്രമായി കെട്ടിടങ്ങളൊന്നും ഉയർന്നു വരാത്തത് എന്നു ഞാനൂഹിച്ചു.

ഉച്ചതിരിഞ്ഞതോടെ ഉത്സവപ്പറമ്പ് ജനനിബിഡമായിരിക്കുന്നു. പ്രധാനപ്പെട്ട കാഴ്ചവരവുകൾകൂടി എത്തിത്തുടങ്ങിയതോടെ ജനം ഉത്സവത്തിന്റെ ലഹരിയിൽ മുങ്ങിയിരിക്കുന്നു. കിഴക്കേ ഭഗവതിയമ്പലത്തിലും പടിഞ്ഞാറെ മുത്തപ്പൻ സങ്കല്പത്തറകളിലും ഭക്തജനങ്ങളുടെ തിരക്കാണ്. ഈ ഭാഗങ്ങളെ ബന്ധിപ്പിച്ചു കൊണ്ട് ജനത്തിരക്കിലലിഞ്ഞ് അങ്ങോട്ടുമിങ്ങോട്ടുമുള്ള എന്റെ നടപ്പ് എത്രയോവട്ടം ആവർത്തിക്കപ്പെട്ടിരിക്കുന്നു. താഴെ കുളത്തിന് മുകളിലത്തെ ഒടിയിൽ കയറ്റിക്കൊണ്ടുവന്നു വെച്ചിരിക്കുന്ന വലിയ നാടൻ തോണിയിൽ നിറച്ചുവെച്ച എരിവും പുളിയുമോടുന്ന സംഭാരം ഒരുപാളക്കുത്ത് നിറയെ മോന്തിയതോടെ വിശപ്പും ദാഹവും വിസ്മൃതിയിലാകുകയും ചെയ്തു. അതിനിടയ്ക്ക് ആരൊക്കെയോ വെച്ചുനീട്ടിയ പുത്തൻ നെല്ലിന്റെ അവിലും അമ്പലത്തിൽ നേദിച്ച ഇളനീരിന്റെ കാമ്പും പേരിനെങ്കിലും തിന്നേണ്ടിയും വന്നിരുന്നു. ഭക്തജനങ്ങളുടെ അന്നത്തെ ഭക്ഷണം അതാണ്. അമ്പലത്തിൽ പൂജിച്ചു

കിട്ടിയവ കൂട്ടിക്കലർത്തി സ്വന്തം കുടുംബത്തിനുള്ളത് മാറ്റിവെച്ചാൽ ബാക്കിവരുന്നതത്രയും മറ്റുള്ള ആളുകൾക്ക് നിവേദ്യമായി നല്കുകയാണ് ആചാരം. ഭയഭക്തിയോടെ നിവേദ്യം കഴിച്ച് ഒരുപാളക്കുത്ത് സംഭാരവും കുടിച്ചാൽ അന്ന് പിന്നെ ആഹാരമൊന്നും വേറെ വേണ്ടിവരികയില്ല.

മേലെ ടാറുചെയ്ത റോഡിന്റെ അതിര് താഴെ അമ്പലദേശത്തു നിന്നു നോക്കിയാൽ കാഴ്ച എത്തുകയില്ല. അവിടെ നിന്നങ്ങോളമിങ്ങോളം ജനം നിറഞ്ഞിരിക്കുന്നു. അതിനിടയിലൂടെ താഴെയും മേലെയും പടിഞ്ഞാറും കിഴക്കും പല ആവൃത്തി നടന്നു. രണ്ടു 'പാതാള'ങ്ങൾക്കരികിലും പോയി. വഴിയും തെളിയുമുള്ള കാട്ടിനിടയിലൊക്കെ ആൾത്തിരക്കാണ്. ഒഴിഞ്ഞു കിടക്കുന്ന ഇടങ്ങളിലൊക്കെ പുതുകച്ചവടക്കാരും! ഒരു വലിയകുന്നിന്റെ പള്ള മുഴുവൻ ഇപ്പോൾ ജനത്തിന്റെ ആരവവും ഇരമ്പവുമാണ്. ആ ഇരമ്പലിനിടയിലെ ഒരു അജ്ഞാതബിന്ദുവായി നൂറേക്രയോളം ഞാൻ നിറഞ്ഞു.

നാലുമണി ആയതോടെ പടിഞ്ഞാറെ മണ്ഡപങ്ങളിൽ നിന്ന് കിഴക്കേ ഭഗവതിയമ്പലത്തിലേക്ക് മുടിയെഴുന്നള്ളത്ത് ആരംഭിച്ചു. അതിനെ വരവേല്ക്കുവാൻ ഭഗവതിയമ്പലത്തിന്റെ മുറ്റവരമ്പിൽ പടിഞ്ഞാട്ടു തിരിഞ്ഞു നില്ക്കുന്ന തുടിക്കാർ സ്വാഗതമേളം ആരംഭിച്ചു. പുറകിലായി ചെണ്ടക്കാരും നിരന്നു.

ഇരുപത്തിയൊന്നുകോൽ ഉയരമുണ്ടായിരുന്ന മുടിയിപ്പോൾ ഏഴു കോൽ ഉയരത്തിലാണ് എഴുന്നള്ളുന്നത്. അതുതന്നെയിപ്പോൾ നാട്ടിലെ ഉയരം കൂടിയ മുടിയത്രേ. എഴുന്നള്ളുന്ന മുടിക്കു പുറകിലായി വെളിച്ചപ്പാടുകളും തമ്മിൽ കൈകോർത്തു പിടിച്ച ആർപ്പുവിളിക്കാരും 'ലേഡീസ് കോമര'ങ്ങളും ഭക്തജനങ്ങളുമുണ്ട്. മുടിയുടെ നീക്കത്തിനിടയിൽ കാഴ്ചക്കാർ ഭക്തിയുടെ നിറവിൽ അരിയെറിഞ്ഞ് സ്വയം മുക്തിനേടുകയാണ്.

ഈ ഉത്സവത്തിന്റെ പുറകിൽ ഒരു വലിയ അടിയാള വർഗ്ഗത്തിന്റെ ഗതകാലചരിത്രമുണ്ടെന്നും അത് ചവിട്ടിത്താഴ്ത്തപ്പെട്ട അദ്ധ്വാനിക്കുന്ന വർഗ്ഗത്തിന്റെ അതിജീവനത്തിന്റെ കഥയാണെന്നും ചില ചരിത്രകാരന്മാർ അടക്കം പറയുന്നത് കേട്ടിട്ടുണ്ട്. ആ ചരിത്രം ഒരു മനുഷ്യവർഗ്ഗത്തിന്റെ നിലവിളിയാണ്, ഉയിർത്തെഴുന്നേല്പാണ്.

രണ്ട്

ഉത്സവം കണ്ടുകഴിഞ്ഞതോടെ മനസ്സാകെ അലമ്പായി. അതിന് കാരണമുണ്ട്. ഈ ഉത്സവത്തിന്റെ പുറകിലുള്ള മിത്ത് കണ്ടെത്തുന്നതിനായി വർഷങ്ങളോളം ഞാനും കുറേ അലഞ്ഞതാണല്ലോ. മിത്തിന്റെ പിന്നാലെ

കൂടിയപ്പോൾ മിത്തുകളുടെ കോർമ്പലുകളുമായിട്ടാണ് തിരിച്ചു പോരേണ്ടിവന്നത്. എന്നാൽ അതൊന്നും ഈ ഉത്സവത്തിൽ കണ്ടില്ല. ഉത്സവം മാറി മറഞ്ഞ് ജനങ്ങൾക്ക് വന്നുകൂടാനും പ്രാർത്ഥിക്കുവാനും പരാതികൾ ബോധിപ്പിക്കുവാനും നിവേദനങ്ങൾ അവിടെ സ്വീകരിച്ചു എന്ന് മനസ്സിൽ തോന്നുമ്പോൾ ഭണ്ഡാരം ചാർത്തി പിരിയാനും അങ്ങനെ രണ്ടുമൂന്നു ദിവസം ആഘോഷം തിമർക്കുവാനുമുള്ള ഒരാണ്ടറുതിയായി പരിണമിച്ചിരിക്കുന്നു.

ഒരുപക്ഷേ ഈ ഒരു പരിണാമത്തിന് ഇവരെയൊന്നും കുറ്റപ്പെടുത്തിയിട്ടും കാര്യമില്ല. അമ്പലമായാൽ ഉത്സവം വേണം. കലാസമിതി ആയാൽ ഒരു വാർഷികം വേണമല്ലോ. അതുപോലെ. അതുപോലെ മാത്രം.

ഉത്സവമായാൽ വരവായി. വരവ് എന്താക്കണമെന്ന കണക്കുകൂട്ടലായി. അതിന് കമ്മിറ്റി വന്നു. കമ്മിറ്റി കൂടലും മീറ്റിങ്ങുകളും പ്രസംഗവും ചർച്ചകളും ! അതിനുള്ള ചെലവ്. ചെലവിന്റെ കണക്ക്. കണ്ടതിന് ചർച്ച. എന്നിട്ടും വരവുബാക്കി. ആവശ്യങ്ങൾ ബാക്കി. ഇനിയെന്തുവഴിയുള്ളൂ? ഞങ്ങൾ, ഇപ്പോഴത്തെ പലരും ചെയ്യുന്നതു പോലെ കമ്മിറ്റിക്കാരുടേയും കലിതുള്ളൽക്കാരുടേയും ജീവിതം കഴിഞ്ഞിട്ടും വരവും വരവിനുള്ള വഴികളും പിന്നെയും മുന്നിൽ ബാക്കിയെങ്കിൽ ശേഷിക്കുന്നത് സമ്പാദിക്കുക. സമ്പാദിച്ചു സമ്പാദിച്ച് സ്വത്തുണ്ടാവുക. സ്വത്തായിക്കഴിഞ്ഞാൽ അധികമാരും കല്ലേറിയുകയില്ലെന്നാണല്ലോ! അഥവാ എറിഞ്ഞാലും പരിക്കുപറ്റിയാലും സ്വത്തിൽ നിന്നെടുത്ത് ചികിത്സിക്കാമല്ലോ. അങ്ങനെ പഴയ തടി പുതുക്കാം. കോമരക്കാർക്കും കലിതുള്ളൽക്കാർക്കും ചരിത്രമാകാം. മണ്ണും ചാരി നിന്നവന് പെണ്ണും കൊണ്ടുപോകാം.

ഇത് എനിക്ക് അജീർണ്ണം കല്പിക്കുന്നു. അതിനാൽ ഞാൻ നിങ്ങളുടെ മുന്നിൽ ചെന്നു പേപ്പറുമായിട്ടിരിക്കുന്നു. നിങ്ങൾക്കുവേണ്ടി. നിങ്ങളുടെ വരുംതലമുറകൾക്കുവേണ്ടി. എന്റെ വിശ്രമം, എന്റെ ഉറക്കം ഒക്കെ വെട്ടിച്ചുരുക്കി നിങ്ങൾക്കായി മിത്തുകളെ പകർത്തുന്നു.

പതിനെട്ടുസെന്റിലെ കിഴക്കേഅറ്റത്തുള്ള ഭഗവതിയാണ് ശരിയായ ഭാവനയിൽ ജനിച്ച യഥാർത്ഥ മിത്ത്. അവർ വലിയേടങ്ങളിൽ നിന്ന് വന്ന് അയിത്തപ്പെട്ടു പോയതുകൊണ്ട് ഇവിടെ ഇരിക്കുകയാണ്. പടിഞ്ഞാററ്റത്തെ സങ്കല്പങ്ങൾക്കു കുടയായി, തണലായി.

ഭഗവതിക്ക് അടുത്തും അയലത്തും ബന്ധുക്കളുണ്ട്. സ്വന്തക്കാരുണ്ട്. ആളങ്ങമാരും സഹോദരിമാരുണ്ട്. പക്ഷേ, ആരുമായും അടുത്തുബന്ധപ്പെട്ടുകൂടാ. രക്തബന്ധം അറുത്തുമാറ്റാൻ കഴിയില്ലല്ലോ. അതുശരി. അകന്നു നിന്നോളണം ജീവിതകാലം മുഴുവൻ.

അയിത്തപ്പെട്ടുപോയില്ലേ!

വെള്ളരിക്കുന്ന് മണിക്കുന്ന് എന്നൊരു മലയുണ്ടായിരുന്നുവത്രേ വയനാട്ടിൽ. ഉയരത്തിലും ഉയരം കൂടിയ മല. ആളോ അനക്കമോ ഇല്ലാത്ത

വിജനമായ മല. അതിന്റെ മനോഹരമായ ഉച്ചിയിൽ ഒരു സുപ്രഭാതത്തിൽ നാല്പത്തിരണ്ടു യുവദേവീദേവന്മാർ പിറവിയെടുത്തു. സ്വയംഭുവായത്രെ! ചെറുപ്പക്കാരായ അവർക്ക്, ആഹാ എന്തു സുഖം! അവർ മലകളുടെ ഉച്ചിയിൽ ബാല്യയൗവനാദികൾ പിന്നിട്ടു. സഹോദരങ്ങൾക്ക് എന്തൊരേലാണന്നോ വെള്ളരിക്കുന്ന് മണിക്കുന്നിന്റെ ഉച്ചിയിലും ശിഖരങ്ങളിലും കളിച്ചു നടക്കാൻ!

യൗവനത്തിന്റെ തുടിപ്പിൽ, മലയാളക്കരയുടെ ഉച്ചിയിൽ, താഴ്വാരങ്ങളിൽ ദുഃഖിതരും ക്ലേശിതരുമായി കഴിയുന്ന സർവ്വവിധ ജീവജാലങ്ങളേയും സൃഷ്ടിച്ച് അവർ അനുഗ്രഹിച്ചു. വെള്ളരിക്കുന്ന് മണിക്കുന്നിൽ നിന്ന് കിഴക്കോട്ടു നോക്കിയാൽ ബെങ്കളയുടെ സമുദ്രം കാണാം. തെക്ക് മലയാളക്കര ചുറ്റിത്തുടരുന്ന ഭാരത സമുദ്രം. വടക്കോട്ടുനോക്കിയാലാകട്ടെ മഞ്ഞുപുതച്ച് എപ്പോഴും ഉറക്കം തുടങ്ങുകയാണെങ്കിലും തലയുയർത്തിപ്പിടിച്ചു നില്ക്കുന്ന ഹിമവാൻ. പടിഞ്ഞാട്ടു നോക്കാനാണ് ഏറെ ഭംഗി. തിരകളടങ്ങാത്ത അറബിക്കടൽ.

അവിടെ കരയോടടുത്തായി കടലിലതാ സമുദ്രത്തിന് കോക്കുമണിപോലെ വെള്ളിയാങ്കുന്ന്. നുരയും പതയും തുപ്പി, സുസ്ഥിരക്കുളിയനായി നില്ക്കുന്ന കടലിന്റെ ആ കോക്കുമണിയിൽ കുളിച്ചു രസിക്കാൻ എന്തു സുഖമായിരിക്കും! മലയിറങ്ങി പടിഞ്ഞാട്ട് നടന്ന് ഇരിങ്ങൽപ്പാറയിലൂടെ തുമ്പികളായും പറവകളായും പ്രാണികളായും ദേവസഹോദരങ്ങൾ വെള്ളിയാങ്കല്ലിലേക്ക് ഇറങ്ങി. അവിടെ സസുഖം സ്നാന സുഖം നുകരാൻ തുടങ്ങി. കളികേളികൾ നൂറ്റാണ്ടുകൾ പിന്നിട്ടപ്പോഴാണ് സ്ഥിരമായി എവിടെയെങ്കിലും ഇരിക്കണമല്ലോ എന്നു തോന്നിയത്. അങ്ങനെ അവർ സ്ഥിരം ഇരിക്കാനുള്ള ഇടം അന്വേഷിച്ച് കരയിലേക്കു കയറി. വൈക്കത്തും ഏറ്റുമാനൂരും ഓരോരുത്തരിരുന്നു.

ആയിരം ചെങ്കതിരും പതിനായിരക്കണക്കിൽ മണിക്കതിരും തുറന്നു പിടിച്ചു രാവും പകലും സൃഷ്ടിക്കുന്നതിനിടയിൽ സ്ഥിരമിരുത്തം അങ്ങനെ തുടർന്നു. ദീർഘവഴിയിൽ ഓരോരുത്തരിരുന്നു. നാല്പത്തൊന്നു പേരും ഇരുന്നെങ്കിലും പെണ്ണായ ഒരുത്തിക്ക് ഇരിക്കാൻ ഇടം കിട്ടിയില്ല. വൈക്കത്തും ഏറ്റുമാനൂരും പറഞ്ഞു. മധുരയിലെ മീനാക്ഷിയോടും കൊടുങ്ങല്ലൂരിലെ അമ്മയോടും പറഞ്ഞു. തിരുവഞ്ചിക്കുളത്തും തിരുമാന്ധാംകുന്നിലും തളിയിലും തിരൂരിലും തിരുവണ്ണൂരിലും കൈമലർത്തലേ കണ്ടുള്ളൂ. വിയ്യൂരിലും ചക്കംകുളങ്ങരയിലും തിക്കോടിയിലും മരളൂരും പാനൂരമ്പലത്തിലും വിവരം പറഞ്ഞു. ലോകനാർകാവിൽ ചെന്നിട്ടും കീഴൂരിൽച്ചെന്നിട്ടും ഇരിക്കാൻ ഇടം കിട്ടിയില്ല. പാലയാട് കുട്ടിച്ചാത്തനെക്കണ്ടു. കരുവഞ്ചേരി മലകയറി. നെയ്വാൻ ഉണ്ണിയേയും പറമ്പത്തപ്പനേയും വിളിച്ചു കേണു. എല്ലാം വ്യർത്ഥം. 'ഞാനെന്തുചെയ്യും! ഞാനിവിടെ ഇരുന്നു കൂടിപ്പോയില്ല'! എന്ന പരിവേദനം. കൈമലർത്തൽ! ഒരു പെണ്ണായ അവളെന്തുചെയ്യും!

കൊങ്ങണ്ണൂരമ്മയെച്ചെന്നു വിളിച്ചു: "അമ്മേ, എനിക്ക് ഇരിക്കാൻ ഇടം കിട്ടിയില്ല. നിങ്ങളെല്ലാം ഇരുന്നില്ലേ! ഞാനെന്തുചെയ്യും?"

കൊങ്ങണ്ണൂരമ്മ പറഞ്ഞു:

"നീ ചാക്കരക്കടന്ന് മുചുകുന്നിലേക്ക് പൊയ്ക്കോ."

അങ്ങനെ ചെറുപ്പക്കാരി നടന്നു.

പിന്നെയും പിന്നെയും നടന്നു. നടക്കുന്നതിനിടയിൽ പൊറ്റക്കാട്ടു കയറി, ഉതിനം വീട്ടിൽ കയറി, കോയിക്കാമ്പത്തു കയറി.

കയറിയും ഇറങ്ങിയും നടന്നു. ഇരിക്കാൻ ഒരിടം വേണം. അന്വേഷണം തുടർന്നുകൊണ്ടേ നടപ്പായി. മഞ്ഞും മഴയും കഴിഞ്ഞു. നടപ്പു മാത്രം നിന്നില്ല. സ്ഥിരമിരിക്കാൻ ഇടം തേടി നടപ്പോ നടപ്പ്...!

വെയിലായി. ചൂടായി. ദാഹമായി. അതിഭയങ്കരചൂട്. വെയിൽ കൊണ്ട് ആധിയേറി ദേവി നടന്നു. വെയിലിൽ നടക്കവേ അത്തിടിക്കൊട്ടും ചോല എന്ന ഒരു തണൽ വഴി കണ്ടു. നിഴലുള്ളതിനാൽ തണലുള്ളവഴി.

നിഴലിൽ, തണലിൽ ഒരു കാഞ്ഞിരക്കോട്ട കണ്ടു. കൈതക്കുണ്ടു കണ്ടു. കുന്നു കണ്ടു. കുന്നിൻ ചെങ്കൽപ്പൊന്തയിൽ കയറിയിരുന്നു. നടന്ന ക്ഷീണത്തിൽ വല്ലാത്ത ദാഹം.

കൈതക്കുണ്ടിൽ തെളിനീര് കണ്ടുവല്ലോ. ഇറങ്ങിച്ചെന്ന് വെള്ളത്തിൽ നിന്ന് കുളിർന്നു. കൊതിപ്പിക്കുന്ന ദാഹജലം ഉള്ളം കൈകളിലേക്കുയർന്നു. ജലത്തിനെ വന്ദിച്ച് തലകുനിഞ്ഞു. ശരീരം വളഞ്ഞു. ആവോളം കുടിച്ചു കുളിർന്നു. പിന്നെയും ചെങ്കൽത്തുരുത്തിൽ കയറിയിരുന്നു. വിശ്രമം.

വിശ്രമത്തിൽ കുളിർന്ന ശരീരം കാഴ്ചകളിൽ അമർന്നു. ചുട്ടുപൊള്ളുന്ന പാടം. അതിരിടുന്ന വരമ്പുകൾ. അത്തിടിക്കെട്ടും ചോല പോലെ വഴിപിരിയുന്ന ചോലകൾ. കവുങ്ങും തെങ്ങും താന്നിയും മരുതും മാവും പിലാവും തുടങ്ങി കറമൂസമരവും പടുവാഴയുംവരെ നിരന്ന വയല്ക്കര. നിവർന്നു നിവർന്നു മുകളിലേക്കു കയറുന്ന കുന്നിന്റെ പള്ള. കുന്നിന്റെ പള്ളയിൽ അടഞ്ഞിരിക്കുന്ന കാട്. കാടിന്റെ തിക്കിൽ കണ്ണെത്താത്ത ഇരുട്ട്. മനസ്സുനിറയെ വെളിച്ചം. കാഴ്ചകളിൽ കാത്തുനില്ക്കാതെ കണ്ണുകൾ തിരിച്ചുവന്നു. ഇരിപ്പിടത്തിനു മുമ്പിലെ കുളത്തിലേക്ക്. കുളത്തിന്റെ കരയിലെ കാഞ്ഞിരമരത്തിലേക്ക്. കാഞ്ഞിരമരത്തിനരികത്തെ കൈതക്കുറ്റിയിലേക്ക്. കൈതക്കുറ്റിയിൽ ഉടക്കിവെച്ച അക്കിയുള്ള മീൻകൂടിലേക്ക്

ദേവി മരവിച്ചിരുന്നുപോയി.

എവിടെയാണ് താൻ വന്നിരുന്നു പോയത്!

എന്തുവെള്ളമാണ് കുടിച്ചുപോയത്!

ജീവിതം ഗതികേടിലായോ!

എല്ലാഗതിയും മുട്ടിയപ്പോൾ പെട്ടുപോയി!

കൈത, കുണ്ട്, മീൻകൂട്...

ഇതേതു പ്രദേശം?

ഒഴിഞ്ഞു കിടക്കുന്ന കാട്ടുദേശം. മുകളിൽ ഒരു ഭാഗത്ത് വിരിഞ്ഞു നിരന്നു കിടക്കുന്ന പയ്യനാട്ടങ്കക്കളരി. ചെറിയ പാതാളം. വലിയപാതാളം. താഴെ ദാഹജലം തന്ന കുണ്ടുകുളം. ചാരെ, വളർന്ന കൈതയിൽ ഉടക്കിയ മീൻകൂട്...

മരവിച്ചു പോയ ദേവി ഒന്നുറപ്പിച്ചു. താൻപെട്ടു പോയിരിക്കുന്നു. ചണ്ഡാളന്മാരുടെ ഇടമല്ലേ ഇത്? പുലയരുടെ താവളം! കീഴ്ജാതിക്കാരുടെ പ്രദേശം...

മലയാളക്കരയിൽ ഇരുന്നു കൂടിക്കഴിഞ്ഞ നാല്പത്തി ഒന്ന് ദേവന്മാരോടും ദേവതമാരോടും ഇനി അടുത്തിടപഴകാൻ കഴിയില്ല. കൊടും ദാഹമകറ്റാൻ പുലയക്കിണർക്കുഴിയിൽ നിന്ന് വെള്ളം കുടിച്ചുപോയി. ഇവിടെ ഇരുന്നുപോയി. ചുരുക്കിപ്പറഞ്ഞാൽ പുലയരെ തീണ്ടി, അയിത്തപ്പെട്ടുപോയി. ഇനി സഹോദരങ്ങളായ ദേവന്മാരും ദേവതമാരും അകലെ. മലയാളക്കരയുടെ നാനാഭാഗങ്ങളിൽ. താൻ ഇനിയെന്തുചെയ്യും?

ദേവി ഇതികർത്തവ്യതാമൂഢയായി എഴുന്നേറ്റു. സന്ധ്യയുടെ നിഴലായി ദേവി നടന്നു.

നടന്നു നടന്ന് കോട്ടയിൽ അമ്പലക്കാടിന് ഒരുവിളിപ്പാടകലെ എത്തിയപ്പോൾ നിന്നു.

ഏട്ടനെ വിളിച്ചു, ഉറക്കെയുറക്കെ.

രാത്രിയുടെ കാഠിന്യം മുറുകി.

ഇനിയുമിനിയും വിളിച്ചു: “ഏട്ടാ. വാതിലുകാപ്പോരേ... ഏട്ടാ...”

സ്വന്തം ശിരസ്സിൽ വിളി പ്രതിദ്ധ്വനിച്ചതല്ലാതെ, മറുപടിയില്ല.

എന്നാലും നിർത്തിയില്ല. കുഞ്ഞനിയത്തി വിളിക്കുന്നു. നിർത്താതെ...

ഏഴുവിളി ചെന്നപ്പോൾ വിളികേട്ടു. ഏട്ടനല്ല. പാണാക്കന്മാർ. ദേവന്മാരുടെ കാര്യസ്ഥന്മാർ. പാണാക്കന്മാർ . പാണാക്കന്മാർ വിവരം അറിയിച്ചതനുസരിച്ച് വാതിലുകാപ്പോർ അനിയത്തിയോട് ദൂരെ നിന്നു സംസാരിച്ചു:

“നീ തിരിച്ച് അങ്ങോട്ടുതന്നെ പൊയ്ക്കോ. നിന്നെ അവർ നോക്കും. അയിത്തജാതിക്കാർ നിന്നെ നോക്കും. പുലയർ നിന്നെ പരിരക്ഷിക്കും. അവർ ആത്മാർത്ഥമായി നിന്നെ നോക്കും. നീ പയ്യനാട്ടങ്കക്കളരിയുടെ താഴെ, പാതാളങ്ങൾക്കും താഴെ, നീ അയിത്തപ്പെട്ട ദാഹജലക്കുണ്ടിന്റെ മേലേ ഒടിയിൽ, നീ പോയിരുന്നോ... അവർ നിന്നെ നോക്കും.”

അനിയത്തിയമ്മയുടെ ചെകിടുകളിലേക്കായി, കോട്ടയിൽ ക്ഷേത്രത്തിന്റെ അധിപതിയായി വാണരുളുന്ന വാതിലുകാപ്പോരുടെ ശബ്ദം ആകാശത്തിൽ മുഴങ്ങിക്കൊണ്ടിരുന്നു:

"നിന്റെ കാര്യങ്ങളൊക്കെ ഭംഗിയായി നടക്കും. ആത്മാർത്ഥതയുള്ള ഒരു കീഴ്ജാതിക്കൂട്ടം നിന്നെ നോക്കും... ആനയും ആറാട്ടും നിനക്കില്ല. പക്കമേളവും വെടിക്കെട്ടും നിനക്കില്ല. എന്നാലും കുംഭമാസം ഒമ്പതും പത്തും നിന്റെ ദിവസമായിരിക്കും. നിന്റെ ഉത്സവദിവസങ്ങളായിരിക്കും. തലേന്ന് ഞാനങ്ങ് മീത്തൽ വരും . പത്തുകഴിഞ്ഞാലേ ഞാനിങ്ങ് തിരിച്ചു പോരൂ... നീ തിരികെ പോയി നിന്റെ സ്ഥലം കണ്ടുപിടിച്ച് അവിടെ ഇരുന്നു കൂടിക്കോ..."

മേഘപാളികളിലും ആകാശത്തും പടർന്ന് വാതിലുകാപ്പോരുടെ ശബ്ദം നിലച്ചു.

ഇരുൾ പിളർത്തി സാവധാനം ദേവി തിരിച്ചു നടന്നു. ദേവിപാതാളം പൂകി.

മൂന്ന്

ഏട്ടന്റെ നിർദ്ദേശങ്ങൾ എല്ലാം ശ്രദ്ധിച്ചു കേട്ട് തിരിച്ചു വന്ന അനിയത്തിയമ്മ, കുടിച്ച ജലാശയത്തിന് മേത്തലെത്തൊടിയിൽ ഒരു കല്ലിൽ കയറിയിരുന്ന് യാത്രാക്ഷീണമകറ്റി. പയ്യനാട്ടങ്കക്കളരി കണ്ടും പാതാളമൊക്കെയുൾക്കണ്ണിലിട്ടും ദേവി അങ്ങനെയിരുന്നു.

വാതിലുകാപ്പോർ ഉറക്കെപ്പറഞ്ഞതും പതുക്കെപ്പറഞ്ഞതുമായ നിർദ്ദേശങ്ങളൊക്കെ പെങ്ങൾ ഒരിക്കൽക്കൂടി മനസ്സിന്റെ ഉൾവെളിച്ചത്തിൽ കഴുകിയെടുത്തു.

കുംഭം ഒമ്പതും പത്തുമായിരിക്കും തന്റെ ദിവസം. അന്ന് പുലയർ ഉത്സവമായിക്കൊണ്ടാടും. തന്റെ വേഷം അവരാണ് കെട്ടിയാടുക. പട്ടുപുടവയും വാളും പരിചയും കുറുമണിയും ഓട്ടുതണ്ടയുമണിഞ്ഞ് അവർ ചാന്തും ചന്ദനവുമിടും. കരിമുടി കുടിവെച്ച വേഷത്തിന്റേത് കരിങ്കോലമായിരിക്കും. പക്ഷേ വെളുത്ത അരി തനിക്കു വാരിക്കളിക്കാം. ആനയും അമ്പാരിയും വെടിക്കെട്ടും ഉണ്ടായിരിക്കുകയില്ല. തുടിമുട്ടും. പിന്നെ പതുക്കെപ്പറഞ്ഞ കാര്യമുണ്ട്. കുംഭം ഇരുപത്തിഒമ്പതിന് അങ്ങ് മാടത്തും മുകളിൽ ചെല്ലണം. കൂടെ തന്റെ ആളുകളുമുണ്ടാകും. അന്നാണ് ഏട്ടൻ വാതിലുകാപ്പോർ കൊയിലോത്തുംപടിക്ക് പോവുന്നത്. അടുത്തു ചെല്ലാതെ അവിടെ വെച്ച് തമ്മിൽ കാണാം. അതിന് മാടത്തും മുകളിലെത്തിയാൽ തുടിമുട്ടണം. തുടിയുടെ സ്വരത്തിലലിഞ്ഞാവും ഏട്ടൻ

ഉറക്കറിയുകയും യാത്ര പുറപ്പെടുകയും ചെയ്യുക. എവിടെ നില്ക്കുന്നോ, അവിടെ താളം കേൾപ്പിക്കണം. എവിടെ നിന്നായാലും തന്റെ ശബ്ദം ഏട്ടൻ ശ്രവിച്ചുകൊള്ളും. പിറ്റേന്ന് കോട്ടയിലേക്ക് തിരിച്ചെഴുന്നള്ളു മ്പോഴും തന്നെ കാണും. ഏട്ടന്റെ തിരിച്ചെഴുന്നള്ളത്ത് കടന്നു പോയാൽ തനിക്ക് വഴിമടങ്ങാം. തിരിച്ചെഴുന്നള്ളത്തിന് മാടത്തും മുകളിലല്ല കാത്തു നിൽക്കേണ്ടത്. കൊയിലോത്തും പടിക്കലാണ്. നടയൊഴിവാക്കി, ഒരു തീണ്ടൽപ്പാടകലെ നിന്നാൽ മതിയല്ലോ. ഏട്ടനും പരിവാരവും കോട്ട യിൽച്ചെന്ന്, വാതിലുകാപ്പോർ അകായിൽ കൂടുന്നേരം പാതിരാവാകും. അപ്പോൾ തനിക്കും തന്റെ ആൾക്കാർക്കും തിരിച്ചുപോകാം. പാതാള ത്തിൽച്ചെന്ന് അകായിൽ കൂടാം....

ആലോചനകഴിഞ്ഞ് അങ്ങനെയിരിക്കേ ഊരവട്ടത്തിൽ കോയ്മ ദർശനത്തിനായി കാത്തുനില്ക്കുന്നു. കോയ്മയ്ക്ക് ദർശനമനുവദിച്ചു.

അടിയാളർ അടിയാളർ തന്നെ. അവരാണ് ദേവിയെ പരിപാലി ക്കേണ്ടത്. കോയ്മകളും കുലീനരുമല്ല. അതിനുമാത്രം അടിയാളരായ പുലയർക്ക് എന്താണുള്ളത്? അവർക്ക് നിർമ്മലമായ ഒരു മനസ്സു മാത്രമേ യുള്ളൂ. ആത്മാർത്ഥമായ ഒരു ചിന്തയേയുള്ളൂ. അദ്ധ്വാനം കൊണ്ട് കരിവാളിച്ച ശരീരമാണ്. വെയിലും മഴയും അവർക്ക് വിശ്രമമായിട്ടരുളി യിട്ടില്ലല്ലോ. അത് കോയ്മയുടേയും നാടുവാഴിയുടേയും കാര്യം. പക്ഷേ ഇവിടെ അവർ ആത്മാർത്ഥതയുള്ളവരും നിഷ്കളങ്കരുമായിട്ടാണ് നില്ക്കുന്നത്. ഇവിടെ വന്ന് നീ ആളാകരുത്. ആളാകലൊക്കെ നിന്റെ വീട്ടിൽ. നിന്റെ നിലത്ത്. നിന്റെ പാടത്ത്. നിന്റെയും നിന്റെ അയൽക്കോയ്മ കളുടേയും കാര്യങ്ങളിലൊന്നും ഇപ്പോൾ ഇടപെടുന്നില്ല. ഇവരെ കെട്ടി യുഴുതാണ് നീ തിന്നുകയും സമ്പാദിക്കുകയും ചെയ്യുന്നത്. അത് നിന്റെയും നിന്റെ ആൾക്കാരുടെയും കാര്യം. കോയ്മകളുടെ കാര്യം. നാടുവാഴികളുടെ കാര്യം. പക്ഷേ, ഇവിടെ അമ്മയെ പരിപാലിക്കുവാൻ അടിയാളരുടെ കയ്യിൽ എന്താണിരിക്കുന്നത്?

അടിയാളർക്ക് ഇവിടെ വരാനും അമ്മയെ പരിപാലിക്കുവാനുമുള്ള സമയവും അവസരങ്ങളും കോയ്മ അനുവദിക്കണം. ഇവിടെ വരുന്ന നേരം അവർ നിനക്കായി പണിയുകയില്ല. അതിന് നീ അവരെക്കൊണ്ട് പകരം പണിയെടുപ്പിക്കരുത്. അവർക്കിവിടെ വരാനും നില്ക്കാനുമുള്ള സൗകര്യം ചെയ്തുകൊടുക്കേണ്ടത് നിന്റെ ബാധ്യതയും ഉത്തരവാദിത്വ വുമാണ്.

അമ്മ പറഞ്ഞു കൊണ്ടും കോയ്മ കേട്ടു കൊണ്ടുമിരിക്കവേ, കോയ്മ അന്തംവിട്ടു. മുന്നിൽ അമ്മയില്ല. അമ്മയുടെ ഇരിപ്പിടം മാത്രം. അമ്മയുടെ സ്വരം മാത്രം. കോയ്മ സാഷ്ടാംഗം വീണു നമസ്കരിച്ചു. പിൻവാങ്ങി.

പിറ്റേന്നു തന്നെ ആ ഇരിപ്പിടത്തിന്റെ സ്ഥാനത്ത് കോയ്മ ഒരു മണ്ഡപം പണികഴിപ്പിച്ചു. അമ്മയ്ക്ക് സ്വൈര്യമായി ഇരുന്നുകൂടാൻ

ഒരമ്പലം. പരിപാലനത്തിനും ദർശനത്തിനും അടിയാളർക്കായി, ഒരിക്കലും തിരിച്ചെടുക്കാത്ത മുറ്റം. അതിരിടാത്ത പരിസരം....

അങ്ങനെ വാഴയിൽ ഭഗവതിവന്നു. അതിപുരാതനകാലം തൊട്ടുതന്നെ ഭഗവതി അവിടെ ഇരിക്കുന്നു എന്നതാണ് വിശ്വാസം.

അന്ന് ഭൂമിയുടെ ആരംഭമായിരുന്നുവത്രെ. ഈ നാല്പത്തിരണ്ടു ദേവന്മാരും ദേവതകളും സ്വയംഭൂ ആയകാലത്ത് വയനാട്ടിൽ വെള്ളരിക്കുന്ന് മണിക്കുന്നുണ്ട്. പടിഞ്ഞാറ് കടലുണ്ട്. കടലിൽ വെള്ളിയാങ്കല്ലുണ്ട്. അവിടെയാണല്ലോ ഈ സഹോദരങ്ങൾ നൂറ്റാണ്ടുകളോളം നീരാടിയത്! പിന്നെ കേരളക്കര. ആ കരയിലാണല്ലോ നാല്പത്തിഒന്നു ദേവസഹോദരങ്ങളും സ്ഥിരമായി ഇരുന്നുകൂടിയത്! നാല്പത്തിരണ്ടാമത്തെ ദൈവസഹോദരിക്കാണ് സ്ഥിരമായിരിക്കുവാൻ സ്ഥലം കിട്ടാതായിപ്പോയത്! ഒടുക്കം അവൾക്കും സ്ഥലം കിട്ടി. അയിത്തപ്പെട്ടുപോകുവാൻ ഒരു സ്ഥലം....

കഥപ്രകാരം അന്ന് ദേവസ്ഥാനങ്ങളും സ്ഥിരമായ ഇരിപ്പിടങ്ങളുമേയുള്ളൂ. ഭൂമിയായി. അതായത് കേരളഭൂമി. മലയാളനാട്. ആകാശമായിട്ടില്ല. അതുകൊണ്ട് ഒരാകാശവും സൃഷ്ടിക്കപ്പെട്ടു. ആകാശവും ഭൂമിയുമായാൽ ഇനി എന്താണ് അത്യാവശ്യം? ദൈവങ്ങൾ! അതിന് നാല്പത്തിരണ്ടു ദൈവങ്ങളുമായി.

ഇരുട്ടും വെളിച്ചവും വേണ്ടേ?

അതിന് രാവും പകലും സൃഷ്ടിച്ചു.

രാവും പകലും മനുഷ്യർക്കാണ്. അതിനാൽ ആളും മനുഷ്യരുമായി. ഇഴയുന്നവയും നാൽക്കാലികളും തുടങ്ങി ഭൂമിയിൽ വേണ്ടതായ പറവകളേയും പ്രാണികളേയുംവരെ സൃഷ്ടിക്കപ്പെട്ടു.

മനുഷ്യന് അന്നം കൊണ്ട് വിശപ്പടക്കാനും പരുത്തികൊണ്ട് നാണം മറയ്ക്കാനും കല്പനയായി. ദാഹത്തിന് ശുദ്ധജലവും ശരീരശുദ്ധിക്ക് നദീജലവുമായി. മനുഷ്യന് വിവേകബുദ്ധികൂടി കൽപ്പിച്ചു കൊടുത്തപ്പോൾ അവൻ ഇരതേടുവാനും ഇണതേടുവാനും തുടങ്ങി. ഇരതേടിയ അവൻ അവ സൃഷ്ടിക്കുവാനും തുടങ്ങി. അങ്ങനെയാണല്ലോ നന്ദിബോധം വന്നത്! വിശപ്പടക്കുവാൻ വിഭവങ്ങൾ കണ്ടെത്തിയ അവൻ വിഭവങ്ങൾ സ്വയം ഉല്പാദിച്ചപ്പോഴാണ് സമ്പത്തു വന്നത്. സമ്പത്തു വന്നപ്പോൾ അതരുളിത്തന്നവന് നന്ദി പറയണമെന്നു വന്നു.

നന്ദി ആരോടുപറയും? പ്രകൃതിയുടെ വികൃതികളും ഭീകരതകളും കാരണം ഭക്തി നേരത്തെ നുരഞ്ഞു വന്നിരുന്നു. അങ്ങനെയാണ് ദേവതാദേവന്മാരെ കണ്ടെത്തിയത്. മുമ്പ് കാറ്റിനേയും ഇടിയേയും മിന്നലിനേയും മഴയേയും അവൻ നേരെ പൂജിച്ചിരുന്നു. വെയിലിനേയും തണുപ്പിനേയും ഭയപ്പെടേണ്ട കൂട്ടത്തിലാക്കിരുന്നുവെങ്കിലും അതിനായി ദേവന്മാർ

അധികമാരും നിന്നില്ല. അതിൽ നിന്നൊന്നും അധികം വരുമാനവും പരമാനന്ദവും ലഭ്യമാവുകയില്ലെന്ന് മുൻകൂട്ടി കണ്ടിരിക്കാം. ആയതിനാൽ അത്തരം കാര്യങ്ങളിൽ ദൈവങ്ങളുടെ ഉത്തരവാദിത്വം കുറഞ്ഞു. അവരുടെ ധർമ്മം മനുഷ്യന്റെ പ്രീതി ഏറ്റുവാങ്ങലായി. ആർ അധികം തരുന്നുവോ, അവർക്ക് അധികമായി മോക്ഷമാർഗ്ഗങ്ങൾ നല്കി. അങ്ങനെ ദൈവത്തിനെ വളഞ്ഞുപിടിക്കാനും സ്വാധീനിക്കുവാനും മത്സരമായി. ഇരിക്കുന്ന ദൈവങ്ങൾക്ക് തെരക്കു കൂടിയപ്പോൾ വഴങ്ങുന്ന ദൈവങ്ങളെ സൃഷ്ടിക്കുവാനും തുടങ്ങി. അങ്ങനെ ദൈവങ്ങൾക്ക് ബ്ലൂപ്രിന്റുകളും ട്രാൻസ്പ്ലാന്റേഷനുകളും ആരംഭിച്ചു. ദൈവത്തിന് തെറ്റുപറ്റാതിരിക്കുവാനും തെറ്റുകളൊക്കെ മനുഷ്യൻ തലയിൽ ചുമക്കാനും തുടങ്ങി.

മനുഷ്യന്റെ തെറ്റുകൾക്ക് കോടതി വന്നു. ദൈവത്തിന്റേതൊന്നും തെറ്റല്ലാതാവുകയും ആ തെറ്റുകൾ ബന്ധപ്പെട്ട മനുഷ്യരുടേയും അവരുടെ കുലത്തിന്റേതുമായി. പലതരം ജീവികളും ദൈവമായെങ്കിലും നായും നരിയും പൂച്ചയും മറ്റും അപൂർവ്വമായേ ദൈവമായുള്ളൂ. അതിനു കാരണം പൂച്ചത്തരം അവരുടെ ആവിർഭാവത്തോടു കൂടിത്തന്നെ അവർ കൊണ്ടുനടന്നിരുന്നു എന്നതാകാം. പൂച്ചയ്ക്ക് വീഴ്ചയില്ലല്ലോ. അതെങ്ങനെ വീണാലും കാലുനാലിന്മേലല്ലേ നില്ക്കൂ!

ചോദ്യത്തിൽ കഥയുണ്ടാകാമെങ്കിലും കഥയിൽ ചോദ്യമില്ല. അതുകൊണ്ട് കഥപറയുമ്പോൾ ആദ്യത്തേതിനെ പിന്നേയും പിന്നേത്തേതിനെ ആദ്യവും വെച്ചു എന്നുവരാം. അതുകൊണ്ടല്ലോ ദൈവങ്ങൾ ആദ്യം വന്നു എന്ന ഒരു പറച്ചിലുണ്ടായത്! ആൾക്ക് പേടിയൊന്നുമില്ലെങ്കിൽ പിന്നെ ദൈവത്തിന്റെ കാര്യമെന്ത്? ഏതായാലും ദൈവങ്ങളുണ്ടായി അവർക്ക് ഉപജീവനം നല്കേണ്ടത് മനുഷ്യന്റെ കടമയാണെങ്കിൽ, അങ്ങനെയാകട്ടെ. ആദ്യമായാലും അവസാനമായാലും അവർ വന്നു.

പിന്നെപ്പിന്നെ, മരിച്ചുപോകുന്നവരും ദൈവകുലത്തിൽ കൂടാൻ തുടങ്ങിയതോടെ ദൈവങ്ങളുടെ ജനസംഖ്യ ക്രമാതീതമായി വർദ്ധിച്ചു.

അങ്ങനെയാണ് ഈ ഉത്സവസ്ഥലത്ത് മുത്തപ്പന്മാർ ഉണ്ടായത്. ആ പിൻദൈവങ്ങളുടെ കഥയാണ് പുലയരുടെ അതിജീവനത്തിന്റെ മാർഗരേഖ.

നാല്

തേവൻമടത്തിൽ കോയ്മയുടെ അടിയാളരുടെ കൂട്ടത്തിൽപ്പെട്ട ഒരു പുലയനായിരുന്നു ചോയ്യൻ. കാവുന്തായക്കുനിത്താഴത്ത് ചോയ്യൻ. കോയ്മയുടെ സ്ഥിരം പണിക്കാരൻ ആയിരുന്നു അയാൾ. തേവൻമടത്തിൽ കോയ്മയുടെ നോക്കെത്താദൂരത്തോളം പരന്നുകിടക്കുന്ന

നെൽപ്പാടത്തിന്റെ കരയിൽ കാവുന്തായകുനി എന്ന വെട്ടിക്കിളച്ച ഒരു കുനിയുണ്ടായിരുന്നു. തെങ്ങും മറ്റു ഫലവൃക്ഷങ്ങളും വളർന്ന് ഒത്തസ്ഥല ത്തിനെയാണ് പറമ്പ് എന്നു പറഞ്ഞിരുന്നത്. ചില പ്രത്യേക കാര്യങ്ങൾ ക്കായി വെട്ടിക്കിളച്ചുകൂട്ടി മുട്ടത്തെ വെച്ച് പൂളക്കമ്പും മറ്റും കുത്തിയിട്ട് വയലിനേക്കാൾ അല്പം ഉയർന്നതാണ് കുനി. കോയ്മയ്ക്ക് നിരവധി പറമ്പുകളും കുനികളും പാടങ്ങളുമുണ്ടായിരുന്നു.

അത്തരം കുനികൾക്കും താഴെയായിരുന്നു അടിയാളർ പുലയർ പാർത്തത്. ഏതാണ്ട് ഇത്രയേക്ര നിലവും പാടവും യോഗ്യനായ ഒരു പുലയകുടുംബത്തിന്റെ നോട്ടത്തിലായിരിക്കും എന്നുണ്ട്. അത് പുലയ കുടുംബത്തിന്റെ അവകാശമൊന്നുമല്ല. കൂലിയും പതവും കിട്ടിയാലും ഇല്ലെങ്കിലും അത്രത്തോളം കൃഷിയിടത്തിന്റെ പരിപാലനം ഒരു പുലയ കുടുംബത്തിനുണ്ടായിരുന്നു. അവിടെയുണ്ടാക്കുന്ന വിളവൊന്നും എടുക്കാനോ ഉപയോഗിക്കുവാനോ അടിയാളന് അവകാശമില്ല. അവന്റേയും കുടുംബത്തിന്റേയും അദ്ധ്വാനത്തിന്റെ മേനി കോയ്മയുടെ അവകാശമായിരുന്നുതാനും.

വിളവുണ്ടാക്കുക എന്നത് അടിയാളന്റെ ചുമതലയും കടമയുമാണ്. വിളവുണ്ടാക്കി കോയ്മയായ തമ്പുരാന്റെ കളത്തിൽ എത്തിക്കുക എന്ന താണ് അടിയാളന്റെ ജീവിതവൃത്തി. ഏതെങ്കിലും ഭാഗത്ത് കൃഷിയോ വിളവോ നന്നായില്ലെങ്കിൽ അതിന്റെ ഉത്തരവാദിത്വവും അടിയാളനായി രുന്നു. അത്തരം ഒന്ന് കോയ്മയുടെ ശ്രദ്ധയിൽപെട്ടാൽ അവനും കുടുംബ ത്തിനും ശിക്ഷ വിധിക്കാനും അതുനടപ്പാക്കാനുമുള്ള ഏതധികാരവും കോയ്മയ്ക്കുണ്ടായിരുന്നു.

ഏതെങ്കിലും അടിയാളനെ കൊന്നുകളയണം എന്നാണ് കോയ്മയ്ക്ക് തോന്നുന്നതെങ്കിൽ കൊല്ലിക്കുന്നതിന് മുമ്പ് അടുത്ത കോയ്മയോടോ മറ്റ് കോയ്മകളോടോ ചിലപ്പോൾ കൂടിയാലോചിച്ചു എന്നു വരാം. അങ്ങനെയാകുമ്പോൾ മനുഷ്യജീവിയെ കൊന്നതിന്റെ മനസ്സാക്ഷിക്കുത്ത് തമ്പുരാന് ഉണ്ടാവുകയുമില്ല.

പാടത്ത് പണി കുറയുമ്പോൾ പറമ്പുകളിലാണ് അടിയാളൻ അദ്ധ്വാനിക്കേണ്ടത്. വെളിച്ചമുള്ള ഏതുനേരവും അടിയാളൻ അദ്ധ്വാനി ക്കണം. വെളിച്ചമുള്ള ഏതുനേരവും അടിയാളൻ അദ്ധ്വാനിക്കുന്നതേ കോയ്മയും കാര്യസ്ഥന്മാരും കാണാവൂ. അദ്ധ്വാനം കുറഞ്ഞോ കഠിന മായി അദ്ധ്വാനിക്കാതെയോ ഒരടിയാളനെ കൺവെട്ടത്തു കണ്ടാൽ അവ നുള്ള ശിക്ഷ പിറ്റേന്നത്തേക്ക് വെയ്ക്കില്ല. എഴുന്നേറ്റ് നടക്കാൻ കഴി യാത്ത വിധത്തിലുള്ള മർദ്ദനമായിരിക്കും സാധാരണശിക്ഷ. കിടന്നേടത്തു നിന്ന് എഴുന്നേല്ക്കാതാവുകയോ കിടപ്പിലാവുകയോ ചെയ്താൽ ആ ദിവസങ്ങളിൽ അവന് വല്ലിയോ പതമോ ഇല്ല. കൂലി പതിവുതന്നെ യില്ലല്ലോ. അദ്ധ്വാനിക്കുന്ന അവന്റെ കുടുംബത്തിനും വല്ലി കുറച്ചു എന്നു വരാം. മർദ്ദനം കൊണ്ടായാലും കിടപ്പിലാവുന്നവന്റെകൂടി അദ്ധ്വാനം,

ശേഷം കുടുംബം ചെയ്തുവെച്ചു എന്ന് കാര്യസ്ഥന്മാർക്കും കോയ്മയ്ക്കും തോന്നിയില്ലെങ്കിലോ? എന്നാൽ ഒരു കുടുംബം ഉന്മൂലനം ചെയ്യപ്പെട്ടതുതന്നെ.

ചോയ്യൻ നല്ല അദ്ധ്വാനശേഷിയുള്ള ഒരു അടിയാളപുലയനായിരുന്നു. കാര്യസ്ഥന്മാർക്കും കോയ്മയ്ക്കും അക്കാര്യത്തിൽ അവനെ വിശ്വാസവുമായിരുന്നു.

ചോയ്യൻ കൊറുമ്പിയെ കല്യാണം ചെയ്ത് കാവുന്തായിക്കുനിയിൽ താഴത്ത് താമസമാക്കിയതിനുശേഷം ആദ്യമായി പുലയി ഒരാൺകുട്ടിയെ പെറ്റു. കുട്ടിക്ക് വെള്ളൻ എന്നാണ് ചോയ്യൻ പേരിട്ടത്. സാധാരണ അടിയാളർ മക്കൾപോലെ നന്നെ കറുത്തിട്ടായിരുന്നില്ല വെള്ളൻ. അതുകൊണ്ടായിരിക്കാം അവന് ആ പേരിട്ടത്.

ഇന്നത്തെ മാതിരി ശാന്തിഹോസ്പിറ്റലുകളോ സർക്കാരാശുപത്രികളോ ചീക്കുകൾ പോലുമോ അന്നില്ല. ചെറ്റമറയ്ക്കുള്ളിലാണ് കൊറുമ്പി പെറ്റത്. മുര്യായിമൂത്തമ്മയും ഇത്താരച്ചിയോളും നല്ലമ്പിരായിയും പേറെടുപ്പുസഹായികളായുണ്ടായിരുന്നു. കരിങ്കല്ലിൽ അണച്ച് മൂർച്ചപ്പെടുത്തിവെച്ച നെല്ലുകൊയ്യുന്ന അരിവാളും റെഡിയാക്കിവെച്ചിരുന്നു. മുര്യായിമൂത്തമ്മയാണ് കൊറുമ്പിയുടെ ദയനീയമായ വേദനക്കരച്ചിലിനിടയിൽ പള്ള ഉഴിഞ്ഞുകൊടുക്കാനും മറ്റുമായി ചാരെത്തന്നെ ഇരുന്നത്. ഇത്താരച്ചിയോളും നല്ലമ്പരായിയും സഹായികൾ മാത്രമായിരുന്നു. വാതിലുകാപ്പോരുടേയും ചക്കെകുളങ്ങരച്ചാമുണ്ഡിയമ്മയുടേയും നോട്ടമുണ്ടായിരുന്നതുകൊണ്ട് കുട്ടി തിരിയുകയോ മറിയുകയോ ഒന്നും ചെയ്യാതെ നേരാംവണ്ണമാണ് പുറത്തേക്കു പോന്നത്. അത് ഭാഗ്യമായി എന്നായിരുന്നു പേറ്റിച്ചികളുടെ അഭിപ്രായം. അവരുടെ ആശ്വാസം അങ്ങനെ ഒരു വാക്കായി പുറത്തുചാടുകയായിരുന്നു. വീർത്ത വയറ്റിൽ നിന്ന് കുട്ടിയേയും അമ്മയേയും വേർപെടുത്തുക എന്ന മഹാപരീക്ഷണത്തിൽ അവർ വിജയംവരിച്ചു എന്നും അർത്ഥമാക്കാം.

ചോയ്യനെപ്പോലെ ഒരാൾ കൊറുമ്പിയെ കല്യാണം കഴിച്ചതുകൊണ്ടാണ് ഈ മൂന്നുപേറ്റിച്ചികളേയും കാവുന്തായക്കുനിത്താഴെ എത്തിക്കാൻ കഴിഞ്ഞത്. സീനിയർ പേറ്റിച്ചി എന്നോ ഹെഡ് പേറ്റിച്ചി എന്നോ പറയാവുന്ന മുര്യായിമൂത്തമ്മയെത്തന്നെ ചോയ്യന് കിട്ടി. അവരെ തേടിപ്പിടിക്കണമെങ്കിൽ ഒരുവിധപ്പെട്ട ആളുകൾക്കൊന്നും എളുപ്പമല്ല. ചോയ്യനാണെങ്കിൽ പുഴയ്ക്കക്കരെ! കടവാണെങ്കിൽ അസാധാരണമായി വീതിയേറിയത്. അകാലപ്പുഴക്കടവിന്റെ ഇക്കരെ നിന്ന് അക്കരെ നോക്കിയാൽ ആളെ തിരിയില്ല. തോണി നല്ലനേരത്ത് നോക്കിയാൽ കാണും. ഈ പുഴ തെക്കോട്ടു തിരിഞ്ഞാൽ ഇത്ര വീതിയേറിയ കടവ് എവിടെയുമില്ല. തൊട്ടുതെക്ക് ചാമുണ്ഡിയമ്മയേയും കീഴരിയൂർ നടുവത്തൂർ ശിവക്ഷേത്രത്തേയും വഴി ബന്ധിപ്പിക്കുന്ന നെല്യാടിക്കടവ് വിശാലമാണ്.

പക്ഷേ അകാലപ്പുഴക്കടവുമായി അതിന് യാതൊരു താരതമ്യവുമില്ല. ചോയ്യന് ഇതൊന്നും വലിയ വൈതരണിയല്ല എന്നു പറയാം. അവന് പല വിദ്യകളുമറിയാമല്ലോ. ഒടിമറച്ചിലറിയാം. ആളെ കെട്ടിയിടലറിയാം. അങ്ങനെ എന്തൊക്കെയോ മറിമായങ്ങളറിയാം! അതുകൊണ്ട് അക്കരെ മടമ്പ് ഉറപ്പിച്ച് നടുവിൽ പാമ്പൻതുരുത്തി എന്ന തുരുത്തിൽ ചവിട്ടിമറഞ്ഞ് ഇപ്പുറം വരിക്കോളിക്കടവു വഴി മുചുകുന്നിലേക്കു ചാടാം. നാലടി നടന്നാൽ മുര്യായിമൂത്തമ്മയുടെ വീടായി. അല്ലെങ്കിൽ അവരുടെ താവ ളമായി. നാലോല കുത്തിമറച്ചും നാലെണ്ണം ഉണക്കമുളയിൽ കെട്ടി നിർത്തിയും പണിയുന്ന ചാളയ്ക്കാണല്ലോ ഇത്തരക്കാരുടെ വീടെന്നു പറയുക!

പക്ഷേ, ചോയ്യൻ കടവുകടന്ന് മുചുകുന്നിൽ വന്നു. നേരെ കയറ്റം കയറേണ്ടതില്ല. കയറിയാൽത്തന്നെ അതിലെ പോകാനും കഴിയില്ല. വാതിലുകാപ്പോരുടെ കോട്ടയിൽ ക്ഷേത്രത്തിന്റെ കാവിന് പുടത്തുകൂടി യാണ് നടവഴി. വഴിമുറിച്ചു കടക്കുന്ന പാമ്പുകൾ വാതിലുകാപ്പോരുടെ സെക്യൂരിറ്റിയിൽപ്പെട്ടവരാണ്. ഒച്ചപ്പെടുത്തി നടന്നു വരുന്നവർക്ക് അവർ വഴിമാറിക്കൊടുക്കും. അങ്ങനെ കരിയിലകൾ ചവിട്ടിയിളക്കി നടന്നാൽ മാടത്തും മുകളിൽവരെ വരാം. പക്ഷേ ഒരു വീടരുമില്ല. വാതിലുകാപ്പോ രുടെ സെക്യൂരിറ്റിയിൽപ്പെട്ട ഇത്തരക്കാർ മാത്രം നിവസിക്കുന്ന പൊന്ത കളും മാളങ്ങളും മരങ്ങളും മാത്രം. മരങ്ങളുടെ ചാഞ്ഞ കൊമ്പുകളിൽ താങ്ങിമുന്നോട്ടായുമ്പോൾ ചരയിക്കണം. കണ്ണു തുറന്നുനോക്കി വേണം കൊമ്പിൽ തൊടാൻ. ആഞ്ഞുപിടിച്ചു പോന്നാൽ പലപ്പോഴും നിങ്ങൾ പിടിക്കുന്നത് മരച്ചില്ലകളാകില്ല. വാതിലുകാപ്പോരുടെ കാല്ക്കൽ ഇഴഞ്ഞ് അടിയറവറിയിക്കുന്ന സർപ്പത്തിലായിരിക്കും. അവനെ തൊടാൻ പാടുണ്ടോ? തീണ്ടിയില്ലേ? ആവശ്യമില്ലാതെ, അശ്രദ്ധമായി തൊട്ടും പെരങ്ങിയും കളിക്കാൻ അവനെന്താ ഉത്സവച്ചന്തയിൽ പുളഞ്ഞുമറിയുന്ന പെണ്ണാണോ? ഒരു കടിതരും. അത്രതന്നെ. ഒന്നും ഗൗനിക്കാതെ, ശേഷ വിധി എന്തെന്നറിയാൻ നില്ക്കതെ ഇറങ്ങിത്താഴെ വരും. പൊന്തയി ലിഴഞ്ഞ് മാളം ചെന്ന് അകായിൽക്കൂടും. അവന്റെ സെക്യൂരിറ്റി സർ വ്വീസിലെ ഒരു ഷിഫ്റ്റു കഴിഞ്ഞു എന്നതുപോലെ. കടികൊണ്ടവർ പത്തടി മുന്നോട്ടു നീങ്ങി ജലം യാചിച്ച് അവിടെക്കിടക്കും. ഒരു ദൈവ ങ്ങളും ദാഹിച്ച് വലയുന്നവന് ജലം നല്കാറില്ലല്ലോ. ഇനി ഏതെങ്കിലും കാലം ആ വഴി വരുന്നവൻ വേണം അവനെ കാണാൻ. അപ്പോഴേക്കും പ്രേതം അളിഞ്ഞ് എല്ലുകളിൽ മാംസത്തിന്റെ പിടുത്തം വിട്ട് അസ്ഥി കൂടമായിരിക്കും. അത്ര അപൂർവ്വമായല്ലേ ആളിനതിലെ വഴിനടക്കേണ്ടൂ?

മീനമാസമാകുമ്പോഴേ അതുവഴി ആൾപ്പെരുമാറ്റമാകൂ. കടവുകടന്നു വരുന്നവർ മാടത്തും മുകളിൽ കയറി നാടും കടലും കണ്ട് പിന്നെയും നടന്നാൽ കൊയിലോത്തുംപടിയെത്താം. പൂഴിചവിട്ടി പടിഞ്ഞാട്ടു

പോയാൽ പിഷാരിക്കാവെത്തും. അതിനു മീനമാസമാകണം. അപ്പോഴാണല്ലോ കളിയാട്ടം.

ചോയ്യൻ കടവുകടന്ന് മുചുകുന്നിന്റെ പള്ളയിലൂടെ വടക്കുപടിഞ്ഞാട്ടു നടന്നു. അകലാപ്പുഴ ഉമ്മവെയ്ക്കുന്ന കരയിൽ നീരു ചവിട്ടി നടക്കണം. ഇരുമ്പിന്റെ ലാടം പോലെയുള്ള മടമ്പ് അമർത്തിച്ചവിട്ടിയും ഇടനീരുചാടിത്തുള്ളിക്കടന്നും ചോയ്യൻ മുര്യായിമൂത്തമ്മയുടെ താവളമെത്തി. മുര്യായിമൂത്തമ്മയ്ക്ക് ഇളംകണ്ണിവെറ്റിലയും കളിയടക്കയും ധവളവെണ്ണ കണക്കേയുള്ള ചുണ്ണാമ്പും നല്കി. മൂര്യായിമൂത്തമ്മയുടെ കണ്ണുകൾ വികസിച്ചു. തൊണ്ണുറൂ പിന്നിട്ട അവരുടെ ഞരമ്പുകളിൽ ആവേശത്തിന്റെ ഇരമ്പം ത്രസിച്ചു. പുകയിലക്കെട്ടിന്റെ ഗന്ധം കൂടി ആയപ്പോൾ ചോയ്യന്റെ താങ്ങ് വിട്ട് മുര്യായിമൂത്തമ്മ നടനത്തിൽ പറന്നു. വഴിയിൽ പുറക്കാട്ടുനിന്ന് ഇത്താരിച്ചിയും കൂടി. അട്ടക്കുണ്ട് കരയിൽ വെച്ചാണ് നല്ലമ്പിരായിയെ കിട്ടിയത്.

ചോയ്യന്റെ തിളയ്ക്കുന്ന രക്തത്തിൽ കത്തിയുയരുന്ന ചൂട്ടിന്റെ വെളിച്ചം സൂര്യരശ്മികളെ തോല്പിച്ചു. മുര്യായിമൂത്തമ്മ തന്റെ ഉണങ്ങിയ കാൽപ്പാദങ്ങൾ കൊണ്ട് കല്ലും മുള്ളും വകവരുത്തി ഹെഡ് പേറ്റിച്ചിയായി കുതിച്ചു. ഡെപ്യൂട്ടി പേറ്റിച്ചിയായി ഇത്താരിയോളും അസിസ്റ്റന്റ് പേറ്റിച്ചിയായി നല്ലമ്പിരായിപ്പെണ്ണുങ്ങളും കാവുന്തായിക്കുനിത്താഴെ പിടിക്കുമ്പോൾ വിളക്കിന്റെ ഇരുണ്ടവെളിച്ചത്തിൽ കൊറുമ്പിയുടെ പുതുജന്മം നല്കാനുള്ള വേദന മൂർദ്ധന്യത്തിലെ മരണവെപ്രാളത്തിലായിരുന്നു. കൊറുമ്പിയുടെ കടിഞ്ഞൂൽപ്പേറുമുറ്റിയ യൗവനശരീരം ഇത്താരച്ചിയുടേയും നല്ലമ്പിരായിയുടേയും കത്തിരിപ്പൂട്ടിലമർന്നു. സ്ത്രൈണത വിടർന്ന അവളുടെ കാലുകൾക്കിടയിൽ മുര്യായിമൂത്തമ്മയുടെ ഉണക്കച്ചില്ല കണക്കേയുള്ള കരതലങ്ങൾ എന്തോ മന്ത്രം തപ്പുകയേ വേണ്ടി വന്നുള്ളൂ.

കണ്ണുമിഴിക്കാതെ അലറിക്കരഞ്ഞുകൊണ്ട് വെള്ളൻ ഭൂലോകം പൂകി. തിളങ്ങിനിന്ന അരിവാളിന്റെ മാടിലേക്ക് പൊക്കിൾക്കൊടിയിലെ രക്തം പരന്നുകയറി.

അഞ്ച്

പ്രസവമൊക്കെ അന്നൊരു പ്രശ്നമായിരുന്നില്ല. അത് യാന്ത്രികമായ ഒരു പ്രക്രിയയായിരുന്നു. രാവിലെ എഴുന്നേറ്റ് നിത്യവൃത്തികൾ ചെയ്യുന്നതുപോലെ, വെള്ളക്കഞ്ഞിക്കുടിക്കുന്നതുപോലെ, ഒന്നും ഓർക്കാതെ പണിയായുധങ്ങളുമായി നേരെ പാടത്തേക്കിറങ്ങി വെയിലുദിക്കുന്നതിനു

മുമ്പേ പണിതുടങ്ങുന്നതു പോലെ, തികച്ചും സ്വാഭാവികമായ ഒരു പ്രക്രിയ മാത്രമായിരുന്നു അക്കാലത്ത് പ്രസവം.

അതുകൊണ്ട് ചോയ്യന്റ്യോള് കൊറുമ്പിയെന്ന കൊറുമ്പാത്തി മറ്റെല്ലാ പ്രവൃത്തികളുംപോലെ പ്രസവവും ഒരു സാധാരണ ജീവിത വൃത്തിയായി ആചരിച്ചു പോന്നു. അവളെ സംബന്ധിച്ചിടത്തോളം ഗർഭ ധാരണത്തിനും പ്രസവത്തിനും ഒരു വ്യത്യാസമുണ്ടായിരുന്നു. അതു തന്നെ ശ്രദ്ധിക്കുവാൻ നേരമുണ്ടായിരുന്നില്ല. കാരണം ചോയ്യൻ ചെയ്യാത്ത ഏക കാര്യം അതു മാത്രമായിരുന്നുവല്ലോ.

ചോയ്യൻ ചെയ്യുന്ന എല്ലാപണിയും കൊറുമ്പി എന്ന കൊറുമ്പാത്തിയും ചെയ്യും. കാരണം അതെല്ലാം അന്നത്തെ അവരുടെ ജീവിത വൃത്തിയുടെ ഭാഗം തന്നെയായിരുന്നു. വയലിലെത്തിയാൽ ഉഴുതു കലക്കിയ വെള്ളത്തിൽ നാട്ടിപാകുന്നതിനു മുമ്പായി പടന്ന കൊണ്ട് കൊത്തിക്കുഴമ്പാക്കിയിരുന്നത് ചോയ്യനും അതുപോലുള്ള മരുത്തന്മാരുമായിരുന്നു. അവർ തമ്പുരാന്റെ മറ്റെന്തെങ്കിലും നിർദ്ദേശങ്ങൾക്കോ കാര്യസ്ഥന്മാരുടെ അവമതികൾക്കോ ചെവികൊടുക്കുവാൻ പോയാൽ ഉഴുതിട്ട കുഴമ്പുവയൽ പരുവപ്പെടുത്തിയിരുന്നത് കൊറുമ്പാത്തിയും മറ്റു കൊറമ്പിമാരുമൊക്കെയായിരുന്നു. ചളി കുഴഞ്ഞ വെള്ളത്തിൽ നട്ടാലും നാട്ടിനെല്ലായിത്തീരുകയും വിളവു കിട്ടുകയുമൊക്കെ ചെയ്യുമായിരുന്നു. പക്ഷേ, അവരങ്ങനെ ചെയ്യുമായിരുന്നില്ല. നാലും ആറുംചാൽ പൂട്ടിയ കണ്ടം കൊത്തിക്കുഴമ്പാക്കി, പരുവപ്പെടുത്തിയേ അവർ നടാറുണ്ടായിരുന്നുള്ളൂ. അതിവൃഷ്ടി കൊണ്ടോ അനാവൃഷ്ടികൊണ്ടോ വിളവിൽ കുറവു വന്നാൽ അടികൊള്ളുന്നത് കൊറുമ്പാത്തിമാർക്കും ചോയ്യന്മാർക്കും ആയിരിക്കും എന്നതുകൊണ്ടായിരുന്നില്ല. യോഗം പോലെയും ശാസ്ത്രം പോലെയുമാണ് അവർ പാടത്ത് പണിചെയ്തിരുന്നത്. ചെയ്യേണ്ടുന്ന ഒരു മട്ടുണ്ട്. അതുമാതിരിയേ അവർ കൃഷിചെയ്യുകയുള്ളൂ.

നാളെത്തേതിനെക്കുറിച്ച് അവർക്കു ചിന്തയില്ല. ഇന്നു ചെയ്യുന്ന വൃത്തികൾ ചെയ്യേണ്ടതുപോലെ ചെയ്യണം. മുകളിൽ നിന്ന് ഒരാൾ നോക്കാനും കാണാനുമുണ്ട് എന്നതുകൊണ്ടല്ല. അവരങ്ങനെയാണ് ചെയ്യേണ്ടത് എന്നതുകൊണ്ടു മാത്രം അവരങ്ങനെ ചെയ്യുന്നു.

അങ്ങനെ അവർ അവരുടെ കടമകൾ നിർവ്വഹിക്കുന്നതിനിടയിൽ ഒരു പ്രകൃതിനിയമമായി ഗർഭം ഉണ്ടാകുന്നു. അത് സ്വയം അറിഞ്ഞു കഴിഞ്ഞാൽ പിന്നെ ഭർത്താവ് അറിയുന്നു. മറ്റുള്ളവർ അറിയുന്നു. പക്ഷേ സാധാരണ ചെയ്യുന്ന പണികളെയൊന്നും അതു ബാധിക്കുന്നില്ല. ജോലികളെല്ലാം അങ്ങനെ ചെയ്തു പോകും. അതിനുവേണ്ട മാറ്റലുകളും തീർക്കലുമൊക്കെ തമ്പുരാന്റെ പണിയെല്ലാം ചെയ്തിനുശേഷം രാത്രിയിൽ ഉറക്കംമാറ്റി നിർത്തിയാണ് നിറവേറ്റുക. ഇത് ചോയ്യന്റെ

കുടുംബത്തിനു മാത്രമല്ല ബാധകമാകുന്നത്. അവരെപ്പോലെ പണി യെടുക്കുന്ന എത്രയോ അടിയാളരുണ്ട്. അത്തരം അടിയാളകുടുംബങ്ങളി ലൊക്കെ ചിട്ടവട്ടങ്ങൾ ഒന്നുതന്നെ ആയിരുന്നു.

വെള്ളന് രണ്ടുവയസ്സാകുന്നതിനു മുമ്പുതന്നെ കൊറുമ്പി വീണ്ടും ഗർഭിണിയായി. അവൾ ചെറുപ്പമായിരുന്നുവല്ലോ. ചോയ്യനും ചെറുപ്പ മായിരുന്നുവല്ലോ. തന്റെ കൊറുമ്പാത്തിക്ക് കെറുപ്പാണെന്ന് ചോയ്യനും അറിഞ്ഞു.

'ഔള്ക്ക് കെറുപ്പമാണെ'ന്ന് കൂടെ പണിയെടുക്കുന്ന മറ്റു പുലച്ചി കളും പറഞ്ഞു. കണ്ടത്തിലും വയലിലും വെള്ളത്തിലും പണിയെടു ക്കുന്ന മറ്റു പുലയരും പറഞ്ഞു:

'ഔള്ക്ക് കെറുപ്പാ'

അങ്ങനെ എത്രയോ ഔള്മാര് ഗർഭിണിയാവുകയും പ്രസവിക്കുകയും ചെയ്യുന്നു. അതിന്റെ ഇടയിലും അവർ തമ്പുരാനുവേണ്ടി കണ്ടത്തിലും വയലിനും വെള്ളത്തിലും പണിയെടുക്കുന്നു. ചത്താലും പെറ്റാലും തമ്പു രാന്റെ കൃഷിയേയും തമ്പുരാന്റെ വിളവിനേയും അതു ബാധിക്കരുതെന്ന് അവർക്കുതന്നെ നിർബന്ധമുണ്ട്. എവിടെയെങ്കിലും വിളവു കുറയു മ്പോഴേ കാര്യസ്ഥന്മാരും അതിന്റെ പേരിൽ അവിടെ പണിയെടുത്ത പുലയരെ നാലുപൊട്ടിക്കുന്നുള്ളൂ. പൊട്ടിച്ചുതുടങ്ങിയാൽ, അതെന്തിനു വേണ്ടി ആയാലും അവർക്ക് അതിലൊരു രസം വരാനുണ്ട്. ചെറിയ കുറ്റ ത്തിന് ചെറിയ ശിക്ഷ എന്നില്ല. കുറ്റത്തിനാണോ ശിക്ഷ എന്നുമില്ല. അടി തുടങ്ങിയാൽ അടിതന്നെ. കൊള്ളുന്നത് പുറത്തോ നെഞ്ചത്തോ കണ്ണിനോ മൂക്കിനോ എന്നൊന്നും കാര്യസ്ഥനും തമ്പുരാനും നോക്കേണ്ട തില്ല. ഒരു പുലയനേയോ പുലയിയേയോ കാര്യസ്ഥൻ അടിക്കുമ്പോൾ തമ്പുരാന് രസിക്കണം. തമ്പുരാന് രസിക്കാൻ നേരം വേണം. അത്തരം നേരം നോക്കിയാണ് കാര്യസ്ഥൻ അടി തുടങ്ങുക. തമ്പുരാന്റെ ഇഷ്ടാ നിഷ്ടത്തിലുള്ള ഏറ്റവും കുറച്ചിലും മനംകൊണ്ടറിഞ്ഞാണല്ലോ കാര്യ സ്ഥന്മാർ അവരുടെ കർമ്മം ചെയ്യുക!

അതിനിടയിൽ കൊറുമ്പി പെറ്റു. 'കൊറുമ്പാത്തി പെറ്റു' എന്ന് ചോയ്യനും കൂടെ പണിയെടുക്കുന്നവരോടൊക്കെ പറഞ്ഞു.

'ന്റെ കൊറുമ്പാത്തി പെറ്റ്'

'കുട്ട്യേന്ത്?'

'പെണ്ണ്'

പെൺകുട്ടിയെ പ്രസവിച്ച കൊറുമ്പി കുറച്ചു ദിവസത്തേക്ക് പണിക്ക് എത്തിയില്ല. പെറ്റ വിവരം കാര്യസ്ഥനെ അറിയിച്ചു. കാര്യസ്ഥൻ തമ്പു രാനെ അറിയിച്ചു. പണി കഴിഞ്ഞു പോകുമ്പോൾ തമ്പുരാൻ ചോയ്യന് ഒരു ഈഞ്ഞിയ മുണ്ടു കൊടുത്തു. തമ്പുരാന്റെ വീട്ടുകാരും ഉടുത്തു പേക്ഷിച്ച ഒരൊന്നരയുടെ പഴേത് കൊറുമ്പിക്കു കൊടുത്തയച്ചു...

ചോയ്യനേയും കൊറുമ്പിയേയും തമ്പുരാനും കുടുംബത്തിനും ഇഷ്ടവും കാര്യവുമായിരുന്നു എന്നു സാരം.

കൊറുമ്പിയുടെ പ്രസവം കാരണം ചോയ്യന്റെ ചാളയിൽ തളിയായി. പൊലയായാലും തളിയായാലും ആ വീട്ടിൽ നിന്ന് ആണുങ്ങൾക്കാർക്കും കുടിക്കാനും തിന്നാനും പാടില്ല എന്നുണ്ട്. അന്യകുടിലുകളിലുള്ളവർക്ക് തീരെ പാടില്ല. പതിന്നാലു ദിവസമാണ് തളി.

പെറ്റ വീട്ടിലേക്കു വേണ്ടതായ സാമാനങ്ങളെല്ലാം തൂക്കിയടുപ്പിച്ച് ചോയ്യനും അച്ഛനും മറ്റും ചാളതൊടാതെയാണ് അവിടെ പെരുമാറിയത്. പതിന്നാലുദിവസം തളി. ഇരുപത്തിയെട്ടുദിവസം കഴിഞ്ഞ് കുട്ടിക്ക് പാലുകുടി. തൊണ്ണൂറു കഴിഞ്ഞാൽ കുഞ്ഞിന്റെ അമ്മയ്ക്ക് വീണ്ടും ഭാര്യയാകാം. പക്ഷേ, പണിക്കാരത്തിയും അടിയാളത്തിയുമായതുകൊണ്ട് അവൾക്ക് തളിവരെയേ അവധിയുണ്ടായിരുന്നുള്ളൂ. പിന്നെ കൊറുമ്പിയും പോയി കണ്ടത്തിലേക്ക്.

പണിയാളരല്ലാത്തവരും പുലയരല്ലാത്തവരും ഈ നിയമങ്ങളൊക്കെ ആത്മാർത്ഥമായി പാലിച്ചു വന്നിരുന്നു. തളിക്ക് ഇടയിലുള്ള പതിന്നാലു നാൾക്കിടയിൽ വീടുതൊട്ടുപോവുകയോ നിയമവിരുദ്ധമായി അറിയാതെ തമ്മിൽ തൊട്ടുതീണ്ടിപ്പോവുകയോ ചെയ്താൽ നിറഞ്ഞ, ഒഴുക്കുള്ള വെള്ളത്തിൽ മുച്ചൂടും നനഞ്ഞ് കുളിച്ചുകയറണം. തുണിമാറിക്കഴിഞ്ഞാൽ വീണ്ടും തീണ്ടിപ്പോകാതെ ചരയിക്കണം. അബദ്ധത്തിൽ ഇങ്ങനെ പറ്റുന്നത് രണ്ടോ മൂന്നോ മറിയേ പാടുള്ളൂ. തൊട്ടുപോവുകയോ തീണ്ടിപ്പോവുകയോ ചെയ്താൽ ആകെ മുങ്ങിക്കുളിച്ചാൽ മതി എന്ന ഒരു ചിന്ത പാടില്ല. അത്തരം ഒരു ചിന്ത ആരും വെച്ചുപുലർത്തുകയും ചെയ്യാറില്ല.

ഇരുപത്തിയെട്ടു കുളികഴിഞ്ഞാൽ അന്ന് ഇളംഉച്ചയോടെ കുഞ്ഞിന് പാലുകുടിയാണ് നാട്ടുനടപ്പ്. കുഞ്ഞിന്റെ അച്ഛന്റെ പെങ്ങളാണ് പാലു കൊടുക്കുക. കാച്ചിയ ആട്ടിൻപാലിൽ ആവശ്യത്തിന് വെള്ളമൊഴിച്ച് നേർപ്പിച്ച് കോട്ടിയ പ്ലാവിലയിലാണ് പാലൊഴിച്ച് കുട്ടിയെ കുടിപ്പിക്കുക. പ്ലാവിലയുടെ കാലം കഴിഞ്ഞപ്പോൾ ആ സ്ഥാനം കരണ്ടി ഏറ്റെടുത്തു. പച്ചപ്ലാവില പൊട്ടിച്ചു കൊണ്ടുവരുവാനും അത് ഈർക്കിലിട്ടു കുത്തി കോട്ടിയെടുക്കാനും ക്ഷമയും നേരവും പിൽക്കാലത്ത് ഇല്ലാതെ വന്നു. നേരം ഉണ്ടായിരുന്ന കാലംവരെ അതൊക്കെ നടന്നു. നേരം കുറഞ്ഞപ്പോൾ, കരണ്ടി വന്നു. കരണ്ടിയുടെ സ്ഥാനം സ്പൂണും ഏറ്റെടുക്കുകയുണ്ടായല്ലോ...!

മൂന്നുമാസം ആകുമ്പോഴാണ് പെറ്റുകിടന്നവൾ അതല്ലാതാവുന്നത്. അതായത് തൊണ്ണൂറു ദിവസം. അതുവരെ അവൾക്ക് പല ആനുകൂല്യങ്ങളും ഉണ്ടായിരുന്നു. കാര്യമായി ഉത്തരവാദിത്വങ്ങൾ ഇല്ല. കുട്ടിയേയും വെച്ച് കിടക്കുക, അതിന് മുലകൊടുക്കുക, ഉള്ള കഞ്ഞി നേരത്തിന്

കിട്ടും, അതു കഴിച്ച് കുട്ടിയെ നോക്കിക്കഴിയുക. പക്ഷേ പണിയാളരുടെ കുടിയിൽ ആ നിയമങ്ങളൊന്നും നടന്നില്ല. നിയമങ്ങൾ അവരുടെ ഉള്ളിൽ മാത്രം കിടന്നു കാളി.

തൊണ്ണൂറുദിവസം കഴിയുമ്പോൾ അതുവരെ കുട്ടിയേയും വെച്ചു കിടക്കുന്നവളുടെ അടുത്താണ് ഭർത്താവും ഉറങ്ങാൻ കിടക്കുക. അതു വരെ അയാൾ വല്ലപ്പോഴും ഒരുനോക്കേ കുഞ്ഞിനെ കണ്ടിരുന്നുള്ളൂ. ഇനി അയാൾക്ക് കുഞ്ഞിന്റെ അടുത്ത് കിടന്ന് അതിനെ കളിപ്പിക്കാം. അയാൾ അച്ഛനായി മാറുന്നതും അയാളുടെ സ്നേഹം കുഞ്ഞിലേക്ക് പകരുന്നതും അമ്മ നേരിൽ കണ്ട് അനുഭവിക്കുന്നു. അവൾ ആ കാഴ്ചയിൽ സ്നേഹ നിധിയായ അമ്മയാകുന്നു. അതുവരെ തന്റെ അമ്മിഞ്ഞപ്പാലും പരി ചരണവും ശ്രദ്ധയും ജീവിതവുമെല്ലാം കുഞ്ഞിനു മാത്രം നല്കിയ അവളുടെ മാതൃവാത്സല്യഖനി തൊണ്ണൂറുതികയുന്ന രാത്രിയിൽ പിള രുകയും കുഞ്ഞിനു താൻ മാത്രം നല്കിയിരുന്ന ജീവൻ ഒരാൾകൂടി പങ്കുവെയ്ക്കുമ്പോൾ അയാളോടുള്ള സ്നേഹത്തിലേക്ക് ആ ഖനിയുടെ പാതി അർപ്പിക്കുകയും നേർപകുതി കുഞ്ഞിനു തന്നെയായി നില നിർത്തുകയും ചെയ്യുന്നു. തന്നെ അയാൾക്കുവേണ്ടിക്കൂടി പൂർണ്ണമായും അർപ്പിക്കുകയും ചെയ്യുന്ന ഒരു ദിവസമാണ് തൊണ്ണൂറാം രാവ്. മധു വിധുരാവിൽ അവൾ സംശയിച്ചനുഭവിച്ച ശരീരത്തിന്റേതായ ത്രിൽ പൂർണ്ണ മാകുന്നതും അന്നാകുന്നു. ഒരു സംശയവുമില്ലാതെ, തന്നിൽ മാതൃ വാത്സല്യത്തിന്റെ ഒരു വൻ കടൽ ഉല്പാദിപ്പിച്ച അയാൾക്കുവേണ്ടി തന്നെ കൃതജ്ഞതാപൂർവ്വം പൂർണ്ണമായും അർപ്പിക്കുകയും ചെയ്യുന്ന വിവ രണാതീതമായ ഒരു പുനരർപ്പണദിനത്തിന്റെ മഹത്തായ രാത്രിയാകുന്നു തൊണ്ണൂറാം രാത്രി.

ആറ്

കൊറുമ്പി തളി കഴിഞ്ഞതോടെ ചോയ്യനൊപ്പം പണിക്കുണ്ട്. കൊടും മഴക്കാലം കഴിഞ്ഞിരുന്നു. വയലിൽത്തന്നെയാണ് പണി. ഉഴുതുകലക്കി മറച്ചിട്ട ചളിയിൽ നാട്ടിപ്പണിയാണ്. കണ്ടം നിറയെ പുലയർ നിരന്നിരി ക്കുന്നു. പെണ്ണുങ്ങൾ കണ്ടത്തിൽ ഇറങ്ങുമ്പോഴേക്കും ഉഴുതുമറിച്ചിട്ട വയൽക്കണ്ടം ചോയ്യനും മറ്റും പുലയന്മാരും കൂടി കൊത്തിയിളക്കി കുഴമ്പ് പരുവത്തിലാക്കിവെച്ചിട്ടുണ്ട്.

അതുവരെ ഞാറുപറിച്ച് പിടിക്കെട്ടുകളാക്കി ഇടുകയായിരുന്നു പെണ്ണു ങ്ങൾ. പുലച്ചികൾ പിടിക്കെട്ടുകളാക്കിയിട്ട ഞാറ്റിൻ പിടികൾ കെട്ടു കളാക്കി തലയിൽ ഏറ്റിക്കൊണ്ടു വന്ന് നടാനുള്ള കണ്ടത്തിൽ നിരത്തി യിട്ടിരിക്കുകയുമാണ് ചോയ്യനും മറ്റു പുലയന്മാരും കൂടി. പെണ്ണുങ്ങൾ

കണ്ടത്തിൽ ഇറങ്ങിക്കഴിഞ്ഞാൽ ഞാറ്റുപിടി എടുത്തഴിച്ച് ഇടതുകയ്യിൽ
ഒതുക്കിപ്പിടിച്ച് വലതുകൈ കൊണ്ട് രണ്ടും മൂന്നും നെല്ലിൻ തൈക
ളെടുത്ത് കുനിഞ്ഞു നിന്ന് നട്ടുനട്ട് വലതുനീങ്ങുകയും അടുത്തപെണ്ണിന്റെ
വരിയിലേക്കെത്തുമ്പോൾ ഇടത്തോട്ടു തിരിച്ചു വന്ന് ആദ്യം നട്ടവരിയുടെ
താഴെ രണ്ടാംവരി ഊന്നി വലത്തോട്ടു നീങ്ങുകയും ചെയ്താൽ മതി.
നിമിഷനേരം കൊണ്ട് ഇപ്പണിയിൽ ഞാറ് ഒരു പിടികഴിയും. രണ്ടാം
പിടിയും മൂന്നാം പിടിയുമായങ്ങനെ പത്തിരുപത് പിടി ഞാറ് ഒരാൾ എന്ന
കണക്കിൽ നട്ടുകഴിയുമ്പോൾ ഒരു കണ്ടം പൂർത്തിയാകുന്നു. നട്ടുകേറി
ക്കഴിയുന്നതോടെ നിരയായി നട്ടു നീങ്ങുന്ന പുലച്ചികൾ അടുത്ത കണ്ട
ത്തിൽ നിരക്കുകയായി. പത്തുമണിയാകുമ്പോഴേക്കും കുറേ കണ്ടങ്ങൾ
നട്ടുകഴിഞ്ഞിരിക്കും.

നാട്ടിക്കണ്ടങ്ങൾക്ക് ഇനി സൂര്യനേയും ചന്ദ്രനേയും കാത്തിരിക്കാം.
കുറേ ദിവസത്തേക്ക് ഇനി ആരും കണ്ടത്തിൽ ഇറങ്ങുകയില്ല. നട്ടു
കഴിഞ്ഞ നാട്ടി ചളിയൂറിവെള്ളം തെളിയുന്ന കണ്ടത്തിൽ വേരു പിടിച്ചു
തുടങ്ങും.

നാട്ടിക്കു വന്നെത്തിയ പെണ്ണുങ്ങൾ വെളിച്ചം വീഴുന്നതിനു മുമ്പ്
തലേന്നത്തെ ബാക്കി കഞ്ഞിവെള്ളവും കുടിച്ചാണ് പണിക്കു ചെന്നിരു
ന്നത്. ചിലരുടെ പഴംവെള്ളത്തിൽ വറ്റുണ്ടായിരുന്നു. അത് ഊറ്റിയെടുത്ത്
മൺചട്ടിയിലാക്കി ആദ്യം പണിക്കിറങ്ങേണ്ടുന്ന ആണുങ്ങൾക്ക് കൊടു
ക്കുകയാണ് സാധാരണ പുലച്ചികൾ ചെയ്യുക. അതു കുറേ വാരിത്തിന്നും
വലിച്ചുകുടിച്ചും ബാക്കി അല്പം ചട്ടിയിൽ വെച്ചേക്കുന്നത് അയാൾക്ക്
മതിയായിട്ടൊന്നും ആവില്ല. അതിൽ കിടക്കുന്ന അന്നങ്ങളെങ്കിലും തന്റെ
പുലച്ചിയും കഴിച്ചോട്ടെ എന്ന ഉള്ളിലടക്കി വെച്ച സ്നേഹചിന്ത കാരണ
മാണ്.

ഭക്ഷണം കഴിക്കുന്നതിനു മുമ്പ് പല്ലുതേക്കുകയോ കൊപ്ലിച്ചു
തുപ്പുകയോ ശീലമില്ലാത്തതുകൊണ്ട് അതിലൊന്നും നിർബന്ധബുദ്ധി
ആർക്കുമുണ്ടാവില്ല. വയലിലേക്ക് പായുമ്പോഴാണ് വെറ്റിലടക്ക പുകയില
യൊക്കെ വാരിയും നുള്ളിയുമൊക്കെ വായിൽ തിരുകുക. പഴംകഞ്ഞി
കുടിച്ചതിന്റെ മുയിങ്ങൊക്കെ തൊള്ളയിൽ നിന്ന് മാറുന്നത് മുറുക്കി
ച്ചുവക്കുമ്പോഴാണല്ലോ.

ബാക്കി വെറ്റിലടക്ക ഒരു പഴയ തുണിക്കണ്ടത്തിൽ പൊതിഞ്ഞ്
അരയിൽ കെട്ടുകയാണ് ചെയ്യുക. പിൽക്കാലത്താണെങ്കിൽ ഉടുത്ത
തുണിയുടെ മടിയിൽ തിരുകാമായിരുന്നു. പക്ഷേ മടിയിടാൻ മാത്രം
തുണി ഉടുക്കാനില്ല. ഉപ്പൂത്തിയിലയിലോ കൂവയിലയിലോ ആണ്
പഴയതുണിക്കണ്ടം കിട്ടാത്തവർ വെറ്റിലടക്ക പൊതിയുക. പുതിയ ചൂടി
ക്കണ്ടമൊന്നും എടുക്കാൻ പാടില്ല. പഴയചൂടിക്കണ്ടം എവിടെ നിന്നെ
ങ്കിലും കിട്ടിയായാൽ അതുകൊണ്ടായിരിക്കും പൊതി അരയിൽ ബന്ധി
ക്കുക. പഴകിദ്രവിച്ച ചൂടിക്കണ്ടമാണെങ്കിൽ വയലിൽ കുനിഞ്ഞു

നിവരുന്നതിനിടയിൽ അതുപൊട്ടിപ്പോയി എന്നു വരാം. അരയിൽ നിന്ന് മുറുക്കാൻ പൊതിപൊട്ടിവീഴുമ്പോൾ അതു പെറുക്കിയെടുത്തു വയ്ക്കുന്ന തെങ്ങാൻ കാര്യസ്ഥന്മാരോ തമ്പുരാനോ മറ്റോ കണ്ടുപോയാൽ ഒരടിക്കുള്ള വകയ്ക്ക് അതുമതിയാകും. ജീവിതത്തിൽ മീട് വൃത്തിയാക്കുകയും വായയ്ക്ക് സുഖം നല്കുകയും ചെയ്യുന്ന ഏകപോംവഴിയാണ് വെറ്റിലടയ്ക്ക മുറുക്ക്. അതിന്റെ പേരിൽ അടികൊള്ളുന്ന എത്രയോ പുലയരുണ്ട്. അതു പലപ്പോഴും മുറുക്കിയതിന്റെ പേരിലോ പണിയെടുത്തതിൽ തെറ്റുവന്നതിന്റെ പേരിലോ ആവില്ല. വെറ്റിലടക്കപ്പൊതി അരയിൽ നിന്ന് പൊട്ടി വീണത് പെറുക്കിയതിന്റെ പേരിലാവും. അടി എന്നാൽ എജ്ജാതി അടിയാണ്! കൈയിൽ കിട്ടുന്ന മടലുകൊണ്ടോ വടി കൊണ്ടോ എന്തുകൊണ്ടെങ്കിലുമായിരിക്കും തലപ്പേറുവെച്ചുള്ള അടി.

അടിക്കുന്നത് നോക്കി നില്ക്കാനോ കരയാനോ ചിരിക്കാനോ ഒന്നും പണിക്കാർക്ക് അവകാശമില്ല. അതിനെക്കുറിച്ച് അഭിപ്രായപ്പെടലുകളും തലയിൽക്കേറലുകളും ഒന്നും ഉണ്ടാവുകയില്ല. അതുകൊണ്ട് ആരും അടി നോക്കി രസിക്കുകയൊന്നും വേണ്ട. സഹതപിക്കുക തീരെ വേണ്ട. സഹതാപത്തിൽ നിന്ന് ചെറുത്തു നില്പുണ്ടായാലോ?

മടലും മുളയുമൊന്നും ദേഷ്യം പിടിക്കുമ്പോഴേക്കും കണ്ടില്ലെങ്കിൽ പലപ്പോഴും കയ്യിൽ കിട്ടുക പടന്നയോ കൈക്കോട്ടോ ആയിരിക്കും. അതുകൊണ്ടൊക്കെ തലപ്പേറുവെച്ചു ദേഷ്യത്തിനനുസരിച്ച് പൊയ്താൽ അതിന്റെ വായ്ത്തലയാണ് കൊള്ളുന്നതെങ്കിൽ പുലയൻ രണ്ടുകണ്ട മായതു തന്നെ. ചോരവാർന്നു കിടന്നാൽ അവൻ പിന്നെ എഴുന്നേറ്റു എന്നുവരില്ല. കൈക്കോട്ടിന്റേയോ പടന്നയുടേയോ മാടുകൊണ്ടാണ് പൊയ്ത്തിയതെങ്കിൽ, മരത്തലയിലെങ്ങാനുമാണ് അടിവീഴുന്നതെങ്കിൽ, അവൻ വീണതു തന്നെ. പിന്നെ വീണ ദേഷ്യം തീർക്കാൻ വേണ്ടി നാലെണ്ണം പുറത്തോ നെഞ്ചത്തോ കൂടി പൊയ്ത്താൽ ചിലപ്പോൾ ചോര വാർക്കാതെ, ഒന്നും മിണ്ടാതെ പുലയൻ കരിവാളിച്ചു എന്നും വരാം. അവന്റെ ശ്വാസം നിന്നാൽപ്പിന്നെ കരച്ചിലായി. നിലവിളിയായി. അന്ന് പിന്നെ പണിയൊന്നും നീങ്ങുകയില്ല. അടിനടന്നാൽ, വീണേടത്തു നിന്ന് എഴുന്നേറ്റില്ലെങ്കിൽ, ചാവുമോ എഴുന്നേല്ക്കുമോ എന്നത് വെയിലാറുമ്പോഴേ അറികയുള്ളൂ. അതിനിടയിൽ അവനെ പോയി നോക്കാനോ സാന്ത്വനപ്പെടുത്താനോ പരിചരിക്കാനോ ഒന്നും പാടില്ല, അതിനൊന്നും പണിക്കാർക്ക് അവകാശമില്ല.

വെയിലാറി ഇരുട്ടു പരക്കുമ്പോൾ പുലയർക്കു പണി കയറാം. അന്നേരമാണ് വീണുകിടക്കുന്നവനെ പോയി നോക്കുക. വീണേടത്ത് ചത്തുമരവിച്ചുപോയെങ്കിൽ അവനെ എടുത്ത് കുഴിച്ചിട്ടിട്ടേ പണിക്കാർ പോകാൻ പാടുള്ളൂ.

ചത്തുപോയെങ്കിൽ തമ്പുരാനെ അറിയിക്കണം. നല്ല പണിക്കാരാനായിരുന്നു എന്ന് തമ്പുരാന് അഭിപ്രായമുള്ളവനാണ് ചത്തതെങ്കിൽ കാര്യസ്ഥന് തമ്പുരാനോട് രണ്ടുവാക്കുകേട്ടു എന്നുവരാം.

ചത്തതറിഞ്ഞാൽ, കുളിയും കഞ്ഞികുടിയും കഴിഞ്ഞ് മുണ്ടുമാറ്റി നില്ക്കുന്ന തമ്പുരാൻ വയല്ക്കരയിലേക്കു വരും. എന്നിട്ട് കുഴിച്ചിടാനുള്ള സ്ഥലം ചൂണ്ടിക്കാട്ടിക്കൊടുക്കും. അത് വളരെ അകലെയുള്ള സ്ഥലമായിരിക്കും. കാപ്പിനും തോട്ടിനും അപ്പുറം. കൈതക്കാടിന്റെ മറവിൽ ചത്തവൻ പ്രേതമായി തിരിച്ചു വന്ന് ശല്യമുണ്ടാക്കുകയില്ല എന്ന് തമ്പുരാന് തോന്നുന്നത്ര അകലത്തിൽ.

പുലയന്റെ ശവവും കെട്ടിപ്പേറിക്കൊണ്ടു പോകുമ്പോൾ കാര്യസ്ഥനോ തമ്പുരാനോ വിളിച്ചു പറയാൻ മറക്കാറില്ല.

'എടാ നല്ലോണം ആയത്തിൽ വെട്ടി കുയ്ച്ചിടണം. നായ്മാന്തി നാറരുത്.'

മൂടിയ ശവം പുറത്തുവന്നാൽ പ്രേതമായി വിഹരിക്കും എന്ന ഉറപ്പും ഈ അവസാനനിർദ്ദേശത്തിന് കാരണമായുണ്ട്.

ചോയ്യന്റെ കോയ്മയുടെ പാടത്തും വളപ്പുകളിലുമായി കൊല്ലം തോറും ഒന്നും രണ്ടും ഇത്തരം മരണങ്ങൾ സാധാരണമായിരുന്നു. മറ്റു ചില കോയ്മകളുടെ പണിയിടങ്ങളിലും ഇങ്ങനെ നടക്കാറുണ്ട്. തല്ലും കൊലയും നടക്കാത്ത ഇടങ്ങളിൽ പണിയും നടക്കാറുണ്ടാകില്ല എന്നാണ് പൊതുവേ ധാരണ. അത് പണിയാളരുടെ ധാരണയും പണിയിക്കുന്നവരുടെ ധാരണയും ആയിരുന്നു. ഇടയ്ക്കൊക്കെ മർദ്ദനത്തിന് വിധേയരാകാത്തവർ ഭാഗ്യം കെട്ടവരും തമ്പുരാന്റെ നോട്ടം ലഭിക്കാത്തവരുമാണെന്നും അടിയാളരിലും പൊതുവിശ്വാസമായിരുന്നു. അതുകൊണ്ട് തമ്പുരാന്റെ മർദ്ദനം ഒരാവശ്യമാണെന്ന നില സമൂഹത്തിലാകെ ഉണ്ടായിരുന്നുതാനും. അത്തരം വിശ്വാസം ഊട്ടിയുറപ്പിക്കുവാൻ ഭൂവുടമകളുടെ ഭാഗത്തു നിന്നും പണിയാളന്മാരിൽ ചിലർക്ക് ചില സൗജന്യങ്ങളും ചില സമ്മാനങ്ങളും ലഭിക്കുകയും ചെയ്തിരുന്നു.

പാടത്തും മറ്റും തമ്പുരാക്കന്മാർക്കും കാര്യസ്ഥന്മാർക്കും ചെറുമക്കളെ അടിക്കുവാനുള്ള പ്രകോപനം സാധാരണമായിരുന്നതുകൊണ്ട് കൈക്കോട്ട്, പടന്ന തുടങ്ങിയ പണിയായുധങ്ങൾ വരമ്പിൽ നിന്നകലേക്ക് നീക്കിവെയ്ക്കുവാൻ മനഃപൂർവ്വം പുലയന്മാർ ശ്രദ്ധിക്കുമായിരുന്നു. അത് അവർ അവരുടെ മനസ്സുകൊണ്ട് ആലോചിച്ച് ചെയ്തിരുന്ന ബുദ്ധിപരമായ ഒരു വേലതന്നെയായിരുന്നു. മരണത്തിൽ നിന്നും രക്ഷപ്പെടുവാൻ അത്രയും ബുദ്ധി അടിയാളരായ പുലയർ പ്രകടിപ്പിച്ചിരുന്നു. തമ്മിൽ ത്തമ്മിൽ പറയാതെ അവരുടെ ഇടയിൽ ഈ ബുദ്ധിയെങ്കിലും വളർന്നിരുന്നു.

ഈ ജീവിതത്തിനിടയിലാണ് ചോയ്യന് കുട്ടി പിറന്നത്. വെള്ളൻ ഉണ്ടായി ഒരു വേനലും മഴയും കൂടി താണ്ടിയപ്പോൾ പിന്നെയും കൊറുമ്പാത്തി പെറ്റു. അങ്ങനെ അഞ്ചെട്ടുകൊല്ലക്കാലത്തിനിടയിൽ ചോയ്യന് നാലുമക്കളായി. അതിനുശേഷം എന്തുകൊണ്ടോ അവന് പിന്നെ മക്കളൊന്നും പിറക്കുകയുണ്ടായില്ല.

രണ്ടാമത്തേത് പെൺകുട്ടിയായിരുന്നു. അതിന് കന്യേയി എന്നാണ് സ്നേഹനിധികളായ ആ മാതാപിതാക്കൾ പേരിട്ടത്. മൂന്നാമത്തേത് ആണായപ്പോൾ നല്ല പണിക്കാരൻ എന്ന അർത്ഥത്തിൽ അവന് തെയ്യോൻ എന്ന പേരിട്ടു. നാലാമത്തേത് പെണ്ണായി പിറന്നതുകൊണ്ട് ഇനി കുട്ടികളൊന്നും ഉണ്ടാവുകയില്ല എന്ന് അവർക്കു തന്നെ തോന്നിയിരിക്കാം. അവൾക്ക് അതുകൊണ്ടാവാം ക്ഗ്ഗേയി എന്നാണവർ നാമകരണം ചെയ്തത്. അതിനു കീഴിൽ ഇനി കുട്ടികളൊന്നും വരാനില്ല എന്ന ഒരു ധ്വനി ആ നാമകരണത്തിൽ ദർശിക്കാവുന്നതാണ്.

കുട്ടികളെ പെറ്റിട്ടേക്കുക എന്നതല്ലാതെ അവരെ പോറ്റിയുണ്ടാക്കണം എന്ന ഒരു ചിന്ത കൃത്യാന്തരബാഹുല്യങ്ങൾക്കിടയിൽ അവരിൽ മുളയിടാറില്ല. തമ്പുരാന് എങ്ങനെ ഉണ്ടാക്കിക്കൊടുക്കണം എന്നതു മാത്രമായിരുന്നുവല്ലോ കഞ്ഞികുടിയിലും ഉറക്കത്തിലും അവരെ ഭരിച്ചിരുന്ന ഏകചിന്ത!

ഏഴ്

നാലു മക്കളുള്ള ചോയ്യൻ ഒരു ഒത്ത പുരുഷനായിക്കഴിഞ്ഞിരുന്നു. അയാൾക്ക് നാല്പതോളം വയസ്സുണ്ടായിരിക്കും. മൂത്ത മകന് പത്തു പന്ത്രണ്ട് വയസ്സായി. അഞ്ചാറു വർഷമായി കൊറുമ്പാത്തി പുതിയ കുട്ടികളെയൊന്നും പ്രസവിക്കുന്നില്ല എന്നതുകൊണ്ട് ഇനിയൊരു പക്ഷേ ചോയ്യന് മക്കളൊന്നും ഉണ്ടാവുകയില്ലായിരിക്കാം.

ഉറച്ച ശരീരവും കറുകറുത്ത നിറവുമുള്ള ചോയ്യന് അത്യാവശ്യം പയറ്റും വിദ്യകളും അറിയാമായിരുന്നു. ആയതുകൊണ്ടായിരിക്കാം നിറമൊന്നുമില്ലാത്ത അയാളുടെ ശരീരത്തിന് ഇത്രയേറെ ഒതുക്കവും ഭംഗിയും. തനിക്കറിയാവുന്ന പയറ്റും വിദ്യകളും അയാൾ മക്കളേയും അഭ്യസിപ്പിച്ചിരുന്നു.

ആ കളരിയും പയറ്റും അയാൾ എപ്പോൾ എങ്ങനെ അഭ്യസിച്ചു എന്ന് ആർക്കും അറിയില്ല. പകൽ മുഴുവൻ, അതായത് വെളിച്ചമുള്ള എല്ലാ സമയവും അവൻ തേവൻ മടത്തിൽ കോയ്മയ്ക്കുവേണ്ടി പണിയെടുക്കണം. തേവൻ മടത്തിൽ കോയ്മയുടെ അടിയാളരിൽപ്പെട്ടവനാണല്ലോ ചോയ്യൻ! അതല്ല, ഊരവട്ടത്തിൽ കോയ്മയുടെ അടിയാളനാണെങ്കിലും അവൻ അങ്ങനെത്തന്നെ പണിയണം. മൺകൂട്ടത്തിൽ കോയ്മയുടെ അടിയാളനായിരുന്നാലും പണിയണം. മായത്തരക്കോയ്മയുടെ അടിയാളനായിരുന്നെങ്കിലോ? ഒരടിയാളൻ ഇന്ന കോയ്മയുടെ അടിയാളനായതുകൊണ്ട് ഇത്രനേരം, ഇത്ര പണിചെയ്യണം എന്നല്ല. അടിയാളനാണോ? – അവൻ നേരം വെളുക്കുമ്പോൾ തുടങ്ങിയാൽ ഇരുളുന്നതുവരെ പണി

ചെയ്തിരിക്കണം. അതിനുവേണ്ടിയാണ് അവനെ ദൈവം അടിയാളനായി ജനിപ്പിച്ചത്. മൂന്നു നേരമോ നാലുനേരമോ ഭക്ഷണം കഴിച്ച് സൗകര്യമുള്ളപ്പോൾ എന്തെങ്കിലും പണിയുംചെയ്ത് കഴിഞ്ഞുകൂടണമെങ്കിൽ അവനെ ദൈവം അടിയാളനായിട്ടായിരുന്നില്ല ജനിപ്പിക്കുക. അവനെ കോയ്മയുടെ വീട്ടിൽ ജനിപ്പിക്കുമായിരുന്നു.അല്ലെങ്കിൽ കാര്യസ്ഥനായെങ്കിലും ജനിപ്പിക്കുമായിരുന്നു.അതൊന്നുമല്ല ദൈവം കല്പിച്ചിരിക്കുന്നത്. ദൈവം അവന് ജീവൻ നല്കിയിരിക്കുമ്പോൾത്തന്നെ കല്പിച്ചിരിക്കുന്നു: നീ അടിയാളനായി, കോയ്മയുടെയും അദ്ദേഹത്തിന്റെ കാര്യസ്ഥന്മാരുടേയും എല്ലാ ഇംഗിതങ്ങൾക്കും വഴങ്ങി അവരുടെ ഇഷ്ടാനിഷ്ടങ്ങൾക്കായി ജീവിക്കുക! നീ ഒരു കാര്യവും അങ്ങോട്ട് ചോദിക്കരുത്. അങ്ങോട്ട് ആവശ്യപ്പെടരുത്. നിനക്കായിട്ട് ഇംഗിതങ്ങളില്ല. വഴങ്ങി ജീവിക്കുക, അടിമപ്പെട്ടു ജീവിക്കുക എന്നതാകുന്നു നിന്റെ ജീവിതം!

അങ്ങനെ കല്പിച്ചതുകൊണ്ട്, ഭൂപ്രഭുക്കന്മാർക്കും കയ്യാളന്മാർക്കും സിൽബന്തികൾക്കും മൃഷ്ടാന്നം ജീവിതമരുളി, അല്ലാത്തവരെ അടിമപ്പുഴുക്കളാക്കി ജനിപ്പിച്ച്, അടിമപ്പുഴുക്കൾക്ക് പുഴുക്കളേക്കാൾ ദാരുണമായ ജീവിതം കല്പിച്ചുനല്കി സർവ്വവ്യാപിയായ ഈശ്വരൻ മഹാനായി. സൃഷ്ടികർത്താവ് ഉള്ളവന് എല്ലാം കൊടുത്തു. അവന്റെയും അവന്റെ ആളുകളുടേയും സുഖസൗകര്യങ്ങൾക്കായി, അതിനുവേണ്ടി മാത്രമായി, കുറേ കറുത്തവരെയും അവിടുന്ന് സൃഷ്ടിച്ചു. കറുത്തവന് ഇവിടെ മാത്രമല്ല, എവിടെയും അദ്ധ്വാനവും അടിമത്തവും മാത്രം ദൈവം കല്പിച്ചുകൊടുത്തു. അങ്ങനെ സർവ്വവ്യാപിയായ ഈശ്വരൻ മഹാനായി. ഈശ്വരനെ തൊഴാൻപോലുമുള്ള അവകാശം ഈശ്വരൻ അടിയാളർക്കു നല്കിയില്ല. അതുകൊണ്ട് പരസഹസ്രം നൂറ്റാണ്ടുകളായി ദൈവം ചോദ്യം ചെയ്യപ്പെടാൻ പാടില്ലാത്തവരുടെ ദൈവങ്ങളായി, അരൂപിയായി, സർവ്വവ്യാപിയായി നിലനിന്നു.

എന്നിട്ടും മനുഷ്യരൂപം കിട്ടിയ അടിയാളരും തങ്ങളുടെ വിശ്രമത്തിൽ നിന്നല്ല, ഉറക്കത്തിൽ നിന്ന് സമയം കട്ടെടുത്ത്, കാട്ടിലും ഗുഹകളിലും ഒളിച്ച് ദൈവത്തിനെ സങ്കൽപ്പിച്ച് ആരാധിച്ചു. ആരും കാണാതെ, ആരും അറിയാതെ, ഇരുളിന്റെ മറവിൽ, കാടിന്റെ മറവിൽ...

ഒരു പണിയും ചെയ്യാതെ, ചാരിക്കിടന്നും സുഖിച്ചുകഴിഞ്ഞും കൂടിയ തേവൻമടത്തിൽ കോയ്മ അദ്ദേഹത്തിന്റെ അടിമയും അടിയാളനുമായ ചോയ്യനെ ഒരു ദിവസം ആളയച്ചു വിളിപ്പിച്ചു. വിളിപ്പിച്ച നിമിഷത്തിൽ അവൻ പാഞ്ഞു ചെന്നു. കോയ്മ കോലായിൽ നിന്ന് മുറ്റത്തേക്ക് ഇറങ്ങി വന്നു. ശരിയായി മുഖം കാണാത്ത രൂപത്തിൽ, പടിപ്പുരയ്ക്ക് പുറത്ത്, പെരുവഴിക്കു താഴെ അവൻ കല്പന കാത്ത് നിന്നു. കോയ്മയുടെ ഇരമ്പുന്ന കല്പന, പടിപ്പുരയിൽ ഓച്ഛാനിച്ച് പഞ്ചപുച്ഛമടക്കി നിന്ന കാര്യസ്ഥൻ പടുക്കൊയിൽ ചോയ്യന് കേൾക്കാനായി ഏറ്റു വിളിച്ചു പറഞ്ഞു:

"എടാ ചോയ്യാ, കാലാകാലമായി നമ്മൾ തിരിഞ്ഞുനോക്കാതെ വിട്ട ഒരു ഇല്ലപ്പറമ്പുണ്ട്. വടക്കേതിന്റെ വടക്കേതിന്റെ വടക്കേതിൽ. അല്ലെങ്കിൽ തെക്കേതിന്റെ തെക്കേതിന്റെ... ആള് കേറാതെ ഇല്ലപ്പറമ്പ് ഈഞ്ഞ പിടിച്ച് കാടായി കിടക്കുകയാണ്. ആ ഈഞ്ഞകളെല്ലാം കൊത്തിയറുത്ത്, കാടു തെളിയിച്ച്, ഭൂമി കൊത്തിനിരപ്പാക്കി, അവിടെ തെങ്ങിൻതൈ വെച്ചു പിടിപ്പിക്കണം."

കല്പനകേട്ട്, കല്പന ശിരസാ വഹിച്ച്, ചോയ്യൻ തിരിച്ചുപാഞ്ഞു. കൊടുവാളും പടന്നയും കൈക്കോട്ടുമെടുത്ത് പണിയണമെങ്കിൽ അവൻ അവ സൂക്ഷിച്ചുവെച്ച ചാളയുടെ പുറകിൽവരെ എത്തണമല്ലോ. അവിടെ എത്തുവാനായി ചോയ്യൻ കണ്ടത്തിലൂടെ തിരിച്ചു ചാളയിലേക്കു പാഞ്ഞു. ചെത്തലപ്പട്ടികൾ വരമ്പിലൂടെയും അടിയാളൻ പുലയൻ കണ്ടത്തിലൂടെയും പാഞ്ഞു. ചെത്തലപ്പട്ടിക്ക് വരമ്പുകളിലൂടെ പോകാം. തമ്പുരാനും കാര്യസ്ഥനും വരമ്പിലൂടെ പോകാം. അടിമപ്പുലയന് അദ്ധ്വാനിക്കുവാൻ പോകുവാൻ വരമ്പിലൂടെ പാടില്ല. അത്, വയലിലൂടെ, കണ്ടത്തിലൂടെ, ചളിയിലൂടെ മാത്രം.

ദശകങ്ങളായി ആളുകേറാത്ത ഇല്ലപ്പറമ്പിലേക്ക് കൈക്കോട്ടും പടന്നയും കൊടുവാളുമായി ചോയ്യൻ കയറി. അവനെ കണ്ടമാത്രയിൽ പാമ്പുകളും പന്നികളും ഓടിയൊളിച്ചു. അവൻ പൊന്തകളായ ഈഞ്ഞാവള്ളികൾ കൊത്തിമുറിച്ച് വലിച്ചു.

ഈഞ്ഞാവള്ളികൾക്കടിയിൽ പ്രകാശമേല്ക്കാതെ കിടന്ന ഇടങ്ങൾ പ്രായപൂർത്തിയായപ്പോൾ കന്യകാത്വം ഭേദിക്കാൻ ഉൽക്കടമായി കൊതിച്ചിരിക്കുന്ന പെണ്ണിന്റെ മനസ്സുപോലെ കൊതിച്ചു കിടക്കുന്ന പുതിയ മണ്ണായി അവശേഷിച്ചു. അവിടങ്ങളിൽ പുൽക്കൊടിപോലും മുളച്ചില്ല. തൂമ്പക്കൈക്കോട്ടുകൊണ്ട് ചോയ്യൻ പതുക്കെ മൂർച്ചവെച്ച് മർദിച്ചപ്പോൾ ആദ്യമായി നഖക്ഷതമേല്ക്കുന്ന കന്യകയുടെ വക്ഷോജങ്ങൾ പോലെ വേഗത്തിൽ ഇടറുകയും സംയോഗം കൊതിക്കുന്ന സ്ത്രൈണേന്ദ്രിയത്തിലെ കൃസരീദളങ്ങൾപോലെ സ്വയം ഒതുങ്ങുകയും ഇളംമണ്ണ് ശിഥിലീകൃതമാവുകയും ചെയ്തു. ഇഷ്ടസുരതാരംഭത്തിൽ സ്വയം സ്പന്ദിക്കുവാൻ തുടങ്ങുന്ന ഉൾമാർദവപ്രദേശങ്ങൾപോലെ, കൊതിച്ചുകിടന്ന പുതുമണ്ണ് ചെറുമർദനത്തിൽത്തന്നെ വശഗതമായി പൊടിഞ്ഞടരുന്നു. ഈഞ്ഞാവള്ളിപ്പൊത്തുകൾക്കിടയിൽ ഒതുങ്ങിക്കിടന്ന പുതുഭൂമി ചോയ്യന്റെ ഇംഗിതങ്ങൾപോലെ വഴങ്ങിവശാകുന്നു. അത്യദ്ധ്വാനത്തിന്റെ കൊടുംവിയർപ്പിനുപകരം മന്ദമാരുതന്റെ മൃദുലസ്പർശംകൊണ്ട് ആയാസത്തിനുപകരം ഒരു ചെറുസുഖമായിരുന്നു അയാളെ തലോടിയിരുന്നത്. ഈഞ്ഞാവള്ളി കൊത്തിമുറിച്ചു വലിച്ചിട്ട പെരുംകൂടാരങ്ങൾ സൂര്യാഘാതങ്ങളിൽ കുഴയവേ, ഉണങ്ങിയ ഓലയും കൊതുമ്പും വരണ്ടു നീറിയ കവുങ്ങിൻപട്ടകൾ കൂടിക്കലർത്തിയിട്ട് അഗ്നിയൂട്ടുകൂടി നടത്തി

വന്നു. ഇല്ലപ്പറമ്പ് ചോയ്യന്റെ പ്രയോഗങ്ങളിൽ അർദ്ധനഗ്നരൂപം കൈക്കൊണ്ടുതുടങ്ങി. ദശകങ്ങളായി മർത്ത്യസാമീപ്യം അറിയാതെ കഴിഞ്ഞ ഇല്ലപ്പറമ്പ് ഏതാനും ദിവസത്തെ ചോയ്യന്റെ പണികൾ ഏറ്റുവാങ്ങി നിർവൃതി പ്രകൃതമായി.

ഈങ്ങാവള്ളികൾ കൊത്തിമുറിച്ചുവലിച്ചു പറിച്ചുകൂട്ടുന്ന അതിരുകളിൽ കൂരിച്ചെടികളും കാട്ടുകൂവയും പാറോത്തുംവടികളും കൂടി മുറിച്ചുമാറ്റിക്കൊണ്ടാണ് അയാൾ പണിതുടർന്നത്. മാവും കവുങ്ങും തെങ്ങും പിലാമരങ്ങളും ചോയ്യൻ വെളിച്ചപ്പെടുത്തിയ പറമ്പിൽ സ്വതന്ത്രരായി ശ്വാസോച്ഛ്വാസം നടത്തുന്ന കാഴ്ച ഉള്ളാലേ അയാളെ പുളകം കൊള്ളിച്ചു. കോയ്മയുടെ ആഗ്രഹംപോലെ തനിക്ക് പണിതുടരാൻ കഴിയുന്നുണ്ടെന്ന തോന്നൽ അയാളിൽ ആത്മവിശ്വാസം വളർത്തി. അകിൽ, ചന്ദനം, കൂവളം തുടങ്ങിയ മരങ്ങളിൽ കൈക്കോട്ട് ഉരുമ്മിപ്പോകാതിരിക്കുവാൻ ചോയ്യൻ പ്രത്യേകം ചരയിക്കുന്നുണ്ടായിരുന്നു. വളപ്പിൽ സാധാരണ മരങ്ങൾക്കു പുറമേയുള്ള ദിവ്യവൃക്ഷങ്ങൾക്കടുത്ത് ഓച്ഛാനമനസ്സോടെയാണ് അയാൾ പെരുമാറിയത്. കണ്ട ചീഞ്ഞ പടുവാഴക്കുണ്ടകൾ പിഴുതുകളയുവാനും അതിൽ നല്ല കന്നുകൾ ചികഞ്ഞ് അതിരുകളിൽ വെച്ചുപിടിപ്പിക്കുവാനും ചോയ്യൻ സ്വയമേവ ശ്രദ്ധ വെയ്ക്കുന്നുണ്ടായിരുന്നു.

കൊത്തുമ്പോൾ പിളരുകയും പൊടിയുകയും ചെയ്യുന്ന കടിഞ്ഞൂൽ ഭൂമിയിൽ പണി മുന്നേറുന്നതനുസരിച്ച് മനസ്സും ശരീരവും കോൾമയിർ കൊള്ളവേ ദിനാന്ത്യങ്ങൾ സമാഗതമാകുമ്പോൾ പറമ്പുവിട്ടുപോകുന്നതിൽ അയാൾക്ക് ഇമ്പം കുറഞ്ഞു. വെളിച്ചം അതിന്റെ അവസാനത്തെ കിരണശല്ക്കങ്ങളേയും പിൻവലിച്ച് നിലാവ് പടരാത്ത കൂരിരുൾ നിശകൾക്ക് വഴിമാറിക്കൊടുക്കുമ്പോൾ കൊടുവാളും പടന്നയും കൈക്കോട്ടും മണ്ണു പരണ്ടി ഒതുക്കിവെച്ച്, അരയിൽനിന്ന് പാന്തക്കെട്ടഴിച്ച് നടപ്പിന്റെ താളത്തിൽ മുറുക്കി സുഖിച്ച് കുടി പൂകുവാൻ അയാൾ പ്രത്യേകം ശ്രദ്ധ വെച്ചു.

കുട്ടികളും കൊറുമ്പാത്തിയുമൊപ്പം വെള്ളമേറിയ കഞ്ഞിനും തമ്പുരാക്കൂട്ടങ്ങൾ വായിൽവെയ്ക്കാത്ത പുഴുങ്ങിയ കണ്ടിക്കിഴങ്ങും കൂട്ടി സല്ലപിക്കുമ്പോഴും തമ്പുരാൻ വിശ്വസിച്ചേല്പിച്ച ഇല്ലപ്പറമ്പിലെ പണിയുടെ സുഖലഹരി അയാളെ പുളകത്തിന്റെ ഓർമ്മകളുടെ ചക്രവാളങ്ങളിലേക്ക് സ്വപ്നത്തിലെന്നതുപോലെ കൂട്ടിപ്പോകുന്നുണ്ടായിരുന്നു. കുടുംബത്തിന്റെ സുഖശീതളമായ വിശ്രമക്കൂട്ടായ്മയിൽ മുങ്ങിനിവരുന്നതിനുമുമ്പേ നേരം വെളുത്തു പോകുമെന്ന ഭയത്തിൽ, മെടഞ്ഞ ഓലച്ചീന്തിൽ വിരിച്ച ചാക്കിലെ സുഖശീതളസ്വപ്ന മയക്കം മതിയാക്കി കാത്തുനില്ക്കുന്ന കടിഞ്ഞൂൽ പറമ്പിന്റെ തരളതയിലേക്ക് വെറ്റില മുറുക്കിയ സുഖമുഖവുമായി അയാൾ പാഞ്ഞുചെല്ലുകയായിരുന്നു.

ഈങ്ങാവള്ളികൾ മുറിച്ചു വലിച്ചുകൂട്ടി ചോരച്ചന്ദനമരത്തിനടുത്ത് കൊത്തിക്കയറവേ നിലപ്പാളികൾക്കിടയിൽ കൈക്കോട്ടും വായിന്റെ പ്രകമ്പനം അപൂർവ്വസ്വരം പുറപ്പെടുവിച്ചപ്പോൾ വാശിയുടെ രക്തചംക്രമണം ചോയ്യന്റെ പണിയായുധത്തിൽ വീറിന്റെ ചാലുകൾ കീറിയമർന്നു. സ്വരവൈജാത്യം പുറപ്പെടുവിച്ച കൊത്തുമുറിയിൽ ചിലമ്പുന്നത് ഒരു പഴകിയ ഓട്ടുമുരടയാണെന്നും അതിന്റെ വായ്വട്ടം കൊത്തിമുറിക്കാതെ ഭൂമി തുരന്ന് അത് പുറത്തെടുക്കണമെന്നും ചോയ്യൻ കിണഞ്ഞു. കണ്ണഞ്ചിക്കുന്ന ഓട്ടുമുരുടയുടെ വശങ്ങളിൽ ചേർന്നു കലർന്ന ചളിപ്പാടുകൾ അടർത്തിമാറ്റി വെയിലേറുവരുന്ന ഒരു തുറസ്സിലേക്കെറിഞ്ഞ് ചോയ്യൻ തന്റെ പണിസുഖത്തിന്റെ ആഴങ്ങളിലേക്ക് യാത്ര തുടർന്നു.

എട്ട്

കൊത്തിക്കിളച്ചെടുത്ത മുരുട പണികയറിപ്പോരുമ്പോൾ കയ്യിലെടുത്തിരുന്നു എന്നത് നേരാണ്. പുരയിടത്തിലെത്തിയപ്പോൾ അത് ചോയ്യൻ തല്ക്കാലം ചാളപ്പൊത്തിൽ വെച്ചു. മുമ്പൊക്കെ മടഞ്ഞ ഓലച്ചീന്തുകൾ ഇടത്തും വലത്തും വെച്ച് അതിലായിരുന്നു കിടന്നുറങ്ങാറ്. പിന്നീട് തമ്പുരാൻ ഉപേക്ഷിച്ചു കിട്ടുന്ന അരിച്ചാക്കുകൂടി അതിന്മേൽ വിരിച്ച് മെത്തയാക്കിക്കിടപ്പു തുടങ്ങി. കൊറുമ്പി കുടുംബത്തിൽ വന്നതോടെ പെറ്റും കുട്ടികളെ നോക്കിയും ചാളയും കുടിയും പരിചരിച്ചുവന്നതോടെ ഓരോ പുതിയ പരിഷ്കാരങ്ങളും ജീവിതത്തിൽ വന്നുപെടാൻ തുടങ്ങി.

അവൾക്ക് പായ കെട്ടാനറിയാം. തോട്ടിനരികെയും ഒഴിക്കണ്ടത്തിന്റെ വരമ്പത്തും നില്ക്കുന്ന കൈതയിൽനിന്ന്, നെല്ലുകൊയ്യുന്ന അരിവാളുകൊണ്ട് അവൾ കൈതോലയരിഞ്ഞ് കൊണ്ടിടും. കൈതോല വാടുന്നതിനുമുമ്പുതന്നെ അതിന്റെ നടുമുള്ള് ഈർന്നുകളഞ്ഞ്, തുച്ചുവെട്ടി മണ്ണുകൂട്ടിയ കുനിയിലും വെയിലേറു കിട്ടുന്ന കൈതവരമ്പിൽത്തന്നെയുമിട്ട് ഉണക്കിയെടുക്കും.

ഒരാൾക്ക് എടുക്കാവുന്ന കെട്ടുകളാക്കി, പാന്തോംകൊണ്ട് കെട്ടിക്കുടുക്കി ചാളയോടടുപ്പിച്ച് അത് കുത്തിച്ചാരിവെയ്ക്കും. നേരം കിട്ടുമ്പോഴൊക്കെ ഓരോ കെട്ടു തള്ളിയിട്ട് ഏതോ കാലത്ത് സംഘടിപ്പിച്ച് സൂക്ഷിച്ചുവെച്ചിട്ടുള്ള അരയടിയോളം നീളം വരുന്ന പീപ്പപ്പട്ടക്കഷണം കൊണ്ട് ഓലയുടെ വശങ്ങളിലെ മുള്ള് നീളത്തിൽ ഈർന്നുകളയും. പച്ചയിൽ നടുമുള്ളും ഉണക്കത്തിൽ അരികുമുള്ളും ഈർന്നുകളഞ്ഞ് എടുക്കുന്ന ശുദ്ധമാക്കപ്പെട്ട കൈതോലയ്ക്ക് അഞ്ചടി, ആറടി വരെ നീളമുണ്ടാകും. അത് ഓരോന്നെടുത്ത് മടമ്പുതൊട്ട് തെരച്ച്, ഒന്നിനു പിറകേ ഒന്നായി തെരച്ചുകഴിഞ്ഞാൽ, ഒരു വാരൽ ഉണക്കയോല ഈർന്നിട്ടത്

ഒരു വലിയ വട്ടം ഓലത്തിരയായിമാറും. അങ്ങനെ രണ്ടോ മൂന്നോ 'ഓല ത്തിര' യുണ്ടാക്കിക്കഴിഞ്ഞാൽ കൊറുമ്പിയത് കൊണ്ട് പായയും പാട്ടിയും തടുക്കുമൊക്കെ ഉണ്ടാക്കിയെടുക്കും.

ഒരടിയോളം അർദ്ധവ്യാസമുള്ള ഓലത്തിര ഉണ്ടാക്കിക്കഴിഞ്ഞാൽ അത് പിടിവിടാതെ, നേരത്തെ ഈർന്നു ശരിയാക്കിവെച്ച ഒരു പാന്തോ പ്പൊളിക്കഷണം കൊണ്ട് കെട്ടിവെയ്ക്കും. തെരച്ചുകഴിയുന്ന ഓല പിടി വിട്ടാൽ പോയി! പാന്തോക്കഷണം ഓലത്തിരയുടെ മദ്ധ്യത്തിൽ വരുന്ന തുളയിലൂടെ കോർത്ത്, കൈതോലയുടെ അവസാനമെത്തിയ തിരയിൽ കുടുക്കിക്കെട്ടിമുരുണ്ടിക്കഴിഞ്ഞാൽ, ഓലത്തിര ഭദ്രമായി നിന്നോളും. അത് വേണ്ടേടത്ത് എടുത്തിട്ടാലും എടുത്തെറിഞ്ഞാലും ഒന്നും വരിക യില്ല. അർദ്ധവ്യാസത്തിൽ കെട്ടുന്നതിനുപുറമേ നീളമുള്ള പാന്തോ ത്തിന്റെ ചരടുകൊണ്ട് പൂർണ്ണവ്യാസത്തിൽ ഒരു കെട്ടും കൂടിയിട്ടു മുരുണ്ടി യാൽ ഭദ്രമായി. വലിയ ഓലത്തിരയ്ക്കാണ് അങ്ങനെ ചെയ്യുക. തടിയും നീളവുമുള്ള, മുള്ളുപോക്കിയ കൈതോലയേ അങ്ങനെ തെരച്ചുകെട്ടാ നാകൂ. ഒരു കൈതോല തെരച്ച് തെരച്ച് മുകളിലെത്തുമ്പോൾ ഒരു ചുറ്റോ ഒന്നരച്ചുറ്റോ കിട്ടിയില്ലെങ്കിൽ തെര നില്ക്കാൻ വലിയ പാടാണ്. തെര യുടേയും ഓലയുടേയും വലിപ്പവ്യത്യാസമനുസരിച്ച് ഒന്നും രണ്ടും പാന്തോക്കെട്ട് മുരുണ്ടിയിടാൻ കൊറുമ്പിക്കു കൗശലമുണ്ട്.

വലിയ ഓലത്തിര കെട്ടഴിച്ചാണ് പായ കെട്ടാനും മെടയാനും ആരംഭി ക്കുക. വലിയ ഓലത്തിരയിൽ നീളമുള്ള ഓലയാകും ന്യായമായും ഉണ്ടാ വുക. ഓലത്തിരയിൽനിന്ന് ഓരോ ഓലയെടുത്ത് നിവർത്തും. അത് കൈ കൊണ്ടല്ല. അരികുമുള്ളു കളയുന്ന പീപ്പപ്പട്ടകൊണ്ടാണ് ഓല നിവർ ത്തുക. മുള്ളീർന്ന് മുള്ളീർന്ന് പീപ്പപ്പട്ട കൊല്ലങ്ങൾകൊണ്ട് മൂർച്ചയുള്ള ഒരായുധമായിക്കഴിഞ്ഞിരിയ്ക്കും. മൂർച്ച കൊള്ളാതെ ഓല നിവർത്താൻ ഒരു മലതിരിയൊക്കെയുണ്ടെന്നാണ് കൊറുമ്പി പറയുക.

നിവർത്തിയ ഓല, പീപ്പപ്പട്ടയുടെ മൂർച്ച കൊള്ളാതെ മൂന്നോ നാലോ അഞ്ചോ പൊളിയാക്കി ആദ്യം തന്നെ ചീന്തി വെയ്ക്കണം. അങ്ങനെ പത്തിരുപത് ഓല ചീന്തിവെച്ചിട്ടേ പണി ആരംഭിക്കുകയുള്ളൂ.

സാധാരണ ഒരു കൈതോലയ്ക്ക് നടുവിൽ ഒരു വലിയ നിര താഴോട്ടു നോക്കി മുള്ളാണ് പച്ചയിൽ അരിവാളുകൊണ്ട് ഈർന്ന് തുച്ചുവെട്ടി യിടുക. ഉണങ്ങിക്കഴിഞ്ഞാൽ രണ്ടുവശത്തുമുള്ള മേലോട്ടുനോക്കി മുള്ളു കൾ ഓലയിറുക്കുന്ന പീപ്പപ്പട്ടക്കഷണംകൊണ്ടും ഈർന്നുകളയും. നടു വിനും അരികിനും ഇടയിൽ ലേശം കുത്തനെയുള്ള മുള്ളുകളും ഉണ്ടാ യെന്നു വരാം. പലപ്പോഴും അത് അരിവാളുകൊണ്ട് നടുമുള്ളീരുമ്പോൾ ത്തന്നെ ഈർന്നു കളയും. കാണാതെ ഇങ്ങനെ വരുന്ന ഇത്തരം കള്ള മുള്ള് ശ്രദ്ധിച്ച് കീറിയില്ലെങ്കിൽ കൈവിരൽകൂടി കീറിപ്പോയതുതന്നെ. അതൊക്കെ ശ്രദ്ധിക്കാനും വിരൽകീറിപ്പോകാതെ ഓലപ്പൊളിയുണ്ടാ ക്കാനും കൊറുമ്പിക്ക് ഒരുതരം മലതിരിയൊക്കെയുണ്ട്.

ചൊവ്വുള്ള രണ്ടു മൂന്ന് ഓലപ്പൊളിയുടെ മാടുഭാഗം ഇടത്തോട്ടും വലത്തോട്ടും കുത്തനെയും വെച്ച്, കാലിന്റെ അപ്പൻവിരൽ കൊണ്ട് ചവിട്ടിപ്പിടിച്ചാണ് പായ മൂലയിലിടുക. ഓരോ പൊളി ഓരോ പൊളിയെടുത്തു വെച്ച്, മുടിപോലെ കളിക്കുന്ന ഓലപ്പൊളികൾകൊണ്ട് മിനുട്ടുവെച്ചാണ് കൊറുമ്പി കല്ലയിടുക. അതായത് പായിന്റെ കരയിടുക. മുടിപോലെ കളിക്കുന്ന ഓലപ്പൊളികൊണ്ട് പായകെട്ടുമ്പോൾ, ഓലക്കളകൾ തമ്മിൽ പിണഞ്ഞുപോകാതെ നോക്കാൻ കൊറുമ്പിക്കൊരു വിശേഷപ്പെട്ട തരം മലതിരിയൊക്കെയുണ്ട്.

പായകെട്ടിയും മെടഞ്ഞും പൂർത്തിയാക്കുന്നു എന്നതൊക്കെ ശരിയാണ്. പക്ഷേ, പുതിയ പായയിൽ പുലയർ കിടക്കാൻ പാടില്ല. പുതിയതൊക്കെ തമ്പുരാക്കൾക്ക് അവകാശപ്പെട്ടതാണ്. പുലയർ കൈതമുള്ളിനോടും പ്രകൃതി വൈരുദ്ധ്യങ്ങളോടും പൊരുതിയുണ്ടാക്കിയെടുക്കുന്ന പുതിയ പായ തമ്പുരാനാണ് കാഴ്ചവെയ്ക്കേണ്ടത്. കാഴ്ചവെപ്പിൽ തമ്പുരാൻ സന്തുഷ്ടനായെങ്കിൽ കുറച്ച് നെല്ലോ പതിരോ കൊടുത്തു എന്നു വരാം. പുതിയ പായയോ വട്ടിയോ തടുക്കോ ഉണ്ടാക്കി കാഴ്ചവെച്ചാൽ അങ്ങനെ എന്തെങ്കിലും കൊടുത്തുകൊള്ളണം എന്നു നിയമമൊന്നുമില്ല. കൊടുത്തില്ലെങ്കിലും കുഴപ്പമൊന്നുമില്ല. എന്തെങ്കിലും കിട്ടിയാൽ അടിയാളർക്ക് സന്തോഷമായി എന്നു മാത്രം. തമ്പുരാന്റെ ആൾക്കാർ, 'നീ രണ്ടു ദിവസം കഴിഞ്ഞു വാ' എന്നു പറഞ്ഞാൽ കേട്ടവൻ ഒരു പ്രതീക്ഷയോടെ തിരിച്ചുപോകും. എന്തെങ്കിലും കിട്ടുമെന്ന പ്രതീക്ഷയിൽ അല്പനേരം കാത്തുനിന്നാൽ 'ഞെന്താ പോകാത്തത്' അണക്ക് ഒരു പണീല്ലെങ്കില്, ആ കന്ന്നെ കയിച്ചോണ്ട് പോയി തോട്ടിൽ കൊണ്ടോയി കുളിപ്പിച്ച് കൊണ്ടോയി കെട്ടീട്ട് പൊയ്ക്കോ' എന്നായിരിക്കും പറയുക. അപ്പോൾ ഒന്നും കിട്ടുകയില്ല എന്ന് സാധനം കൊണ്ടുകൊടുത്തവർക്ക് ഉറപ്പാകും. വിശന്നുപൊരിഞ്ഞ വയറുമായി നില്ക്കുന്ന അടിയാളൻ, സ്വരം പൊന്തിക്കാതെ, 'ഒരു കയിൽ കഞ്ഞിന്റെള്ളം കിട്ടിയാൽ....' എന്നെങ്ങാൻ മുക്കിയും മൂളിയും പറഞ്ഞാൽ, പുതിയ പായയെടുത്ത് അകത്തുകൊണ്ടു വെച്ച ആൾ പറയുന്നത് ഇങ്ങനെയാകാം: "കഞ്ഞിന്റേള്ളോന്നും പാർന്ന് വെച്ചിറ്റില്ലെടാ, ഉള്ളത് പയ്യിന്റെ വെള്ളത്തിൽ ആലേന്റെടുത്ത്ണ്ടാകും. അയിന്റാത്ത്ന്ന് ചെരട്ടോണ്ട് മുക്കിക്കുടിച്ചിറ്റ് പൊയ്ക്കോ."

ദിവസങ്ങൾ എടുത്ത് പായയുണ്ടാക്കിക്കൊണ്ടുകൊടുത്തിട്ട് അതിന് പ്രതിഫലമില്ല. ഒരു കണ്ടം ചക്ക അല്ലെങ്കിൽ രണ്ടുമാങ്ങ. അതുമല്ലെങ്കിൽ വയറ്റിലേക്കുള്ളത് എന്തെങ്കിലും. അല്ലെങ്കിൽ ചെരകിയതിന്റെ ബാക്കിയുള്ള ഒരു മുറി തേങ്ങയെങ്കിലും... ചേരയ്... 'ഇപ്പായ്ക്ക് ഒരു നെറോല്ല. ഒറപ്പൂല്ല, വേറെ രണ്ടെണ്ണം ണ്ടാക്കിക്കൊണ്ട് വാ. അന്നേരം എന്തെങ്കിലും തെരാൻ നോക്കാം.' എന്നു പറഞ്ഞാവും അടിയാളനെ ഓടിക്കുന്നത്. ഒരടിയാളന്റെ കുടുംബം ദിവസങ്ങളെടുത്ത് ഒരുല്പന്നമുണ്ടാക്കി തമ്പുരാന് കാഴ്ചവെച്ചാൽ അതിന് എന്തെങ്കിലും കിട്ടും

എന്നൊന്നും ഒരടിയാളനും മനസ്സിലൊന്നും ആഗ്രഹിക്കാറില്ല. ജീവിത കാലം മുഴുവൻ പണിയെടുത്ത് തമ്പുരാന് പൊന്നു വിളയിച്ചുകൊടുക്കുക എന്നതാണ് അവറ്റകളുടെ കുലധർമ്മം. അതിനിടയ്ക്ക് ഇങ്ങനെ കഷ്ട പ്പെട്ട് വല്ലതും ഉണ്ടാക്കിയാൽ, അടിയാളർ പുതിയ ഉല്പന്നം ഉപയോഗി ക്കാൻ പാടില്ല എന്ന നാട്ടുനിയമം നിലനിന്നിരുന്നു. അങ്ങനെ വല്ലതും ചെയ്താൽ ആ അടിയാളൻ പുലയനെ തച്ചുകൊന്നുകളയും. അവന്റെ ചാളയ്ക്ക് തീയും വെയ്ക്കും. പുതിയതുണ്ടാക്കി ഉപയോഗിക്കാൻ അടി യാളർക്ക് എന്ത് അവകാശം?

പുതിയത് ഉണ്ടാക്കിയാൽ ഉപയോഗിക്കാൻ പാടില്ല എന്നു മാത്രമല്ല, സ്വന്തം തമ്പുരാന് മാത്രമേ അതു കാഴ്ചവെയ്ക്കാനും പാടുള്ളൂ. തമ്പു രാന്റെ വീട്ടിൽ അവ ദമ്പടിയുണ്ടെങ്കിൽ അത് മറ്റേതെങ്കിലും തമ്പുരാനോ ബന്ധുവിനോ കൊണ്ടേ കാഴ്ചവെയ്ക്കാൻ കല്പിച്ചു എന്നിരിക്കും. അവിടെ തീണ്ടൽവട്ടം ദൂരെ കൊണ്ടുകാഴ്ച വെച്ചാൽ, അവിടെ നിന്ന് ഒരു നല്ല വർത്തമാനം ഒന്നും കേട്ടില്ലെങ്കിലും ഒരു സന്തോഷം മുഖത്തു കണ്ടു എന്നുവരാം. അടിയാളൻ പുലയന് അതുമാത്രമേ ആഗ്രഹവുമുള്ളൂ. തമ്പുരാൻ കുലങ്ങളെ എങ്ങനെയെങ്കിലും സന്തോഷപ്പെടുത്തുക? വായിൽ നിന്ന് നല്ലൊരു വാക്കു കേൾക്കും എന്നൊന്നും ബുദ്ധിഹീന രാണെങ്കിലും അവരൊന്നും സ്വതവേ പ്രതീക്ഷിക്കാറില്ല. മുഖത്ത് നല്ലൊരു തെളിച്ചം കണ്ടാൽ മതി. അടിയാളർ അതേ ആഗ്രഹിക്കുന്നു മുള്ളൂ. തമ്പുരാക്കന്മാരെ എങ്ങനെയെങ്കിലും ഒന്നു സന്തോഷിപ്പിക്കാൻ കഴിഞ്ഞെങ്കിൽ അതുമതി.

തമ്പുരാനെ സന്തോഷിപ്പിക്കാൻ കൊണ്ടുവരുന്ന ഉല്പന്നം, വട്ടിയോ പായോ തടുക്കോ അതെന്തായാലും അതിൽ കലശവെള്ളം തളിച്ച് ശുദ്ധി വരുത്തിയിട്ടേ യജമാനന്മാർ അതെടുത്ത് അകത്തുകൊണ്ടുപോയി വെയ്ക്കാറുള്ളൂ. അതെടുക്കുമ്പോഴേക്കും അടിയാളൻ തീണ്ടൽപ്പാടകലെ പോയിക്കഴിഞ്ഞിരിക്കുകയും വേണം. കാണിക്ക വെക്കുമ്പോഴത്തെ പ്പോലെ തന്നെ.

പായ കെട്ടാനും വട്ടിമടയാനും തടുക്കുണ്ടാക്കാനും അറിയുന്ന പുലയൻ ഓലച്ചീന്തിലേ കിടന്നുറങ്ങാൻ പാടുള്ളൂ. ചിലപ്പോൾ തമ്പുരാൻ കൊടുക്കുന്ന പഴയ ചാക്കിന്റെ കഷണം അതിന്മേൽ വിരിച്ചു എന്നു വരാം. അല്ലെങ്കിൽ അതുപോലെയെന്തെങ്കിലും തമ്പുരാൻ കനിഞ്ഞു കൊടുക്കുന്നത്.

തമ്പുരാന് പായകെട്ടി കാഴ്ചവെച്ച് അദ്ദേഹം അത് സ്വീകരിച്ചു കഴി ഞ്ഞാൽ ചിലപ്പോൾ അടിയാളൻ പഞ്ചപുച്ഛമടക്കി യാചിച്ചു എന്നിരിക്കാം: "ഒരു കണ്ടം പയേ പായെറ്റാനും....?" കീറി ഉപേക്ഷിച്ചതോ പശുകടിച്ച തിൽ ബാക്കിയായതോ ആയ ഒരു കഷണം പഴയ പായ തമ്പുരാന്റെ വീട്ടിൽ നിന്ന് എടുത്തെറിഞ്ഞു കിട്ടിയാൽ ആ കഷണം അവന് ഓല ച്ചീന്തിൽ വിരിച്ചുകിടന്നുറങ്ങാം.

ഒരുല്പന്നം നിർമ്മിച്ച് പുതുമയോടെ കൊണ്ടുപോയി കാഴ്ചവെച്ചാൽ, പ്രതിഫലം അവൻ പ്രതീക്ഷിക്കുന്നില്ലാത്തതുകൊണ്ട് പോകട്ടേ, ബാർട്ടർ സമ്പ്രദായത്തിൽ എന്തെങ്കിലുമൊന്ന് തിരികെ കൊടുക്കാനുള്ള വിശാല മനസ്കത തമ്പുരാൻ കുലങ്ങൾ സാധാരണ കാണിക്കാറില്ല. അതിന്റെ വില വരുന്നതുവേണ്ട. ഒരു ചിരട്ട കുടിവെള്ളം. രണ്ടു മാങ്ങ. ഒരു മുറി തേങ്ങ, എന്തെങ്കിലും? ഇല്ല. അതൊക്കെ അടിയാളന്റെ ചുമതലയാണെ ന്നതായിരുന്നു പൊതുവിശ്വാസം.

ഈങ്ങാ വള്ളിക്കാട് വെട്ടിത്തെളിയിച്ച് പറമ്പുകൊത്തിനിരത്തി തെങ്ങിൻതൈ നട്ടുപിടിപ്പിക്കാൻപോയ ചോയ്യന് വളപ്പിൽ നിന്നു കിട്ടിയ മുരുട ചാളപ്പൊത്തിൽ വെച്ചിരുന്നത് പുലരാൻ കാലത്താണ് ഓർമ്മ വന്നത്. പുലരുന്നതിനുമുമ്പേ പറമ്പിൽ പണിതുടരേണ്ടതാണ്. രാത്രി എന്തോ കാരണവശാൽ അറിയാതെ ഉറങ്ങിപ്പോയി. പണികഴിഞ്ഞുവരു മ്പോൾ കയ്യിൽ എടുത്തു കൊണ്ടുവന്ന മുരുടയുടെ കാര്യം മറന്നും പോയി. പഴയ ഓട്ടുമുരുടയാണെങ്കിലും അതിന് വല്ലാത്ത കനവുമുണ്ടാ യിരുന്നു. ഒരുപക്ഷേ, അത് താങ്ങിപ്പിടിച്ച് ചാളവരെ കൊണ്ടുവന്നതിനാ ലാകാം അവൻ ഉറങ്ങിപ്പോയത്.

കോഴികൂവുമ്പോൾത്തന്നെ ചോയ്യൻ ഞെട്ടിയെഴുന്നേറ്റു. കൊറുമ്പി മൺചട്ടിയിൽ പാർന്നുകൊടുത്ത പഴങ്കഞ്ഞി കുടിച്ച്, കൊപ്ലിച്ചു തുപ്പുന്ന തിനുപകരം മുറുക്കിച്ചോപ്പിച്ച് വായ്സുഖം വരുത്തി വെളിച്ചം തിരനോ ക്കുന്നതിനുമുമ്പേ അവൻ പണിസ്ഥലത്തേക്ക് പായാൻ തുടങ്ങി. പാഞ്ഞേ ടത്തു നിന്നു തിരിച്ചുവന്ന് ചാളപ്പൊത്തിൽ കയ്യിട്ട് മുരുട പുറത്തെടുത്തു. അതു തുറന്നു നോക്കാനുള്ള സാവകാശമൊന്നും ചോയ്യനുണ്ടായിരു ന്നില്ല. മുരുട അപ്പാടെ തന്റെ കൊറുമ്പാത്തിയെ ഏല്പിച്ച് അതിൽ എന്തു തന്നെയായാലും എടുത്ത് വെയിലത്തുനിരത്തിയിട്ട് ഉണക്കിവെയ്ക്കണം എന്ന നിർദ്ദേശവും ഭാര്യയ്ക്ക് കൊടുത്ത് സാധാരണപോലെ ചോയ്യൻ പണിസ്ഥലത്തേക്കു പാഞ്ഞു.

ഒമ്പത്

വെയിലു വന്നപ്പോൾ തന്റെ പുലയൻ തന്നേല്പിച്ച മുരുട കൊറുമ്പി എടുത്തു കൊണ്ടുവന്നു തുറന്നുനോക്കി. ഒരു പഴഞ്ചാക്കിന്റെ കഷണ ത്തിലേക്ക് അവൾ മുരുട തുറന്നുപിടിച്ച് കുലുക്കി. ചാക്കിൽ വീണ തുണ്ടുകളുടെ ചില ഭാഗങ്ങൾ വെയിലേറിൽ തിളങ്ങിയപ്പോൾ കൊറുമ്പി യുടെ കണ്ണ് മഞ്ഞളിച്ചുപോയി. തനിക്ക് ഒരിക്കലും കാണാൻ കഴിഞ്ഞി ട്ടില്ലാത്ത ആ സാധനം തന്റെയൊപ്പം മക്കളും കാണട്ടെയെന്നുവെച്ച് അവൾ കുട്ടികളെ വിളിച്ചു.

വെള്ളനും കന്യേയിയും തെയ്യോനും ക്ഗ്ഗേയിയും ഒരുമിച്ചു പാഞ്ഞെത്തി. ഇത് ആരും തൊടരുതെന്നും അച്ഛൻ രാത്രി പണികയറി വരുമ്പോഴേക്കും ഇതുണക്കിവെയ്ക്കണമെന്നും അമ്മ കുട്ടികളോടു പറഞ്ഞു. ചാക്ക് കഷണത്തിന്റെ ചുറ്റും കുട്ടികൾ കൂടിയിരുന്നു. ചേറ് തേഞ്ഞുപോയ ഭാഗങ്ങളിൽ നക്ഷത്രക്കൂട്ടങ്ങൾ തിളങ്ങിയപ്പോൾ ഏറ്റവും കീഴെയുള്ള പെൺകുട്ടിക്ക് അതൊന്നു തൊട്ടു നോക്കുവാൻ മോഹമായി.

ചേറുള്ള അവളുടെ കയ്യിൽ ഒന്നു രണ്ടെണ്ണമെടുത്ത് അവളത് ഓമനിച്ചപ്പോഴേക്കും അവ കൂടുതൽ തിളങ്ങാൻ തുടങ്ങി. പൊടിപിടിച്ചു കിടന്ന ഭാഗങ്ങൾ കുഞ്ഞുവിരലുകളിൽ തട്ടി ക്ലാവ് ഒഴിഞ്ഞുപോയ ഭാഗങ്ങളിലാണ് നക്ഷത്രങ്ങൾ കയറി മിന്നിയത്.

ക്ഗ്ഗേയിയെത്തുടർന്ന് തെയ്യോനും കന്യേയിയും വെള്ളനും അവയെടുത്ത് കണ്ണോടുചേർത്തുനോക്കി. കണ്ണൊക്കെ ചിമ്മിപ്പോയപ്പോൾ കുട്ടികൾ അവയെല്ലാം ചാക്കുകഷണത്തിൽത്തന്നെ നിക്ഷേപിച്ചു.

ഇവ ആമാടപ്പൊന്നാകാമെന്ന് കൊറുമ്പി മനസ്സിൽ പെക്കറപ്പെട്ടു. അങ്ങനെയെങ്കിൽ അത് തമ്പുരാനും കോയ്മയ്ക്കും ഒന്നുമല്ല കാഴ്ച വെക്കേണ്ടത്. രാജാവിന് കാഴ്ചവെയ്ക്കണം. പുലയന് രാജാവിനെ ദർശിക്കാൻ കഴിയുമോ? അതില്ല. അപ്പോൾ കോയ്മയ്ക്ക് കാഴ്ചവെയ്ക്കാം... അത്തരം പല വിചാരങ്ങളുമായി അമ്മയും മക്കളും മാറി മാറി കാവൽ നിന്ന് വൈകുന്നേരം വരെ ആമാടപ്പൊന്ന് ഉണക്കി.

ഇവ ആരും കാണരുതെന്നും കാക്കയും കൂവ്വയും കൊത്തിക്കൊണ്ടു പോകരുതെന്നും ചോയ്യൻ പറഞ്ഞേല്പിച്ചതാണ്. പക്ഷേ, വൈകുന്നേരം ഉണക്കം മതിയെന്നു നിനച്ച് സാധനം പഴഞ്ചാക്കിൻ കഷണത്തിൽ പൊതിഞ്ഞെടുക്കുമ്പോഴാണ് കള്ളുചെത്താൻ തീയൻ കുനിയിൽ കയറി വന്നത്. കള്ളുചെത്തുന്ന രാമോട്ടിക്ക് സാധനം കണ്ടപ്പോൾത്തന്നെ സംഭവം മനസ്സിലായി. അവനത് കിട്ടിയാൽ കോയ്മയ്ക്ക് കാഴ്ച വെയ്ക്കാം. അങ്ങനെ ആയാൽ കുറച്ചുകൂടി തെങ്ങുകൾ കള്ളുചെത്താനായി അവനനുവദിച്ചുകിട്ടും. അവനതിനായി പൊലയിയോട് കെഞ്ചി. അവൾ കൊടുത്തില്ല. ചാക്കുപൊതിയുമായി കൊറുമ്പി ചാളയിലേക്ക് വലിഞ്ഞു. "പൊലയേ്യ... അണക്ക് ഞാൻ അല്ലിക്കള്ള് തരാം... ഞ്ഞത് രണ്ടെണ്ണ ങ്ങെട്'."

കൈവിട്ടു കിട്ടുകയില്ലെന്നായപ്പോൾ തീയൻ രണ്ടെണ്ണം കിട്ടുവാൻ കെഞ്ചി.

"അതൊന്നുമ്മരെല... ഓന്തിക്കൊലേനന്നാൽ ന്നൊല്ലും." മൂവന്തി കഴിഞ്ഞ് തന്റെ പുലയൻ അതുവന്നു പരിശോധിച്ചിട്ട് അതിൽ എന്തെങ്കിലും വ്യത്യാസം കണ്ടാൽ അയാൾ തന്നെ കൊന്നുകളയുമെന്ന വസ്തുതയും അവൾ പറഞ്ഞു. പിന്നെ തീയൻ ഭീഷണിയുടെ സ്വരമെടുത്തു. കള്ളുകത്തികൊണ്ട് നിന്നെയും ചെറുമ്മക്കളേയും അരിഞ്ഞു

കളയുമെന്നും ചാളപൊളിച്ച് താനതെടുത്തുകൊണ്ടുപോകുമെന്നും രാമോട്ടി ഭീഷണിപ്പെടുത്തി. പുലയിയുടെ മുഖഭാവം കണ്ട് ഉള്ളുകാളിയ തീയൻ എന്തൊക്കെയോ പുലമ്പിക്കൊണ്ട് കടന്നുപോയി.

പണികഴിഞ്ഞ് മോന്തി കറുത്തപ്പോൾ, സാധാരണപോലെ രാമോട്ടി യുടെ പുരയിടത്തിനു താഴത്തുനിന്ന് ചോയ്യൻ വിളിച്ചു: "രാമോട്ടിപ്പാട്ട്ളാ എനക്ക് കള്ള്."

"ഞ്ഞ് പോടാ. അണക്കൂട കള്ളില്ല."

"കുരുത്തക്കെട് പറേല്ലേ - എനക്ക് ങ്ങ് പോണ്ടീനു."

"ഞ്ഞ്പോയാലും മയക്കുല്ല, ബന്നാലും മയക്കില്ല. ഞ്ഞ് പോടാ ചെൽക്കാണ്ട്."

അറത്തു മുറിച്ചാണ് രാമോട്ടി പറയുന്നതെന്നു കണ്ട് അന്തം വിട്ടു ചോയ്യൻ. സാധാരണ സമാധാനത്തിലും ലോഹ്യത്തിലും നില്ക്കാറുള്ള രാമോട്ടിപ്പാട്ട്ളാന്റെ ഭാവവ്യത്യാസം ചോയ്യന് ഉൾക്കൊള്ളാനായില്ല. അതിൽ ഒന്നും രണ്ടും പറഞ്ഞ് അവർ തമ്മിൽ തെറ്റുകയും ചെയ്തു. തെറ്റിയ നിലയിൽ രണ്ടു കഷണം ആമാടപ്പൊന്നു കൊടുക്കാത്ത കാര്യവും വിഷയമായി. അപ്പോൾ മാത്രമാണ് അസാധാരണമായ രാമോട്ടിയിലെ മാറ്റത്തിനെക്കുറിച്ച് ചോയ്യന് ബോധ്യവും ഓർമ്മയും ഉണ്ടായത്.

ഇങ്ങനെയൊരു സാധനം വീട്ടിലെത്തിയ കാരണത്താൽ യുഗയുഗാന്തരങ്ങളോളമായി, കള്ളുകുടിക്കാൻ തുടങ്ങുന്ന കാലം തുടങ്ങി, നല്ല അടുപ്പവും സൗഹൃദവുമുള്ള നിലയിലായിരുന്ന ആ കൂട്ടുകാർ തമ്മിൽ തെറ്റി. കള്ളില്ലെങ്കിൽ നാടൻ റാക്ക് കിട്ടിയാൽ മതി ചോയ്യന്. അതും ഒരിറക്ക് രാമോട്ടി കൊടുത്തില്ല. രണ്ടു സാധനവും രാമോട്ടിയുടെ നടുവകത്തുണ്ട്. അതാണല്ലോ രാമോട്ടിയുടെ ജീവനോപായം!

ജീവിതത്തിൽ ഒരിക്കലും തമ്മിൽ തെറ്റിയിട്ടില്ലാത്ത രാമോട്ടിയും ചോയ്യനും തമ്മിലുള്ള അടുത്ത ബന്ധം ആ രാത്രിയിൽ മുറിഞ്ഞപോലെയായി.

നേരം വെളിച്ചമാകേണ്ട താമസം രാമോട്ടി കോയ്മയുടെ തറവാട്ടു ചാരേക്കോടി. രാമോട്ടി ചോയ്യനുമായുള്ള വിരോധം കാരണം അന്ധനായിക്കഴിഞ്ഞിരുന്നു. ചോയ്യനെ ഏറ്റവും വലിയ കുറ്റവാളിയായി കോയ്മയുടെ മുന്നിൽ അവതരിപ്പിക്കുക എന്നതായിരുന്നു അന്ന് രാമോട്ടിയുടെ ദൗത്യം. അതുകൊണ്ടയാൾ കണ്ടുപിടിച്ച വഴി എളുപ്പമേറിയതായിരുന്നു. 'കള്ളുകുടിച്ചു ലക്കുതെറ്റുന്നതിനുമുന്നേ ചോയ്യൻ ഇന്നലെ കോയ്മേനെ ഞായക്കേടുപറയാൻ തുടങ്ങി' എന്ന ഒരു കഥയാണ് രാമോട്ടി മെനഞ്ഞത്. അതയാൾ പറഞ്ഞു തുടങ്ങി:

"കണ്ണിന്റെ കണ്ണായ കോയ്മേ, പടച്ചോന്റെ പടച്ചോനായ കോയ്മേ, ഒരു കാര്യോല്ലാണ്ട് മ്മളെ ചോയ്യൻ കോയ്മ്മേനെ ഞായക്കേട്

പറഞ്ഞിക്ക്. ഓനൊരു പക്കേങ്കിലിനി കോയ്മ്മേന്റെ മൊനാശയില്ലാത്ത മട്ടാന്ന്നല്ലെ നയമ്പ്തൊട്ടേ...”

തന്നെ ആരെങ്കിലും ഞായക്കേട് പറഞ്ഞിരിക്കുന്നു എന്നു കേട്ടാൽ കോയ്മയുണ്ടോ ക്ഷമിച്ചിരിക്കുന്നു! നാടുവാഴിയുടെ നാട്ടുപ്രതിയാണ് കോയ്മ. അതും ഞായക്കേട് പറഞ്ഞത് ഒരു സാധാരണ ആശ്രിതനല്ല. തനി വയലിൽക്കെടക്കുന്ന അടിയാളൻ പുലയൻ. വയലിൽക്കിടക്കുന്ന ഞണ്ടിന്റേയോ ഞാഞ്ഞൂലിന്റേയോ വിലയില്ലാത്തോൻ. കീക്കിടയില്ലാത്ത സംഭവം. ചരിത്രത്തിൽ സംഭവിക്കാത്ത സംഭവം.

തീണ്ടൽപ്പാട് ദൂരെ നിന്ന്, മുഖത്തുനോക്കി സംസാരിക്കാൻ അവകാശമില്ലാത്തവൻ. അത്തരം ഒരുത്തൻ നാടുവാഴിയുടെ നാട്ടുപ്രതിനിധിയെ ഞായക്കേടു പറയുകയോ? ചിന്തിക്കാനാവില്ല.

“ഞ്ഞോനേങ്ങ് വിളിപ്പിക്ക്.”

തൊട്ടടുത്ത മുറ്റത്ത് ആജ്ഞ കാത്തുനിന്ന കാര്യസ്ഥനോടായി കോയ്മ പറഞ്ഞു. ‘അവന്റെ തല വെട്ടിക്കളയാം ’-കോയ്മ മനസ്സിലും പറഞ്ഞു.

വെപ്രാളപ്പെട്ട് ചോര തിളച്ച കാര്യസ്ഥൻ വയലിലെ ചോയ്യന്റെ ചാളയ്ക്കു ചാരേക്കാണ് പാഞ്ഞത്. ചോയ്യൻ അവിടെ ഉണ്ടായിരുന്നില്ല. പകൽ അടിയാളനുണ്ടോ ചാളക്കുടിലിൽ നില്ക്കുന്നു? അവൻ ഈങ്ങ വെട്ടിനിരത്തിയ ആൾപ്പാർപ്പില്ലാത്ത പഴയ ഇല്ലപ്പറമ്പ് കൊത്തിനിരത്തുകയാണല്ലോ.

അവന്റെ അരയിൽ ഒരു മാറാപ്പുതൂങ്ങുന്നുണ്ട്. ഒരു കറുത്ത കുടുക്ക പോലെ, നാണം മറച്ച തുണിക്കഷണത്തിനുമേലെ, പാന്താപ്പൊളികൊണ്ട് ഒരു ഈങ്ങിയ ചാക്കിൻകണ്ടം അരയിൽ തൂക്കി കെട്ടിയിരിക്കുന്നു. കാര്യസ്ഥൻ കൊള്ളുകയറിയതറിയാതെ ചോയ്യൻ പണിത്തെരക്കിലായിരുന്നു. തന്റെ ജീവനുള്ളതുകൊണ്ട് തമ്പ്രാനുണ്ടാക്കണം. കോയ്മയ്ക്കുണ്ടാക്കണം.

അരയിൽ ഭാരം തൂങ്ങിയാലും കൊത്തുപണിക്കത് ഭംഗം നില്ക്കുന്നില്ല. അത്, തലേന്ന് കൊത്തുമ്പോൾ കിട്ടിയ മുരുട കൊയ്മയ്ക്കു കാഴ്ച വെയ്ക്കാതെ രാജാവ് എഴുന്നള്ളുമ്പോൾ കാഴ്ച വെയ്ക്കാം എന്ന് ചെറുമി മോന്തിക്കൊരഭിപ്രായം പറഞ്ഞതാണ്. അത് ഓടും കിറുക്കുമൊന്നുമായിരിക്കില്ല. അത് ആമാടപ്പൊന്നായിരിക്കും എന്നും അവൾ സന്ദേഹിച്ചു.

“ഞ്ഞ് ചെലക്കാണ്ട് പോ”, ചോയ്യൻ പറഞ്ഞു: “എന്തായാലും അത് കോയ്മന്റവകാശം. കോയ്മക്കുള്ളോണ്ടാ അടിയാളര് തൂളി കുത്തി എള്ളാം മുടിക്കുന്നത്.”

സംസാരം ദീർഘമായി നടന്നെങ്കിലും കൊറുമ്പിയുടെ അഭിപ്രായമൊന്നും ചോയ്യൻ വിലയ്ക്കെടുത്തില്ല. കാരണം അവൾ അഹന്ത

പറയുകയാണ്. അവമതി പറയുകയാണ്. ആമാടപ്പൊന്നാണേലും ഓട്ടുങ്കിറുക്കാണേലും കോയ്മയ്ക്കേ അത് കാഴ്ചവെയ്ക്കൂ എന്ന് ചോയ്യൻ അവസാന തീരുമാനം പറഞ്ഞു.

കോയ്മയെത്തന്നെ മുഖം കാണിക്കാൻ പറ്റില്ല. വീട്ടിൽ ചെന്നാൽ മുറ്റത്തു കേറാനാകില്ല. കോണിയും തൊടരുത്. വഴി വരമ്പിന്റെ താഴെ കണ്ടത്തിൽ മറഞ്ഞുനിന്നേ കൂട്ടം പറയാവൂ. അതും നാവെടുക്കുന്ന തൊള്ള പാതി കയ്യുകൊണ്ടു മറച്ചിട്ട്.

ചോയ്യൻ കരുതി: ആവൂല മെനക്കെടാൻ. അന്നേരത്തിന് കുറച്ച് പണി നടന്നാൽ അത്രയായി. അവൻ മനസ്സുകൊണ്ടു കരുതി. ആരെങ്കിലും വന്നാൽ കൊടുത്തയയ്ക്കാം. മുഖം കാണിക്കാൻ നിന്നാൽ അത്രയേറെ നേരം നഷ്ടപ്പെടും. എങ്ങനെയായാലും നമ്മളെ കോയ്മയ്ക്കല്ലേ എത്തേണ്ടത്. ചാളയിൽ വെച്ചുപോന്നാൽ കള്ളുചെത്തുകാരനെപ്പോലെ ഏതെങ്കിലും ദുർമുഖങ്ങൾ വരും. അവർ ആവശ്യപ്പെടും. കോയ്മയ്ക്കു കാഴ്ചവെയ്ക്കാനുള്ളതാണെന്നു പറഞ്ഞാലും ഒന്നും രണ്ടും പറഞ്ഞു തർക്കിക്കണം. പോരെങ്കിൽ, അതിൽ ഒന്നോ രണ്ടോ എണ്ണം അവർക്കു വേണം. അതിൽ നിന്നെടുത്തത് ചോയ്യൻ പറയാതിരുന്നാൽ മതിയല്ലോ. അതാവും അവരുടെ ന്യായം. ഒരു പൊല്ലാപ്പും വേണ്ട.

മുരുട പാന്തോം കൊണ്ട് അരയിൽ കെട്ടി പണിസ്ഥലത്തേക്ക് എടുത്തു. അത് കാഴ്ചവെയ്ക്കാൻ കൊണ്ടുപോയാൽ തീർക്കാനുള്ള പണി തീരില്ല. വെളിച്ചമുള്ള പകൽ മുഴുവനും പണിഞ്ഞിട്ടും തീരാതെ, ഇനി ആ പണി തീർക്കുവാനായി ഇരുട്ടും കുരട്ടി, കണ്ണും മൂക്കും തിരിയാതെ മോന്തിക്കും അവിടെ പണിചെയ്യുവാനാവില്ല. നാലോ അഞ്ചോ ഏക്രയുള്ള ഒരു കാടുകയറിയ പറമ്പ്, കാടു തെളിച്ച് കൊത്തി നിരത്താൻ ഇത്ര ദിവസം എന്നില്ലേ?

പണിയും തീർക്കണം. മൊതലെന്തെങ്കിലും കയ്യിൽ വന്നാൽ അത് കോയ്മയ്ക്ക് എത്തിക്കുകയും വേണം. വഴിയിൽ അതു നഷ്ടപ്പെടുകയും അരുത്. കോയ്മയ്ക്ക് ഉണ്ടെങ്കിലല്ലേ തൂളികുത്തി വെള്ളംകുടിച്ച് കിടക്കാനാവൂ. മരിക്കുമ്പോഴും ആ ഒരു ചിന്ത വേണം. അതാണ് ചോയ്യന്റെ ഉള്ളിൽ.

അതുകൊണ്ട് ഏതെങ്കിലും കാര്യസ്ഥന്മാരോ സേവകരോ അതു വഴി വന്നാൽ മുരുടപ്പൊതി കോയ്മയ്ക്ക് എത്തിക്കണം എന്നു വിചാരിച്ച് എല്ലു മുറിച്ച് പണിതുടരുമ്പോഴാണ് കാര്യസ്ഥന്റെ മുഖം ഒരു കാഴ്ചപ്പാടകലെ.

"പൊല നായിന്റെ മോനേ, അണക്കുപ്പം കണ്ണൊന്നും കാണൂലല്ലേ...? ആമാടപ്പൊന്നും വിറ്റ് അന്റെ പൊലയ്നെ പാവാടേം ഉടുപ്പിച്ച് നിറ്ത്തം ചെയ്യാനാടാ അന്റെ ഭാവം?"

പെട്ടെന്ന് കാര്യസ്ഥന്റെ ഭാവവ്യത്യാസം ഉൾക്കൊള്ളാനാകാതെ ചോയ്യൻ മുരടനക്കി:

“അമ്പ്രാനെന്തെയ്നു അറഞ്ഞീനിയത്?” കാര്യസ്ഥൻ നിന്നു തിളച്ചു:

“പൊല നായിന്റെ മോനേ ചെല്ലെടാ-കോയ്മ അണക്ക് കോടി വിരിച്ച് കാത്ത് നിക്ക്വാ. നന്നിയില്ലാത്ത നായിപ്പൊലയനെ സ്വീകരിക്കാൻ! ചെല്ലെടാ നായ്യേ.”

കാര്യസ്ഥൻ കോയ്മയുടെ സന്ദേശം ഇങ്ങനെയാണ് ചോയ്യനിൽ എത്തിച്ചത്.

അവന്റെ പണിയായുധമായ പടന്നയെ ബഹുമാനിച്ച് നേരെയെടുത്തുവെച്ച് ചോയ്യൻ കോയ്മയുടെ പടിപ്പുര ലക്ഷ്യമാക്കി പാഞ്ഞു. വലിയ നടവരമ്പുകൾ ഒഴിവാക്കി ചേറുവഴികളിലൂടെയാണ് അവൻ പാഞ്ഞത്. യജമാനസ്നേഹത്തിന്റെ പുത്തൻതാളം പോലെ അവന്റെ അരയിലെ തൂക്കുകെട്ടിൽ നിന്ന് ചിലമ്പൊലി ശബ്ദം കാറ്റിലലിയുന്നുണ്ടായിരുന്നു.

“പിടിച്ചുകെട്ടവനെ.”

കോയ്മയുടെ ഇടിമുഴക്കം പോലുള്ള ശബ്ദമാണ് നടവരമ്പിന് കീഴെ നിന്ന് കിതയ്ക്കുമ്പോൾ ചോയ്യനെ വരവേറ്റത്.

നടവരമ്പിന്റെ താഴെ ഒറ്റപ്പെട്ടു വളർന്നു നില്ക്കുന്ന താന്നി മരത്തിൽ ചൂടിയും കയറും കൊണ്ട് അവൻ കെട്ടിയിടപ്പെട്ടു. യജമാനസ്നേഹം കൊണ്ട് അവന്റെ ശരീരത്തിൽ നിന്നൊഴുകിയ വിയർപ്പിനേക്കാൾ അവന്റെ കഴുത്തിലും കയ്യിലും കാലിലും മേലും നിന്ന് ചോര പൊടിഞ്ഞൊലിക്കാൻ തുടങ്ങി.

പത്ത്

തേവൻമടത്തിൽ കോയ്മ വിവരം ചൊല്ലിയയച്ചതുപ്രകാരം അടുത്ത പ്രദേശങ്ങളിലുള്ള കോയ്മകളൊക്കെ തേവൻമടത്തിൽ തറവാട്ടിലേക്ക് എത്തിത്തുടങ്ങി. മൺകൂട്ടത്തിൽ കോയ്മ മൂന്നുനാല് അനുചരന്മാരുമായി വടക്കേ നടവരമ്പിലൂടെയാണ് എത്തിയത്. പടിപ്പുരയിലേക്ക് ചുവടുവെയ്ക്കുന്നതിന് ഏതാനും വാരമുമ്പുതന്നെ കുറച്ചകലെയായി കണ്ടത്തിൽ, വലിയവരമ്പിന് താഴെയുള്ള വരമ്പിന്റെ പള്ളയിൽ, വളർന്ന് ഉയർന്നു നില്ക്കുന്ന താന്നിമരത്തിന്റെ കുണ്ടയിൽ, കെട്ടിവരിയപ്പെട്ട ഒരു കറുത്ത രൂപം കാണാം. സ്വീകരിക്കാൻ പടിപ്പുര ഇറങ്ങി വന്ന കാര്യസ്ഥന്മാരോടായി കോയ്മകൾ ചോദിച്ചു:

“അതാന്നോ..? തമ്പിരാനെ ഞായക്കേട് പറഞ്ഞ... ബെട്ടണ്ടേ തല?”

ഓച്ഛാനിച്ച് ഒതുങ്ങി നിന്ന തേവൻമടത്തിലെ കാര്യസ്ഥന്മാർ ‘അതേ’ എന്ന അർത്ഥത്തിൽ തലയാട്ടി.

മൺകൂട്ടത്തിൽ കോയ്മ സ്വയമേവയെന്നവണ്ണം തുടർന്നു.:

"എന്താ കഥ...! കോയിമ്മേന ഞായക്കേട് പറയാനും അടിയാളൻ വളന്നു... അതും ബയല്ക്കെടക്ക്ന്ന പൊലേൻ!"

ഉള്ളിൽ കടിച്ചു നിർത്തിയ പരമപുച്ഛം പുറത്തെടുക്കാതെ ആഗതൻ പടിപ്പുര ലക്ഷ്യമായി നീങ്ങി. രണ്ടാംമുണ്ടിന്റെ മടക്ക് കഴുത്തിലേക്ക് നേരെയാക്കി. ഉയർത്തിമാടിക്കെട്ടിയ മല്ലുമുണ്ടിന്റെ ഇടയിലൂടെ പൃഷ്ഠത്തിലും കാലിലും ചോര കുറഞ്ഞു തുടങ്ങിയ നീണ്ട കൈവിരലുകൾ പായിച്ച് അതിന്റെ നേരിയ സുഖം നുകർന്നുകൊണ്ട് വന്ദ്യവയോധികനായ മൺകൂട്ടത്തിൽ കോയ്മ പടിപ്പുര ലക്ഷ്യം വെച്ചു. എണ്ണയുടേയും കുഴമ്പിന്റേയും വറ്റാത്ത മയം തെളിഞ്ഞു നില്ക്കുന്ന പൃഷ്ഠത്തിലും തുടയിലും ആക്രമണം തുടങ്ങിയ വാതത്തിന്റെ നീർക്കെട്ട് ഒളിഞ്ഞു കാണുന്ന പൃഷ്ഠ ദർശകന്മാർക്ക് വ്യക്തമായും മനസ്സിലാക്കാൻ കഴിയും. പടിപ്പുര ചുവടുവെച്ചുയരുമ്പോൾ രണ്ടുമൂന്നു കാര്യസ്ഥന്മാർ അദ്ദേഹത്തെ താങ്ങി.

പടിപ്പുരയിറങ്ങി മുറ്റത്തുകൂടി കോലായ ലക്ഷ്യം വയ്ക്കുമ്പോഴേക്കും കോലായിക്കൂട്ടിൽ വലിയ ചാരുകസാരയിൽ വിശ്രമിക്കുകയായിരുന്ന തേവൻമടത്തിൽ കോയ്മ ബഹുമാനസൂചകമായി ചാരുകസാരയിൽനിന്ന് എഴുന്നേറ്റു. ഒരുക്കിയിട്ടിരുന്ന മറ്റൊരു ചാരുകസാരയിലേക്ക് മൺകൂട്ടത്തിൽ കോയ്മ ചായുമ്പോഴേക്കും സംഭാരവുമായി തേവൻമടത്തിൽ മങ്ക ഒരുങ്ങി നില്ക്കുന്നുണ്ടായിരുന്നു. ചോപ്പുരാശി നിരന്ന അവളുടെ മുലകളിൽ, ചത്തേടത്തു നിന്ന് ഉയർന്നു വരുന്ന ഏതോ ഒരു വികാരത്തിനെ ഉദ്ദീപിപ്പിച്ചുകൊണ്ട് പുറത്തുനില്ക്കുന്നവർക്ക് വാത്സല്യം നിമിത്തമെന്ന് തോന്നത്തക്കവണ്ണം കാർണോർ തഴുകി. ചത്തുതുടങ്ങിയ അദ്ദേഹത്തിലെ ആന്തരനാഡികൾ ഉള്ളിൽ ഉദ്ദീപനമണിയുമ്പോൾ ചോരപ്പാട് വറ്റിത്തുടങ്ങിയ ശോഷിച്ച വിരലുകളിലെ അതുവരെ സ്വന്തം കുണ്ടി തടവിയ മണം വാർദ്ധക്യത്തിന്റെ ഊഷരതയാണെന്ന് മനസ്സിൽ കൊള്ളാൻ മാത്രം മങ്കയുടെ ഉള്ളം വലുതായിരുന്നു. ചാരുപടിയിൽ താണ വൃദ്ധന് സംഭാരം കുടിപ്പിച്ചുകൊണ്ട് ഉരുമ്മിച്ചാരിയിരുന്ന മങ്കയുടെ, ഒരിക്കലും വഴങ്ങുകയില്ലെന്ന് ഉദ്ഘോഷിക്കുന്നതുപോലെ, അവളുടെ മേൽമുണ്ടിൽനിന്ന് സ്വേച്ഛപ്രകാരം പുറത്തുചാടിയ പോർമുലകൾ വൃദ്ധന്റെ മേനിയിൽ അമരുമ്പോൾ ഇഹലോകവാസം അവസാനിപ്പിക്കുന്ന ഒരു ശിശുവിന് താൻ മുലയൂട്ടുന്നു എന്ന വികാരമായിരുന്നു അവളുടെ ഉള്ളിൽ. പിതാവായ കോയ്മയുടെ മുന്നിൽ നിന്നാണെങ്കിലും ഐശ്വര്യം വിതുമ്പുന്ന മങ്കയുടെ മുലകൾ ദർശിച്ച നയനസുഖം, ഓച്ഛാനിച്ചു നിന്ന കാര്യസ്ഥന്മാരുടെ കരളുകളിൽ അസ്തമയസൂര്യന്റെ കടുത്ത പ്രസാദം ധ്വനിപ്പിച്ചു. തേവൻമടത്തിലെ കോയ്മയുടെ ദൃഷ്ടികൾ ആഗതന്റെ ശോഷിച്ചുതുടങ്ങിയ ചിറിയിൽ നിന്നും ഒഴിഞ്ഞു പോകുന്ന

സംഭാരത്തുള്ളികളിലായിരുന്നപ്പോൾ ഓച്ഛാനിച്ച് ഒതുങ്ങിനിന്ന ഭൃത്യന്മാരുടേയും കാര്യസ്ഥന്മാരുടേയും ഒളിപ്പിച്ചുവെച്ച കണ്ണുകൾ മങ്കയുടെ ശംഖുപോലെ തുടിയ്ക്കുന്ന കഴുത്തിലും ലോകോത്തമത്തത മുഴുവൻ ആവാഹിച്ചുനില്ക്കുന്ന, കാണാവുന്നേടത്തോളം കാണാവുന്ന അപൂർവ്വ മുലകളിലെ അപാരദൃശ്യവിരുന്നിൽത്തന്നെയും ആയിരുന്നു.

സംഭാരം കുടിപ്പിച്ച് മങ്ക എഴുന്നേറ്റപ്പോഴേക്കും അവളുടെ രണ്ടാംമുണ്ട് അതിന്റെ കർത്തവ്യം ഏറ്റെടുക്കുന്നതുപോലെ പോർമുലകളിൽ യവനികയിട്ടു. ഓച്ഛാനിച്ച് മാറിനില്ക്കുന്ന കാര്യസ്ഥന്മാരുടേയും ഭൃത്യഗണത്തിന്റേയും കള്ളക്കണ്ണുകളിൽ സൂര്യാസ്തമയം സംഭവിച്ചു. മങ്ക അകത്തേക്കു തിരിച്ചുനടക്കുമ്പോഴേക്കും കഞ്ഞിമുക്കി മടങ്ങി ഞെളിയുന്ന സ്വർണ്ണക്കസവുള്ള മുണ്ടിന് താഴെ ഒതുങ്ങുകയില്ലെന്ന് ഉദ്ഘോഷിക്കുന്ന നിതംബദ്വയങ്ങൾ ഒന്നരയുടെ മരണപ്പിടിയിൽ ലോകത്തെ പരിഹസിച്ചുകൊണ്ട് മറഞ്ഞുപോയി. അന്നങ്ങനെ ആ കോലായയിൽ ഒരു ലോകാവസാനവും സംഭവിച്ചു.

മൺകൂട്ടത്തിൽ കോയ്മ വന്നതുപോലെ പിന്നെയും ഒന്നു രണ്ടു കോയ്മകൾ കൂടി അന്ന് തേവൻ മടത്തിൽ തറവാട്ടിൽ വിരുന്നുവന്നു. കോയ്മമാരെ മങ്കയും അമ്മയും ഇളയമ്മയും സംഭാരം കുടിപ്പിച്ചു. തേവൻമടത്തിൽ കോയ്മ വിവരം ചൊല്ലി അയച്ചതുപ്രകാരമാണ് അടുത്ത പ്രദേശങ്ങളിലുള്ള കോയ്മകൾ അവിടെ സൗഹൃദസന്ദർശനം നടത്തിയത്. വയലിൽ കിടക്കുന്ന ഒരു അടിമപ്പുലയൻ കോയ്മയ്ക്കെതിരെ പരാമർശം നടത്തിയതായി വിവരം കിട്ടിയിരിക്കുന്നു. കോയ്മയ്ക്കെതിരെ കള്ളുചെത്തുന്ന തീയനോട് ഞായക്കേട് പറഞ്ഞിരിക്കുന്നു. അങ്ങനെ ഒരടിമപ്പുലയനുണ്ടെങ്കിൽ അവനെ വരുത്തി, പിടിച്ചുകെട്ടി, തലവെട്ടിക്കളഞ്ഞാൽ മതി. അത് ശീലമാക്കുന്നത് ശരിയല്ലല്ലോ. കോഴിക്കോട്ടു രാജാവും കൊടുങ്ങല്ലൂർ തമ്പുരാക്കന്മാരുമായി വരുന്ന പുതിയ തലമുറക്കാർ ക്ഷിപ്രവധത്തിന് എതിരെ അഭിപ്രായപ്രകടനം നടത്തിത്തുടങ്ങിയുമിരിക്കുന്നു. ഒരു അടിമപ്പുലയന്റെ തലവെട്ടിയെന്നുവെച്ച് ഒരു പൂച്ചയും അറിയാൻ പോകുന്നില്ല. പക്ഷേ, വല്ല വിദ്വാനയും കൊടുങ്ങല്ലൂർ തമ്പുരാന്റേയോ മറ്റോ ചെവിയിലെത്തിയാൽ...

അങ്ങനെയൊരഭിപ്രായ പ്രകടനത്തിന് അവസരം ഉണ്ടാക്കിവെയ്ക്കേണ്ടല്ലോ. അതുകൊണ്ടാണ് അടുത്ത നാട്ടുമ്പുറത്തുള്ള കോയ്മകളുടെ സാന്നിദ്ധ്യം തേടിയേക്കാമെന്ന് തേവൻമടത്തിൽ കോയ്മ മനസ്സുകൊണ്ടാലോചിച്ചത്. മൺകൂട്ടത്തിലും മായത്തറയിലും ഊരവട്ടത്തിലും ആളെ അയച്ചത്!

തറവാട്ടിലെ സുന്ദരീമണികൾ കോയ്മകളെ സംഭാരം കുടിപ്പിച്ചിരുത്തി യാത്രാക്ഷീണമകറ്റി. കാര്യസ്ഥന്മാർക്കും ഭൃത്യന്മാർക്കും ചാരുപടിയിൽ സംഭാരപ്പാള കിട്ടി. വറുത്തുപൊടിച്ച പുഴുങ്ങലരിയിൽ വെല്ലവും

കൊട്ടത്തേങ്ങയും ചെത്തിയിട്ട് ഉരുട്ടിപ്പിടിച്ചുണ്ടാക്കിയ ഓരോ റാത്തലി ലധികം തൂക്കം വരുന്ന ഉണ്ടപ്പലഹാരം കിട്ടി. സ്വീകരണങ്ങൾക്കിടയിൽ മധുര മീനാക്ഷികളായ സുന്ദരീമണികളുടെ കാറ്റുംവെയിലും കൊള്ളാത്ത അപൂർവ്വ ശരീരഭാഗങ്ങളുടെ അവിചാരിത ദർശനം കിട്ടി.

“ആലോയിക്കാനും തീർച്ചപ്പെടുത്താനും ഒന്നൂല്ലാ’ മായത്തരക്കോയ്മ യാണ് വിഷയത്തിലേക്ക് ആദ്യം ചുവടുവെച്ചത്: “മീട്ടത്തുനോക്കി വാക്ക് പറയാൻ പാടില്ലാത്തോൻ മേപ്പാഞ്ഞുകേരാൻ നോക്ക്യാല് വെച്ചേ ക്കാമ്പറ്റൂല.”

“നേര്യെന്നെ. ചെർമ്മക്കള് ന്ക്കണ്ടേടാട്ത്ത് നിക്കണം.” ഊരവട്ടത്തിൽ കോയ്മ മായത്തരക്കോയ്മ പറഞ്ഞതിനെ പിന്താങ്ങി: “ബാക്കി വെക്കറ്.”

“എന്തപ്പക്കഥ! തമ്പ്രാനേം നാട് വായ്ച്ചക്കാരേം ഞായക്കേട് പറ യാമ്പളർന്നോ പൊലേറ്! ബെട്ടിക്കളേണം തല”– മൺകൂട്ടത്തിൽ മൂത്ത കോയ്മയ്ക്ക് ഇതൊന്നും പിന്നേക്ക് വെയ്ക്കുന്നതിൽ അഭിപ്രായമില്ല; ക്ഷമയില്ല. “ഇതൊന്നും അങ്ങോട്ട് ചോയ്ച്ച് ഇങ്ങോട്ട് പറഞ്ഞ് പോറ്റി ബെക്കണ്ട കാര്യല്ല.” കോയ്മ പറഞ്ഞു.

എല്ലാ അഭിപ്രായങ്ങളും തനിക്ക് അനുകൂലമായി വന്നപ്പോൾ തേവൻ മടത്തിൽ കോയ്മ പറഞ്ഞു: “മോന്തിക്ക് ചൂട്ടിന്റെ വെട്ടത്തില് വേണ്ട. നേരത്തോട് നേരം അത്താന്നി മരത്തുമ്മക്കെടക്കട്ടെ. പൊലരുമ്പം ചെല്ലട്ര ക്കുറുപ്പ് വെരും. ഓരോരുത്തന്റെ പണി ഓരോരുത്തനു്. കുറുപ്പിനുള്ള സമ്മാനം സംഗതി നടത്തി കുളിച്ച് വന്നാല് തേവൻമടത്തിലെ പടി പ്പൊരേല് ഒരുക്കിവെക്കും... നൂറ്റൊന്നു പണം, ഒരു പിടി പോയില... പിന്നെ...”

“മതി മതി.” മൺകൂട്ടത്തിൽ മൂത്തകോയ്മ പറഞ്ഞു: “ആട്ടുന്നോ നാട്ടുന്ന കൂലി, നെയ്യുന്നോന് നെയ്യുന്നേന്റെ.” അല്പം നിർത്തി മൺകൂട്ട ത്തിൽ കോയ്മ ചാരുകസേരയിൽ നിന്ന് പൊങ്ങി, “എനക്ക് ഇന്നമ്പന്നെ അങ്ങ് മങ്കൂട്ടത്തിലെത്തണം.”

“കീഞ്ഞോളി, കീഞ്ഞോളി” ഊരവട്ടത്തിൽ കോയ്മയും എഴുന്നേറ്റു. യാത്ര പറഞ്ഞ് കോയ്മകളൊക്കെ പടിപ്പുര കടക്കുമ്പോഴേക്കും സൂര്യ നുദിച്ചതുപോലെ കാര്യസ്ഥന്മാരുടെ കൈകളിൽ ഓലച്ചൂട്ടുകൾ കത്തി ജ്വലിച്ചു. കാര്യസ്ഥന്മാരും ഭൃത്യന്മാരും കോയ്മകൾക്ക് വഴികാണിച്ചു കൊണ്ട് വരമ്പുകളിലേക്ക് വഴി പിരിയുന്നതും കണ്ടുകൊണ്ട് താന്നിമര ത്തിന്റെ ഒരവയവം കണക്കേ ചോയ്യൻ വേദന കടിച്ചമർത്തി കൂരാക്കൂരി രുളിൽ പൂർണ്ണപ്രജ്ഞയോടെ കുരുക്കിൽ പുളയാതെ കിടന്നു.

കാലൻകോഴി കൂകുമ്പോഴും പുലർച്ചക്കൊറ്റിയുദിക്കുമ്പോഴും മരണ വേദന സഹിച്ചു കൊണ്ടാണെങ്കിലും ഒരുവിളിപ്പാടകലെ ഭൂമിക്ക് വെള്ളി യരഞ്ഞാണമിട്ട് തെക്കോട്ടൊഴുകി നീങ്ങുന്ന ദീർഘഗാത്രയായ അകലാ പ്പുഴയിൽ മിന്നിമറയുന്ന ഓളങ്ങളെണ്ണി ചോയ്യൻ ചൂടിക്കെട്ടിൽ അമർന്നു

കിടന്നു. കയറിന്റെ വരിഞ്ഞുമുറുക്കത്തിൽ പൊടിഞ്ഞൊലിച്ചിരുന്ന ചോര കട്ടപിടിച്ചതിന്റെ സ്വാദിൽ പുറമ്പോക്കിലെ ഈച്ചക്കൂട്ടങ്ങൾ ഉറക്കമിളച്ചു.

നേരം പുലർന്നു. ഭൃത്യന്മാരും കാര്യസ്ഥന്മാരും കണ്ടത്തിലെ താന്നിമരത്തിൽ കെട്ടിയിട്ട പുലയനെ പാത്തു നോക്കി. അവൻ മരത്തിൽത്തന്നെ തലേന്ന് കെട്ടിയിട്ടതുപോലെയുണ്ട്. കെട്ട അരക്കച്ചയ്ക്ക് പുറത്ത് ഒരു ചാക്കിന്റെ പോഞ്ചി തൂങ്ങിക്കിടക്കുന്നു. അതെന്താണെന്നു നോക്കാനോ അവനെ പരിശോധിക്കുവാനോ അല്ലല്ലോ നേരവും സാവകാശവും.

കോയ്മയെ ഞായക്കേട് പറഞ്ഞു എന്നറിഞ്ഞ പുലയനെ വെച്ചേക്കരുത്. തേവൻമടത്തിൽ കോയ്മയുടെ വിശാലമനസ്കത കൊണ്ട് ഉടനെ അവന്റെ തലവെട്ടിക്കളഞ്ഞില്ല. അടിയാളനും ഒരു മനുഷ്യജീവിയാണെന്നൊന്നും തേവൻമടത്തിൽ കോയ്മയ്ക്ക് വിശ്വാസമുള്ളതുകൊണ്ടുമല്ല. നാടുവാഴികളിൽ നിന്നോ രാജാവിൽ നിന്നോ നമ്മക്കിട്ട് ഒരു കുത്തുവരരുത്. അടിയാളൻ പുലയൻ ഒരു ജീവിയാണെങ്കിൽ മുറ്റത്തെ അരളിച്ചെടി ഒരു ജീവിയല്ലേ? കണ്ടത്തിലെ താന്നിമരം? ആളുകൾ ദശകങ്ങളായി പെരുമാറാത്ത ഇല്ലപ്പറമ്പിലെ ഈങ്ങാവള്ളികൾ. അത്രയൊക്കെയേ പുലയനുമുള്ളൂ. ഈങ്ങാവള്ളി വെട്ടിച്ച് ഒഴിവാക്കാം. അരളിമരം വെട്ടിക്കളയുകയോ പറിച്ചുനടുകയോ വേറെയൊന്ന് കുഴിച്ചിട്ടുണ്ടാക്കുകയോ ചെയ്യാം. അതുപോലെയാണ് വയലിൽ കിടക്കുന്ന പുലയനും. വള്ളിക്കും ചെടിക്കും മരത്തിനുമൊക്കെ നിന്നേടത്ത് നില്ക്കാം. പുലയന് തീണ്ടലുണ്ട്. തമ്പുരാൻ നടക്കുന്ന വരമ്പിലൂടെപ്പോലും അവൻ വഴി നടക്കരുത്.

അങ്ങനെയുള്ള പുലയൻ അതിക്രമം കാട്ടി എന്നു തോന്നിയാൽ അവന്റെ കഴുത്തങ്ങു വെട്ടിക്കളഞ്ഞുകൂടേ! തമ്പുരാനെ ആശ്രയിച്ചല്ലേ അവൻ ജീവിക്കുന്നതു തന്നെ!

പ്രധേഷ തേവൻമടത്തിൽ കോയ്മ സഹകോയ്മകളെയൊക്കെ വിളിച്ച് അഭിപ്രായം രൂപീകരിച്ചശേഷം മാത്രമേ ഒരു അവസാന തീരുമാനമെടുത്തുള്ളൂ. അതുകൊണ്ടവന് നേരത്തോടുനേരം ജീവിക്കാനും കഴിഞ്ഞില്ലേ? അതും കോയ്മയുടെ മഹാമനസ്കത കൊണ്ടല്ലേ?

നേരം പുലരുന്ന നേരം ചെല്ലട്രക്കുറുപ്പ് എത്തി. തറ്റുടുത്ത്, പട്ടുചുറ്റി, തോളിൽ തലവെട്ടുരുപ്പടികളുമായാണ് കുറുപ്പ് വന്നിരിക്കുന്നത്. കൂലിക്ക് കൊല്ലുന്ന ആളാണ് ചെല്ലട്രക്കുറുപ്പ്. കുറച്ചുകൂടി ഭേദപ്പെട്ട കുറുപ്പായിരുന്നെങ്കിൽ അയാൾക്ക് അങ്കം വെട്ടി ജയിക്കുകയും മരിക്കുകയും ചെയ്യാമായിരുന്നു. ഇയാൾക്ക് കൂലിക്ക് കൊല്ലലാണ് പണി. വയലിൽ കിടക്കുന്ന തീണ്ടൽ ജാതിപ്പുലയനെ കൊല്ലാൻ വേണ്ടിയാണ് തേവൻമടത്തിൽ

കോയ്മ ആളയച്ചത്. പുലയനായതുകൊണ്ട് കുറുപ്പ് ഏറെ ആയുധങ്ങളൊന്നും പേറിവന്നില്ല. ഒരു വടിവാൾ മാത്രമേ കൊണ്ടുവന്നിട്ടുള്ളൂ. അത് കൊടുവാളിന്റെ ജ്യേഷ്ഠസഹോദരനായിരുന്നു.

ചെല്ലട്രക്കുറുപ്പിന് പുലയനെ ആ താന്നി മരത്തിനോടു കൂട്ടി ഒരു കൊത്തുവെച്ചു കൊടുത്താൽ മതി. പക്ഷേ, അയാളതു ചെയ്തില്ല. കോയ്മ പറയട്ടെ. ഒരു കൊത്ത് അല്ലെങ്കിൽ രണ്ടുകൊത്ത്. പുലയന്റെ തല മണ്ണിൽ.

കുറുപ്പ് കാത്തുനിന്നു. ഭൃത്യന്മാരും കാര്യസ്ഥന്മാരും കോയ്മ ഇറങ്ങിവരവേ, ഓച്ഛാനിച്ചു മാറി നിന്നു. അവർക്ക് ചെറുമന്റെ തലവെട്ടിയിടുന്നത് കണ്ടു രസിക്കാമല്ലോ.

താന്നി മരച്ചോട്ടിൽ വെയിലേറു മാറിനിന്ന് കോയ്മ തന്റെ മുഴങ്ങുന്ന ശബ്ദത്തിൽ പറഞ്ഞു:

"ചോയ്യാ, ഞ്ഞ് നല്ല പണിക്കാരനായിനു. പക്കേ, ഞെന്നെക്കൊള്ളെ ഞായക്കേട് പറഞ്ഞ്. ഇന്റെ തലവെട്ടിക്കളയലല്ലാണ്ട് എനക്ക് ബേറെ ബയ്യില്ല... കുറുപ്പ് അന്റെ തലബെട്ടാൻ നിക്ക്വാന്ന്. അണക്ക് എന്തേം പൂതി ബാക്കീണ്ടോ?"

ചോയ്യൻ ഉറച്ച ശബ്ദത്തിൽ പ്രതിവചിച്ചു.

"അമ്പ്രാ, അമ്പ്രാന്റെട്ടം... കെട്ടി വരിഞ്ഞിട്ട് എനക്ക് എന്തു പൂത്യാ...! ഒരു പൂതീണ്ടായ്ന്... നാലുംകൂട്ടി ഒരു ബായ്ക്കി തിന്നണംന്ന്..."

ചെല്ലട്രക്കുറുപ്പിനെ താന്നിമരത്തിനടുത്തോട്ടു നിർത്തി കോയ്മ ഭൃത്യനോട് കല്പിച്ചു.

"അയിച്ച് താത്തെടാ."

അടക്കയും വെറ്റിലയും നൂറും പുകയിലയും കൊണ്ടുവെപ്പിച്ച് കോയ്മ ഭൃത്യന്മാരിലൊരാളിനോട് ആജ്ഞാപിച്ചു.

അഴിച്ചു താഴ്ത്തേണ്ട താമസം ചോയ്യൻ വെറ്റിലയിൽ നൂറുതേച്ചു. കണ്ടിച്ചുവെച്ച അടക്ക, 'കഠും പൊഡും' എന്ന് കടിച്ച് പൊട്ടിച്ചു. ഒരു വലിയ കഷണം പുകയിലയും തൊള്ളയിൽ കൊടുത്തപ്പോഴേക്കും ചോന്നു. ഇനിയുമിനിയും മുറുക്കാൻ കൂട്ടങ്ങൾ വായിലിടുന്നതിനിടയിൽ വെള്ളമേറിക്കുഴഞ്ഞു കിടന്ന നൂറിൻ ചിരട്ടയിൽ കയ്യുമുക്കി വെറ്റിലക്കയ്യോടെ ഒരൊറ്റയേറ്.

നൂറിൻ കുഴമ്പ് ചെന്നു വീണത് ചെല്ലട്രക്കുറുപ്പിന്റെ കണ്ണുകളിലാണ്. കാഴ്ചക്കാർ കണ്ണടച്ച് തുറക്കുന്നതിനുമുമ്പ് വില്ലിൽ നിന്നു വിട്ട അമ്പുപോലെ ചോയ്യൻ ഒരൊറ്റപ്പറക്കൽ.

തമ്പുരാൻ കുലത്തിന്റെ കണ്ണുകൾക്ക് അവനെ പിന്തുടരാൻ കെല്പുണ്ടായില്ല.

പുഴയുടെ മാറിലേക്കാണോ അവൻ പാഞ്ഞത്?

പതിനൊന്ന്

പുഴയുടെ ഇക്കരെ കോയ്മയുടെ കാര്യസ്ഥന്മാരും ഭൃത്യന്മാരും അരിച്ചു പെറുക്കി. ചിലർ തോണിയെടുത്ത് കഴുക്കോലു കുത്തി പുഴയിൽ തെരച്ചിൽ നടത്തി. കുറെപ്പേർ അക്കരെക്കടന്ന് പുല്ലും കാടും പരതി. പുഴക്കരച്ചല്ലിയിൽ കവുക്കപ്പുല്ലുകൾ ഇളകിയിട്ടുണ്ടോ എന്നു പരിശോധിച്ചു. കമ്മട്ടിമരങ്ങളും പുഴക്കരപ്പച്ചയും നോക്കി. മഴക്കാടുകളിൽ മനുഷ്യന്റെ ഇളക്കം തട്ടിയോ? പുഴക്കരകളിൽ പൂത്ത ചേരുമരങ്ങളിൽ കള്ളൻ കയറിയൊളിച്ചോ? കണ്ടൽക്കാടുകൾക്കടിയിൽ വിശ്രമിക്കുന്ന വലിയതരം മേനിയഴകാർന്ന മീനുകൾ ഇളകിയോടിയോ?

എവിടെയും ചോയ്യനെക്കുറിച്ചുള്ള ഒരു വിവരവുമില്ല. പാഞ്ഞ ലക്ഷണമില്ല. നാഴികകൾ പിന്നിട്ട തെരച്ചിലുകൾ അവസാനിപ്പിക്കുമ്പോൾ അകലാപ്പുഴയുടെ ഒഴുക്കേറിയ മദ്ധ്യദേശങ്ങളിൽ ചെറുമന്റേതെന്നു തോന്നിക്കുന്ന കറുപ്പുരാശിയാർന്ന ചുവന്ന രക്തത്തിന്റെ കലക്ക് കണ്ടതുപോലെ തോന്നിച്ചു എന്ന തോണിക്കാരുടെ സാക്ഷ്യങ്ങളിൽ പ്രശ്നമുറപ്പിക്കേണ്ടി വന്നു. അങ്ങനെ തെരച്ചിൽ നിർത്തിയപ്പോൾ കോയ്മയുടെ മനസ്സിന്റെ കോണിൽ ഒരു കാര്യം പെക്കറയിട്ടു: "പൊലയനെ പിടിച്ചു കെട്ടിയപ്പോൾത്തന്നെ തലവെട്ടിക്കളഞ്ഞാ മത്യായ്നു! അല്ലെങ്കിൽ അന്യകോയ്മകൾ വന്ന് നെടും വരമ്പിൽ കാഴ്ചക്കാരായി നില്ക്കുമ്പോൾ?"

ചോയ്യനെ തപ്പിനടന്ന കോയ്മയുടെ ഭൃത്യന്മാരും ഏറാൻമൂളികളും അവനെ കണ്ടുപിടിക്കാൻ കഴിയാതെ മടങ്ങി. എല്ലാവരും നോക്കിനടന്നെങ്കിലും എവിടെയും ആർക്കും കണ്ടെത്താൻ കഴിയാതെ വന്നപ്പോൾ ആരുടേയും തലയിൽ കുറ്റം കെട്ടിവെയ്ക്കാൻ കോയ്മ നിന്നില്ല.

അദ്ദേഹത്തിന് ഒരു ജാള്യതയുണ്ടായി. തലവെട്ടിക്കളയാൻ കൊണ്ടേ കെട്ടിയ വയലിൽ കിടക്കുന്ന പുലയന് ഒരു സൗജന്യം കാണിച്ചു. ഒരു മാനുഷിക പരിഗണന. കൊല്ലാൻ നില്ക്കുമ്പോൾ അവന്റെ അവസാനത്തെ ആഗ്രഹം ചോദിച്ചു. അത് പറയാൻ നേരം കെട്ടിയിട്ട കയറുകൾ അഴിച്ചിട്ടു. അവൻ ഓടി രക്ഷപ്പെട്ടു. എങ്ങോട്ടെന്നറിയില്ല. പോകട്ടെ. പക്ഷേ, മറ്റ് അയൽക്കോയ്മകൾ വന്നുകണ്ടതല്ലേ! അതിനെക്കുറിച്ച് കൂട്ടം പറഞ്ഞതല്ലേ! അവരാരെങ്കിലും നാളെപ്പിറ്റേന്ന് ആ പുലയന്റെ വധത്തിനെക്കുറിച്ച് ആരാഞ്ഞാൽ? അവൻ തല വെട്ടാൻ നേരത്ത് ഓടി രക്ഷപ്പെട്ടു എന്ന് പറയാനാകുമോ? അതൊരു പീറക്കേടല്ലേ? തേവൻ മടത്തിൽ കോയ്മയുടെ കേളിക്ക് അതൊരു മോശപ്പാടാവുകയില്ലേ?

ആ ചിന്തയ്ക്ക് ഒരുത്തരം കണ്ടെത്തുവാൻ കോയ്മയ്ക്കായില്ല. പെട്ടെന്നാണ് കോയ്മയുടെ മനസ്സിൽ ഒരോർമ്മ മുളച്ചുകിളിർത്തത്. അവന് ഇല്ലപ്പറമ്പിൽ നിന്ന് കിട്ടി എന്നു വിവരം വന്ന ആമാടപ്പൊന്ന് എവിടെയാണ്? അതവൻ ഉണക്കാനിട്ടേടത്തുനിന്നും വാരിക്കെട്ടി ചാളയിൽ വെച്ചിട്ടുണ്ടാകും, അത് ആമാടപ്പൊന്നാണെങ്കിൽ കൈവശപ്പെടുത്തണം.

കോയ്മ കാര്യസ്ഥനെ വിളിച്ചു:

“കോവാലനായരേ, പൊലേനോ പോയി. ഞ്ഞ് പോയി, അതാമാട പ്പൊന്ന് എടുത്തുണ്ട് പോരണം. ഓന്റെ ചാളയ്ല്ണ്ടാകും. ചാളേന്ന് പൊലയ്നേം ചെറ്മ്മക്കളേം കീച്ച് വിട്ടേക്ക്. അയിറ്റ്യേള് ഇനി ഇന്നാട്ടി പ്പറ്റൂല... ചാളയ്ക്ക് തീയ് വെച്ചേക്ക്.”

കാര്യസ്ഥൻ ഗോപാലൻ നായർ വിളികേട്ടു:

“ഓ...! പക്കേല് ആമാടപ്പൊന്ന് ഓന്റെ അരയ്ല് കെട്ടീനു... തലവെട്ടീറ്റ് പാന്തോക്കെട്ട് കയ്ച്ചെട്ക്കാന്നെയ്നു...”

“ഫ!” കോയ്മ അലറി. “ഇപ്പം തലവെട്ടാൻ കൊണ്ടേക്കെട്ടിയ പൊല യനുമില്ല; ഓന് കിട്ടിയ ആമാടപ്പൊന്നുമില്ല....”

ഗോപാലൻ നായർ നടുങ്ങി: “ഓൻ ചിപ്പുമ്പം ഓന്റരയിന്ന് ആമാട പ്പൊന്ന് മണീന്ന്ണ്ടായ്നു.”

അല്പനേരം കൊണ്ട് സ്വാസ്ഥ്യം വീണ്ടെടുത്ത് കോയ്മ പറഞ്ഞു: “ന്നാലും ചാളയ്പ്പോയ്യ്യോക്ക്. അയിറ്റ്യേളെ കീച്ച് വിട്ട് ചാളയ്ക്ക് തീയിട്.”

ഗോപാലൻ നായർ ഉടുത്ത മല്ലിന്റെ ഇടയിലൂടെ കയ്യിട്ട് കോണകം ഒന്നുകൂടി മുറുക്കി. വിയർത്ത മാറിൽ രണ്ടാം മുണ്ട് നേരെയാക്കി.

ഒന്നു രണ്ടു ഭൃത്യന്മാരുമായി കാര്യസ്ഥൻ ഗോപാലൻ നായർ കാവു ന്തായ കുനിത്താഴെ ചാളയ്ക്കൽ ലക്ഷ്യമായി നടന്നു. വലിയ വരമ്പും നടവരമ്പും കഴിഞ്ഞ് ‘ചപ്ളീ കുപ്ളീ’ എന്ന് ചളിപൊത്തുന്ന ചെറുവരമ്പി ലൂടെ ചവിട്ടിനടക്കാൻ തുടങ്ങിയപ്പോൾ കാര്യസ്ഥൻ ഗോപാലൻനായർ മല്ല് നല്ലോണം കുംഭയ്ക്ക് മുകളിലോളം പിടിച്ചുയർത്തി നടന്നു. നരച്ച കോണകത്തിന്റെ വെളുത്തവാൽ അദ്ദേഹത്തിന്റെ പ്രമാദമായ വലിയ ചന്തിക്കെട്ടുകൾക്കുതാഴെ മുട്ടോളം ഞാന്നുകിടന്ന് ആടി. മടമ്പുപൊട്ടിയ അദ്ദേഹത്തിന്റെ അടിക്കാലിൽ ചളി കയറിയിറങ്ങുമ്പോൾ നീറി.

കാവുന്തായക്കുനിത്താഴെ ചാളയിൽ പുറത്തു നിന്നുള്ള കാഴ്ചയിൽ ആരുമില്ല. കാര്യസ്ഥൻ ഗോപാലൻ നായർ കുറച്ചുകൂടി അടുത്തുനിന്ന് ഉള്ളിലേക്കു പാത്തുനോക്കിയപ്പോൾ വിരൂപഗാത്രയായ പുലയി കുത്തി മടങ്ങിക്കമിഴ്ന്നു കിടക്കുന്നു. മൂന്നു നാലു കുട്ടികളും അടുത്തടുത്തായി മയങ്ങുന്നുണ്ട്.

വിളിച്ചാലോ?- ഗോപാലൻ നായർ ആദ്യം ആലോചിച്ചു. എന്തു വിളി ക്കാൻ! കീച്ചുപോക്കാനും ചാളകത്തിച്ചു കളയാനുമാണ് കോയ്മയുടെ ഉത്തരവ്. പുലയൻ നഷ്ടപ്പെട്ട പുലച്ചിയുടെ സങ്കടം കാണാനല്ല കാര്യ സ്ഥൻ ഗോപാലൻ നായർ വന്നിരിക്കുന്നത്. കോയ്മയുടെ കല്പന നട പ്പാക്കാനാണ്.

“എട്യ്യായ്, പൊല്യ്യായ്യേ, കീഞ്ഞൂടീ...” - ഗോപാലൻ നായർ ഉറച്ച ശബ്ദത്തിൽ പറഞ്ഞു: “ഈടന്ന് ചാള ഞാള് വലിക്കും. പോ. കീഞ്ഞോളി.”

പീള കെട്ടിയ കണ്ണുതുടച്ച് കൊറുമ്പി പതുക്കെ കിടന്നേടത്തുനിന്ന് ഉയരാൻ നോക്കി. അവൾക്ക് ശരീരം കിടപ്പിൽ നിന്ന് പൊന്തിക്കാൻ കഴിഞ്ഞില്ല. പിന്നിൽ ചട്ടിയും കലവും ചവിട്ടിയും എറിഞ്ഞും പൊട്ടിക്കുന്ന ഒച്ചയും ബഹളവും കേൾക്കവേ അവൾ വീണ്ടും എഴുന്നേല്ക്കാൻ നോക്കി. പള്ളയൊട്ടി ചെത്തലപ്പട്ടിയുടെ കോലമായ മൂത്തമകൻ പതുക്കെ എഴുന്നേറ്റ് അമ്മയെ താങ്ങി. അവളുടെ അന്തരാളത്തിൽ നിന്ന് ഒരു നിശ്വാസം പോലെ ഒരു ശബ്ദം പൊങ്ങി:

"ഞാളേടക്കോകുമ്മമ്പ്രാ..."

"ഞ്ഞേടക്ക് പോയാലും മയക്കില്ല." കാര്യസ്ഥൻ ഗോപാലൻ നായർക്ക് ഒന്നുകൂടി ജീവൻ വീണു: "ബേഗൊയ്ഞ്ഞൊ" എന്നും പറഞ്ഞ് അയാൾ ചാളയുടെ ഒരു ഭാഗം പിടിച്ചു വലിച്ചു. ചട്ടിയും കലവും ചവിട്ടി ഉടച്ച സേവകരിൽ ചിലരും ആ പിടുത്തത്തിൽ കൂടി. ചാള ഒരു ഭാഗം കൊള്ളെ ചെരിഞ്ഞ് പതുക്കെ താണു. കൊറുമ്പി ഉണങ്ങുന്ന അണ്ണാക്കുമായി ഇളയ കുട്ടി ക്ഗ്ഗേയിയെ ചേർത്തുപിടിച്ച് ഉക്കലിൽ തട്ടി. തെയ്യോന്റെ കയ്യു പിടിച്ചു. കുഴഞ്ഞുവീഴാതെ അവൾ പുറത്തിറങ്ങി. കന്യേയിയും വെള്ളൻകുട്ടിയും അമ്മയുടെ പിന്നാലെ പ്രേതങ്ങളെപോലെ നടന്നു. ജീവൻ നഷ്ടപ്പെട്ടിട്ടും നടക്കുന്ന മൂന്നു നാലു പ്രേതശരീരങ്ങളെപ്പോലെ അവർ ചളികെട്ടിയ ചെറുവരമ്പിലേക്കിറങ്ങി.

എന്തോ ഒന്നു കൂടി പറയുവാൻ ആ അമ്മയുടെ നാവ് ഇളകി. പക്ഷേ, ഒന്നും പറഞ്ഞില്ല. പറഞ്ഞതുകൊണ്ട് കാര്യമൊന്നുമില്ല. തമ്പുരാന്റെ മഹാമനസ്കതകൊണ്ട് അവരുടെ ഊരമ്മൽ നില്ക്കുന്നതാണ്. അവർ ഊരപൊന്തിക്കുമ്പോൾ ഒഴിഞ്ഞു കീഞ്ഞു മാറാതെ തരമില്ല. എവിടേക്കെങ്കിലും ജീവനും കൊണ്ട് പോവുക തന്നെ.

ഒന്നു രണ്ടു ചളിവരമ്പുകണ്ടപ്പോൾ ഇറങ്ങിപ്പോന്ന ചാളയിൽ നിന്ന് പടപടശബ്ദം കേട്ട് അവൾ തിരിഞ്ഞുനോക്കി. അവൾ അന്തം വിട്ടു നിന്നുപോയി. മൂന്നു നാലു മക്കളാകുന്നതുവരെ ചോയ്യനൊപ്പം താൻ ഉറങ്ങിയും ഉണർന്നും കൂടിയ തന്റെ കുടി പാളിക്കത്തുകയാണ്. ഈ വേവലാതിയിൽ അങ്ങോട്ടു പാഞ്ഞുചെന്നാൽ അവർ തങ്ങളേയും തീ വെയ്ക്കും.

വരണ്ട കണ്ണിൽ നിന്ന് ഇറ്റുവീഴുന്ന കണ്ണുനീർകൊണ്ട് വരമ്പുകാണാനാകാതെ കുട്ടികളെ തള്ളി നടത്തിക്കൊണ്ട് അവൾ പുതിയ ചളിവരമ്പിലേക്കു കടന്നു. ചളിവരമ്പിനു താഴെ കെട്ടിക്കിടക്കുന്ന തെളിവെള്ളം കൈകൊണ്ടുമുക്കി അവൾ കുടിച്ചു. അവളുടെ ഈങ്ങിയ കയ്യിൽ ആ വെള്ളം കുറേശ്ശെ മുക്കി ഉക്കത്തുള്ള കുഞ്ഞിനെ കുടിപ്പിച്ചു. മൂത്ത മകൻ വെള്ളനും കന്യേയിയും ആ തെളിവെള്ളം കലങ്ങാതെ കൈകൊണ്ട് കോരിക്കുടിച്ചു. ആ ശിശുക്കളുടെ മുഖത്ത് നിർദ്ദയനായ ദൈവം കുടിവെള്ളത്തിന്റെ ശക്തിയിൽ പ്രകാശം ജ്വലിപ്പിച്ചു.

അവർ പിന്നെയും നടന്നു.

കാണുന്ന ദൂരം പിന്നിടുമ്പോഴേക്കും അവരുടെ ചാള കത്തി അമർന്നു കഴിഞ്ഞിരുന്നു. കുറെ മണ്ണിന്റെ ചട്ടികളും ഒന്നുരണ്ട് മൺകലവും മാത്രമേ അവരുടെ ചാളയിൽ ഉണ്ടായിരുന്നുള്ളൂ. പണിക്കു പോകുന്ന ആൾക്ക് വൈകി മയമ്പായാൽ കിട്ടുന്ന വല്ലി പതിരുള്ള നെല്ലാണ്. അത് ഒരു നേര ത്തേക്കേ കാണൂ. വല്ലി വറുത്തു കുത്തി രണ്ടുനേരം അവൾ കുട്ടികൾക്കും പുലയനും ആഹാരം കൊടുത്തിരുന്നു. ഇനി പണിക്കു പോകാൻ ആളില്ല. ചോയ്യൻ പണിക്കുപോയി തിരിച്ചുവന്നില്ല. അയാൾ എങ്ങോട്ടുപോയി എന്ന് ആർക്കും അറിയുകയുമില്ല. നെല്ലോ അരിയോ തവിടോ അവിടെ ബാക്കി ഉണ്ടായിരുന്നില്ല.. തമ്പുരാക്കന്മാർ തിന്നാത്ത കാട്ടുകിഴങ്ങോ കാവിത്തോ പറമ്പുകൊത്തുന്നേടത്തു നിന്നോ മറ്റോ കിട്ടിയതും ബാക്കി ഉണ്ടായിരുന്നില്ല. അവിടെ ബാക്കിയുണ്ടായിരുന്നത് കോലം കെട്ട ശരീര മുള്ള നാലു ജീവനായിരുന്നു. ആ ജീവനുകളാണ് തമ്പുരാന്റെ ആളു കൾ ആട്ടിയിറക്കിയതുകൊണ്ട് ചലിവരമ്പിലൂടെ എങ്ങോട്ടെന്നില്ലാതെ നടന്നു നീങ്ങുന്നത്.

ആ അമ്മയും നാലു മക്കളും ചെറുവരമ്പിലൂടെ ചെറുവരമ്പുകളി ലേക്ക് കയറി ദൂരേക്ക് ദൂരേക്ക് നടന്നു. നടവരമ്പുകളിലേക്ക് കയറിപ്പോകാ തിരിക്കാൻ അമ്മ ശ്രദ്ധവെച്ചു. നടവരമ്പുകളിൽ തമ്പുരാക്കന്മാർ വഴി നടക്കുന്നതാണ്. ആ വഴിയിൽ അയിത്ത ജാതിക്കാർ നടക്കാൻ പാടില്ല. പാടില്ലാത്ത വഴിയിൽ നടന്നാൽ അങ്ങനെ ധിക്കാരപരമായി നടക്കുന്ന അയിത്തജാതിക്കാരെ തമ്പുരാക്കന്മാർക്ക് മർദ്ദിക്കാം. മർദ്ദനം എന്നു വെച്ചാൽ ഉന്മൂലനം ലക്ഷ്യംവെച്ചുള്ള മർദ്ദനമാണ്. തമ്പുരാക്കളെ അയിത്ത പ്പെടുത്തുന്നവർ ഇനി ജീവിക്കരുതെന്നാണ് മുന്തിയ ജാതിക്കാരുടെ വിശ്വാസം. അങ്ങനെ അയിത്തപ്പെടുത്തിയാൽ അടുത്ത പടിയായി അവറ്റ കൾ തമ്പുരാക്കളുടെ മേപ്പാഞ്ഞു കയറുവാനും മടിക്കുകയില്ലല്ലോ. അയിത്തജാതികളെ നില്ക്കേണ്ടിടത്ത്, അല്ലെങ്കിൽ അതിനുമപ്പുറം മാത്രമേ നിർത്താവൂ എന്നും അവർ വിശ്വസിക്കുന്നു. തമ്പുരാക്കന്മാർ നടക്കുന്ന നടവഴിയിൽ ഹിന്ദുക്കളിലെ ഉന്നതജാതികൾക്കെല്ലാം നടക്കാം. ക്രിസ്ത്യാനികൾക്കോ ഇസ്ലാമികൾക്കോ നടക്കാം. പശുവിനും പൂച്ച യ്ക്കും പട്ടിക്കും നടക്കാം. പക്ഷേ, അയിത്തജാതിക്കാരായ പുലയർ നട വഴിയിൽ നടക്കരുത്.

കോയ്മയ്ക്കും തമ്പുരാക്കന്മാർക്കും വഴിപ്പെട്ട്, അവരുടെ ശ്രേയ സ്സിനും അഭ്യുന്നതിക്കുമായി ജീവിച്ച പുലയൻ ചോയ്യനെ കാണാതായി. പണിക്കിടയിൽ കിട്ടിയ ആമാടപ്പൊന്ന് സ്വന്തം തമ്പുരാനെ ഏല്പിക്കണം എന്നതായിരുന്നു അവന്റെ മനസ്സിൽ. അതിന് അവന്റെ പണി മിനക്കെടു ത്തിയാൽ അത് തമ്പുരാന്റെ സമ്പത്തിനെ ബാധിക്കുമെന്നു കരുതി, ആരെ ങ്കിലും അതുവഴി വന്നാൽ കൊടുത്തയയ്ക്കുവാൻ അവനത് സ്വന്തം അരയിൽ കെട്ടിത്തൂക്കി പണിചെയ്തു. പക്ഷേ, അവനെ വിളിപ്പിച്ച തമ്പുരാൻ....

എല്ലാം മനസ്സിലിട്ട് കൊറുമ്പിയമ്മ മക്കളെ എടുത്തും ഉന്തിനടത്തിച്ചും നടവഴിയല്ലാത്ത ചളിവരമ്പുകളിലൂടെ നടന്നു. കുട്ടികൾ അറിയാതെ നടവഴി കയറിപ്പോയാൽ കണ്ടു നില്ക്കുന്ന ദേശത്തെ തമ്പുരാക്കന്മാരും അവരുടെ പണിയാളന്മാരുമുണ്ടാകും. കാക്കക്കൂട്ടം വരുന്നതുപോലെ കയ്യിൽ കിട്ടിയ കൊടത്തല മടലും മുളയും കൈതക്കാലും കൊണ്ട് തല പ്പേറു വെച്ച് അടിയായിരിക്കും. അത്തരം ഒരോങ്ങിയടിക്ക് തികയില്ല താനും നാലുമക്കളും കൂടിയെന്ന് അർദ്ധപ്രാണയായി നടക്കുന്ന ആ അമ്മയ്ക്ക് വെളിവുണ്ട്.

വയലുകളും കൈതക്കരവെച്ച തോടുകളും കുന്നിൻപള്ളകളും താണ്ടി കൊറുമ്പിയും മക്കളും ഏതാനും ദേശങ്ങൾ പിന്നിട്ടു. തേവൻമട ത്തിൽ കോയ്മയുടെ ദേശപരിധി വിട്ടു. മറ്റു കോയ്മകളുടെ ദേശപരിധി കളും നടന്നു താണ്ടി.

വയൽ വരമ്പുകളിൽ നിന്ന് ചളിവരമ്പുകളിലേക്കിറങ്ങി ഒരു വെച്ചു കെട്ടു ചാളയുടെ ചാരെയെത്തിയപ്പോൾ നാലുമക്കളേയും തന്നോടുകൂട്ടി നിർത്തി കൊറുമ്പി നിന്നു.

പകൽ നേരമാണ്. അവിടെ ആരുമില്ല. എല്ലാവരും പണിസ്ഥലങ്ങ ളിലായിരിക്കും. ആളുണ്ടായിരുന്നുവെങ്കിൽ അവർ അവളും മക്കളും കയറി ച്ചെല്ലരുത് എന്നു പറയില്ല. പുലയറുകണ്ടി എന്നുകേളികേട്ട ചാളയ്ക്ക ലാണല്ലോ എത്തിയിരിക്കുന്നത്! പുലയറുകണ്ടി!!

പന്ത്രണ്ട്

പുലയറുകണ്ടിയിൽ താമസമാക്കിയിട്ട് വർഷങ്ങളായെങ്കിലും കൊറു മ്പിയും മക്കളും കേവലം പട്ടിണിയിൽത്തന്നെയാണ്. നയിക്കാൻ പോകാൻ ഇപ്പോൾ ചോയ്യൻ ഇല്ലല്ലോ. ദേശങ്ങൾ വിട്ടതുകൊണ്ട് പഴയ കോയ്മമാരും ഇല്ല. അതുകൊണ്ട് പണികൊടുക്കാൻ കോയ്മയും ഇല്ല.

ഒരുദിവസം കൊറുമ്പി രാവിലെ തുടങ്ങി പുല്ലു പറിച്ചും അരിഞ്ഞും വലിയകെട്ടുകളാക്കി തലച്ചുമടായിട്ടെടുത്തുകൊണ്ട് പോയി തമ്പുരാക്ക ന്മാരുടെ ആലയ്ക്കൽ ഇട്ടുകൊടുക്കും. ഇടവലത്തെ വയലിലെ പുല്ലാണല്ലോ വൈകുന്നേരം വരെ അവൾ അരിഞ്ഞും പറിച്ചും കൊണ്ടു കൊടുക്കുന്നത്! അപ്പോൾ അവൾക്ക് പുല്ലിന് പ്രതിഫലം കൊടുക്കേണ്ട തില്ല എന്നാണ് തമ്പുരാക്കന്മാരുടെ ന്യായം.

പിന്നെ തമ്പുരാക്കന്മാരുടെ തറവാടുകളിലെ സ്ത്രീജനങ്ങൾ കുറച്ച് എച്ചിൽ ഭക്ഷണമെങ്ങാനും കൊടുത്താലായി. കഴിച്ചതിന്റെ ബാക്കി മുട്ടിയിട്ടു വെച്ചത് തലേന്നത്തെ കാടിവെള്ളത്തിലിട്ട് മൂരികൾക്കു

കൊടുക്കുകയാണു പതിവ്. ആ എച്ചിൽ ഭക്ഷണങ്ങൾ കൊറുമ്പിക്കു കൊടുത്താൽ മൂരിക്ക് അത്രയും ഭക്ഷണം കുറയും.

ചിലപ്പോൾ ആത്തോലമ്മയ്ക്ക് തോന്നും: അവൾ ഒന്നുരണ്ട് വലിയ കെട്ട് പുല്ലു കൊണ്ടുവന്നിട്ടുണ്ടല്ലോ. എന്തെങ്കിലും തീറ്റകൊടുക്കും എന്ന അത്യാർത്തിയിൽ മതിലിനപ്പുറം മാവിനടുത്ത് അവൾ ആവിയിട്ടും ഉറക്കം തൂങ്ങിയും കാത്തിരിക്കുകയുമാണ്.

ചില അവസരത്തിൽ 'കീഞ്ഞ്പൊയ്ക്കോ' എന്ന് ഉത്തരവിടും ആത്തോലമ്മ. ചിലപ്പോൾ അവളോട് വിളിച്ചു പറയും:

"കൊറുമ്പ്യേ, പയ്യിനുവെച്ച കാടിവെള്ളത്തില് കയ്യിട്ടു നോക്കി യ്ക്കാണ്ട്... വറ്റ് കാണും. ഞ്ഞ് പീഞ്ഞെടുത്തൊ.'

കൊറുമ്പിക്ക് കാളുന്ന വയറിലെ അത്യാർത്തിക്കപ്പുറം കുട്ടികളുടെ വാടിയുണങ്ങിയ മുഖങ്ങളായിരിക്കും മനസ്സുനിറയെ. പതമുള്ള കല്ലും മണ്ണും അമ്മയുടെ കണ്ണുവെട്ടിച്ച് അവർ തിന്നുന്നത് അവൾ കണ്ടിട്ടുണ്ട്. ഒന്നും തിന്നാനില്ലാത്തവർക്ക് ഒടയതമ്പുരാൻ ഉണ്ടാക്കിവെച്ചതാണ് കല്ലും മണ്ണും. അതെങ്കിലതുതിന്ന് ചെറിയേറ്റ്യേള് വിശപ്പടക്കട്ടെ. അവൾ അതു കണ്ടില്ലെന്നു നടിക്കും.

പശുവിനും മൂരിക്കും ഒഴിച്ചുവെച്ച കാടിവെള്ളത്തിൽ കയ്യു കടത്തി അവൾ ചുഴറ്റി നോക്കും. ചിലപ്പോൾ അതിന്നടിയിൽ കുറച്ചുവറ്റുണ്ടായി എന്നു വരാം. ചിലപ്പോൾ വെള്ളമേഘം പോലെ അടിയിൽ ഊറിക്കിട ക്കുന്ന കാടികുഴഞ്ഞതേ കാണൂ. ഒന്നമർന്ന കഞ്ഞിവെള്ളം. അതു കൈ കൊണ്ടു പിടിക്കുമ്പോഴേക്കും അലിഞ്ഞുപോകും. അത്തരം കുറച്ച് അവൾ വാരിവിഴുങ്ങും. പുളിയും പഴകിയ നാറ്റവുമുണ്ടെങ്കിലും മൂക്കു പൊത്തിപ്പിടിച്ച് കുറച്ചത് കൊറുമ്പി വിഴുങ്ങും. വറ്റുകിട്ടിയാൽ അതു പിഴി ഞ്ഞെടുത്ത് ഉപ്പൂത്തി ഇലയിൽ കെട്ടിപ്പൊതിഞ്ഞ് അവൾ 'ചെറിയേറ്റ്യേക്ക്' കൊണ്ടുപോകും. നാറ്റവും പുളിയുമുള്ള അതു കിട്ടിയാലും കുട്ടികൾക്ക് അന്നത്തെ സദ്യയായി. വിശപ്പടങ്ങിയില്ലെങ്കിലും അതെല്ലാം തൊട്ടുനക്കി, വയലിലിറങ്ങി തെളിവുള്ള വെള്ളവും മുക്കിക്കുടിച്ച് അവർ അന്തി യുറങ്ങും.

മൂത്തമകൻ വെള്ളന് പതിമ്മൂന്നോ പതിന്നാലോ വയസ്സായി. അവൻ കുറെക്കാലമായി വല്യാട്ടിൽ കോയ്മയുടെ വളപ്പുകളിൽ പണിക്കു പോകുന്നു. കൂലിയൊന്നും കൊടുക്കുകയില്ലെങ്കിലും അവന്റെ കാര്യങ്ങൾ വല്യാട്ടിൽ തറവാട്ടിൽ വെച്ചു കഴിയും. അതുകൊണ്ട് അവന് അമ്മ പശുക്കാടി പിഴിഞ്ഞുകൊണ്ടു വരുന്ന അന്നം തിന്നേണ്ടതില്ല.

വല്യാട്ടിൽ കോയ്മയുടെ വളപ്പിൽ പോയിത്തുടങ്ങിയതിനുശേഷം അവൻ നന്നാവുകയും ചെയ്തിരിക്കുന്നു. അവന്റെ നെഞ്ച് വിരിഞ്ഞു. മുഖത്ത് ചോപ്പുരാശിക്കിടയിൽ രോമങ്ങൾ തിരനോട്ടം നടത്തുന്നു. അവൻ ആകെ ഒന്നു വെളുത്തിരിക്കുന്നു.

അതിനു മറ്റൊരു കാരണം കൂടിയുണ്ട്. വല്യാട്ടിൽ കോയ്മയുടെ ഓമന മകൾ ഉണിച്ചിരുതക്കുട്ടിക്ക് വെള്ളനേക്കാൾ ഒന്നോ ഒന്നരയോ വയസ്സേ കൂടുതലുള്ളൂ. ഉണിച്ചിരുതക്കുട്ടിക്ക് വെള്ളൻ ചെറുമനെ ഇഷ്ട മാണ്. മറ്റൊന്നും കൊണ്ടല്ല. അവളുടെ പ്രായത്തിലുള്ള ഒരാൺകുട്ടി. പുലയക്കുട്ടി ആയിപ്പോയി എന്നല്ലേയുള്ളൂ. അത് ഉണിച്ചിരുതക്കുട്ടി കാര്യ മാക്കിയിട്ടില്ല.

പശുക്കളെ കെട്ടിവലിച്ചുകൊണ്ടുപോയി തുറന്ന വയലിൽ കയറൂരി വിടാനും അവറ്റകൾക്ക് പുല്ലിട്ടു കൊടുക്കാനുമൊക്കെ വെള്ളനറിയാം. മൂരികൾക്ക് വരടിന്റെ കെട്ടഴിച്ച് കുടഞ്ഞിട്ടു കൊടുക്കുന്നതിൽ വെള്ളന് അതിസാമർത്ഥ്യമാണ്. വരടിൽപൊതിഞ്ഞ് മൂരിയെക്കൊണ്ട് പുഴുങ്ങിയ മുതിര തീറ്റിക്കാനും വെള്ളനുള്ള സാമർത്ഥ്യം വല്യാട്ടിൽ തറവാട്ടിലെ കോയ്മയുടെ കാര്യസ്ഥന്മാർക്കും ഭൃത്യന്മാർക്കും ഒന്നുമില്ല.

എടുക്കുന്ന പണികളിൽ വല്ലാത്ത സാമർത്ഥ്യം കാണിക്കുന്നതു കൊണ്ടാണ് ഉണിച്ചിരുതക്കുട്ടിക്ക് വെള്ളനോട് അത്രയും ഇഷ്ടം. ഉള്ള ഊക്കു മുഴുവൻ കൊടുക്കാൻ അമ്മട്ടം കടിച്ചു നിന്ന് അവൻ പണിയു മ്പോൾ അവന്റെ തോളിലടക്കമുള്ള മാംസപേശികൾ തേളിന്റെ വാലു പോലെ വളഞ്ഞു വരുന്നതായി അവൾക്കു തോന്നിയിട്ടുണ്ട്. അതൊക്കെ ക്കാണാൻ, വെള്ളൻ വളപ്പിൽ വന്നു കയറിയാൽ ഉണിച്ചിരുതക്കുട്ടിയുടെ കണ്ണുകൾ പിന്നെ അവന്റെ വയ്യാലെ പോകും.

വെള്ളൻ പുലയനാണ്. അവന് തീണ്ടലുണ്ട്. അവൻ വല്യാട്ടിൽ കോയ്മയുടെ വീടിന്റെ അടുത്തൊന്നും പ്രവേശിക്കുവാൻ പാടില്ല. പക്ഷേ, മൂരികളേയും പശുക്കളേയും തീറ്റിക്കുകയും കുളിപ്പിക്കുകയും നോക്കു കയുമൊക്കെ ചെയ്യുന്നത് അവനാണ്. അതുകൊണ്ട് മുന്നിലെ കോണിയും പടിയും കയറിവരാതെ വടക്കുഭാഗത്തെ അടുക്കളപ്പുരയുടെ അപ്പുറത്ത് ഒരു തീണ്ടൽപ്പാടകലെയാണ് മൂരികളുടേയും പശുക്കളുടേയും ആലകൾ. അവിടെ കന്നുകാലികളെ പരിചരിക്കുന്നവർക്കു വരാം. പോരെങ്കിൽ തറവാട്ടിലെ കിന്നാരക്കുട്ടിയായ ഉണിച്ചിരുതക്കുട്ടിക്ക് ആ മൂരിക്കാരൻ കുഴപ്പമില്ലാത്തവനും നല്ല പണിക്കാരനുമാണ് താനും.

വെള്ളൻ കന്നിന് കാടികൊടുക്കുമ്പോഴും പുല്ലും തീറ്റകളും കൊടു ക്കുമ്പോഴും അവൾ അവന്റെ അടുത്തോളം വന്നു നില്ക്കും. തീണ്ടൽ പ്പാടു മറന്ന് അടുക്കുമ്പോൾ പലപ്പോഴും അവളുടെ അമ്മ പറഞ്ഞിട്ടുണ്ട്: "കുട്ടിമാളു അങ്ങടുത്തു പോയി ചെർമ്മൻ തീണ്ടരുത്."

കുട്ടിമാളുവാണ് വീട്ടിൽ കിന്നാരക്കുട്ടി. അപ്പോൾ അവൾ ഉണിച്ചിരുത ക്കുട്ടിമാളവുമാണ്. വെള്ളൻ മൂരിയെ പുല്ലു തീറ്റുമ്പോൾ ഒരിക്കൽ അവ നോടൊപ്പം കുട്ടിമാളുവും ഒരു കറ്റപ്പുല്ലു ചുരുട്ടി മൂരിയുടെ അയവിറക്കി ക്കൊണ്ടിരിക്കുന്ന വലിയ വായിൽ വെച്ചുകൊടുത്തു.

അതമ്മ കണ്ടു. അന്നേരവും അമ്മ അവൾക്ക് മുന്നറിയിപ്പ് നല്കുകയും ഉപദേശിക്കുകയും ചെയ്തു. അതുകൊണ്ടൊന്നും ഉണിച്ചിരുതക്കുട്ടിമാളു പിന്മാറുകയില്ലെന്നും മുന്നോട്ടുതന്നെ പോകുമെന്നും അമ്മയ്ക്കറിയാം. ആ അമ്മയുടേതല്ലേ മകൾ! അമ്മയ്ക്ക് മകളെ അറിയാതിരിക്കുമോ? അവളുടെ മനസ്സിന്റെ വളവും തിരിവും അമ്മയ്ക്കു മനസ്സിലാകും. ശരീരത്തിന്റേത് നന്നേ.

ഒരുന്നാൾ വെള്ളൻ മൂരിയെ തീറ്റുമ്പോൾ അവൾ അവന്റെ ഇപ്പുറം നിന്ന് അപ്പുറത്തുള്ള പശുവിന്റെ മുഖം തൊടാനൊരു ശ്രമം നടത്തി. അപ്പോൾ അവളുടെ വളർന്നു കൊണ്ടേയിരിക്കുന്നതായി തോന്നിക്കുന്ന വലിയ മുലകൾ നഗ്നമായ അവന്റെ പുറത്ത് നന്നായി അമർന്നു. ഞെട്ടിത്തിരിഞ്ഞ വെള്ളൻ ഭയത്തോടെ പറഞ്ഞു:

"അമ്പ്രാട്ടി... ഈണ്ടണ്ട..."

മുട്ടിക്കുലുങ്ങി ഉണിച്ചിരുത കളിയാക്കി:

"എന്താ വെള്ളാ... നിനക്ക് ശരിയായിപ്പറഞ്ഞു കൂടേ?... തമ്പുരാട്ടീ, തീണ്ടണ്ടാ എന്ന്."

പതുക്കെ അവൻ പ്രതിവചിച്ചു:

"പറയാനറിഞ്ഞു കൂടാത്തതു കൊണ്ടല്ലല്ലോ തമ്പുരാട്ടീ, അടിയങ്ങൾ തീണ്ടൽ ജാതിയല്ലേ!"

അതുകേട്ടതോടെ ഉണിച്ചിരുതക്കുട്ടിമാളു തുള്ളിപ്പിടഞ്ഞ് ഓടിപ്പോവുകയും ചെയ്തു.

അവൾ തുള്ളിപ്പിടഞ്ഞ് ഓടിമറയുന്നതും കൂട്ടത്തിൽ അവൻ അറിയാത്തതുപോലെ തട്ടിപ്പോകുന്നതും അവളുടെ അമ്മ കണ്ടു. ഭയചകിതയായ അമ്മ സ്വഗതം ചെയ്തു:

"പരദേവതകളേ! മുന്നിലാരെങ്കിലും എന്തെങ്കിലും അറിഞ്ഞാൽ നിന്നെയും കൊല്ലും എന്നെയും കൊല്ലും." എന്തുപറഞ്ഞാലും അവൾ ആഗ്രഹിക്കുന്നതും വിചാരിക്കുന്നതും അവൾ ചെയ്തു കൂട്ടും എന്ന വകതിരിവിൽ അമ്മ പറഞ്ഞു. അവളുടെ ഇഷ്ടത്തിന് വിപരീതമായി അവളുടെ അച്ഛൻപോലും ഒന്നുരിയാടില്ല. അമ്മാവനും! അതും അമ്മയ്ക്കറിയാം. അതുകൊണ്ടാക്കെ തീക്കായുന്നതുപോലെയേ അവളോടാരും നില്ക്കൂ.

രണ്ടു ദിവസമല്ല. ദിവസം നാലുകഴിഞ്ഞു. അടുക്കള ഭാഗത്ത് കണ്ടത്തിലെപ്പോഴും മകളോടൊപ്പം നിഴൽപോലെ അമ്മയുമുണ്ട്.

പൗർണ്ണമി കഴിഞ്ഞ ദിവസമായിരുന്നു. അമ്മയുടെ സംബന്ധക്കാരൻ പൗർണ്ണമി നാളിൽ അന്തിയുറങ്ങിപ്പോയി. അതിന്റെ കുളിരോർമ്മയിൽ പൗർണ്ണമിപ്പിറ്റേന്ന് അമ്മ ഒന്നമർന്നുറങ്ങിപ്പോയി. സ്വപ്നത്തിലെന്നപോലെ

ഞെട്ടിയുണർന്നപ്പോൾ മകൾ കൈകളിലില്ല. കിടക്കയിലില്ല. ചാടിയെഴുന്നേറ്റ് നെയ്ത്തിരി വിളക്കിന്റെ തിരി പൊന്തിച്ചു. മുറിയിലും അവളില്ല...

വാതിൽ ചാരിക്കിടക്കുന്നു. സാക്ഷ വശത്തേക്ക് ചാഞ്ഞു മയങ്ങുന്നു. വിറയലോടെ, തൊണ്ടയിൽ നീരിറക്കാനാകാതെ അമ്മ പതുക്കെ വാതിൽ പിളർത്തി. വിജനമായ മുറ്റം. എവിടെയോ പല്ലിയുടെ ചിലപ്പ്. ഒരു പൂച്ച അതിന്റെ കുഞ്ഞിനേയും കടിച്ച് വിലങ്ങനെ പാഞ്ഞു. നിലാവിന്റെ പാൽ വെളിച്ചത്തിൽ ഒരു ചെറിയ കടവാതിൽ അവരുടെ തല ചുറ്റിപ്പറന്നു.

അമ്മയുടെ പാദങ്ങൾ മുറ്റത്തമർന്നു. ആലയും കടന്ന് ആലയ്ക്കപ്പുറത്തെ പുൽച്ചാപ്പിൽ അവരുടെ നയനങ്ങൾ ഉഴറി. ചില ദിവസങ്ങളിൽ കന്നുനോക്കുന്ന ചെറുമൻ അവിടെയാണ് മയങ്ങാറ്.

അവർ സംശയിച്ചു. ആ ചായ്പ്പിൽ അനങ്ങാത്ത ഒരു വലിയ നിഴലുണ്ടോ? അമ്മയുടെ നിശ്ശബ്ദമായ പാദങ്ങൾ മുന്നോട്ടു നീങ്ങി.

തിളങ്ങുന്ന നിലാവെളിച്ചത്തിൽ അവരതു കണ്ടു. പാതിയടഞ്ഞ കണ്ണുകളോടെ മലർന്നു മയങ്ങുന്ന വെള്ളന്റെ മുഖം. അവനെ മുച്ചൂടും പരിരംഭണം ചെയ്തുകൊണ്ട് നഗ്നയായ മകൾ അവനെ പൊതിഞ്ഞു കമിഴ്ന്നിരിക്കുന്നു!

തറവാടിന്റെ വത്സല മകളുടെ കയ്യിൽ അമ്മ ആഞ്ഞുപിടിച്ചു. അവൾ പതുക്കെ എഴുന്നേറ്റു. ആമ്പലത്തണ്ടുപോലെ വാടിയ അവളുടെ മാറത്തേക്ക് അമ്മ ഉത്തരീയം ചേർത്തിട്ടു. ചുരുണ്ട് എഴുന്നേറ്റു കുത്തിയിരുന്ന വെള്ളന്റെ പുറത്ത് അമർത്തിയുന്തിക്കൊണ്ട് അമ്മ പറഞ്ഞു:

"നീ ചാളേലോട്ടു പൊക്കോ"- ഒരു നിലപ്പറവയുടേതിനേക്കാൾ മൃദുവായ ചെറുശബ്ദത്തിലാണ് അവരങ്ങനെ പറഞ്ഞത്.

ഓമനപ്പുത്രിയുടെ ഇഷ്ടപുരുഷനെ നിന്ദിക്കാൻ ഏതമ്മയ്ക്കു കഴിയും!

വാടിയാണെങ്കിലും പുതിയ ഒരു ഊർജഖനിയായി മാറിയ മകളെ രണ്ടു കയ്യിലും താങ്ങി അമ്മ കിടപ്പറയിൽ കയറി. വാതിലടഞ്ഞു കണ്ടപ്പോൾ വെള്ളൻ പതുക്കെ ചാളയിലോട്ടു നടന്നു.

പിറ്റേന്നും അതിന്റെ പിറ്റേന്നും നിലാവുള്ള നിശകളായിരുന്നു. ആ രാത്രികളിലൊക്കെ ഉണിച്ചിരുതക്കുട്ടിമാളുവിനെ അമ്മ വെള്ളന്റെ മാറിൽ നിന്ന് അടർത്തിക്കൊണ്ടു വരികയായിരുന്നു. അങ്ങനെ പല നാളുകൾ.

നിലാവു കുറഞ്ഞ ഒരു നിശയുടെ പിറ്റേന്ന് വെള്ളൻ മൂരികൾക്ക് തീറ്റകൊടുക്കുമ്പോൾ ഉണിച്ചിരുതക്കുട്ടിമാളു പതുക്കെ പറഞ്ഞു:

"വെള്ളൻ ഉടനെ മാറണം. ഇന്നു വൈകുന്നേരം, അല്ലെങ്കിൽ നാളെ, നീ മൂരിക്ക് പുല്ലുകുടഞ്ഞിട്ടു കൊടുക്കുമ്പോൾ നിന്റെ കഴുത്തു വെട്ടാനാണ് പൂമുഖത്തെ തീരുമാനം."

അവളുടെ ഭയംനിറഞ്ഞ വാക്കുകൾ വെള്ളനിൽ നടുക്കമുണർത്തി.

പതിമ്മൂന്ന്

ഉണിച്ചിരുതയുമായി ബന്ധം തുടങ്ങിയപ്പോൾത്തന്നെ ഈ ഒരു പരിണതി വെള്ളന്റെ മനസ്സിൽ വന്നതാണ്. വലിയ ഒരു സംഭവം പെട്ടെന്നുണ്ടാകും. അതു ചിലപ്പോൾ താൻപോലും പ്രതീക്ഷിക്കാത്ത നേരത്ത് കഴുത്തിൽ ആഞ്ഞുപതിക്കുന്ന മൂർച്ചയേറിയ കൊടുവാളിൽവരെ മുൻകൂട്ടി അവൻ കണ്ടിരുന്നു.

പക്ഷേ അത്തരം ഒരു സംഭവം ഉണ്ടാകുന്നതിനുമുമ്പ് അവൻ അതിൽനിന്ന് വഴുതിമാറിക്കഴിഞ്ഞിരിക്കുന്നു. നാട്ടിൽ നിന്ന് ഒന്നു മാറി നില്ക്കാൻ അമ്മയോടു അവൻ അനുവാദം വാങ്ങി-രണ്ടു കാര്യങ്ങൾക്കു വേണ്ടി ആയിരുന്നു അത്.

ഒന്നാമതായി ഉണിച്ചിരുതക്കുട്ടിയുടെ കാര്യവുമായി ബന്ധപ്പെട്ടു് അതു പുറത്താകുമ്പോൾ അവനെ ഉന്മൂലനം ചെയ്യുന്നതിൽ നിന്ന് ഒഴിവാകുക.

രണ്ടാമതായി, അച്ഛന്റെ തിരോധാനത്തിനുശേഷം, ജനിച്ചുവീണ ചാള യിൽനിന്ന് അമ്മയേയും നാലുമക്കളേയും ഇറക്കിവിട്ട കോയ്മയോട് പകരം വീട്ടുക; അച്ഛന്റെ തിരോധാനത്തിന് കാരണഭൂതനായ കോയ്മ യോട് കണക്കുതീർക്കുക.

അമ്മയുടെ അനുവാദത്തോടുകൂടി വെള്ളൻ ദേശാന്തരദേശയാത്ര പുറപ്പെട്ടു. ഉണിച്ചിരുതക്കുട്ടിമാളുവിന്റെ നിർദ്ദേശപ്രകാരമാണ് അവൻ യാത്ര ആരംഭിച്ചത്. വേടനോ പുലയനോ തമ്പുരാൻകുട്ടിയോ എന്ന് വ്യവച്ഛേദിച്ചു പറയാൻ കഴിയാത്ത ഒരുത്തരീയവും തലയിൽ കെട്ടാനുള്ള ഒരുരണ്ടാം മുണ്ടുമേ വസ്ത്രമായി അവന്റെ കയ്യിലുള്ളൂ. ഉണിച്ചിരുതക്കുട്ടി മാളു സമ്മാനിച്ച ഒരു തുണിപ്പൊതി അവന്റെ കയ്യിൽത്തന്നെയുണ്ട്.

പരദേവതകളെ പ്രാർത്ഥിച്ച്, അമ്മയെ വണങ്ങി വെള്ളൻ പുറപ്പെട്ടു. തന്റെ പടിഞ്ഞാറോട്ടുള്ള യാത്രയിൽ ആദ്യം അവൻ പുഴ നീന്തിക്കടന്ന് മുചുകുന്നിലെത്തി. അർദ്ധരാത്രിയാണെങ്കിലും കോട്ടയിൽ ക്ഷേത്ര വാതിലിന് ഒരു വിളിപ്പാടകലെ നിന്ന് വാതിലുകാപ്പോരെ ഉച്ചത്തിൽ വിളിച്ചു. വാതിലുകാപ്പോർ ഉറങ്ങിയിട്ടില്ല. വിളികേട്ടു.

“നിനക്കെന്തു വേണം?”

“ഞാനിതാ, ഇങ്ങനെയൊരു യാത്ര തുടങ്ങിയിരിക്കുന്നു. എനിക്ക് അനുവാദം തരണം.”

“ആയ്ക്കോട്ടെ. നീ ചെയ്തതിൽ ഒരു തെറ്റുമില്ല. നിന്റെ വഴി നിന്റെ മുന്നിലുണ്ട്. അത് നീ തെരഞ്ഞെടുക്കൂ! ഞാൻ മുടക്കി മുട്ടിച്ചു നില്ക്കു ന്നില്ല. നീ, തിന്നു മദിച്ച കോയ്മപ്പെണ്ണിനുവേണ്ടി അതും ചെയ്തു. അവളുടെ ആശകൾ നിറവേറ്റി. ഒരു തെറ്റുമില്ല. മറ്റൊന്ന് നിന്റെ മനസ്സിൽ കൊണ്ടു നില്ക്കുന്ന ഒരു കുത്തുണ്ട്. നിന്റെ ജന്മത്തിന് കാരണമായ വനെ അദൃശ്യനാക്കിയതിൽ നിനക്കുള്ള ചൊരുക്ക്. ആ ചൊരുക്ക് നീ

തന്നെ തീർക്കണം. അച്ഛന്റെ വിലയറിയുന്ന ഏതൊരാൺതരിയുടേയും അവകാശമാണത്. അതു നീ നിറവേറ്റുക. ഞാൻ നിനക്കുള്ള അനുവാദം വെച്ചു താമസിപ്പിക്കുന്നില്ല. നീ മുന്നേറുക!"

വെള്ളൻ വാതിലുകാപ്പോരിനെ സാഷ്ടാംഗം വണങ്ങി. എഴുന്നേറ്റു പിൻവാങ്ങി. ഉണിച്ചിരുതക്കുട്ടിമാളു സമ്മാനിച്ച തുണിഭാണ്ഡത്തിലേക്ക് കയ്യിട്ടു. ഒരു വലിയ പൊന്നരഞ്ഞാണമാണ് കയ്യിൽ വന്നത്. ആ പൊന്ന രഞ്ഞാണം വാതിലുകാപ്പോരിന്റെ കാഴ്ച ദിശയിലേക്ക് നിവേദ്യമായെ റിഞ്ഞ് അവൻ യാത്ര തുടർന്നു.

പ്രകാശത്തിനുമുമ്പേ കൊങ്ങണ്ണൂരമ്മയുടെ സവിധം അവൻ തൊഴുതു. "കൊങ്ങണ്ണൂരമ്മേ, എനിക്കു നിന്റെ സമ്മതം വേണം. ഞാൻ പോയ് വരട്ടെ?"

"പോയ് വരൂ പോയ്വരൂ പൊന്മകനേ! നിൻ വഴിതെറ്റിയതില്ലതെല്ലും."

സന്തോഷപ്പെട്ട് തുണിഭാണ്ഡത്തിൽ കയ്യിട്ടപ്പോൾ ഒരു പൊൻതണ്ട യാണ് കയ്യിൽ തടഞ്ഞത്. ആദരവോടെ പൊൻതണ്ടവെച്ചു. അവൻ തിരിച്ചുനടന്നു. വെയിലുമൂക്കുന്നതിനുമുമ്പേ കടുക്കുഴിക്കരയിൽ ആ പയ്യ നെത്തി. കൊയിലോത്തും പടിയിൽ തൊഴുതുനിന്നു. കിഴക്കേ ആൽത്തറ യിൽ തൊഴുതുനില്ക്കുന്ന വെള്ളനെ കൊയിലോത്തുംപടിദേവൻ കണ്ടു. ദർശനം ലഭിച്ചതോടെ സന്തുഷ്ടനായ ഭക്തൻ തുണിഭാണ്ഡത്തിൽ കര തലം താഴ്ത്തി. നടുവിരൽ മോതിരം കയ്യണഞ്ഞു. അതുനേരെ വെള്ള ക്കുഴിക്കൽ വെച്ചു. അഞ്ഞൂറ്റിച്ചില്വാനം ഏക്കറയിൽ തിങ്ങിയുയർന്ന കുടി വെള്ളത്തിൽ ഭക്തിയോടെയച്ചെറുവാല്യക്കാരൻ നടുവിരൽ മോതിരം കാണിക്കയിട്ടു. തെക്കും വടക്കും ചെറുതിരയായി മോതിരം കൊയി ലോത്തും പടിയിലപ്പൻ സന്തോഷത്തോടെ സ്വീകരിച്ചു.

പിന്നെയകലാപ്പുഴ കടന്നാപ്പയ്യനാം വെള്ളൻ നടുവത്തൂരെ ശിവ ക്ഷേത്രത്തിന്റെ നേർമുന്നിലെത്തി. "ഈ വഴിയില്ലാത്തേടത്തോളം നീ വരേണ്ടതില്ലായിരുന്നു മകനേ!" എന്നാണ് നടുവത്തൂർ ശിവൻ പറഞ്ഞത്.

"എന്നാലുമീ ഞാൻ ശിവന്റെ കണ്ണിൽ നേരിൽപ്പെട്ടില്ലെങ്കിൽ ചേലി ല്ലല്ലോ!" എന്നും വെള്ളൻ പറഞ്ഞു. തുണിഭാണ്ഡത്തിലിട്ട കയ്യിൽ ഗള മിന്നിയാണ് തടഞ്ഞത്. ഉണിച്ചിരുതയുടെ നാമത്തിൽ ഗളമിന്നി മെല്ലെ ത്തൊഴുതു വെച്ചു. സന്തുഷ്ടി തോന്നീട്ടെഴുന്നേറ്റവൻ പിന്നെയും നെല്യാടിപ്പുഴ കടന്നു. ശക്തൻ കുളങ്ങരച്ചാമുണ്ഡിയമ്മയുടെ തിരു മുമ്പിലെത്തിയ വെള്ളൻ ഒരു വിളിപ്പാടങ്ങകലെ നിന്നു.

"ചക്കങ്കുളങ്ങരച്ചാമുണ്ഡിയമ്മേ, ഞാനിങ്ങനെപോകുന്നു. അമ്മയുടെ മുന്നിലൂടെയാണ്, എനിക്കനുവാദം തരണം..."

ചാമുണ്ഡിയമ്മ പറഞ്ഞു. "നീ നിന്റെ പ്രവൃത്തി ചെയ്യുന്നു. അതാണ് ശരി. ഓരോരുത്തരും അവരവരുടെ വഴി കണ്ടെത്തണം. നീയതു കണ്ടെ ത്തിയിരിക്കുന്നു. എനിക്കു സന്തോഷമായി. നീ നിന്റെ വഴിയിൽ സഞ്ചരി ക്കുക..."

തുണിഭാണ്ഡത്തിൽനിന്നു ലഭിച്ച സ്വർണ്ണമാല കാണിക്കയിട്ട് അവൻ മുന്നോട്ടു നീങ്ങി. കുറച്ചപ്പുറം തെക്കോട്ടു് വിയ്യൂർ വിഷ്ണുക്ഷേത്രത്തിലെത്തി സാഷ്ടാംഗം തൊഴുതു. തന്റെ ആവലാതി ബോധിപ്പിച്ചു. അവിടെയും ഭാണ്ഡത്തിൽ നിന്നു കിട്ടിയതു കാണിക്ക വെച്ചു. പൊൻവള വെയ്ക്കുന്നതിനു മുമ്പേ അവന് അനുവാദവും അനുഗ്രഹവും കിട്ടി.

വെള്ളൻ യാത്ര തുടർന്നു. എവിടെയും മുട്ടില്ലാത്ത യാത്ര. ദേവന്മാരും ദേവതകളും അവന്റെ വഴികൾ ശരിവെയ്ക്കുന്നു. മനുഷ്യരോ? അവനെ തിരിച്ചറിഞ്ഞാൽ അവന് ജാതിയുടെ പേരിൽ അയിത്തം കല്പിക്കുന്നു. എന്നാണ് മനുഷ്യർ ദൈവങ്ങളുടെ അഭീഷ്ടങ്ങൾക്കനുസരിച്ചു ഉയരുക എന്ന ചിന്തയിൽ അധികം ഊന്നൽ ചെയ്യാതെ, മനുഷ്യരോട് അധികം ഇടപെടാതെ, അവരുടെ മട്ടത്തിനനുസരിച്ച് വെള്ളൻ യാത്ര തുടർന്നു.

പുളിയഞ്ചേരി കുറൂളിദേവിയെ തൊഴുതപ്പോൾ വിളംബം ഇല്ലാതെ വാത്സല്യപൂർവ്വംദേവി യാത്രികനെ അനുഗ്രഹിച്ചു.

“നീ നന്നായി വരും. തുടരുക നിന്റെ യാത്ര”- ദേവി പറഞ്ഞു. സ്വർണ്ണാഭരണം കാണിക്കയിട്ടു വെള്ളൻ പറഞ്ഞു:

“ദേവീ, എന്റേതല്ല. ഉണിച്ചിരുതക്കുട്ടിമാളുവിന്റേത്. എന്റെ യാത്രയ്ക്ക് അനുവാദം തരുമ്പോൾ അവളുടെ ജീവിതത്തിനും അനുഗ്രഹം നല്കുക.”

പുളിയഞ്ചേരി അംശം താണ്ടിയപ്പോൾ മരളൂരംശമെത്തി. മരളൂരമ്പലത്തിലെ ശിവനെ വിളിച്ച്ു് ആവലാതിപ്പെട്ടു. ശിവൻ പറഞ്ഞു:

“മകനേ! നീ എന്റെ മുന്നിലും എത്തി. എനിക്കു സന്തോഷമായി. നീ നിന്റെ ശരിയായ യാത്ര തുടരുക. ശിവനപ്പൻ എപ്പോഴും മോന്റൊപ്പമുണ്ട്...’

മരളൂർ ശിവനു വേണ്ടിയും അവന്റെ കയ്യിൽ ഉണിച്ചിരുതക്കുട്ടിമാളുവിന്റെ സ്വർണ്ണവള വന്നു. അവൾക്കുവേണ്ടി, അവളുടെ സൗഭാഗ്യത്തിനെന്നു നേർന്നുകൊണ്ടു സ്വർണ്ണവള കാണിക്കവെച്ച് വീണ്ടും വയലിലൂടെ യാത്ര തുടർന്നു.

മുചുകുന്നിറങ്ങിയപ്പോൾ തുടങ്ങിയതാണ് വയലിലൂടെയുള്ള യാത്ര. നെല്യാടി നീന്തിയല്പം നടന്ന് നടുവത്തൂർ ശിവനെ കാണുവോളം ഇത്തിരിദേശം നിരന്ന നാടായിരുന്നു. തിരിച്ചു നെല്യാടി നീന്തിക്കയറിയതും വയലിലേക്കായിരുന്നു. പച്ച നെല്ലണി നിരന്ന വയലിലേക്ക്. ചാമുണ്ഡിയമ്മയുടെ തിരുമുറ്റം തുടങ്ങി കണ്ണെത്താദൂരത്തോളം വിശാലമായ നെൽവയലാണ്. ഒരു വാഴയോ ചേനയോ കണ്ടില്ല. കരപ്രദേശങ്ങളിൽ തെങ്ങു കണ്ടു. മാവും പിലാവും പുളിയും കണ്ടു. യാത്ര നെൽവയലിലൂടെ ആയിരുന്നു. കുറൂളിയമ്മയ്ക്കും തിരുമുറ്റം നെൽവയലുകളാണ്. നോട്ടമെത്തുവോളം നെല്ലിൻകണ്ടങ്ങൾ. മരളൂർശിവനെ വിളിക്കുവോളം നടന്നതും നെൽവയലിലൂടെ. എല്ലാം കൂലിചോദിക്കാൻ

പാടില്ലാത്ത പുലയവർഗ്ഗം വെളിച്ചമുള്ള കാലം മുഴുവനും ചോര വറ്റിച്ച ദ്ധ്വാനിച്ചുണ്ടാക്കിയ നെന്മണിപ്പൊൻ കതിർസാഗരം. പുലയൻ കൂലി ചോദിക്കുന്ന ഒരു കാലം വരും. കൂലികൊടുത്ത്, നാട്ടുനിയമങ്ങൾ അനു സരിച്ചാൽ നെല്ലുവിളയുമോ? ഒരു കാലം വരെ വിളയും. പിന്നെ തമ്പു രാന്റെ വഴിമുട്ടും. കൂലി കൊടുത്ത് അദ്ദേഹം മുടിയും. അതോടെ നെൽ കൃഷി നില്ക്കും. കൂലി നല്കുന്നതോടെ എല്ലാ കൃഷിയുടേയും മുന്നേറ്റം കാണാനാകും. അങ്ങനെ ഒരു കാലം വരും. കൂലി ചോദിക്കുന്ന കാലം. തമ്പുരാൻ കൂലി കൊടുക്കേണ്ടിവരും. കൂലി കൊടുത്ത് തമ്പുരാൻ മുടിയും. അതോടെ നെൽക്കൃഷി നില്ക്കും. മനസ്സിൽ തന്റെ സമൂഹ ത്തിന്റെ വളർച്ചയുടെ സ്വപ്നങ്ങളുമായി വെള്ളൻ നടന്നു.

മരളൂരുനിന്നു നോക്കിയാൽക്കാണാം അനന്തപുരം. അത് തെക്കു നിന്നാളുകൾ വന്നുണ്ടാക്കിയ ക്ഷേത്രമാണ്. അതിനും തെക്കാണല്ലോ കൊല്ലത്തുനിന്നും വന്ന് കൊല്ലമുണ്ടാക്കി കൊല്ലം തുറമുഖത്തുകാരുടെ കാവ്. വരട്ടെ എല്ലാടത്തും പോകണം.എല്ലാ ദൈവങ്ങളുടേയും അനു ഗ്രഹം വാങ്ങണം. എന്നിട്ടു ജീവിതം ആരംഭിക്കണം. അതിനുമുമ്പു വേണം അത്യാവശ്യമായ അഭ്യാസങ്ങളും വിദ്യയും നേടൽ.

വെള്ളൻ നടന്നു. അനന്തപുരത്ത് തൊഴുതു. അനുവാദവും അനു ഗ്രഹവും നേടി. ചെത്തുവള കാണിക്കവെച്ചു. അപ്പോഴേക്കും തുടങ്ങി യിരുന്നു പിഷാരിക്കാവിലമ്മ മാടിവിളിക്കാൻ. അമ്മയ്ക്ക് അങ്ങനെ കൂടി സിദ്ധിയുണ്ട്. തന്നെത്തേടിവരുന്ന യഥാർത്ഥ ഭക്തനെ മുൻകൂട്ടി കാണാൻ. സ്വന്തം ജീവിതം ശരിയായ ദിശയിലാക്കാൻ പരിശ്രമിക്കുന്ന വനാണ് യഥാർത്ഥ ഭക്തൻ. അത്തരം ഭക്തരെ അമ്മയ്ക്ക് നേരത്തെ ക്കൂട്ടി മനസ്സിലാകും. അവരെ ദൂരെക്കാണുമ്പോൾ അമ്മ കൈകാട്ടി വിളിക്കും.

“അമ്മേ, എനിക്കനുവാദം തരണം”- വെള്ളൻ സാഷ്ടാംഗം പ്രണ മിച്ചു. അമ്മ പറഞ്ഞു:

“അമ്മ മകനെ കാത്തിരിക്കുകയായിരുന്നു. യുഗയുഗാന്തരങ്ങളോളം കാത്തിരുന്നിട്ടാണ് നിന്നെപ്പോലൊരു ഭക്തൻ അമ്മയുടെ മുന്നിലെത്തു ന്നത്. ഇവിടെ ഒരുപാടാളു വരുന്നു. പോകുന്നു. അമ്മയ്ക്ക് സമ്പാദ്യ മുണ്ടാക്കുന്നു. അമ്മയ്ക്ക് സന്തോഷം തരുന്നില്ല. ഓരോരുത്തരുടെ കാര്യ ങ്ങളാണ് ഓരോരുത്തർക്ക് നേടേണ്ടത്. മനുഷ്യന്റെ കാര്യം പറഞ്ഞ് ആരും വരുന്നില്ല. തന്റെ കാര്യവും കുടുംബത്തിന്റെ കാര്യവും ഉന്നയി ക്കുന്നു. അനുഗ്രഹിച്ചനുഗ്രഹിച്ച് അമ്മയുടെ കൈ ഒരു കൗശലസാധനം പോലെയായി. നിന്റെ കൂട്ടത്തിൽ നിന്നാരും വരുന്നില്ല. അവർ വിശ്രമ മില്ലാതെ പണിയുകയാണ്. ഇവിടെ കാര്യസാദ്ധ്യതയ്ക്കു വന്നു കുമ്പിടു ന്നവരുടെ നിലനില്പിനും ഔന്നത്യത്തിനും വേണ്ടി നിന്റെ കൂട്ടക്കാർ പണിയുന്നു. അവരെ ഇങ്ങോട്ടാരും കടത്തിവിടുന്നുപോലുമില്ല. ഇങ്ങോട്ടു വരണമെന്നില്ല. നില്ക്കുന്നേടത്തുനിന്ന് എന്നെ വിളിച്ചാൽ മതി.

അതിനവർക്ക് നേരം അനുവദിക്കുന്നില്ല...നീ വന്നു. നിന്നെ ഞാൻ ആത്മ പരിരംഭണം ചെയ്യുന്നു. എന്റെ മകനേ... നീ യാത്ര തുടരുക!"

അമ്മ പറഞ്ഞു നിർത്തുമ്പോഴേക്കും ഭക്തൻ നിർവൃതിയുടെ പൂമരം പൂകിയിരുന്നു. അതികഠിനമായ യാത്രയുടെ ക്ഷീണം അകന്നിരുന്നു. അവൻ മാറിയിരുന്നു. തേജസ്സേറിയ ഒരു യുവാവായി അവൻ പരിണ മിച്ചുകഴിഞ്ഞിരുന്നു.

"അമ്മേ, അമ്മയ്ക്കെന്താണ് വേണ്ടത്? എന്റെ കയ്യിൽ ഉണിച്ചിരുത ക്കുട്ടിമാളുവിന്റെ സ്വർണ്ണഭാണ്ഡമുണ്ട്. അതപ്പാടെ ഞാൻ അമ്മയുടെ പാദങ്ങളിൽ വെയ്ക്കുന്നു. അമ്മ സ്വീകരിക്കില്ലേ?"

"പാടില്ല മകനേ. നീ ഇതുവരെ നല്കിയതുപോലെ ഇവിടെയും കാണിക്ക മാത്രം. ഉള്ളതുമുഴുവൻ കൊടുത്തു തീർക്കരുത്. നിന്റെ കൂട്ട രുടെ സ്വഭാവമാണത്. ഉള്ളത് മുഴുവൻ കൊടുക്കുക. കൊടുക്കാനില്ലാ ത്തവൻ ആവതു ചെയ്യുന്നു. മറ്റുള്ളവരൊക്കെ വലിയവരാണെന്നു കരുതി അവർക്കായി പണിയുന്നു. അവർക്കായി കത്തുന്നു. കത്തിക്കത്തി സ്വയം തീരുന്നു. അങ്ങനെയാണ് നിന്റെ ആൾക്കാർ. കൊടുത്താൽ തീരാത്ത ഒരു നിധി നിന്റെ മനസ്സിലുണ്ട്. അമ്മയ്ക്കതാണ് ആവശ്യം."

തുണിഭാണ്ഡത്തിൽ കയ്യിട്ടപ്പോൾ ലഭിച്ച സ്വർണ്ണമാല കാണിക്ക യർപ്പിച്ച് അമ്മയെ തൊഴുതു വണങ്ങി വെള്ളൻ പിൻവാങ്ങി. അവനിലെ തേജസ്സ് പിന്നെയും ഇരട്ടിച്ചു.

പതിന്നാല്

അടുത്തും അകലത്തുമുള്ള ദൈവസങ്കല്പസ്ഥലങ്ങളിലൊക്കെ വെള്ളൻ കയറിയിറങ്ങി. നഗരേശ്വരത്ത് കയറിയിറങ്ങി. തളിയമ്പലത്തിൽ പോയി. ശ്രീകൃഷ്ണപുരത്ത് ചെന്നു. ഉറൂണിക്കാവ് കടലമ്പലത്തിൽ കാഴ്ചകൾ കൗതുകകരമായിരുന്നു. ഏറ്റക്കുത്തനെയുള്ള കുന്നിന്റെ പള്ളയിൽ പിതൃക്കളെ കൂട്ടിസേവിക്കുന്ന അമ്പലം. തൊട്ടുതാഴെ ഒരിക്കലും ചിറകൊതുക്കാതെ ഒരേ വിതാനത്തിൽ ചിറകടിച്ചു പറന്നു കൊണ്ടേയിരിക്കുന്ന സമുദ്രം. ഇരമ്പം താഴോട്ടു വലിച്ചിടുന്ന നീലക്കടൽ...

ദേവസ്ഥാനങ്ങൾ കയറിയിറങ്ങിക്കൊണ്ടിരിക്കുമ്പോഴാണ് വെള്ളന്റെ തെളിഞ്ഞ മനസ്സിൽ പുതിയ ഒരു ആശയം വിടർന്നു വന്നത്. എല്ലാ ദൈവ ങ്ങളും തന്റെ യാത്രയെ ശരിവെയ്ക്കുന്നു; മുന്നോട്ടു നയിക്കുന്നു. എത്ര കാലം ഇങ്ങനെ മുന്നോട്ടുപോകും? മുന്നോട്ടുമാത്രം നീങ്ങിയാൽ പ്പോരല്ലോ. യാത്രകഴിഞ്ഞ്, പഠിക്കേണ്ടതെല്ലാം പഠിച്ച് തിരിച്ച് അമ്മയുടെ അടുത്തെത്തേണ്ടേ! ആ കണ്ണുനീർ ഒപ്പേണ്ടതല്ലേ! സ്വപ്നങ്ങൾ വെച്ചു

പുലർത്താതെ ജീവിതം മക്കൾക്കുവേണ്ടിയുള്ള കൊടും വേവലാക്കിയ അമ്മ...

യാത്രയിൽ പലതും വെള്ളൻ പഠിച്ചു. അത് സ്വയം നേടിയെടുത്ത വിദ്യ. ഇനി ഗുരുമുഖത്തുനിന്ന് ആർജ്ജിക്കേണ്ടതായ ചില വിദ്യകളുണ്ട്. അത് മെയ്യഭ്യാസവുമായി ബന്ധപ്പെട്ട വിദ്യയാണ്. അതിന് വടക്കോട്ടേക്ക് യാത്രപോകണം. മെയ്യഭ്യാസം കൊണ്ടും പൂർണ്ണമാകുന്നില്ല. സേവകൾ പഠിക്കണം. തെക്കൻ മെയ്യഭ്യാസങ്ങളും വേണം. അതിന് കുറെ ഏറെ നടക്കണം. വള്ളുവനാടും ഏറനാടും കടന്ന് കുന്നും മലയും കയറി പാലക്കാടേക്കുള്ള വഴിയിൽ കിഴക്കോട്ടുപോയാൽ മണ്ണാർക്കാട് കടക്കാം. മണ്ണാർക്കാടു കടന്ന് മല കയറിയാൽ കല്ലടിക്കോടൻ മലകളായി. കല്ലടിക്കോടൻ മലകളിൽ നീലി എന്ന ഒരു സേവക്കാരിയുണ്ട്. അഗ്രഗണ്യയാണെന്നു കേട്ടിട്ടുണ്ട്. നീലിയുടെ കാലമായതോടെയാണത്രേ കല്ലടിക്കോടൻ മലകളിൽ ഒറ്റമുലച്ചികളുടെ ഉപദ്രവം ഒഴിഞ്ഞത്. അല്ലെങ്കിൽ ആ കുന്നും മലകളും കയറുന്ന 'ചെറുവാല്യക്കാരായ' യുവാക്കളെ കയ്യും കലാശവും കാട്ടി മയക്കി, മുലകൊടുക്കാമെന്നു കൊതിപ്പിച്ച് ചോരയൂറ്റിക്കുടിക്കുമായിരുന്നുവത്രെ. കല്ലടിക്കോടൻ നീലിയുടെ കാലത്തോടെ ഒറ്റമുലച്ചികളുടെ വിളയാട്ടം നിന്നു.

വെള്ളൻ വടക്കോട്ടു നടന്നു. വരമ്പും ഊടുവഴികളും ഇടവഴികളും ഒഴിപ്പറമ്പുകളും താണ്ടി വടക്കോട്ട്. കുന്നിൻ ചരിവുകളും പാടങ്ങളും തെങ്ങിൻതോപ്പുകളും വെള്ളൻ പിന്നിട്ടു. പുഴകളും തോടുകളും തൊടിപ്പുകളും നീന്തിയും നടന്നും കടന്നുകയറി.

'ഈളീള് പീറ്റത്തെങ്ങു'പോലെ എത്രയെത്ര കവുങ്ങിൻതോപ്പുകൾ! കവുങ്ങുകളുടെ മഴ പെയ്യുകയാണെന്നു തോന്നും. മുകളിൽ പച്ചത്തലപ്പുണ്ട്. ഇടതിങ്ങിയ പച്ചത്തലപ്പുകൾ അന്യോന്യം തൊട്ടുകളിച്ചുകൊണ്ട് ആകാശത്തിന് മുകൾപ്പരവതാനി വിരിക്കുകയാണ്. പച്ചത്തലപ്പുകൾക്കു തൊട്ടു താഴെ എല്ലാ കവുങ്ങുകളിലും കുലകൾ തൂങ്ങുന്നു. ഈർക്കിൽ പീറ്റത്തെങ്ങിന്റെ മുകളിൽ ഇത്രയേറെ കുലകൾ തൂങ്ങുമ്പോൾ എങ്ങനെയാണ് അവയെ ഇത്ര ഉയരത്തിൽ അവർ താങ്ങി നിർത്തുന്നതെന്ന് അദ്ഭുതപ്പെട്ടു. ഓരോ കുലയിലും നൂറു കണക്കിന് അടക്കകൾ. അതിന്റെ [illegible] അട്ടിയിൽ പൈങ്ങാക്കുലകൾ. പവിഴം എന്നൊക്കെ കേട്ടിട്ടേയുള്ളൂ. ചിലേടങ്ങളിലെത്തുമ്പോൾ നൂറുകണക്കിൽ പവിഴ മണികൾ കെട്ടിഞാത്തിയ കവുങ്ങിൻ നിരകളാണ്. ഇരു ഭാഗങ്ങളിലും നിരനിരയായിത്തൂങ്ങുന്ന പവിഴമണികൾ ഒരുമിച്ചുപൊഴിഞ്ഞിരുന്നുവെങ്കിൽ കവുങ്ങിൻ ചുവടുകൾ പവിഴമണിവില്ലീസു വിരിച്ച പവിഴപ്പരവതാനികളായേനേ!

നടന്നുമുന്നേറുന്നതിനിടയിൽ പവിഴക്കുലക്കവുങ്ങിൻ തോപ്പുകളിൽ വലിയ വള്ളിക്കൊട്ടകളും കണ്ണിയടുപ്പമുള്ള മാലുകളുമായി പവിഴക്കുലകൾ ഏറ്റുകയും പവിഴക്കുന്നുകൾ കാക്കുകയും ചെയ്യുന്നവരായ തൊഴിലാളികളുണ്ട്. കവുങ്ങുകൾ ഇളക്കിയാട്ടിക്കൊണ്ട് കയറുകൾ വലിഞ്ഞു

നീളുന്ന അരക്കെട്ടുകളുമായി മെലിഞ്ഞ കവുങ്ങുകളിൽ പീച്ചാങ്കുഴൽ പീച്ചിയതുപോലെ ആളുകൾ കയറിപ്പോകുന്നുണ്ട്. മുകളിലെത്തിയാൽ അവർ താഴേയ്ക്കു വരുന്നില്ല. മൂർച്ചയുള്ള പിശ്ശാംകത്തികൊണ്ടു് മുറിച്ച പവിഴക്കുലകൾ കയറിൽ എറിഞ്ഞുതാഴ്ത്തുന്നു. ആടുന്ന കവുങ്ങിൻ തലയ്ക്കൽ നിന്ന് മറ്റൊന്നിന്റെ മണ്ടയിലേക്ക് കവുങ്ങാട്ടിപ്പിടിച്ചുകയറുകയാണ് പവിഴക്കുലയറുക്കുന്ന അണ്ണാക്കോട്ടനെപ്പോലുള്ള മനുഷ്യർ. അവരുടെ വക കൂക്കും വിളികളും അട്ടഹാസങ്ങളുമുണ്ട്. താഴെയെത്തിയ പവിഴക്കുലകൾ മൂരിവണ്ടിയിൽ കയറ്റുന്ന വഴിയിൽക്കയറി നടന്നു വെള്ളൻ. വലിയ ചക്രമുള്ള മൂരിവണ്ടി ഒന്നിന് മാത്രം കുലുങ്ങി നീങ്ങാവുന്ന കുണ്ടൻ വഴിയാണ്.

ഒരു മൂരിവണ്ടി പഴുത്ത അടക്കയുമായി ഒരൂടുവഴിയിലൂടെ വരുന്നുണ്ടെങ്കിൽ ആ വഴിയിൽ ഒരാൾക്ക് നടക്കുവാൻ ഇടമില്ല. ഇറക്കമിറങ്ങി വരികയാണെങ്കിൽ വഴിപോക്കൻ കൊള്ളിൽ കയറി മാറുകതന്നെ. ഇറക്കമുള്ള അടിപ്പാതയാണെങ്കിൽ ഒതുങ്ങിനില്ക്കാൻ തീരെ 'തേയ'മുണ്ടാവുകയില്ല. അത്തരമാണ് ഇടവഴിപ്പാതകൾ.

വൻമരങ്ങളും കയറ്റങ്ങളും കയറുമ്പോൾ കുരങ്ങന്മാരെയും കാട്ടുപശുക്കളേയും കാണാം. വഴിയായി പ്രത്യേകവഴിയൊന്നുമില്ല. ദിക്കറിഞ്ഞ് കണ്ടു മനസ്സിലാക്കി നടക്കുക തന്നെ. എല്ലാ മഹാന്മാരും അങ്ങനെയാണ് ലക്ഷ്യങ്ങളിൽ എത്തിയിട്ടുള്ളത്. എത്ര ദിവസം കൊണ്ട് എത്തും എന്നൊന്നും പറയാൻ പറ്റില്ലല്ലോ. കുന്നും മലകളും കയറിയും ഇറങ്ങിയും ആളനക്കവും കുടിലുകളും കാണാതായി. കാടും മലയും മരങ്ങളും തന്നെ. കയറ്റത്തിലെ കുറ്റിക്കാടുകളിൽ നരിയെക്കണ്ട് യാത്രികൻ ആദ്യമൊന്നമ്പരന്നു. വിശപ്പുതീർന്നു വിശ്രമിക്കുന്ന നരിയാണെന്നു മനസ്സിലായപ്പോൾ ചില വിദ്യകളൊക്കെ മനസ്സിലുറപ്പിച്ച് കാട്ടുമൃഗത്തെ വെട്ടിച്ച് വെള്ളൻ മലകയറി. ആനയെക്കണ്ടപ്പോഴും അവന്റെ രക്ഷനേടാനുള്ള വഴി കണ്ടെത്തി. വന്മരങ്ങളുടെ വേരുകളിൽ തൂങ്ങി ആടിയും ചാടിയും അയാൾ മലകയറിയെത്തി. ഒന്നും രണ്ടും മൂന്നും മലകളല്ല. എത്രയോ മലകൾ. മലകളിൽ കടൽപോലെ പരക്കുന്ന മരങ്ങളുടെ നിരന്നും പരന്നുമുള്ള കാഴ്ചകൾ. എല്ലാ മലകളും കയറിത്തീർന്നപ്പോൾ ഉയർന്ന പാറയിൽ കയറി നിന്ന് വെള്ളൻ പിന്നിട്ട വഴികൾ കണ്ടു. ആദ്യം കടലു കണ്ട അതേ തോന്നൽ. നീലജലമല്ല എന്നുമാത്രം. മരങ്ങൾ നിറഞ്ഞ നീലക്കുന്നുകൾ. മരങ്ങളും പച്ചപ്പുകളും മാഞ്ഞുതീരുന്ന ചക്രവാളങ്ങളിൽ പിന്നിട്ടുപോന്ന നാട്. അതങ്ങെത്രത്തോളം വിദൂരതയിലായിക്കഴിഞ്ഞിരിക്കുന്നു!

മലകയറിക്കഴിഞ്ഞപ്പോൾ നിരന്ന നാടാണ്. പലതരം നിരപ്പുകളും കൂനകളും മുണ്ട്യകളുമായി തുടരുന്ന നാട്. കൃഷി തകൃതി. നെല്ലും തെങ്ങുമല്ല, സാഗരംപോലെ പരന്നുകിടക്കുന്ന ഇഞ്ചിക്കൃഷിയും. മഞ്ഞൾ

കൃഷിയും. മരമുള്ളേടത്തൊക്കെ കുരുമുളക് കയറിയിരിക്കുന്നു. കയറിയതല്ല, കയറ്റിയത്. നരീന്റെ വാലിൽ ഈര് നിറഞ്ഞതുപോലെയാണ് മുളകുതിരികൾ. എന്തൊരു കുരുമുളക്! എന്തൊരു മഞ്ഞൾ! ഇഞ്ചി പറിക്കുന്നതു കണ്ടു. നാട്ടിൽ ഒരു മുരട് ഇഞ്ചികൊത്തിയാൽ മൂന്നോ നാലോ കിഴങ്ങുണ്ടാകും. ഇവിടെ അതല്ല. ഓരോ മുരടിലും അങ്ങോട്ടുമിങ്ങോട്ടും ഇഞ്ചിക്കിഴങ്ങ് പടർന്നുപിടിച്ചിരിക്കുകയാണ്. കൃഷിയെക്കുറിച്ച് ഇങ്ങനെ ഒരു ധാരണ മുമ്പില്ല. ചേന കൊത്തിക്കമിഴ്ത്തിയിട്ടിരിക്കുന്നതെത്ര! ഒരു വീടിനേക്കാൾ വലുതാണ് ചേന വിളവെടുത്തിരിക്കുന്ന വയലുകളിലെ ചേനക്കൂനകൾ!

കൃഷിയും കൃഷിവിളവെടുപ്പും കണ്ടുനടന്ന വെള്ളൻ ദിക്കുനോക്കി, നിഴൽനോക്കി പിന്നെയും നടന്നു. കൃഷിക്കാഴ്ചകൾ കുറഞ്ഞു. കുറ്റിച്ചെടികളും ചെറുമരങ്ങളും കാട്ടുമരങ്ങളുമായി ഭൂപ്രകൃതി മാറി. പിന്നെപ്പിന്നെ മരങ്ങൾ തിങ്ങിയ കാടു തന്നെ. വഴി വകഞ്ഞുമാറ്റി ദിക്കുനോക്കി വെള്ളൻ നടന്നു. ചെറിയ ചവിട്ടുപടികൾ. ആൾപ്പെരുമാറ്റത്തിന്റെ ലക്ഷണങ്ങൾ. നടപ്പാത തിരഞ്ഞു വെള്ളൻ നടന്നു. ചെങ്കൽ കോണിപ്പടികൾ കയറിയപ്പോൾ വലിയ ഒരമ്പലം. അപ്പുറവും ഇപ്പുറവും ചുറ്റിനടന്നു. വലിയ മുറ്റത്ത് ഉലാത്തി. അലഞ്ഞു. കിഴക്കോട്ടും വടക്കോട്ടും പച്ചപൊതിഞ്ഞ ഉയരക്കാഴ്ച നോക്കി നടന്നു. കിഴക്ക് കാണുന്ന കുന്നിലൂടെ നടക്കണം. പച്ചക്കാടുകളിലൂടെ. ആ കാണുന്ന കുന്നുകളിലാണ് ബ്രഹ്മാവ് തപസ്സിരുന്നത്. അതുവഴിയാണ് കബനീനദി ഒഴുകുന്നത്. ഇനിയും മുന്നോട്ടുപോയാൽ കബനി കാവേരിയായി മാറും. അവിടെ ഭാഷ മാറും. തുളുകരും കന്നടക്കാരും ആ മലനിരകൾക്കപ്പുറമാണ്. അവരാണ് കബനിയെ കാവേരിയാക്കുന്നത്...

വെള്ളൻ തിരുനെല്ലിക്കുന്നുകൾ ഇറങ്ങിമുന്നോട്ടുതന്നെ നടന്നു. കാടാണ്. മരങ്ങൾ വളരാത്ത പുൽമേടുകളുണ്ട് വഴിയിൽ. അവിടെ പുൽച്ചെടികൾ മാത്രം. പുൽമേടുകൾ ഒരുതരം മരുഭൂമിയാണ്. കണ്ണെത്താത്ത ദൂരത്തോളം പുൽച്ചെടികൾ മാത്രം. ആരോഗ്യമില്ലാത്ത, വാടിയ, ഉറക്കം നടിക്കുന്ന പുൽച്ചെടികൾ. എത്രയോ വീർപ്പുനടന്നാലാണ് ഒരു ചെറിയ മുൾച്ചെടിയോ കാരമുള്ളു ചെടിയോ കാണുക. അതിന്റെ തണലിൽ ഒരു അത്താണിയില്ല. വേനലിൽ ഉറക്കം തൂക്കുന്ന പുൽച്ചെടിക്കടലിനിടയ്ക്ക് ഒരു ചെറിയ മുൾച്ചെടിത്തണൽ അത്ര ചെറിയതായതുകൊണ്ട് എവിടെയും നില്ക്കാതെ നടന്നു.

പിന്നെയും കാട്. ചെറുമരങ്ങൾ കാട്ടുമരങ്ങളാകുന്നു. വന്മരങ്ങൾ വള്ളിപുതച്ച കാട്. കാട് കുളിർന്ന് മനോഹരിയാകുന്നു. പറവകൾ ചിറകടിച്ച് നിവസിക്കുന്ന കാട്. പലതരം പക്ഷികൾ പലതരം സ്വരമിട്ട് ചേക്കേറുന്ന ഈ മനോഹരസങ്കേതം നാട്ടുകാർ കാണേണ്ടതായിരുന്നു. ഇവിടെ ഒരു ദൈവസങ്കല്പമുണ്ടെങ്കിൽ ആളുകൾ എത്തിക്കോളും. ദൂരവും കാടും ഭക്തജനത്തിന് പ്രശ്നമല്ല. ദൈവത്തിനെ കണ്ടെത്തിയാൽ

ഏതു കാട്ടിലും ഏതു കടലിലും അവരെത്തിക്കോളും. മനുഷ്യരെ മാത്രമേ മനുഷ്യർ അവഗണിക്കുകയുള്ളൂ. ഈ കാടുകളിൽത്തന്നെ ഏതുകാലം മുതൽ മനുഷ്യവാസമുണ്ട്, ആ മനുഷ്യർ ഇപ്പോഴുമുണ്ട്. അവർ എപ്പോഴു മുണ്ടാകും. പക്ഷേ നാട്ടിൽ നിന്നു വന്നവർ കാട്ടിലുള്ളവരെക്കണ്ടാൽ കണ്ടതുപോലെ ഭാവിക്കുകയില്ല. അവർക്കാണെങ്കിൽ പരിഷ്കാരികളെ കണ്ടാൽ കാണുന്നതിനുമുമ്പേ അറിയാം. ഇല്ലാത്തവരിൽ നിന്ന് ഉള്ളത് എടുക്കുവാനാണ് പരിഷ്കാരികൾ വരുന്നതെന്ന്. അതുകൊണ്ട് കാട്ടിൽ ജനിച്ചുവളർന്ന ആണുങ്ങൾ നാട്ടിൽനിന്നു വരുന്നവരെക്കണ്ടാൽ മാറി ക്കളയുന്നു. അവരുടെ പെണ്ണുങ്ങളിൽ ചിലരാകട്ടേ, എവിടെയുമുള്ള പെണ്ണുങ്ങളെപ്പോലെത്തന്നെ പരിഷ്കാരം കണ്ടാൽ തിരിഞ്ഞും മറഞ്ഞും നോക്കുന്നു. ആണുങ്ങളുടെ നിർബന്ധത്തിൽ തിരിച്ചുപോകുമ്പോഴും തിരിഞ്ഞും മറഞ്ഞും നോക്കി, പരിഷ്കാരത്തിന്റെ കെണിയിൽ അവ രിൽച്ചിലർ വീണുപോകുന്നു.

"ഈ പ്രദേശം ഒരു സ്വർഗ്ഗമാണോ, ഭൂമിയാണോ, പാതാളമാണോ?" - സ്ഥലത്തിന്റെ മനോഹാരിതയിൽ മുങ്ങി വെള്ളൻ ചിന്തിച്ചു. സ്വർഗ്ഗീയ മായ പ്രദേശത്തിന്റെ മനോഹാരിതയിൽ അലിഞ്ഞ് പ്രദേശം വിട്ടുപോകാ നാകാതെ യാത്രികൻ സ്വയം പറഞ്ഞു: "പക്ഷിപാതാളം എന്ന് ഈ ദേശ ത്തിനെ ചിലർ പറയുന്നു... പറവകളുടേയും പാമ്പുകളുടേയും മനുഷ്യ രുടേയുമെല്ലാം സ്വർഗ്ഗകാഴ്ചയായ ഈ ഭൂമിയെ പക്ഷിപാതാളം എന്നു പറയുന്നതിൽ അനൗചിത്യത്തേക്കാൾ ഔചിത്യം തോന്നുന്നു..."

പക്ഷിപാതാളവും താണ്ടി സ്വർഗ്ഗീയമായ സ്ഥലങ്ങളിലൂടെ വെള്ളൻ നടന്നു. പകലും രാവും പിന്നെയും പിന്നിട്ട് അയാൾ ഒരു കോട്ടയുടെ ശാലീനമായ ഇടത്തിലെത്തി. ശാന്തഗംഭീരമായ നാട്ടിൻപുറം. തലയു യർത്തിപ്പിടിച്ചു നില്ക്കുന്ന കോട്ട. ഇത് വിജനതയുടേയും കൂടി കോട്ട യാണോ? ഏതായാലും എത്തിപ്പെട്ടിരിക്കുന്നത് ഉദ്ദേശിച്ച ഇടത്തുതന്നെ യാണ് - പൊന്നാപുരം കോട്ടയിൽ. അയാൾക്കു വല്ലാത്തൊരാശ്വാസം തോന്നി.

പതിനഞ്ച്

മഹാശൈലസഞ്ചയത്താൽ സൂര്യോദയം പരിലാളനം ചെയ്യപ്പെടുന്ന ഒര ത്യുന്നത ഗ്രാമമേടയിലാണ് എത്തിപ്പെട്ടിരിക്കുന്നത്. ഗ്രാമമോ? കേട്ടു കേൾവിയില്ലാത്ത തരം ഭൂപ്രകൃതിയാൽ അനുഗ്രഹിക്കപ്പെട്ട ഒരു സ്വർഗ്ഗ സ്ഥലം. പിന്നിൽ കണ്ണെത്താത്ത ദൂരത്തോളം വിപിന മലനിരകൾ. അതെല്ലാം താണ്ടി ഒരു കുഗ്രാമത്തിൽനിന്നും മനുഷ്യനിർമ്മിതിയുടെ മനോഹാരിതയ്ക്കപ്പുറം പ്രകൃതി കനിഞ്ഞരുളിയ ഒരു മനോജ്ഞ ഗ്രാമ

മധ്യത്തിൽ താൻ എത്തിയിരിക്കുന്നു. ഈ ഗ്രാമമധ്യമാണ് പൊന്നാപുരം കോട്ട.

മുന്നോട്ടുനോക്കിയാൽ കണ്ണെത്താദൂരത്തോളം നീലക്കാഴ്ച പുതച്ച മലയിറക്കങ്ങൾ. ഒരുഭാഗത്ത് ഗ്രാമത്തിന് അരപ്പട്ടയായി മുന്നോട്ടൊഴുകി യോടുന്ന കബനീ നദി. കബനി ഇനിയുമിനിയും ദൂരേക്കൊഴുകിയാൽ മലയാളക്കര കടക്കും. മലയാളക്കര കടന്നാൽ കന്നട നിലമായി. കർണ്ണാടകവും തുളുവും ഹിന്ദുസ്ഥാനിയും സംസാരിക്കുന്ന നാട്. അവിടെ എത്തിയാൽ അക്ഷമയിത്രിയായ ഈ പുഴപ്പെണ്ണിന്റെ ഉടയാടകൾ മാത്രമല്ല ഇവളുടെ പേരുപോലും അവർ മാറ്റും. അങ്ങനെയാണല്ലോ വിദേശിയായ മനോഹരിയെക്കിട്ടിയാൽ ഏതു നാട്ടുകാരും! ഉടയാടകൾ മാറ്റി നാടൻ ഉടുപ്പുകളണിയിക്കും. എന്നിട്ടവരുടേതാക്കി മാറ്റി അവർക്കെതമുള്ള തൊക്കെച്ചെയ്യും. അതോടെ നമ്മുടെ കന്യക പ്രൗഢവനിതയായി. മഹാനിതംബിനിയായി. കുടുംബിനിയായി അവിടങ്ങളിൽ ശയനവിശ്രമം തുടങ്ങും. ഒടുക്കം സമുദ്രസ്നാനിയായി അനന്തവിലയം...

കിനാപ്പൂക്കളാൽ അണിയിക്കപ്പെട്ട ഗ്രാമമധ്യത്തിലെ കോട്ട വിജനമാണ്. ആളും കോളും അമ്പാരിയും എഴുന്നള്ളത്തും ഇന്നവിടെയില്ല. പഴയകാലത്ത് ജയിച്ച കൂട്ടത്തിലെ നായകരാണെങ്കിലും ഇപ്പോൾ ഈ കോട്ട ഒരു തറവാട്ടുവീടിന്റെ സൗമ്യതയിലും സമാധാനത്തിലുമാണ്. വടക്കേ പടിപ്പുര അടഞ്ഞുകിടക്കുന്നു. പടിഞ്ഞാറേ പടിപ്പുരയിലും ആളില്ല. അവിടെയും വാതിൽ തുറന്നിട്ടില്ല. തെക്കേപടിപ്പുരയിൽ ആളുപെരുമാറിയതിന്റെ ലക്ഷണമുണ്ട്. പക്ഷേ, തുറന്നിട്ടില്ല. ഇങ്ങനെ അടഞ്ഞുകിടക്കുന്ന ശാലീനസുന്ദരമായ ഈ പഴയ തറവാട്ടിലേക്കാണോ കാടും മലകളും കയറിയിറങ്ങി താനെത്തിയത്? വന്യമൃഗങ്ങളുടെ കണ്ണുവെട്ടിച്ചും സമശാലീനത പങ്കുവെച്ചും ദിനങ്ങളും ആഴ്ചകളും മാസങ്ങളുമൊടുക്കി യെത്തിയ കോട്ട വെറുമൊരു പഴയ തറവാടുവീടോ!

കിഴക്കെത്തി നില്ക്കേ, പടിപ്പുര പൂർണ്ണമായും അടഞ്ഞിട്ടില്ല. അടയാത്ത ചെറുപഴുതിലൂടെ ഉള്ളിലേക്ക് പാത്തുനോക്കി.

ഉണ്ട്. ഒരാളുണ്ട്. കിഴക്കേ പടിപ്പുരയിലെ അരമതിലിൽ കയറിയിരുന്ന് കാലാട്ടി, കയ്യാട്ടി, മെയ്യാട്ടി, പ്രകൃതി അമിതമായി നല്കിയ യൗവനം കയ്യിലൊതുങ്ങാതെ വലിയ കണ്ണുകളുമായി ഒരു ചെറുബാല്യക്കാരി. പ്രായം ഒരുപക്ഷേ, വെള്ളന്റേതു തന്നെ. പതിനഞ്ചോ പതിനാറോ? ഉദിച്ചു പൊങ്ങുന്നതിനു മുമ്പത്തെ ബാലാർക്കൻ വെയിൽ ചൂടായിട്ടും നിറം മാറാതെ പൊന്നാപുരം കോട്ടയുടെ കിഴക്കേ പടിപ്പുരയിൽ, യൗവനത്തിന്റെ എന്തൊരു തികവ്! സൗന്ദര്യത്തിന്റെ എന്തൊരു തീക്ഷ്ണത! വെള്ളവില്ലീസുടയാടയിൽ തിങ്ങി വിങ്ങി ഒതുങ്ങാത്ത പെൺതാരുണ്യം! ഇത്ര മികച്ച ഒരു സൗന്ദര്യധാമം ഭൂമിയിലുണ്ടാകുമെന്നത് ആദ്യകാഴ്ചയിൽത്തന്നെ അദ്ഭുതമായി.

പ്രഭാതസൂര്യന്റെ ഉദയസൗന്ദര്യത്തിൽ ഒരു നോട്ടമല്ലേ വേണ്ടൂ! ഉള്ളിലേക്കു പാത്തുനോക്കിയപ്പോൾ മുഖം പൊള്ളിപ്പോയതുപോലെ! നോക്കേണ്ടിയിരുന്നില്ല. ഇതുപോലെ ഒരു രൂപം ഒരിക്കലും മനസ്സിലുണ്ടായിരുന്നില്ല. അതിനാൽ കാണേണ്ടിയിരുന്നില്ലെന്നു നിനച്ച് വെള്ളൻ പെട്ടെന്ന് നോട്ടം പിൻവലിച്ചു. നിഴൽപോലെ സ്വയം പിൻവാങ്ങി. ശരീരം കുളിർന്നുപോകുന്നതിനിടയിൽ ധാർഷ്ട്യത്തിലെങ്കിലും പാപനാശിനിയുടെ ഉദ്ഭവദേശങ്ങളിലെന്നതുപോലെ, നാളിതുവരെ കർണ്ണപുടങ്ങളെ പുൽകിയിട്ടില്ലാത്ത ഇളമരുവീസ്വനം കാതിൽ :

"ആര്? മെയ്യഭ്യാസവിദഗ്ദ്ധരും കുലപതിശൂരന്മാരുമായ നാട്ടിൽ പ്രമുഖരായ ഏഴ് പൊന്നാങ്ങളമാരുടെ കുഞ്ഞനിയത്തി ഒറ്റയ്ക്കിരിയ്ക്കുന്നേടം പാളി നോക്കാൻ ധൈര്യം കാട്ടിയതാര്? ഈ ഉണ്ണിമായയെ നേരിൽ നോക്കാൻമാത്രം ധൈര്യശാലിയാര്?"

അറച്ചെങ്കിലും സ്വതഃസിദ്ധമായ നൈസർഗ്ഗികതയിൽ പിൻവലിഞ്ഞ് വെള്ളൻ പറഞ്ഞു:

"പൊറുത്താലും! ഒരു മോഹവുമില്ലാത്ത, വിദൂരദേശത്തു നിന്നു മെയ്യഭ്യാസത്തിൽ വിദ്യയർത്ഥിച്ച് എത്തിപ്പെട്ട വെറും ഒരു വിദ്യായാചകൻ."

പരിചയപ്പെടുത്തലിന്റെ അപൂർണ്ണതയിൽ രോഷം കൊണ്ടിട്ടെന്നപോലെ ബ്രഹ്മഗിരിക്കൊടുമുടിയിലെ പുത്തൻ നീരുറവ പൊട്ടിയൊഴുകുന്ന വിസ്മയശാലീന ധാർഷ്ട്യം:

"ഇല്ലയില്ല. നാട്ടിൽപ്പലനൂറാളുകളിൽ ശൂരന്മാർ എത്രയോപേരുണ്ടേലും ഒറ്റയ്ക്കുമേവുമീയുണ്ണിമായയെ ഏന്തിനോക്കിക്കാണാനാർക്കു ധൈര്യം? എന്തു ഹേതു?"

"ഇല്ല, ഞാനുണ്ണിമായക്കുരുന്നെ നോക്കിയതല്ല. പൊറുത്തുകൂടേ! ഈ ദൂരദേശവിരുന്നുകാരന് മോഹമൊന്നേയുള്ളു: മെയ്യഭ്യാസം. മാസങ്ങളെത്രയോ താണ്ടിയാത്ര. കേട്ടറിഞ്ഞെത്തിയതാണ് ഞാനേ! ഉണ്ണിമായേനെയായ് നോക്കിയില്ല. ആളുണ്ടോ, ആൾപ്പെരുമാറ്റമെങ്ങാൻ എന്നറിയുന്നതിനായി ഞാനേ, യാത്രതൻ ക്ഷീണം മറന്നുപോയിപ്പൊന്നാപുരത്തിന്റെ കാഴ്ചയോടെ..."

ഇങ്ങോട്ടുവന്ന കാവ്യഗാനരീതിയിൽ വെള്ളൻ അങ്ങോട്ടും കവിത മൊഴിഞ്ഞു: ധാർഷ്ട്യമടങ്ങാത്തപ്പെൺമണിയാൾ ഉദയസൂര്യന്റെ നിർമ്മലമായ കുഞ്ഞരുവീസ്വരം വീണ്ടും പുറപ്പെടുവിച്ചു:

"ആവട്ടെ. അല്പവസ്ത്രക്കാരനായ നിന്നെക്കണ്ടാൽ ആദിവാസിയെന്നു തോന്നും. ദൂരദേശത്തുനിന്നു വരികയാണെങ്കിൽ കാണട്ടെ, നിന്നെ ഞാനൊന്നുകൂടി. വാതിൽപ്പടി തുറന്നൊന്നുകൂടി എന്റെ സവിധം കടന്നു നില്ക്കൂ..."

സ്വതഃസിദ്ധമായ നൈസർഗ്ഗികതയിൽ മറ്റൊന്നുമാലോചിക്കാതെ, കേട്ട ശബ്ദത്തിനു മറുപടിയെന്നോണം പടിപ്പുരവാതിൽ മെല്ലെപ്പിളർത്തി മായാമുരളിതൻ മുന്നിൽ വന്നു. മുന്നിൽ നിന്നു.

“വേണം പഠിക്കണം മെയ്യഭ്യാസം. എൻനാട്ടിലത്തരമൊന്നുമില്ല. ആങ്ങളമാരുടെ പൊൻസാന്നിദ്ധ്യം മാത്രമേ ആഗ്രഹിച്ചുള്ളൂ. പോരെ!...”

പത്തി താഴ്ത്താതെയെങ്കിലും വീരശൂരത കുറയ്ക്കാതെ ഉണ്ണിമായ:

“നിന്റെ നാടേതു കുഗ്രാമമാകട്ടെ. മെയ്പ്പയറ്റൊന്നും പഠിച്ചില്ലേ നീ? കണ്ടാൽ നിൻ വണ്ണവും മെയ്യഴകും പൂർണ്ണനായോരു മെയ്യഭ്യാസിയുടേതല്ലോ...”

“ഇല്ല പെൺമായേ, നിൻപോലൊരു താരുണ്യം കണ്ടിട്ടില്ലെന്നല്ല, എൻ മനസ്സിലുമുണ്ടായിരുന്നില്ല. എനിക്കേകമാവശ്യം പൊന്നേട്ടന്മാരിൽ നിന്നും മെയ്യഭ്യാസം...”

പെൺശൂരത വിടാതെ ശാലീനസുഭഗസ്വരം വീണ്ടും പരന്നൊഴുകി:

“നിന്നെ ഞാൻ കാണുമ്പോൾ എനിക്കു തോന്നൽ നീയൊരു ധീരനാം മെയ്യഭ്യാസി. അത്രമേൽ ആകാരഭംഗി നിന്റെ മെയ്ക്കാഴ്ച അഭ്യാസി തന്റെയല്ലോ.”

ശൂരതയുടെ പത്തി താഴ്ത്താത്തതെങ്കിലും ഇപ്പോൾ അരുവീസ്വരം വെള്ളച്ചാട്ടത്തിന്റേതല്ല. പരന്നൊഴുകുന്ന ശാലീന നദിയുടേതാണ്.

“ആട്ടെ, മെയ്യഭ്യാസം നിനക്കിവിടെ തീർച്ച. പഠിക്കാം. ഭയപ്പെടേണ്ട... പക്ഷേ, നീ ഇവിടെ ഒറ്റയ്ക്കിരിയ്ക്കുന്ന എന്റെ മുന്നിൽ കടന്നുവന്നു എന്നറിഞ്ഞാൽ മെയ്യഭ്യാസവിദ്വാന്മാരും നാട്ടുഗുരുക്കന്മാരുമായ എന്റെ ആങ്ങളയേട്ടന്മാർ നിന്നെ ബാക്കി വെച്ചേക്കില്ല... ആദ്യം എന്റെ മുന്നിൽ വന്നുനിന്ന് ഭയപ്പാടും ശങ്കയുമില്ലാതെ എന്നെ നോക്കുന്ന പുരുഷൻ നീയാണ്. പക്ഷേ, നിന്റെ നോട്ടം ഒരു പെണ്ണിനെ ആദ്യം കാണുന്നപോലെയല്ലല്ലോ. നിന്റെ നോട്ടത്തിൽ പെൺകാഴ്ച പുത്തരിയാണെന്നു തോന്നുന്നില്ലല്ലോ...”

“ഉണ്ണിമായയ്ക്ക് കാഴ്ചയും ഉൾക്കാഴ്ചയുമുണ്ട്. കൂടാതെ മനസ്സുവായനയുമറിയാമെന്നും മനസ്സിലായി. ശരികളുടെ കാഴ്ചയിൽ നിഷേധത്തിന്റെ തെറ്റുകൊണ്ട് ആദ്യകാഴ്ചയിൽ വൈരസ്യം വിതറുവാൻ തീരെയും മോഹമില്ല....”

ശൂരിണിയുടെ യൗവന നിറതാരുണ്യം വീണ്ടും കർണ്ണദ്വയങ്ങളിൽ പരന്നൊഴുകി:

“പുരുഷന്മാർ ഇങ്ങനെത്തന്നെയാണ്. കാത്തിരുന്ന് കാണുന്നപോലെയുള്ള ഒരു പെൺമണിക്കുമുമ്പിൽ പെൺമണിയെപ്പോലെ നറുകതിരായി അവരെ കിട്ടുകയില്ല... പക്ഷേ, എന്റെ കൺവെട്ടത്തിൽ ആദ്യം

വരുന്ന പുരുഷൻ എന്ന സത്യം ഞാനെങ്ങനെ സ്വന്തം മനസ്സിനോടു നിഷേധിക്കും?"

തരളമായിപ്പോയ മനസ്സിന്റെ മോഹഭംഗം ഞെട്ടറ്റുവീണതുപോലെയായിരുന്നു ഉണ്ണിമായയുടെ ശൂരഭാവത്തിൽ നിന്ന് കേണൊഴുകിയ സ്വരം. ആ ശൂരഭാവം കൃത്രിമമായിരുന്നുവെങ്കിലും അതിന്റെ പിന്നിലെ പെൺമനസ്സ് പ്രകൃതിയുടെ നഗ്നത വിളിച്ചുപറയുന്ന പെണ്ണിന്റേതു മാത്രമായിരുന്നു. അതിനനുഗുണമായിട്ടായിരുന്നു വെള്ളന്റെ പ്രതിവചനം:

"ഈ മഹാകുലത്തിന്റെ മഹിമാവിലാസത്തിൽ നിഴലിടുവാൻ ഞാൻ മോഹിക്കുന്നില്ല. ഉണ്ണിമായയുടെ പെൺബുദ്ധിയിൽ വിലങ്ങുപറയാനും ഞാനാളല്ല. എല്ലാം ദൈവികമായ പിൻവിളി..."

സടകുടഞ്ഞ പെൺകരുത്ത് പിന്നെയും ഗൃഹാവസ്ഥയിൽ പരന്നൊഴുകി:

"നീയിപ്പോൾ നിന്റെ നാട്ടുനടപ്പുകൊണ്ടോ എന്തോ എന്റെ മുന്നിൽ ഒരു വഴി വന്നവനല്ല. ആദ്യകാഴ്ചയിൽത്തന്നെ ഏഴാങ്ങള പ്രമുഖരുടെ പൊന്നനിയത്തിയെ മോഹിപ്പിച്ചുകളഞ്ഞ നായകനാണ്. അതുകൊണ്ടു തന്നെ നിനക്കിവിടെ നീ മോഹിച്ച മെയ്യഭ്യാസവിദ്യ ലഭിക്കും. അതിനു നീ ഇവിടത്തെ ഗൃഹവേഷത്തിലാവണം. കുളിച്ചൊരുങ്ങിവന്നാൽ എന്റെ ഗൃഹവേഷത്തിനു പറ്റിയ ഉടയാടകൾ തരാം..."

കുളത്തിൽ കുളിച്ച് ജപിച്ച് നവജാതശിശുവിനെപ്പോലെ വിശുദ്ധനായി വെള്ളൻ തിരിച്ചുവന്നു. ഉണ്ണിമായ ഒരുക്കിവെച്ച ശുഭ്രവസ്ത്രത്തിൽ അവൻ പ്രവേശനം നടത്തി. ഏഴുമുളം നീളമുള്ള രണ്ടാം മുണ്ടിന്റെ കരകളുടെ കേവല നൃത്തത്തിലെ പൊരുത്തക്കേടുകൾ ഉണ്ണിമായയുടെ നിർദ്ദേശം രൂപസുഭഗതയേകി. തന്റെ മുന്നിൽ ദൈവത്തെപ്പോലെ പ്രത്യക്ഷപ്പെട്ട അഭ്യാസമോഹിയെ ഉണ്ണിമായയുടെ വിടർന്ന കണ്ണുകൾ ആവോളം അവനറിയാതെ നോക്കിയാസ്വദിച്ചു. ഉൾക്കണ്ണുകളുടെ വെളിച്ചത്തിൽ അവൻ പറഞ്ഞു:

"ഏഴ് പുരുഷകേസരികളുടെ പൊന്നനിയത്തിയുടെ മനസ്സ് മഹാമേരുവിന്റേതാണെന്നറിയാം. അതിനെ ഒരിക്കലും കൊമ്പുകുനിക്കാനനുവദിക്കരുതെന്ന് ഈ മനസ്സ് അപേക്ഷ വെയ്ക്കുന്നു...."

പെട്ടെന്നായിരുന്നു ഉണ്ണിമായ പ്രതികരിച്ചത്:

"ഒരിക്കലും ഈ ഉണ്ണിമായയുടെ മനസ്സ് ചഞ്ചലപ്പെടുകയില്ല. അതിനുയോഗ്യനായ ഒരു പുരുഷൻ പിറവിയെടുത്തതായിട്ടറിവില്ല. പക്ഷേ, ഒന്നുണ്ട്. പടിപ്പുര കയറി വന്നത് വീട്ടിലേക്കായിരുന്നില്ല. ഉണ്ണിമായയുടെ രൂപം പൂർണ്ണമാകാത്ത പെൺമനസ്സിലേക്കായിരുന്നു...."

ഒന്നു നിർത്തി അവന്റെ മുഖം അവൾ നോക്കി പരിശോധിച്ചു. താൻ

പറഞ്ഞത് അവിടെ ഉൾക്കൊണ്ടിരിക്കുന്നു എന്നു കാണെ അവൾ തുടർന്നു:

"ഉണ്ണിമായയുടെ മുന്നിൽ ഒരു അന്യപുരുഷൻ ആങ്ങളമാരുടെ അനുവാദമില്ലാതെ കടന്നു വന്നിരിക്കുന്നു. ആങ്ങളമാർ അതൊരിക്കലും പൊറുക്കുകയില്ല. അത്തരം ഒരുവനെ ഇനിയൊരു നിമിഷം ഈ ഭൂമിയിൽ ജീവിക്കുവാൻ അവരനുവദിക്കുകയില്ല. പക്ഷേ, നീയിന്ന് ആങ്ങളമാരുടെ വരവോടെ എന്റെ മുന്നിൽ മരിച്ചുവീഴാൻ പാടില്ല. അതു പൊറുത്തുകൂടാ. നിന്റെ മരണം പ്രതിരോധിക്കാൻ എന്തുണ്ട് വഴി?"

"ഒരു വഴിയും ഞാൻ കാണുന്നില്ല."

"ഞാൻ പറയാം." ഉണ്ണിമായ പറഞ്ഞു: "ഒരു വഴിയുണ്ട്. ഞാൻ പറയാം." അവൾ വെള്ളന്റെ കണ്ണുകളിലേക്കു നോക്കി ആത്മവിശ്വാസത്തോടെ പറഞ്ഞു.

പതിനാറ്

ആഴ്ചകളോ മാസങ്ങളോ താണ്ടി നാടും നഗരവും കുന്നും മലയും കാടും കടന്ന് മെയ്യഭ്യാസവും ആയോധനകലയും പഠിക്കുവാൻ പൊന്നാപുരം കോട്ടയിൽ എത്തിയതാണ് വെള്ളൻ. കോട്ട വിജനമായിരുന്നു എത്തുമ്പോൾ. എല്ലാ പടിപ്പുരയും അടവ്. അല്പം തുറന്നുകണ്ട പടിപ്പുരയുടെ വാതിലിലൂടെ ആളനക്കമുണ്ടോ എന്നറിയാൻ പാത്തു നോക്കി. ഗതികേടിന് അകത്തുണ്ടായിരുന്നത് കോട്ടയിലെ ഏക പെൺതരി. ഏഴ് ആങ്ങളമാരായ ആയോധനാദ്ധ്യാപകരുടെ ഇളയ അനിയത്തി. ഒരു നോട്ടമേ കണ്ടുള്ളൂ. അവളുടെ നോട്ടം ഇടഞ്ഞു. മെയ്യഭ്യാസകലയിലും ആയോധനവിദ്യകളിലും വിശാരദയായ അവൾ പാത്തുനോക്കിയവനെ കണ്ടു പിടിച്ചു. പിടിച്ച പിടിയിൽ ചോദ്യങ്ങളായി. എല്ലാ ചോദ്യങ്ങൾക്കും ഉത്തരം പറഞ്ഞു. ഉത്തരമേകിയശേഷം അവൾ പറയുന്നു. അവളുടെ ആങ്ങളമാർ തിരിച്ചെത്തിയാൽ അവനെ വെട്ടിക്കൊല്ലുമെന്ന്! എന്തു കുറ്റമാണ് താൻ ചെയ്തിരിക്കുന്നത്? ഒറ്റയ്ക്കിരിക്കുന്ന ഓമനപ്പെണ്ണുങ്ങളുടെ സവിധം കടന്നുവന്നു എന്നുള്ളതാണ് തെറ്റ്. അറിയാതെ ചെയ്ത ആ കുറ്റത്തിന് പ്രായശ്ചിത്തമില്ല. അറിയാതെ ചെയ്തു എന്നും പറഞ്ഞുകൂടാ. ആ സന്ദർഭത്തിൽ ചെയ്തു. പ്രായശ്ചിത്തമില്ലെങ്കിലും ഒരു പോംവഴി പറയാമെന്ന് അവൾ മൊഴിഞ്ഞതാണല്ലോ. വെള്ളൻ അടുത്ത പോംവഴി പറയുന്നതു കേൾക്കാനായി ഉണ്ണിമായയുടെ മുഖത്തേക്കു നോക്കി.

ഉണ്ണിമായ പറഞ്ഞു:

“അനിയത്തിയിൽ പൂർണ്ണവിശ്വാസമുള്ളതുകൊണ്ടാണ് ഏട്ടന്മാർ അത്യാവശ്യമായ സംഗതികൾക്കായി കോട്ട വിട്ടു പോകുന്നത്. അതി നിടയിൽ ഒരന്യനായ ആണ് അവളുടെ അടുത്തേക്ക് കടന്നു വന്നു എന്നറിഞ്ഞാൽ അവർ ക്ഷമിക്കുകയില്ല.”

“അതിനെന്താണ് കൊണ്ടേ്വാക്കുള്ളത്?' വെള്ളൻ അക്ഷമനായി ചോദിച്ചു: ‘വന്നകാര്യം സാധിക്കാതെ തിരിച്ചു പോകാനില്ല. അതിനേ ക്കാൾ നല്ലത് മരണമല്ലേ!”

“വേണ്ട.” ഉണ്ണിമായ പറഞ്ഞു: “കൊല്ലാനും മരിക്കാനും ഞാനും അനുവദിക്കുകയില്ല. അതിനായിട്ടാണ് ഒരു പോംവഴി ഞാൻ കണ്ടു വെച്ചത്...”

“കേക്കട്ടെ-” വെള്ളൻ പറഞ്ഞു: “എനക്കും കൂടി പറ്റ്വോന്നറയ ണാല്ലോ.”

“ഞാൻ പറയുന്നതനുസരിക്കണം. പറയുന്നതുപോലെ പറയണം.”

“അതു ചെയ്യാം.” വെള്ളൻ ഏറ്റു.

“ആങ്ങളമാർ വരുമ്പോൾ ഒരന്യനായ ആണിനെക്കണ്ടാൽ ഒരാലോ ചനയ്ക്കും അവർ നില്ക്കില്ല. കണ്ടപാടെ ഉറുമി അഴിഞ്ഞുലയും... വരുന്ന വഴിക്ക് ഞാൻ പാഞ്ഞുചെന്നു പറയും: പൊന്നാങ്ങളമാരേ! എന്നെ രക്ഷിച്ച ഒരാൾ അതാ നില്ക്കുന്നു... ഞാൻ കോട്ടക്കുളത്തിൽ കുളി കഴിഞ്ഞു തിരിച്ചുപോരുമ്പോൾ ഒരു വിഷസർപ്പം എന്റെ വയ്യാലെ പാഞ്ഞു. എന്നെ വകവരുത്താൻ വേണ്ടി ഒടിമറഞ്ഞുവന്ന ഏതോ ശത്രുവാണ്. സർപ്പം എന്റെ വയ്യാലെ പായുന്നത് കണ്ട് വഴിപോക്കനായ ഈ ആൾ സർപ്പത്തെ പിൻതിരിപ്പിച്ച് പറഞ്ഞയച്ച് എന്നെ രക്ഷപ്പെടുത്തി. ഈ രക്ഷകനുള്ള പൊന്നേട്ടന്മാരുടെ സമ്മാനം വാങ്ങിക്കൊടുക്കാനായാണ് അയാളെ ഇവിടെ നിർത്തിയിരിക്കുന്നത്.”

ഉണ്ണിമായയുടെ നിർദ്ദേശങ്ങൾ വെള്ളൻ സ്വീകരിച്ചു. വെയിൽ ഒഴിഞ്ഞു. തെക്കൻ കാറ്റ് വന്നു. നിഴൽ നീണ്ടു. ഉണ്ണിമായ പറഞ്ഞ അതേ രംഗങ്ങൾ പൊന്നാപുരം കോട്ടയിൽ അരങ്ങേറി. കിഴക്കേ പടിപ്പുരയുടെ അരമതിലിൽ കാലു താഴ്ത്തിയിരുന്ന വെള്ളന്റെ സ്ഥാനം ഈട്ടിമര ത്തിന്റെ പീഠത്തിലായി.

ഉറഞ്ഞുവന്ന ഏട്ടന്മാർ സൗഹൃദസഹോദരന്മാരായി. വടക്കിനിയിൽ എല്ലാവരും നിരന്നിരുന്ന് പുന്നെല്ലരിയുടെ കഞ്ഞി കുടിച്ചു. തേങ്ങചിരണ്ടി യതിട്ടുലർത്തിയ ചെറുപയർ തിന്നു. കണ്ണിമാങ്ങ ഉപ്പിലിട്ടതിന്റെ അണ്ടി കടിച്ചു. കണ്ണു പുളിച്ചു. ചുട്ട പപ്പടം കൂട്ടി ഏമ്പക്കം വിട്ടു.

അന്ന് സുഖമായി ഉറങ്ങി. ജീവിതത്തിൽ ആദ്യമായി പായും തല യണയും വെച്ചു കിടന്നതുകൊണ്ടല്ല. ആഴ്ചകളും മാസങ്ങളുമായി യാത്ര യിലായിരുന്നുവല്ലോ. അവസാനനാളുകളിൽ കാട്ടിലൂടെയുള്ള യാത്ര.

അടുത്ത ദിവസങ്ങളിലൊന്നും കിടന്നുറങ്ങിയിട്ടില്ല. മരപ്പൊത്തുകളിലും ഗുഹാമുഖങ്ങളിലും വന്യജീവികളെ മനസ്സിൽ ചരയിച്ചുകൊണ്ട് ഒരു കേവല മയക്കമേ ഉണ്ടായിരുന്നുള്ളൂ.

പൊന്നാപുരം കോട്ടയിലെത്തിയപ്പോൾ കുളിച്ചു ഉടുമുണ്ടുമാറി. അതോടെ പകുതി ക്ഷീണം പോയി. പിന്നെ പൊന്നാപുരം കോട്ടയിലെ രാത്രിഭക്ഷണവും സൗഹൃദവും. പെങ്ങളെ സംരക്ഷിച്ച ആഗതന് സഹോദര നിർവിശേഷമായ പരിഗണനന. ഏഴ് ജ്യേഷ്ഠന്മാരിൽ നിന്നു മുള്ള നന്ദിപൂർവ്വകമായ സൗഹൃദം. പായിൽ കിടന്നതേ ഓർമ്മയുള്ളൂ. കുരുമുളകുതിരിക്കൊന്ത് നിറച്ച തലയണയിൽ നിന്ന് ശ്വാസകോശത്തി ലേക്ക് പരിലസിക്കുന്ന സുഖകരമായ മണം. കൈതോലപ്പായയ്ക്ക് മനുഷ്യന്റെ ശരീരോഷ്മാവുമായി സഹശയനം ചെയ്യുമ്പോഴുള്ള അപൂർവ്വമായ സൗഖ്യം. ഒരു ശയ്യാഗൃഹവും തരാത്ത ശരീരസുഖം കൈതോലപ്പായ ഉറക്കത്തിന് തരുമെന്ന അറിവ് അനുഭവസ്ഥർക്കല്ലേ അറിയൂ!

നാലരവെളുപ്പിന് പൊന്നാപുരം കോട്ട ഉണർന്നപ്പോൾ വെള്ളനും ഒപ്പം ഉണർന്നു. ഒരു യുഗത്തിന്റെ അന്ത്യം എന്നതുപോലെ മഹാസുഖ മേകിയ രാത്രിയുറക്കം. ക്ഷീണവും മറ്റ് അക്കപ്പക്കകളും എവിടെപ്പോയി? ജീവിതത്തിൽ ഒരു പുതിയ കാലത്തിന്റെ പ്രഭാതം.

നിത്യവൃത്തികൾക്കുശേഷം ഏട്ടന്മാരുടെ നിർദ്ദേശംപോലെ ശരീരം എണ്ണയും മെഴുക്കുമിട്ട് കുളിപ്പിച്ചു. ലങ്കോട്ടിയുടുത്ത് ചെറുകച്ച കെട്ടി. പരിവാരസമേതമെന്നതുപോലെ മേൽത്തൊടിയിലെ കളരിപ്പറമ്പിലേക്ക്. ഏട്ടന്മാരിൽ ഏഴാളുമുണ്ട്. പൊന്നനിയത്തി ഉണ്ണിമായയുണ്ട്. ഉണ്ണി മായയ്ക്കും തോഴിമാർക്കും അന്യാംഗനകൾക്കും തെങ്ങോലമുടഞ്ഞു കെട്ടി മറച്ച ചെറുകളരിമുറ്റം മറ്റൊന്നുണ്ട്. എങ്കിലും അഭ്യാസമുറകളോ രോന്നും കഴിയുമ്പോഴും ഉണ്ണിമായ ഏട്ടന്മാരുടെ കളരിയിൽ സന്ദർശനം ചെയ്യും. ഓരോ വീർപ്പുകളി കഴിയുമ്പോഴും അവൾക്ക് ഏട്ടന്മാരോട് നൂറു നൂറുസംശയം തീർക്കാനുണ്ട്. അവൾക്ക് സംശയലേശമില്ലെന്ന് ഏട്ട ന്മാർക്കറിയാം. ഒരായുഷ്കാലത്തിനുവേണ്ടതായ അഭ്യാസമുറകൾ ഇളംപ്രായത്തിൽത്തന്നെ അവൾ സ്വായത്തമാക്കിക്കഴിഞ്ഞിരിക്കുന്നു. ഏട്ടന്മാരോട് കിന്നാരം പറഞ്ഞ് ഇള്ളാക്കുട്ടി ചമയുക എന്നതേയുള്ളൂ വാസ്തവത്തിൽ അവളുടെ ഇടയ്ക്കിടെയുള്ള സന്ദർശന ലക്ഷ്യം.

ഇപ്പോൾ പുതിയ ഒരു സമപ്രായക്കാരനും വന്നിട്ടുണ്ടല്ലോ. അവനെ കളരി വന്ദനം ചെയ്യിക്കുന്നേടത്തും ഗുരുവന്ദനം അനുഷ്ഠിച്ച് ശീലിപ്പിക്കു ന്നേടത്തും അവളുടെ സാന്നിദ്ധ്യവുമുണ്ടായി. ഏട്ടന്മാരായ കളരി ഗുരുക്ക ന്മാരെ വന്ദിക്കുന്ന കൂട്ടത്തിൽ ഉണ്ണിമായയേയും വന്ദിപ്പിക്കാൻ പ്രകട മല്ലാതെ നിഷ്കർഷയുണ്ടായി. ഗുരുവന്ദനയൊന്നിലും ഗമയും അഹന്തയും പാടില്ലെങ്കിലും അല്പം ഒരഹന്ത താൻ അനുഭവിക്കുന്നുണ്ടെന്ന് കുത്തു

വിളക്കിന്റെ പ്രകാശത്തിൽ തിളങ്ങിയ അവളുടെ കൃഷ്ണമണികൾ അവനോടു പറഞ്ഞു. പതുക്കെ, നിശ്ശബ്ദമായി.

സൂര്യരശ്മികൾ കളരിമറയിൽ വെളിച്ചമെറിയുമ്പോഴേക്കും ഏട്ടന്മാരുടെ പ്രാഥമിക നിർദ്ദേശങ്ങളിൽ വെള്ളൻ മിടുക്കോടെ വ്യുല്പത്തി കാട്ടിയിരുന്നു. അവന്റെ ചെറുകച്ചയിൽ വിയർപ്പിളക്കിയൊഴുക്കിയ മെഴുക്ക് നിറവ്യത്യാസം ചാർത്തിക്കഴിഞ്ഞിരുന്നു. മഞ്ഞൾക്കുറിയുടേയും മറ്റു കളരിത്തിലകങ്ങളുടേയും വർണ്ണങ്ങളും അവന്റെ ചെറുകച്ചയിൽ വിയർപ്പിലൊഴുകിച്ചേർന്നിരുന്നു.

വെയിൽ ചൂടായിത്തുടങ്ങുമ്പോൾ സമാപനം ചെയ്യുന്ന കളരിയഭ്യാസത്തിന്റെ ഒടുവിൽ അന്നു പഠിച്ച ചില്ലറയഭ്യാസങ്ങളിലൊന്നിൽ പരിശീലനം പരിശോധിച്ച ഉണ്ണിമായ അവനറിയാതെ അവനെ തറയിൽ മലർത്തിയടിക്കാൻ വിട്ടുപോയില്ല. പരിശീലനപരിശോധനയിലാണെങ്കിലും ആദ്യം കണ്ട നിമിഷത്തിൽ അവളുടെ കണ്ണുകൾ എയ്യുവാൻ തൊടുത്തുവെച്ച സന്ദേശം ഒരു കളി തമാശയിലൂടെ താൻ പൂർത്തിയാക്കിയിരിക്കുന്നു എന്ന് അവളുടെ മീൻമിഴികൾ വാക്കുകൾ കൂടാതെ അവനോടു പറഞ്ഞു. കളരിയഭ്യാസികളും ഏഴ് ഏട്ടന്മാരും തോഴിമാരും മറ്റു കളരിവിദ്യാർത്ഥികളും ആ നിശ്ശബ്ദ സന്ദേശം കേട്ടില്ല. അവന്റെ ഉൾക്കാതുകളിൽ ആ സന്ദേശം പെരുമ്പറ കണക്കേ മുഴങ്ങിയപ്പോൾ വിനയം ഭാവിച്ച് ഏവരേയും വന്ദിച്ച് പിൻവാങ്ങുന്ന വെള്ളൻ ഉണ്ണിമായയേയും വന്ദിച്ചു വണങ്ങി. ഒരു കത്തുന്ന വിളക്കിനു മുമ്പിൽ താൻ അണഞ്ഞുപോകുന്നതായി ഉണ്ണിമായയുടെ ഉള്ളം കേഴുന്നത് വെള്ളൻ മാത്രം കേട്ടു.

കോട്ടക്കുളത്തിലെ കുളിതേവാരങ്ങൾ കഴിഞ്ഞ് ചെറുകച്ചയ്ക്കു പകരം വെള്ളൻ പുരുഷോത്തരീയമിട്ടു. ലങ്കോട്ടിക്കുപകരം ശുഭ്ര കോണകമണിഞ്ഞു. ഉണ്ണിമായയുടെ ഏഴായ പൊന്നേട്ടന്മാരുടെ കൂടെ അയാളും സമപ്രായത്തിലിരിക്കുന്ന പുതുകളിയേട്ടനായി. ഏട്ടന്മാരോടു കിന്നാരം പറഞ്ഞ് ഇള്ളാക്കുട്ടി ചമയുമ്പോൾ വെള്ളനോടു തർക്കുത്തരം പറഞ്ഞ് അവനെ വെകിളി പിടിപ്പിക്കുവാൻ അവൾ വൃഥാശ്രമം നടത്തി. വെകിളിക്കുപകരം സമചിത്തത ചിതറുന്നത് കണ്ട് ഉണ്ണിമായയുടെ മനസ്സിൽ കുട്ടിക്കവുങ്ങിൽ നിന്ന് വെട്ടിയെടുത്ത പൂക്കുലക്കൊതുമ്പു കീറി വിടർത്തിയതുപോലെ വർണ്ണരാജികൾ ചിതറി. കവുങ്ങിൻ പുതു പൂക്കുലയിലെ നേരിയ മഞ്ഞയുള്ള പൈങ്ങമണികളായി ഉണ്ണിമായ ചില നിമിഷങ്ങൾ വിരാജിച്ചു.

ദിവസങ്ങൾ മേൽത്തൊടിയിലെ തേക്കുമരത്തിൽ നിന്ന് ഉണക്കയില പാറിവീഴുന്നതുപോലെ സഹർഷം കൊഴിഞ്ഞുകൊണ്ടേയിരുന്നു. മെയ്യഭ്യാസമുറകളിൽ വെള്ളൻ സുവിദിതനാകുന്നതുകണ്ട് ആങ്ങളമാർ ഏഴുപേരും അഭിനന്ദിച്ചു. അഭിമാനിച്ചു. കളരിഗുരുക്കന്മാരെ അദ്ഭുതപ്പെടുത്തിക്കൊണ്ട് അവൻ പൊന്നാപുരം കോട്ടക്കളരിയിലെ അഭ്യാസ

പ്പത്തായങ്ങൾ മുഴുക്കെയും കാലിയാക്കി. അഭിമാനപുളകിതരായ സപ്ത ജ്യേഷ്ഠന്മാർ പൊന്നനിയത്തിക്കു കിട്ടിയ കളിക്കൂട്ടുകാരനിൽ മതിമറന്ന വിശ്വസ്തരായി.

രാവിലെയും വൈകുന്നേരവും കളരിപരിശീലനം. പകൽ ഏട്ടന്മാർക്ക് അന്തർദേശങ്ങളിൽ കളരിയധ്യയനം. മനക്കരുത്തും മെയ്‌വഴക്കവുമുള്ള വെള്ളനെ പുറം സവാരികളിൽ പങ്കെടുപ്പിക്കാതെ ഉണ്ണിമായയുടെ പകൽ പരിശീലനത്തിൽ അവർ തളച്ചു. ഉണ്ണിമായയുടെ ഉള്ളം അസൂയ കയറാൻ തുടങ്ങി. മെയ്യഭ്യാസവിദ്യയർത്ഥിച്ചുവന്ന ഇവൻ മാസങ്ങൾ വർഷത്തിലേക്കു തിരിയേ തന്നെക്കാൾ അഭ്യാസകേമനാകുമോ? പകലഭ്യാസ പരിശീലനത്തിനിടയിൽ നേരിയ ആധിയോടെ അവൾ ചോദിച്ചു:

“നീ എന്നെക്കാൾ വേഗതയിൽ ഞങ്ങളുടെ പൊന്നാപുരം കളരി കാലിയാക്കുമോ...? ഇവിടത്തെ അഭ്യാസമുറകൾ തീർന്നാൽ നീ ഉപരി മെയ്യഭ്യാസത്തിന് എങ്ങോട്ടു പോകും?”

സമചിത്തത വിടാതെ വെള്ളൻ പറഞ്ഞു:

“പൊന്നാപുരം കളരിക്ക് ഉപരിവിദ്യാഭ്യാസം വേണ്ട... ഞാൻ ജീവിതലക്ഷ്യം പൂർത്തീകരിച്ചതായിക്കരുതി എന്റെ ഗ്രാമത്തിലേക്കു പോകും.”

“നാലുവർഷം പൂർത്തിയാകുമ്പോൾ...” ഉണ്ണിമായ പറഞ്ഞു: “ഇവിടെയുള്ള എല്ലാ അഭ്യാസങ്ങളും നീ സ്വായത്തമാക്കും... അതുകഴിഞ്ഞ് വല്യേട്ടന്റെ കൂടി മേലാളായി നീ വളരും...” - അസൂയ മറച്ചു വെയ്ക്കാതെ അവൾ കളിയാക്കി പറഞ്ഞു.

“ഇല്ല. ഏട്ടന്മാരുടെ മേലാളായ കളരിയഭ്യാസിയാകാൻ എനിക്കാവില്ല...” വെള്ളൻ പറഞ്ഞു: “അതോടെ ഞാൻ ഞാനായി, ഏട്ടന്മാരുടെ ആജന്മ ശിഷ്യനായി എന്റെ ഗ്രാമത്തിലേക്കു മടങ്ങും.”

ഉണ്ണിമായ പറഞ്ഞു: “ഇല്ല. നീ പൊന്നാപുരം കോട്ട വിട്ടു പോവില്ല.”

“നാലുവർഷമായാൽ, ഇവിടത്തെ എന്റെ ശിഷ്യത്വം പൂർത്തിയായാൽ ഞാൻ നാട്ടിലേക്കു തിരിക്കും.”

“അപ്പോൾ നിന്നോടൊപ്പം ഒരു പഴയ പകൽ പരിശീലകയും കാണും.” - ഉണ്ണിമായ ഉറപ്പിച്ചു പറഞ്ഞു.

പതിനേഴ്

നാലുവർഷത്തിന്റെ പൂർത്തീകരണം അടുത്തുവരവേ ഉണ്ണിമായയുടെ മനസ്സിൽ ആധിയുടെ വിത്തുകൾ മുളപൊട്ടുകയായി. അവൾ പരിശീലകയും അവൻ വിദ്യാർത്ഥിയുമായി പകൽച്ചൂടിന്റെ കാഠിന്യത്തിൽ

അന്യരുടെ നോട്ടത്തിൽ നിന്നകന്ന് ഒറ്റപ്പെടുമ്പോൾ ഉണ്ണിമായ പറക പതിവായി:

“നീ ഗ്രാമത്തിലേക്ക് ഒറ്റയ്ക്ക് തിരിച്ചുപോകുമോ?” അവളുടെ കണ്ണുകളിലെ ആ നിശ്ശബ്ദ വാങ്മയത്തിൽ കരളുരുകാതെ അവൻ പ്രതിവചിക്കും:

“എന്റെ വേരുകൾ കുഗ്രാമത്തിലാണ്... നീ പൊന്നാപുരം കോട്ടയിലെ കൺമണി... നിനക്ക് ജീവിതം നിന്റെ കാൽകീഴിൽ കാത്തുകിടക്കുന്നു... എനിക്ക് എന്റെ ശിഷ്ടജീവിതം എന്റെ പാവപ്പെട്ട ആളുകൾക്കുവേണ്ടിയിട്ടാണ്... എന്റേയും എന്റെ ജനങ്ങളുടേയും ജീവിതം നരകതുല്യമാക്കിയവരോട്, ഞങ്ങളുടെ പിതൃജനങ്ങളെ ചവിട്ടിത്തേച്ചവരോട്, എനിക്കു പകരം ചോദിക്കേണ്ടതുണ്ട്. അതിന് നീ പകർന്നുതന്ന ശക്തി, നിന്റെ പൊന്നാപുരം കോട്ടയിൽ നിന്നു പകർന്നു കിട്ടിയ വിദ്യകൾ... എല്ലാം എന്റെ ശക്തിയായി എനിക്കവിടെ പ്രകടിപ്പിക്കേണ്ടതുണ്ട്... അതിനു ഞാൻ നിങ്ങൾ അനുവദിച്ചനുഗ്രഹിച്ചുതന്ന വിദ്യകളുടെ ശക്തിയുമായി അവിടെയെത്തണം...”

ഉണ്ണിമായ പറ: “നിനക്ക് പതിനെട്ടു തികയുന്നു... ഒറ്റയ്ക്കാണോ തലമുറകളുടെ കണക്ക് നീ ചോദിക്കുന്നത്... നിനക്ക് ഒരുകൂട്ടുണ്ടെങ്കിലല്ലേ അതു കഴിയൂ?...”

അവളുടെ എല്ലാ ആശങ്കകൾക്കും മറുപടി നൽകേണ്ടതില്ലെന്നു നിനച്ച് വെള്ളൻ നിശ്ശബ്ദനാകുന്നു. തണൽമരച്ചുവട്ടിലെ നിഗൂഢമായ ഏകാന്തതയിൽ ഉണ്ണിമായയുടെ സാമീപ്യം ദൈവത്തിന്റെ മഹാദാക്ഷിണ്യമാണെന്നു കരുതി വിശ്രമ മനോവൈകാരികതയിലെന്നപോലെ വന്മരത്തണലിന്റെ സുഖശയ്യയിൽ ഭൂമിയിലുയർന്നുപരന്ന വലിയവേര് തലയണയാക്കി അയാൾ ആകാശം നോക്കിക്കിടക്കുന്നു. അരികിലിരുന്ന ഉണ്ണിമായയ്ക്ക് വാനം കണ്ടുകിടക്കുന്ന അയാൾ പുതിയ ആകാശമായി. അവൾ സ്വയം മനസ്സിൽ ഉണർത്തിയുയിർത്ത ആകാശത്തിലേക്ക് ഉണ്ണിമായ പതുക്കെ താഴുന്നു.

ഒരാലസ്യത്തിലെന്നപോലെ അപ്രതീക്ഷിതമായ ഉണ്ണിമായയുടെ അവസ്ഥയുടെ ചുമടുതാങ്ങിക്കൊണ്ട് അയാൾ അതേ കിടപ്പിൽ ആകാശത്തിലലിഞ്ഞു. ഉണ്ണിമായ തനിക്കു തന്നെ ഭാരമാണെന്നു തോന്നിയ സ്വന്തം ശരീരം തന്റെ ആകാശത്തിലേക്ക് കുനിച്ചു. അതോ സമുദ്രത്തിലേക്കോ? തനിക്ക് സ്വന്തം ശരീരത്തിന്റെ നിയന്ത്രണം നഷ്ടപ്പെട്ടിരിക്കുന്നു എന്ന സത്യം മനസ്സിലാകുന്നതിനുമുമ്പേ അവൾ അവനിലേക്കു ചരിഞ്ഞു. അവൾ വീണുപോയി. മുഖത്തോടുമുഖം ചേർന്നു വീണപ്പോൾ കൂവളപ്പൂപോലെ മനോഹരവും ശാലീനസുഗന്ധിയുമായ അവളുടെ മൂക്ക് അയാളുടെ അടയാത്ത അധരങ്ങളിലേക്ക് അമർന്നു. ഉണ്ണിമായയുടെ

മുലക്കച്ചകൾ തളർന്ന് സ്ഥാനം തെറ്റിയിരുന്നു. ഇതുവരെ ആരും കാണുകയോ സ്പർശിക്കുകയോ ചെയ്തിട്ടില്ലാത്ത അവളുടെ കുചകുഡ്മളങ്ങൾ അവന്റെ വിശാലമായ മാറിടത്തിൽ അമരുകയായിരുന്നു. പൊന്നാപുരം കോട്ടയുടെ ധിക്കാരങ്ങളും അഹന്തകളും ഭാവിപ്രതീക്ഷകളും വെള്ളന്റെ വക്ഷോജങ്ങളിൽ നിപതിച്ചപ്പോൾ ഉണിച്ചിരുതക്കുട്ടിമാളുവിന്റെ ആദ്യസ്പർശംപോലും അയാൾ വിസ്മരിച്ചു. പ്രകൃതി കനിഞ്ഞരുളിയ പൊന്നാപുരം കോട്ടയുടെ വരുംകാല ഭാഗധേയങ്ങളുടെ അഹന്താകുഡ്മളങ്ങൾ അയാളുടെ ശരീരത്തിൽ അർപ്പിതപുഷ്പങ്ങളായി അലിയാൻ തുടങ്ങി.

അർദ്ധബോധാവസ്ഥയിലായ ഉണ്ണിമായ താനെന്താണ് ചെയ്യുന്നതെന്നതൊക്കെ മറന്നു. വാളെടുക്കുകയും ഉറുമിചുഴറ്റുകയും കയ്യുയർത്തുകയുമൊക്കെ ചെയ്യുമ്പോൾ ചിറകുപോലെ വിടർന്നു കാണാവുന്ന അയാളുടെ തോൾപേശികൾ കക്ഷദിക്കുകളിലൂടെ വിടപങ്ങൾ കണക്കുള്ള ഓമനക്കൈവിരലുകൾ കടത്തി ഗാഢമായി അവൾ പിടിയിലൊതുക്കവേ ജീവിതോർമ്മയിലൊരിക്കലും കരഞ്ഞിട്ടില്ലാത്ത ഉണ്ണിമായയുടെ ചങ്കിൽ ഗദ്ഗദം പൊട്ടി. അമ്മയുടെ കാലശേഷം ആരും പൂർണ്ണമായി കണ്ടിട്ടില്ലാത്ത, എപ്പോഴും മറഞ്ഞുകിടക്കുന്ന ശരീരഭാഗങ്ങൾ മുഴുവനായും അയാളിലർപ്പിച്ചപ്പോൾ ഞൊറിവുകളിൽ വിയർപ്പിന്റെ മദജലം പടർന്ന മുലക്കച്ച വന്മരത്തിന്റെ കൊടുംതണലിൽ ഉതിർന്നു കിടന്നു.

ഉത്തരീയത്തിനുള്ളിൽ മറ്റാർക്കും ഇളക്കാനാവാത്ത തരത്തിൽ ഉറപ്പിച്ചുകെട്ടിയ ഒന്നരയുടെ കുത്തുകൾ അയാളുടെ വിരലുകൾക്കൊപ്പം ഇണചേർന്ന് അവളുടെ മനോഹരമായി തുടിച്ചു വിറയ്ക്കുന്ന വിരലുകൾ ഞെട്ടറുക്കുകയായി. ഉത്തരീയത്തോടൊപ്പം ഒന്നരകൂടി അരയിൽ വിടപറയവേ ഈ ലോകം കാണാതെ ഉൾക്കണ്ണുകളിൽ മുച്ചൂടും അയാളെ പ്രാർത്ഥിച്ച് അവൾ നയനങ്ങൾ കൂമ്പിയടച്ചു. വൻമരത്തണലിനുചുറ്റും ഗാഢമായിപ്പടർന്നു പന്തലിച്ച വള്ളിപ്പടർപ്പുകളുടെ നിഗൂഢതയിൽ അവളുടെ ആത്മവിശ്വാസം ഒരുതരം ധൈര്യബോധമായി ഘനീഭവിക്കുകയായി. അയാളുടെ മുഖത്തെ ശ്മശ്രുശകലങ്ങളിലും കഴുത്തിലും മാറിടത്തിലുമൊക്കെ വിറയലടങ്ങാത്ത അവളുടെ മൃദുവിരൽക്കൂട്ടങ്ങൾ രോമകൂപങ്ങൾ എണ്ണുന്നതു കണക്കേ പരതി അലയുമ്പോൾ അമർത്തിക്കെട്ടിയ അരക്കച്ചയുടെ ഞൊറിവുകൾപോലും പൊട്ടിച്ചുമാറ്റുവാനും അവൾക്കായി. ആഹ്ലാദത്തിന്റെ വകതിരിവില്ലായ്മയിൽ ഏങ്ങലടിച്ചുകൊണ്ടിരിക്കുന്ന ഉണ്ണിമായ ഒരു ചെറുകളിപ്പാട്ടം പോലെ അയാളുടെ കൈകളിൽ അമർന്നു. ശരീരത്തിലെ എല്ലാ രോമക്കുത്തുകളും അന്യോന്യം പരതിക്കഴിയുമ്പോഴേക്കും ഒരു ചെറുകളിപ്പാട്ടംപോലെ തന്റെ കൈകളിൽ കളിയാടിയ ഉണ്ണിമായയുടെ തേനൂറി ത്രസിക്കുന്ന ഇളംശരീരത്തിന് ചെറുചരലുകൾ വിരിഞ്ഞ മരത്തണൽമുറ്റം പട്ടുമെത്തയായി തലതിരിഞ്ഞു.

എല്ലാ ആവാഹനങ്ങൾക്കുമൊടുവിൽ ഒരു നനഞ്ഞ കനൽക്കട്ടയായി ഉണ്ണിമായ വീറുറ്റ വെള്ളന്റെ ഉറച്ച പേശികൾക്കടിയിൽ അഗാധനിദ്രയിലമർന്നു.

ഏട്ടന്മാർ തിരിച്ചെത്തിയിരിക്കുമോ എന്ന വേവലാതിയിലാണ് നിദ്രയുടെ ആലസ്യം വിട്ടുണർന്ന ഉണ്ണിമായ ഒരവശിഷ്ട ശരീരമായി അയാളിൽനിന്നു പിടഞ്ഞുമാറി ഉത്തരീയങ്ങൾ എടുത്തണിഞ്ഞത്. അടുത്തു താഴെ പൊട്ടിയൊഴുകുന്ന തെളിനീരുറവയിൽ ദേഹശുദ്ധി കൊണ്ടു. അയാളുടെ കൈകളിൽ വാടിത്തളർന്നുകിടന്ന ഉണ്ണിമായ പടിഞ്ഞാറെ പടിപ്പുരയിലൂടെ തറവാടുപൂകിയപ്പോഴാണ് ഏട്ടന്മാർ തിരിച്ചെത്തുവാൻ കാതങ്ങൾ ഇനിയും ബാക്കിയുണ്ടെന്ന് അറിയുന്നത്. തോഴിമാരെയും ഭൃത്യഗണങ്ങളേയും അടുപ്പിക്കാതെ, നിറതേൻകുടമായ ഒരു സുഗന്ധപുഷ്പത്തിൽ വട്ടമിടുന്ന വണ്ടുപോലെ അവൾ വെള്ളനെ മാത്രം ചുറ്റിയുറഞ്ഞുകൂടി. അവളുടെ ശരീരത്തിന്റെ ദുർബലതകൾ അകന്ന് പൊന്നാപുരം കോട്ടയിലെ ഉണ്ണിമായയായി അയാളുടെ ചാരെ അവൾ പുനർജനികൊള്ളുകയായി.

ആകാശത്ത് സായാഹ്ന വർണ്ണങ്ങൾ അജ്ഞാത തൂലികകളാൽ ആലേഖനം ചെയ്യപ്പെട്ടുവരവേ, ഏട്ടന്മാരുടെ തിരിച്ചുവരവിന്റെ വെകിളിയനക്കങ്ങൾ അവളുടെ ഉള്ളിൽ വെപ്രാളരേഖകൾ വരഞ്ഞു. ഏട്ടന്മാരുടെ കണ്ണുകളിൽ നേരിൽ നയനങ്ങൾ ചേർക്കാതെ അവളുടെ കിന്നാരമൂറുന്ന സ്നേഹശബ്ദങ്ങൾ മാത്രം അന്നവരെ വരവേറ്റു.

കുളിയൊരുക്കങ്ങളും സായാഹ്നപൂജാദികളും കഴിഞ്ഞ് കളരിപുക്കവേ ആ വൈകുന്നേരം ചെറുകളികളിലൊതുക്കുവാനായിരുന്നു ഉണ്ണിമായയുടെ നിർദ്ദേശം. നാലുവർഷങ്ങൾ പൂർത്തിയാവുന്നതടുക്കയാൽ ഇനിയുള്ള സായാഹ്നക്കളരികൾ നാമമാത്രമാക്കണമെന്ന അവളുടെ പക്ഷം ഏട്ടന്മാർ ശരിവെച്ചു. വെള്ളന്റെ പരിശീലനങ്ങൾ അഗ്രഗണനീയമാണെന്ന സർവ്വമതം കളരിയിൽ തലകുലുക്കപ്പെട്ടു.

രാത്രിഭക്ഷണശേഷം തറവാട്ടുമുറ്റത്തും കോലായയിലും വെടിപറഞ്ഞും കളരികാര്യങ്ങൾ അയവിറക്കിയും ആണുങ്ങളൊക്കെ നിദ്രാദേവതകളെ പ്രാർത്ഥിക്കുവോളവും പാളിക്കത്തുന്ന നെയ്‌വിളക്കിന്റെ കഠിനവെട്ടത്തിൽ നിന്ന് ആളറിയാതെ ഒഴിഞ്ഞുകളയുവാൻ ഉണ്ണിമായ നടത്തുന്ന മനപ്പൂർവ്വമായ യത്നങ്ങൾ അന്യനൊരാൾക്കു മാത്രമേ ആ പടിപ്പുരകൾക്കുള്ളിൽ വായിച്ചെടുക്കുവാൻ കഴിഞ്ഞുള്ളൂ.

എല്ലാവരും ഉറങ്ങാൻപോയി. നിദ്രാഗൃഹം പൂകിയ ഉണ്ണിമായയ്ക്ക് ഉറക്കമുണ്ടായില്ല. അവളുടെ ഉള്ളം മുഴുക്കെ ഒരു പുരുഷൻ നിറഞ്ഞിരുന്നു. നിദ്രയുടെ ലാഞ്ഛനകൾ അടുക്കുന്നില്ല എന്നുറയ്ക്കവേ അവൾ നിദ്രാശയ്യയിൽ എഴുന്നേറ്റിരുന്നു. സർവ്വശബ്ദങ്ങളുമടക്കി അവൾ കിടപ്പറ

വാതിലിന്റെ സാക്ഷ നീക്കി. വീണുകിടക്കുന്ന പുതുപുഷ്പം പോലും ആ പാദപതനത്തിൻ നോവറിയാതെ അവൾ നടന്നു. വെള്ളന്റെ കിടപ്പറ യുടെ മുന്നിൽ അവൾ നിന്നു. അവളുടെ ആഗമനഗന്ധമറിഞ്ഞ് വെള്ളൻ കതകിന്റെ സാക്ഷ നീക്കി. അയാളുടെ ഉറച്ച കൈകളിൽ അവൾ പടർന്നു കയറി. അവളുടെ ഇളംശരീരം മുച്ചൂടും അവൻ മുത്തമിട്ടുമൂടിയപ്പോൾ ഉണ്ണിമായ പറഞ്ഞു:

"ഇനി നിന്റെ ശരീരത്തിൽ വീണുമയങ്ങിയേ ഞാനുറങ്ങൂ... നിന്റെ ശയ്യയിലമർന്നേ എനിക്കിനി ഉയിർശേഷിയുള്ളൂ..."

ഇരുട്ടിൽ നനഞ്ഞ കണ്ണുകൾ അറിഞ്ഞ് അയാൾ പതുക്കെപ്പറഞ്ഞു:

"നിന്റെ എല്ലാ ഇഷ്ടങ്ങളും ഞാനറിയുന്നു. അവയിൽ ആകാവുന്ന തൊക്കെ ഞാൻ നിറവേറ്റും. നമുക്കിനിയും ദിവസങ്ങൾ പത്തുമുപ്പതുണ്ട്. പകൽവെളിച്ചത്തിൽ നീ ഒരു സ്വപ്നഭൂമികയായി എന്നിൽ വിലയം കൊണ്ടു... പകൽ വെളിച്ചമാണ് നമുക്ക് സംഗമപത്ഥ്യം... രാത്രി ഉറക്ക മിളച്ചാൽ നമ്മുടെ പ്രഭാതക്കളരിയഭ്യാസങ്ങൾ തെറ്റും. പിന്നെ നമ്മൾ പിടിക്കപ്പെടും... പിടിക്കപ്പെടാതിരിക്കാൻ നിശാസംഗമങ്ങൾ നാം ഒഴിവാക്കിയേ തീരൂ എന്ന കാര്യം നിനക്കുതന്നെ ബോദ്ധ്യമാണല്ലോ..."

ദീർഘനിശ്വാസത്തിന്റെ ഏങ്ങലടികൾക്കിടയിൽ അയാളോടൊട്ടി നിന്ന് അവൾ മന്ത്രിച്ചു:

"എനിക്ക്... എനിക്ക് രണ്ടാമൂഴം പൂർത്തിയാക്കണമെന്ന് ശരീര വിളിവരുന്നു..."

"ഇല്ല. പാടില്ല." വെള്ളൻ ഉറച്ച ശബ്ദത്തിൽ അവളെ വിലക്കി: "പോകൂ നിന്റെ ശയ്യാഗൃഹത്തിലേക്ക്. കോട്ടയിൽ ഇനിയുള്ള എല്ലാ ദിവ സവും നിന്നോടൊപ്പം ഞാനുണ്ട്... രാത്രി പരതിയറിഞ്ഞിട്ടല്ല. പകൽ വെളിച്ചത്തിൽ പൂർണ്ണമായും കണ്ടുകണ്ടാഘോഷിക്കുവാൻ നമുക്കിട മുണ്ട്..."

"എനിക്കവിടെ ഉറക്കം വരികയില്ല..."

"നീ നന്നായി ഉറങ്ങും. നമ്മൾ ഒരുമിച്ചുണ്ടെന്നുറച്ച് നീ പോയിക്കിട ക്കുക..."

വള്ളിപ്പടർപ്പിൽ കുരുങ്ങിയ നിറമുടിക്കെട്ടുപോലെ അയാളിൽ പിണഞ്ഞ് അവൾ നിന്നു. പതുക്കെപ്പതുക്കെ വിടുവിച്ച് അയാൾ അവളെ കതകിനു പുറത്തെത്തിച്ചു. അവളുടെ പാദപതനങ്ങൾ അകന്നകന്ന് ശയ്യാ ഗൃഹം പൂകുന്നതുവരെ അയാൾ കാത്തുനിന്നു.

കതക് അടയുന്ന ശബ്ദം കാതോർത്തു കണ്ടുനിന്നിട്ടും അയാൾ കേട്ടില്ല. പിന്നെ കിടപ്പുമുറിയുടെ ഉൾസാക്ഷകൾ നിശ്ശബ്ദമായി വലിച്ചു കുടുക്കി.

കിടക്കുമ്പോഴേക്കും നിദ്ര അയാളെ കാത്തു നിന്നിരുന്നു. രാത്രി ഗാഢ മായ ഉറക്കം കിട്ടിയിരുന്നുവെങ്കിലും സ്വപ്നങ്ങൾ ഒന്നുമുണ്ടായിരുന്നില്ല. ആദ്യത്തെ കോഴികൂകലിനൊപ്പം അയാൾ പാദങ്ങൾ ഉയർത്തി, മുട്ടുമട ക്കാതെ ഉയർന്ന്, പെട്ടെന്ന് താണുവന്ന് ശരീരം ലംബസ്ഥിതിയിലാക്കി. അങ്ങനെയാണ് കുറെക്കാലമായി അയാളുടെ ഉറക്കമുണർവ്വ്. പൊന്നാ പുരം കോട്ടയിലെത്തി കായികാഭ്യാസങ്ങൾക്കൊപ്പം ചില യോഗവിദ്യ കൾകൂടി സ്വായത്തമാക്കിയശേഷമാണ് ഈ കലാപരിപാടി നിത്യവൃത്തി യിൽ പ്രാവർത്തികമാക്കിയത്.

ശയനശയ്യയിൽ ലംബാവസ്ഥയിലിരുന്ന് മുഖംതിരിച്ചത് സ്വാഭാവിക മായും ഉണ്ണിമായയുടെ ശയ്യാമുറിയുടെ ഭാഗത്തേക്കായിരുന്നു. സ്നാനാദി കൾ കഴിഞ്ഞ് ഈറനുടുത്ത് കളരിപൂകാനുള്ള ഉന്മേഷത്തോടെ അവൾ മുറിയിലേക്ക് കയറിപ്പോകുന്നതു കണ്ട്, വേഗം തയ്യാറാവാൻ വേണ്ടി അയാൾ ചാടിയെഴുന്നേറ്റു.

പതിനെട്ട്

നേരം വെള്ള കീറിവരുന്നു. വെള്ളൻ പ്രാഥമികക്രിയകളെല്ലാം കഴിഞ്ഞ് എണ്ണയിട്ട് കളരിയിൽ പോകാൻ തയ്യാറായി. ഇരുപത്തിനാലുമുഴം നീള മുള്ള കച്ചയാണ് അയാൾ സാധാരണയായി കെട്ടുക. സമാധാനമായിട്ടാണ് അത് കെട്ടിയിരുന്നത്. യോഗ്യന്മാരായ പലരും കച്ചകെട്ടുന്നതിനെക്കുറിച്ച് പല കഥകളുമുണ്ട്. കച്ചയുടെ ഒരുതല തെങ്ങിന്മേൽ ബന്ധിച്ച് ശക്തി യായി മുറുക്കുമ്പോൾ തെങ്ങ് കുലുങ്ങിതേങ്ങ വീഴാറുണ്ടെന്നും മാവി ന്മേൽ കെട്ടി കച്ച മുറുക്കുമ്പോൾ മാവുകുലുങ്ങി മാങ്ങ വീഴാറുണ്ടെന്നും വടക്കൻ പാട്ടുപാടുന്നവർക്ക് ചമൽക്കാരം വെച്ചുപാടാം.

പക്ഷേ, വെള്ളൻ കച്ചകെട്ടുന്നത് സാധാരണ കവുങ്ങിലോ തെങ്ങിലോ കച്ചയുടെ ഒരറ്റം നീളത്തിൽ മടക്കിബന്ധിച്ചിട്ടാണ്. അടയ്ക്കയുള്ള കവുങ്ങിലും തേങ്ങയുള്ള തെങ്ങിലും ബന്ധിച്ചുകൊണ്ടു തന്നെയാണ് അയാളും കച്ചകെട്ടുക പതിവ്. പക്ഷേ ഏതു മരത്തിൽ കെട്ടിയാലും മരം കുലുങ്ങുക പതിവില്ല. നീളം കൂടിയ തുണി ആയതുക്കൊണ്ടാണ് അയാൾ മരങ്ങളിലോ തൂണകളിലോ ബന്ധിച്ച് കച്ചകെട്ടുന്നത്.

പുലർന്നു വരുന്ന പ്രഭാതത്തിൽ അലസാക്കുന്ന കിളികളെ ഭയപ്പെടു ത്തുവനോ കച്ചമുറുക്കുന്നതിന് കാഴ്ചക്കാരുണ്ടെങ്കിൽ അവരിൽ അതി ശയം ഉദിപ്പിക്കാനോ വേണ്ടിയിട്ടല്ല. നീളത്തിൽ മടക്കിയ ഇരുപത്തിനാലു മുഴം കച്ചകെട്ടണമെങ്കിൽ വേറെ മാർഗ്ഗമൊന്നുമില്ല. മറ്റൊരാളുടെ സഹായം കിട്ടിയാൽ പോലും സ്വീകരിക്കുന്നത് അല്പത്തരമാണ്. അതെല്ലാം സ്വയം ചെയ്യേണ്ടുന്ന കാര്യങ്ങളാകുന്നു. അതു നോക്കി

നില്ക്കാറില്ല ആരും. വല്ലവരും അത് കൗതുകത്തിനു നോക്കിയാൽ ത്തന്നെ മോശം. അങ്ങനെയാണെങ്കിൽ മുണ്ടുടുക്കുമ്പോഴും നോക്കണ്ടേ! സ്ത്രീകൾ ഒന്നരകെട്ടി മേൽ ഉത്തരീയമണിയുമ്പോൾ ആരെങ്കിലും നോക്കുമോ! അവർ ആളു കാണുന്നേടത്ത് വെച്ച് അത് ചെയ്യുകതന്നെ യില്ല. പുരുഷന്മാർ അങ്ങനെ പലതും പുറമേ നിന്നാണ് ചെയ്യുക. കോണകമുടുത്തു വന്നതിന്റെ മേലെ കച്ചമുറുക്കുക. അപ്പോൾ ആ കച്ച മുറുക്കൽ ഒരു കാഴ്ചയാക്കി മാറ്റേണ്ടുന്ന കാര്യമില്ല. അഥവാ ആരെ ങ്കിലും കണ്ടുപോയിട്ടുണ്ടെങ്കിൽ അതിൽ കാഴ്ചയൊന്നുമില്ല. തെങ്ങാ ണെങ്കിൽ വല്ലാതെ കുലുങ്ങിയാലാണല്ലോ തേങ്ങവീഴുക.! അങ്ങനെ കുലുക്കിയാൽ കച്ചമുറുകുകയൊന്നുമില്ല. അതിശക്തിമായി മുറുക്കിയുടു ക്കേണ്ടതല്ല കച്ച. വെള്ളൻ കച്ചകെട്ടി വരുമ്പോൾ അതിന് ഒരു പ്രത്യേക കാഴ്ചയും ഭംഗിയുമുണ്ടെന്ന് പൊതുവെ ഒരു ശ്രുതിയുണ്ട്. അത് മുറുക്കി യുടുക്കുന്നതുകൊണ്ടല്ല. അതൊരു ചേലിലാണ് ചെയ്യേണ്ടത്. അതി ശക്തമായി മുറുക്കിയാൽ അരയ്ക്കും അരക്കെട്ടിനും സുരക്ഷ കിട്ടുക യില്ല. അഥവാ കിട്ടിയാൽത്തന്നെ സാധാരണഗതിയിൽ ശ്വാസോച്ഛ്വാസം സുഖകരമാവുകയില്ല. ശ്വാസഗതി സുഗമമായില്ലെങ്കിൽ വിദ്യകളും അഭ്യാസങ്ങളും സമാധാനമായി ചെയ്യാൻ കഴിയില്ല. പഠനത്തിനുള്ള കാര്യ ങ്ങളിൽ മുഴുകുന്നതു കൊണ്ടാണ് നാലോളം വർഷങ്ങൾകൊണ്ട് പതി ന്നാലുവർഷങ്ങളിൽ സ്വായത്തമാക്കാവുന്ന കായികാഭ്യാസങ്ങളും വിദ്യ കളും അയാൾ പഠിച്ചെടുത്തത്. ചെയ്യേണ്ടതെല്ലാം അയാൾ ചെയ്യേണ്ടതു പോലെ ചെയ്തു. ഉണ്ണിമായയുടെ ഒരു കണ്ണ് എപ്പോഴും അയാളിൽ ഉണ്ടാ യിരുന്നതു കൊണ്ട് ഏട്ടന്മാർക്ക് അവരുടെ ചുമതല എളുപ്പവുമായി.

വെള്ളന് പൊന്നാപുരം കോട്ടയിലെ കളരിയിൽ പ്രവേശനം കൊടുത്തതുതന്നെ അവളുടെ പ്രത്യേക താത്പര്യം ഒന്നുകൊണ്ടാ ണല്ലോ. ഒരു കളരിയിൽ ചേരാൻ വന്നുകഴിഞ്ഞാലും അവരുടെ പേരും വിവരങ്ങളും ഓലയെഴുതി വാങ്ങിവെയ്ക്കാറുണ്ട്. വെള്ളന്റെ കാര്യത്തിൽ അതുവേണ്ടി വന്നില്ല. ആ കുടുംബത്തിലെ ഒരംഗമായി അയാളെ അംഗീ കരിച്ചതിനുശേഷമാണ് കളരിയഭ്യാസങ്ങളും മുറകളുമൊക്കെ പരിശീലി ക്കുവാൻ സ്വീകരിച്ചത്. അതിന്റെ കാരണം ഏഴ് ആങ്ങളമാരുടെ പൊന്ന നിയത്തിയും കുഞ്ഞനിയത്തിയുമായ ഉണ്ണിമായയുടെ ആഗ്രഹം തന്നെ യായിരുന്നു. മറ്റൊരിക്കലും ഒരാളുടെ കാര്യത്തിൽ, അതും ഒരു പുരുഷന്റെ കാര്യത്തിൽ അവൾ ഇടപെട്ടിട്ടില്ല. വെട്ടിത്തുറന്നു പറയാതെ യാണെങ്കിലും കാര്യകാരണസഹിതമല്ലാതെ ഒരാളുടെ കാര്യത്തിൽ ഉണ്ണി മായയെപ്പോലെയൊരാൾ താത്പര്യം കാണിക്കുമ്പോൾ ഏതാങ്ങള യ്ക്കാണ് അവളുടെ അഭിമതത്തിന് വിലങ്ങുതടിയായി നില്ക്കാൻ കഴിയുക! ആരും ഒന്നും ഉരിയാടിയില്ല. ഉണ്ണിമായയുടേതായിരുന്നു താത്പര്യം. ഓല എഴുതിക്കൊടുത്തിരുന്നുവെങ്കിൽ എന്തെല്ലാം എഴുതി വെയ്ക്കണമായിരുന്നു!

പൊലയറുകണ്ടിയിൽ താമസിക്കും കാവുന്തായത്താഴക്കുനിയിൽ കാണാതായിപ്പോയ പ്രതാപശാലിയായിരുന്ന അടിമപ്പണിക്കാരൻ ചോയ്യന്റെ മൂത്ത മകൻ വെള്ളൻ...! യാത്രയിൽ പലേടത്തും തട്ടിയും മുട്ടിയും ഭാഷ അയാൾ സ്വായത്തമാക്കിയിരുന്നു. പെരുമാറ്റവും സ്വഭാവ ഗുണങ്ങളും ദീർഘവഴികളിൽവെച്ചു തന്നെ അയാൾ സ്വായത്തമാക്കി. പക്ഷേ, കളരിപ്രവേശനത്തിന് ചരിത്രങ്ങൾ ഒന്നും എഴുതിക്കൊടുക്കേണ്ടി വന്നില്ല. അയാൾ കളരിയിൽ ചേർന്നു. കോട്ടയിലേയും കളരിയിലേയും ചിട്ടവട്ടങ്ങൾ സ്വായത്തമാക്കി. അതുകൊണ്ട് പൊന്നാങ്ങളമാർക്ക് വഴിയിൽ നിർത്തി ഉപചോദ്യങ്ങൾ ഉന്നയിക്കേണ്ടിയും വന്നില്ല. നാലുവർഷമാകു മ്പോഴേക്കും അവളുടെ അഭിമതം ശരിയാണെന്നു തെളിയിക്കുന്നതു പോലെ അതീവസാമർത്ഥ്യത്തിലും പടുതയിലും അയാൾ കാര്യങ്ങൾ പഠിച്ചു.

ചതുർവർഷങ്ങൾ പൂർത്തിയാകുവാൻ മാസം ഒന്നുശേഷിക്കുന്ന മുഹൂർത്തദിവസവും അയാൾ മാന്യവും അന്തസ്സുമായ നിലയിൽ കച്ച മുറുക്കി. കോണകമുടുത്തതിനുമേലെ പ്രഭാതം കൺമിഴിക്കുന്നതിനു മുമ്പുള്ള ഇരുട്ട് മറയായി ആലോചിച്ചു പിടിച്ച് കച്ചകെട്ടി.

അയാൾ പ്രവേശിക്കുമ്പോഴേക്കും കളരി സാമാന്യം വിജനമായി രുന്നു. ഭൃത്യന്മാർ പ്രാഥമിക ഒരുക്കങ്ങളും മാച്ചി തീർക്കലും ചെയ്തു വെച്ചിട്ടുണ്ട്. അയാൾ കളരിയുടെ കിഴക്കുവടക്കേ മൂലയിലേക്ക് കൺ പാർത്തു. അവിടെയാണ് ഉണ്ണിമായ പ്രവേശിച്ചാൽ ആദ്യസ്ഥാനം. ഇപ്പോൾ അയാൾ കൂടിയായപ്പോൾ കളരിയുടെ വടക്കുകിഴക്കേ മൂലയിൽ ഒരാണും പെണ്ണുമായി. പക്ഷേ ഇന്നവൾ എത്തിയിട്ടില്ല. ഈർക്കിൽ ചൂലോട്ടി ചാണകജലം കുടഞ്ഞ കളരിയകത്ത്, വടക്കുകിഴക്കേ മൂലയിൽ തടുക്കെടുത്തിട്ട് അയാൾ ഉപവിഷ്ടനായി. ഉണ്ണിമായയുടെ പ്രവേശനം വരെ, ഏട്ടന്മാരുടെ ആഗമനം വരെ, കളരി സജീവമാകുന്നതുവരെ, പുലർച്ചയുടെ അന്ധകാരമയങ്ങൾ പിൻവലിയുവോളമെന്നു കരുതി അയാൾ മുറിത്തടുക്കിൽ ഇരുന്നു.

കണ്ണടച്ച ഇരുത്തത്തിൽ അയാൾ പ്രാണായാമത്തിൽ മുഴുകി. ഇടം കൈത്തലം കാൽമുട്ടിൽ മലർത്തി മോതിരക്കണ്ണി നെയ്തു. നിവർന്ന ഇരുപ്പിൽ വലംകയ്യിന്റെ ചൂണ്ടുവിരലും നടുവിരലും മടക്കി തള്ളവിരൽ വലതു മൂക്കിൽ ലോലമായമർത്തി ചെറുവിരലും മോതിരവിരലും ഉയർന്നു നില്ക്കത്തക്കവിധത്തിൽ ഇടത്തേ മൂക്കിലൂടെ സാവകാശം ശുദ്ധവായു അകത്തേക്കെടുക്കുകയായി. ശ്വാസകോശം പൂർണ്ണമായും നിറയവേ സ്തംഭനം ചെയ്ത് വലതു മൂക്ക് ഒഴിവാക്കിക്കൊണ്ട് പതുക്കെ, വളരെ പ്പതുക്കെ വായു നിർഗ്ഗമനം നടത്തി.

ഉണ്ണിമായ ഈ സമയം എപ്പോഴെങ്കിലും കടന്നുവരുമെന്ന് അയാൾ ക്കറിയാമായിരുന്നു. പക്ഷേ അയാൾ ഒരു ശ്വസനക്രിയയിൽ മുഴുകിയതു കൊണ്ട് അവൾ കടന്നു വരുന്നത് കണ്ടില്ല. ഉണ്ണിമായയാകട്ടെ ചന്ദന മണ്ഡപം ഇളകി വരുന്നതുപോലെ, സ്വതസിദ്ധമായ സാവകാശത്തിൽ

കളരിപ്പടികൾ വന്ദിച്ച് ഉള്ളിൽ വന്നു. എല്ലാവരും ചെയ്യുന്നതുപോലെ നിലവന്ദനവും ഉപകരണവന്ദവനും ആയുധവന്ദനവുമൊക്കെ അവളും നടത്തി. ശേഷം തന്റെ പ്രിയഇടമായ വടക്കു കിഴക്കുമൂലയിലേക്കു നീങ്ങി.

വെള്ളൻ സമയമൊപ്പിക്കാനെന്നതു പോലെ പ്രാണായാമത്തിലാണ്. പ്രാഥമിക പ്രാണായാമം മാത്രമാണെന്നറിയാവുന്നതുകൊണ്ട് ഒരു മന്ത്രം പോലെ അവൾ പറഞ്ഞു:

"പൂരകവും കുംഭവും നിർഗ്ഗമനവും തന്നെ? ഒരാശ്രിത വന്നു നില്ക്കുന്നതുപോലും അറിയുന്നില്ല...?" അവളെ എപ്പോഴും പ്രതീക്ഷിക്കുന്നതു പോലെ അയാൾ പറഞ്ഞു:

"തമ്പുരാട്ടി യഥാസമയത്തെത്തും എന്നറിയാം. കാത്തിരുന്നാൽ മുഷിയും. ക്ഷമ കെടും. ഒന്നുകിൽ അതുകൊണ്ടു ദിവസം പോലും നഷ്ടപ്പെട്ടേക്കാം. മനസ്സ് ഉള്ളിൽ ഒതുക്കിയിരിക്കയാണെങ്കിലും ക്ഷമ നശിച്ചാൽ അത് വഴുതിക്കളിക്കുമെന്ന് തമ്പുരാട്ടിയോട് പറഞ്ഞറിയിക്കേണ്ടതില്ലല്ലോ...?"

പൂത്തിരി കത്തുന്ന പ്രസന്നമുഖത്ത് നിന്ന് ഉദയസൂര്യനേക്കാൾ പ്രസാദമയമായ വാക്കുകളുതിർന്നു: "അറിയാം. അനുഭവിച്ചപ്പോൾ നന്നായറിഞ്ഞു. അതുകൊണ്ട്, ബോധപൂർവ്വം വൈകി. ഈ മായാമനുഷ്യനെ കണികണ്ടുകൊണ്ട് കടന്നുവരണം എന്നതായി ദാഹം... എനിക്കിപ്പോൾ പയറ്റിനേക്കാളും കളരിയേക്കാളും ഈ സാമീപ്യം പഥ്യമായി ഉള്ളുകൊണ്ട് തോന്നുന്നു..."

പ്രാണായാമം അവസാനിപ്പിച്ച് അയാൾ കണ്ണുതുറന്ന് ഉരുവിട്ടു:

"തമ്പുരാട്ടിയല്ലേ എന്നെ ശീലിപ്പിച്ചത്... കളരിയിലെത്തുമ്പോൾ എല്ലാം മറക്കണം. അമ്മ, അച്ഛൻ പോലും!... അപ്പോൾ തമ്പുരാട്ടി ഒരിഞ്ചെങ്കിലും താണുപോകുന്നത് ശിഷ്യന് താങ്ങാനാവില്ല... കളരി നമ്മുടെ നിലനില്പിന്റെ അഗ്രിമ ക്രേന്ദമാണല്ലോ..."

'തീർച്ചയായും... പക്ഷേ, ഇപ്പോൾ ഇവൾ തമ്പുരാട്ടിയോ പരിശീലകയോ ഒന്നുമല്ല... ഒരാരാധിക മാത്രം. ഈ വെളിച്ചമില്ലെങ്കിൽ കണ്ണു കാണുകയില്ല എന്നായിരിക്കുന്നു... ഗുരുക്കന്മാരേ, പരദേവതകളേ..." അവൾ പ്രാർത്ഥിച്ചുകൊണ്ട് ഉരുവിട്ടു: "അവിടുത്തേക്ക് ഈ പാവം പെണ്ണിന്റെ മനോനില ഉണർത്തിക്കാനായാൽ മതിയായിരുന്നു..."

"മനസ്സിലാകും തമ്പുരാട്ടി... അറിയാം. മനസ്സ് ഇവിടെ വെച്ചുപോകരുത്. അത് സ്വയം തന്നെതാങ്ങണം. ശിഷ്യന് ആ മനസ്സിന്റെ ഉറപ്പും ചാഞ്ചാട്ടങ്ങളും വ്യത്തിയായി തെളിഞ്ഞറിയാം... ഇരിക്കട്ടെ. നമ്മൾ കളരി വണങ്ങി, പരദേവതകളെ വണങ്ങി, വിളക്കുവെച്ചിരുന്നാൽപ്പോരല്ലോ.... മറ്റുകാര്യങ്ങളൊന്നും കളരിയിൽ സംസാരവിഷയമാകരുതെന്ന് ദേവി തന്നെയല്ലേ ശിഷ്യന് ഉപദേശം തന്നത്... തമ്പുരാട്ടിയുടെ ആദ്യകാല

നിർദ്ദേശങ്ങളും ഉപദേശങ്ങളും ഇന്നത്തേതുപോലെ ഓർത്ത്, അവിടെയും വണങ്ങി നമുക്ക് കളരിവിദ്യകളിലേക്ക് മടങ്ങാമെന്ന് അടിയൻ ഓർമ്മിപ്പിക്കുന്നു..."

ദേവി പറഞ്ഞു- ഉണ്ണിമായയാകാതെ, തമ്പുരാട്ടിയാകാതെ:

"അങ്ങോട്ടു തന്ന ഉപദേശങ്ങൾ അവിടെ നിന്നിപ്പോൾ തിരിച്ചു ഞാൻ സ്വീകരിക്കുകയാണ്... ആ താങ്ങില്ലാതെ ഇനി എനിക്ക് മുന്നോട്ടായാനാകുമെന്നു തോന്നുന്നില്ല.... ഓർമ്മപ്പെടുത്തലുകളിൽ, വഴികാട്ടലുകളിൽ, പിൻമുറക്കാരിയായി മാത്രം വിശ്വസിച്ച് ഇതാ ഞാനും പിന്നാലെ..."

തെച്ചിപ്പൂക്കൊട്ടയും ചെമ്പരുത്തിപ്പൂക്കൊട്ടയും വന്ദിച്ചെടുത്ത് അയാൾ പൂത്തറയിൽ അർപ്പണം ചെയ്തു. ഉണ്ണിമായയും അതുപോലെ ചെയ്തു. തമ്മിൽ വണങ്ങി അവർ ആയുധവന്ദനം നടത്തി.

"ഏട്ടന്മാർ ഇന്ന് കളരിയിലില്ല. അവരിന്ന് വെളുക്കുന്നതിനു മുമ്പ് പരദേശഗമനം ചെയ്യുമെന്ന് ഉണർത്തിക്കുകയാണ്...?"

"അറിയാം. അന്തിപ്പൂജ കഴിഞ്ഞപ്പോൾ പറഞ്ഞിരുന്നു... അതുകൊണ്ടു മാത്രമല്ല... ഇന്ന് ലളിതവിദ്യകൾ മാത്രം പുനരോർമ്മിക്കാമെന്നു തോന്നുന്നു..."

"അതുമതിയാകും.... പറയതരുതാത്തതാണെന്നെനിക്കറിയാം. എന്നാലും.... നേരമൊപ്പിച്ച് വണങ്ങിയിറങ്ങി ആ സാമീപ്യത്തിന്റെ തണലാസ്വദിച്ചിരിക്കാനാണ് എനിക്കിന്ന് തോന്നൽ....."

തെച്ചിപ്പൂവും ചെമ്പരത്തിയും അർച്ചിച്ച പൂത്തറയിൽ സാമ്പ്രാണി കത്തിച്ചുവെച്ചിരുന്നു. ചന്ദനത്തിരി പുകച്ചിരുന്നു. മൂലകളിൽ കുന്തിരിക്കവും പുകച്ചിരുന്നു.

തവിടും പൊരിയും അവിലും കൽക്കണ്ടിയും വെല്ലവും കൊട്ടത്തേങ്ങ പൂണ്ടുമുറിച്ചതുമെല്ലാം കദളിപ്പഴവും മുന്തിരിങ്ങയും വെച്ച് കലശം കൊടുക്കാനും രണ്ടുപേരും ഒരുമിച്ചായിരുന്നു. നാക്കിലയിൽ ഒരുക്കിവെച്ച ഭസ്മവും ചന്ദനവും കളഭവും സ്വയം തൊടുന്നതിനു മുമ്പ് ഉണ്ണിമായ തന്റെ വിറയമർത്തിയ വിരലുകളാൽ ആത്മദൈവത്തിന്റെ നെറ്റിയിൽ തൊടുവിക്കുകയും ചെയ്തു.

പത്തൊൻപത്

ദിനരാത്രങ്ങൾക്ക് വേഗത ഏറുകയാണെന്ന് തോന്നിക്കുന്ന വിധമായിരുന്നു നാളുകൾ കൊഴിഞ്ഞുകൊണ്ടിരുന്നത്. കളരിയിലെത്തിയാൽ കളരിവന്ദനങ്ങൾ ഓരോന്നായി ഒരാൾ ചെയ്തുകൊണ്ടിരിക്കുമ്പോഴേക്കും മറ്റേയാളും വന്നെത്തുക പതിവായി. രണ്ടാളും എത്തിക്കഴിഞ്ഞാൽപ്പിന്നെ

ഒരുമിച്ചാവും വിദ്യകളും അടവുകളും പുനരഭ്യസിക്കുക. ധ്യാനമുറകളും ശ്വസനനിയന്ത്രണക്രിയകളും മിക്കവാറും ഒറ്റയൊറ്റയ്ക്കു തന്നെ നിറവേറ്റും. അടവുകൾ തുടങ്ങിക്കഴിഞ്ഞാൽ ഉണ്ണിമായയും വെള്ളനും ഒരുമിച്ചു തന്നെ അവ ഓരോന്നോരോന്നായി പുനരഭ്യസിക്കുകയായി.

അടവുകളിൽ നിലയും നീക്കവും പ്രയോഗവും പുനപ്പരിശീലനം നടത്തുമ്പോൾ രണ്ടുപേരുണ്ടാകുന്നത് സൗകര്യപ്രദമായിവന്നു. അടവുകളിൽ സ്ഥിതിഗതിയുന്നങ്ങൾക്കും അത് പലമാതിരി സൗകര്യപ്പെട്ടു. യുദ്ധങ്ങളിലും ഏറ്റുമുട്ടലുകളിലും പടനായകനേയും യോദ്ധാക്കളേയും ഒരുക്കി, അടവുകളും ആയുധങ്ങൾ ഉപയോഗിച്ചുള്ള അടവുകളും പ്രയോഗിക്കുന്നതിനായി പതിനെട്ടുതരം യുദ്ധതന്ത്രങ്ങളും ഒന്നൊന്നായി അവർ പുനഃപരിശീലിച്ച് അഗ്രിമത പൂകിയത് ഏട്ടന്മാർ മാറിമാറിപ്പരിശോധിച്ചു. വ്യക്തതയും സംതൃപ്തിയും രേഖപ്പെടുത്തി.

ഓതിരമടവും കടകമടവും ചടുലമടവും മണ്ഡലമടവും തുടങ്ങി കളരിയിൽ പതിവുമുറയുള്ള പതിനെട്ട് അടവുകളും അവർ നല്ല നിലയിൽ ചെയ്ത് ഏട്ടന്മാർക്ക് തൃപ്തിവരത്തക്കവിധം അഗ്രിമരായി. മെയ്പ്പയറ്റുകളും മെയ്യഭ്യാസങ്ങളുമായി പന്ത്രണ്ടുവിധം അഭ്യാസങ്ങളും അവർ തടവില്ലാത്ത വിധത്തിൽ പൂർത്തിയാക്കി.

തൊഴുതമർന്നു തുടങ്ങുന്ന അഭ്യാസങ്ങൾ അമർത്തിച്ചവിട്ടിയും വലതുചവിട്ടിയും ഇടതുചവിട്ടിയും വയ്യോട്ടുമാറി വലതുചവിട്ടി ഇടതുചവിട്ടിയും ചവിട്ടിവലിഞ്ഞമർന്നും നിവർന്നുനേരെ നീർന്നും വലതുനേരെയെടുത്ത് തിരിഞ്ഞുചാടി വലിഞ്ഞമർന്നും വൈമാറിക്കുതിച്ച് ഉയർന്നു പൊങ്ങി അമർന്നുതാണും ചുമടുമാറി അമർന്നും ചുമടുമാറിപ്പൊന്തിയും വലതുമലർന്നു തിരിഞ്ഞ് ഒത്തടിയമർന്ന് ഉയർന്നുപൊന്തിയും തിരിഞ്ഞു വലിഞ്ഞ് തറതൊഴുത് കാലുകൾ ഭൂമിക്ക് സമാന്തരമാക്കി സൂചിക്കിരുത്തിയും സർവ്വവിധമെയ്യഭ്യാസങ്ങളും അവർ ഒരുമിച്ച് ചെയ്ത് ഓരോ മുറകളിലും അഗ്രഗണ്യരാകുന്നത് ഏട്ടന്മാരേഴുപേരും ഒറ്റയ്ക്കും ഒരുമിച്ചും കണ്ട് തൃപ്തിപ്പെട്ടു.

സിംഹവടിവും കുതിരവടിവും വരാഹവടിവും കുക്കുടവടിവെന്ന കോഴി വടിവും മയിൽവടിവും സർപ്പവടിവും മീൻവടിവും കൊച്ചക്കാൽ വടിവും കരടിവടിവും മാൻവടിവും തുടങ്ങി എണ്ണപ്പെട്ട വടിവുകളും ഉണ്ണിമായയും വെള്ളനും ഒരുമിച്ചും അടുപ്പിച്ചും മട്ടംപോലെയും ഉപരിപഠനം ചെയ്യുന്നതിലും ഏട്ടന്മാരേഴും സംതൃപ്തരായി.

വട്ടച്ചുവടും അങ്കച്ചുവടും നീക്കച്ചുവടും ആക്കച്ചുവടും ചാട്ടച്ചുവടും മത്സ്യക്കരണവും സിംഹക്കരണവും പൂച്ചക്കരണവും ആനക്കരണവും സർപ്പക്കരണവും ഗരുഡപ്പക്ഷിക്കരണവും അവർ അനായാസം ചെയ്തുവന്നു. പലതരം ചാട്ടങ്ങളും പരിശീലിച്ചുറച്ചു. ഒത്തടിപൊന്തിച്ചാട്ടവും തിരിഞ്ഞുചാട്ടവും മറഞ്ഞുചാട്ടവും വലം പിരിച്ചാട്ടവും ചവിട്ടിക്കുതിച്ചു

ചാട്ടവും കുന്തച്ചാട്ടവും ഓതിരംമറിഞ്ഞുചാട്ടവും പകിരിതിരിഞ്ഞുചാട്ടവും ചാടിക്കെട്ടിച്ചാട്ടവും തടഞ്ഞുപൊന്തിച്ചാട്ടവും അനുഷ്ഠിച്ച് മുന്നേറുമ്പോൾ അതുചെയ്യുന്നത് ഒരാണും പെണ്ണുമാണെന്ന് ഉണ്ണിമായയും വെള്ളനും കാണികളിൽ തോന്നലുണ്ടാക്കിയില്ല. മിന്നലും ഇടിയും പൊന്നാപുരം കളരിയിൽ താണിറങ്ങിയതായേ കാഴ്ചക്കാർ കണ്ടുള്ളൂ. പന്ത്രണ്ടുവിധം വടിപ്പയറ്റുകളെന്ന കോൽത്താരികളും അവർ അഗ്രഗണ്യരായി അഭ്യാസിച്ചുറച്ചു. ചെറുവടിപ്പയറ്റുകളിൽ പന്ത്രണ്ടുതരങ്ങൾ വേറെയും ഉണ്ണിമായയും വെള്ളനും സംശയലേശമില്ലാത്തവിധം പഠിച്ചുറച്ചു. സർവ്വവിധ അറപ്പുകളും പതിനെട്ടുതരം മുറപ്പയറ്റുകളും അവർ പഠിച്ചു. കുറുവടിപ്പയറ്റിനോടൊപ്പം തന്നെ കഠാരപ്പയറ്റും ഉണ്ണിമായായും വെള്ളനും പഠിച്ചു. വാളും പരിചയുമുപയോഗിച്ചുള്ള വാൾയറ്റും അവർ പഠിച്ചുവെങ്കിലും വെള്ളനതിൽ വലിയ കമ്പം കാണിച്ചില്ല. തന്റെ ഭാവിജീവിതപ്രയോഗത്തിൽ വാൾപയറ്റിന് വലിയ പ്രസക്തിയൊന്നും വരികയില്ലെന്ന് അയാൾ ഉള്ളാലെ കരുതിയിരിക്കാം. ഉറുമിചുഴറ്റുന്ന പയറ്റിലും കുന്തപ്പയറ്റിലും വെള്ളന് ഇതുതന്നെയായിരുന്നു ചിന്ത. എന്നാലും ഉണ്ണിമായ പങ്കെടുക്കുന്ന എല്ലാതരം പയറ്റുകളിലും വെള്ളനും അഗ്രിമത തെളിയിച്ചു. ഉണ്ണിമായ നേരത്തേ പഠിച്ചതാണെല്ലാം. വെള്ളനോടൊപ്പം ഒന്നുകൂടി വിളയ്ക്കുന്നു എന്നു മാത്രം.

വെറും കൈപ്പയറ്റുകളിൽ വെള്ളൻ പ്രത്യേകമായി താത്പര്യം കാണിച്ചു. വെറും കൈപ്പയറ്റ് സാധാരണയായി ആണും പെണ്ണും തമ്മിൽ കളരിയിൽ പതിവില്ലാത്തതാണ്. പക്ഷേ, ഉണ്ണിമായയുടെ താത്പര്യം മാനിച്ച് അവൾ വെള്ളനോടൊപ്പം വെറും കൈപ്പയറ്റു ചെയ്യുന്നതിൽ ഏഴാങ്ങളമാരും നെറ്റിചുളിക്കുകപോലും ഉണ്ടായില്ല. ഇടികളും തട്ടുകളും തനിക്ക് എക്കാലത്തും അവശ്യമാകുമെന്ന് മനസ്സിൽ കരുതിയതു പോലെയാണ് വെള്ളനത് ഉണ്ണിമായക്കൊപ്പം അഗ്രിമ പരിശീലനം നടത്തിയത്. മുഷ്ടിചുരുട്ടിയും കാൽമുട്ടുകൊണ്ടും ഉള്ള ഇടി, വിരൽകൂപ്പിച്ച് ഇടി, തലകൊണ്ടിടി തുടങ്ങിയവയൊക്കെ അവർ ഒരുമിച്ചു തന്നെയാണ് പരിശീലിച്ചുറപ്പിച്ചത്. ഇടികൾ കൊള്ളാതെ ഒഴിഞ്ഞു മാറാനും അമരാനും അവർ പ്രത്യേകം പരിശീലിച്ചിരുന്നു. ഉണ്ണിമായയുടെ ശരീരത്തിൽ ഒരിക്കലെങ്കിലും ഒരിടിയേൽക്കരുതെന്ന് പരിശീലനത്തിലുടനീളം വെള്ളൻ മനസ്സുവെച്ചു. എന്നാൽ ഉണ്ണിമായയുടെ പല ഇടികളും താൻ ഏറ്റുശീലിക്കുന്നതിൽ വെള്ളൻ ഒരു സുഖം കാണുകയും ചെയ്തു. ഉഗ്രനിടികളിൽ എന്നാൽ അയാൾ അമർന്നു കളയാനും മറന്നില്ല. തന്റെ ശരീരത്തിൽ ഇടിയേല്ക്കുന്നത് വെള്ളൻ ഇഷ്ടപ്പെടുന്നില്ല എന്ന് ഉണ്ണിമായയ്ക്ക് അറിയാമായിരുന്നു. എന്നാൽ അവളുടെ ഇടികൾ പരീശിലനത്തിനിടയിൽ ഏല്ക്കുന്നതിൽ തനിക്ക് വിമുഖതയില്ലെന്ന് അയാൾ അവളോട് മുൻകൂട്ടി പറയുകയും ചെയ്തിട്ടുണ്ടായിരുന്നു.

പ്രഭാതക്കളരികളിലാണ് ഇപ്പറഞ്ഞ അഭ്യാസമുറകളിൽ ഉണ്ണിമായയും വെള്ളനും അഗ്രിമ പരിശീലനം ചെയ്തിരുന്നത്. കളരി കഴിഞ്ഞ് കഞ്ഞി കുടിച്ചാൽ അവർ ഒരുമിച്ചു തന്നെയായി ശേഷനേരങ്ങളിൽ. അവസാന മാസത്തിന്റെ തുടക്കത്തിൽ ഒരു മദ്ധ്യാഹ്നശേഷം സുഖകരമായ തണലിൽ, വള്ളിക്കുടിലുകളുടെ കഠിനമറവിൽ, ശാരീരികമായ ഇഷ്ടബന്ധം സ്ഥാപിച്ചിരുന്നുവല്ലോ. ഉണ്ണിമായയുടെ ആത്മസമർപ്പണത്തോടെയുള്ള ആ ശാരീരികബന്ധത്തിനുശേഷം രണ്ടും മൂന്നും കൂടുമ്പോൾ വള്ളിപ്പടർപ്പുകളുടെ ഗാഢമറവുകളിൽ അവർ ആ ശീലം ആവർത്തിച്ചു വരികയായിരുന്നു. കഠിനമായ അഭ്യാസമുറകളിൽ അഗ്രിമപരിശീലനം ഉറപ്പിക്കുന്ന മുതിപ്പിൽ, ദിവസങ്ങൾ എണ്ണപ്പെടുന്നു എന്ന കാഴ്ചയിൽ, ഉണ്ണിമായ വെള്ളനുമായി ദിനംപ്രതി ശരീരസമർപ്പണം നിർബന്ധകർമ്മമായി അനുഷ്ഠിക്കുകയായി. സൂചിക്കിരുത്തം പോലുള്ള കഠിനമുറകളിൽ അഗ്രിമ പരിശീലനം ഉറപ്പിക്കുന്ന കാലയളവിലാണ് ദിനം പ്രതിയുള്ള പകൽബന്ധങ്ങളിൽ അവർ മുഴുകിത്തുടങ്ങിയത്. കളരിയിലെത്തിയാൽ, ഒതുക്കം പറയുന്നതിലോ തമ്മിൽത്തമ്മിലുള്ള നോട്ടത്തിലോ ശാരീരികമായ സ്ഥിരബന്ധത്തിന്റെ ശീലുകൾ കടന്നുവരുതെന്ന് നേരത്തെ പറഞ്ഞുറപ്പിച്ചുള്ള പോലെത്തന്നെ കളരി നിയമങ്ങൾ അവർ കൃത്യമായും പരിപാലിക്കുകയും ചെയ്തു. പക്ഷേ, കഠിനാഭ്യാസകാലങ്ങളിൽ ബ്രഹ്മചര്യം നിർബന്ധമാണെന്ന കളരിനിയമത്തിൽ ഉണ്ണിമായയും അതുവഴി വെള്ളനും വിശ്വാസമർപ്പിച്ചില്ല. ഉണ്ണിമായയുടെ എല്ലാ കാര്യങ്ങളിലും അവളുടെ ഇഷ്ടാനിഷ്ടങ്ങളായിരുന്നുവല്ലോ നിയമങ്ങൾ!

പൊന്നാപുരം കോട്ടയിലെ ഉണ്ണിമായ നാട്ടിലെ പെൺവർഗ്ഗത്തിനെ വെച്ച് അളന്നുതിട്ടപ്പെടുത്താൻ പറ്റാത്ത ഒരു പെൺമണി ആയിരുന്നു. കളരി അഭ്യാസനാളുകളിൽ ബ്രഹ്മചര്യം അനുഷ്ഠിച്ചിരിക്കണം എന്ന അലിഖിത നിയമം അറിയാത്തവളായിരുന്നില്ല ഉണ്ണിമായ. പക്ഷേ, സർവ്വപുരുഷന്മാരും ആ നിയമം വിശ്വാസപൂർവ്വം പരിപാലിച്ചപ്പോൾ അത്യുന്നതവിതാനത്തിലിരിക്കുന്ന അപാരസുന്ദരമായ കോട്ടയുടെ ഭാവിപ്രതീക്ഷയും പിൻതലമുറയ്ക്ക് വഴികാട്ടിയും ആയ നിറദീപസമാനമായ പുലിക്കുട്ടിയായി ഉണ്ണിമായ, മനസ്സറിഞ്ഞ് പ്രണയിച്ച പുരുഷനെ ലഭ്യമാകുന്ന നിമിഷങ്ങളിൽത്തന്നെ സ്വന്തമാക്കേണ്ടതാണെന്ന അസുലഭമായ ഒരു സന്ദേശം സ്വന്തം ജീവിതത്തിലൂടെ അവൾ നല്കി. നടപ്പാകുന്നതല്ലെങ്കിലും ആണെങ്കിലും സ്ത്രീ കുലത്തിനു വേണ്ടിയായിരുന്നു അവൾ ആ സന്ദേശം നല്കിയത്. എക്കാലവും തനിക്കു സ്വന്തമായി നില്ക്കുന്നതല്ല താൻ കണ്ടെത്തിയ പുരുഷൻ എന്നവൾക്കറിയാമായിരുന്നു. ആ പുരുഷന്റെ ഉദ്ദേശ്യശുദ്ധിയിൽ വിലങ്ങു തടിയാവാതെ തനിക്കു കിട്ടാൻ സൗകര്യം ഉള്ളപ്പോൾ തനിക്കു കിട്ടിയിരിക്കണം എന്നവൾ ശഠിച്ചു. ജീവിതകാലം നിന്നു ചുറഞ്ഞ് മുഷിയുന്നതല്ല ജീവിതം എന്നവൾ

വിശ്വസിച്ചു. തന്റെ വിശ്വാസപ്രമാണങ്ങളും ജീവിതവീക്ഷണവും ആരും അംഗീകരിക്കേണ്ടതല്ലെന്നും താൻ തന്നെയാണ് ദൃഢമായി അംഗീകരിക്കേണ്ടതെന്നും അവൾ വിശ്വസിച്ചു. സ്വന്തം ജീവിതത്തിൽ അവളതു നടപ്പിലാക്കി. പൊന്നേട്ടന്മാരെ ധിക്കരിച്ചു കൊണ്ടല്ല, കളരിദൈവങ്ങളെ അവിശ്വസിച്ചുകൊണ്ടല്ല, തന്റെ ജീവിതം കൊണ്ടാണ് താൻ ജീവിച്ചു കാണിക്കേണ്ടതെന്ന സ്വന്തം സന്ദേശം അവൾ നടപ്പിലാക്കി.

നെറ്റിചുളിക്കാം. സംശയിക്കാം. പക്ഷേ, ആ പരിധിയിൽ നില്ക്കുന്നവളായിരുന്നില്ല ഉണ്ണിമായ. അവൾ അവൾക്കുവേണ്ടി പരിധിയും ചക്രവാളവും സൃഷ്ടിച്ചു. അവൾക്കു വേണമെന്നു തോന്നിയപ്പോൾ അതു നടപ്പിലാക്കി. അതായിരുന്നു ഉണ്ണിമായ. തനിക്കുവേണ്ടി പിറവിയെടുത്ത് ഹ്രസ്വകാലത്തേക്കായി മാത്രം പ്രത്യക്ഷപ്പെടുന്ന തന്റെ പുരുഷനെയാണ് അവൾ സർവ്വാത്മനാ സ്വീകരിച്ചത്.

ഒരു ജീവിതകാലം മുഴുവൻ ഒരു പുരുഷന്റെ ചൂടിലേ കിടന്നുറങ്ങാവൂ എന്നത് ഈശ്വരവിശ്വാസം പോലെ ഒരടിസ്ഥാനമില്ലാത്ത വിശ്വാസമാണെന്ന് അവസരമെത്തിയപ്പോൾ അവൾ കണ്ടുപിടിച്ചു. പക്ഷേ, ഒരു ദൈവത്തിനേയും അവൾ നിഷേധിച്ചില്ല. വിശ്വാസം അടിവേരന്വേഷിക്കാത്ത വിശ്വാസികൾക്കായി വിട്ടുകൊടുത്തു കൊണ്ട്, തന്റെ വിശ്വാസത്തിനേയും ജീവിതവൽക്കരിക്കുവാൻ മൂന്നുവർഷവും പതിനൊന്നു മാസവും അവൾ കഠിനമായി ചിന്തിച്ചു. മതി ഒരു മാസത്തെ ജീവിതം മതി ഒരു ജന്മത്തിനെന്ന് തീരുമാനിച്ചുറച്ച് തന്റെ പുരുഷനെ അവൾ വരിച്ചു. മുമ്പുംപിമ്പുമില്ലാത്ത ചരിത്രം നിർമ്മിക്കുകയാണോ എന്നൊന്നും ആലോചിക്കാതെ അവൾ സ്വയം എടുത്തുചാടി. ഭാവിയില്ല, ഇന്നാണു ജീവിതം എന്നവൾ കരുതി.

താനിപ്പോഴാണ് ശരിയായ ഉണ്ണിമായയായത് എന്നവൾക്കുതോന്നി. ഉണ്ണിമായയായപ്പോൾ അവൾക്ക് അഭിമാനവും ആത്മവിശ്വാസവും വന്നു.

ആത്മവിശ്വാസത്തിൽ അടിയുറച്ച് ഉണ്ണിമായ നിന്നപ്പോൾ അവളുടെ പുരുഷനായ വെള്ളൻ പരീക്ഷണങ്ങളിലെല്ലാം വിജയിച്ച്, തന്റെ അഭ്യാസമുറകൾ പൂർത്തിയാക്കി, തിരിച്ചു പോകാനുള്ള അനുവാദം ചോദിക്കുവാനായി ഉണ്ണിമായയുടെ മുന്നിൽ വന്നുനിന്നു.

തന്റെ കണ്ണു നനഞ്ഞാൽ അവളുടെ കണ്ണു നനയുമെന്ന് അയാൾക്കറിയാമായിരുന്നു.

കണ്ണു നനയാതെ അയാൾ അവളുടെ മുന്നിൽ നിന്നു.

കണ്ണടച്ച് കൈകൂപ്പി അവൾ നിന്നു.

ആ നില്പിൽ ഒരു ശബ്ദവും പുറത്തുവന്നില്ല.

എത്രനേരം അങ്ങനെ നിന്നു എന്നറിയില്ല.

ശബ്ദം പുറത്തുവരാതെ പറയുവാനുള്ളതെല്ലാം പറഞ്ഞു കഴിഞ്ഞു എന്നു തോന്നിയപ്പോൾ വെള്ളൻ പതുക്കെ പിന്തിരിഞ്ഞു.

കെട്ടും ഭാണ്ഡവുമില്ലാതെ, ഒരു മുണ്ടും ഒരു മേൽമുണ്ടും മാത്ര വുമായി അയാൾ പതുക്കെ തിരിഞ്ഞു നടന്നു. പുറകിൽ നിന്ന് വിളി കളൊന്നും കേൾക്കാനുണ്ടായിരുന്നില്ല.

സ്വന്തം നാട് ലക്ഷ്യമിട്ട് അയാൾ വഴിക്കാടുപൂകി.

ഇരുപത്

വഴിക്കാടു പൂകിയപ്പോൾ കടൽ നീന്തിക്കടക്കുവാനുറച്ച് ആഴിയി ലിറങ്ങിയ അപാരനീന്തൽക്കാരനെപ്പോലെയായി അയാൾ. ചിലപ്പോൾ അപാരതയറിഞ്ഞ് അഗാധതയിൽ നീന്തൽ. തളരുമ്പോൾ ഹഠയോഗിയെ പ്പോലെ ജലസമാധി. മുഷിയുമ്പോൾ ജലസമാധിവിട്ട് ദൈവലോകത്തേ ക്കെന്നതുപോലെ അപാരതയിൽ നീന്തൽ. കാട്ടിലും ഇതേ അനുഭവ മായിരുന്നു വെള്ളന്.

അഗാധതയിലേക്ക് ഊളിയിട്ട് ഇറങ്ങുമ്പോൾ പൊടിമീനുകളും പരൽമീനുകളും പറയുമല്ലോ: 'കുഞ്ഞിളി... കുഞ്ഞിളി... കുഞ്ഞിളി...' ജനമണമറിയാത്ത കാട്ടിലൊരേടത്ത് കുരങ്ങന്മാരുടെ നാട്ടുരാജ്യം പൂകവേ, അവർ വെള്ളനോടു പറഞ്ഞു:

"കുഞ്ഞിളി... കുഞ്ഞിളി... കുഞ്ഞിളി...?"

വെള്ളൻ ചിരിച്ചു. അയാളുടെ രണ്ടാംമുണ്ടിലും ലതാഭാണ്ഡങ്ങളി ലുമായി ശേഖരിച്ച അപൂർവ്വഫലങ്ങളുടെ കെട്ടഴിച്ച് അവർക്കായി നിരത്തി വെള്ളൻ പറഞ്ഞു: "കുഞ്ഞിളി... കുഞ്ഞിളി... കുഞ്ഞുഞ്ഞു കുഞ്ഞിളി..."

ഓടിയടുത്ത വാനരസമൂഹം അപൂർവ്വ ഫലസഞ്ചയം ആവശ്യത്തി നെടുത്തു. ഓഹരിയിട്ടെടുത്തു എന്നു പറയാമോ? പറയാവതല്ല. ഒരു ത്തനും ഒരുത്തിയും വന്നു. ഒരുത്തിയുടെ പള്ളയിൽ കുഞ്ഞൊന്നുമുണ്ടാ യിരുന്നു. കുഞ്ഞിനെക്കൊണ്ട് ആദ്യമെടുപ്പിച്ചു. കുഞ്ഞ് ഫലമെടുത്തു കടിച്ച് ചിരിച്ചപ്പോൾ അമ്മ കയ്യിട്ടുവാരി. അച്ഛനും ആവശ്യത്തിനെടുത്തു മടങ്ങി. അവനവൻ താവളച്ചില്ലകളിലിരുന്ന് എത്രയോ കുടുംബങ്ങൾ അപൂർവ്വഫലങ്ങൾ നുണഞ്ഞു. ഫലങ്ങൾ തിന്നും കൂരിക്കായ നുണഞ്ഞും വെള്ളൻ നടന്നു. വാനര സാമ്രാജ്യം പിന്നിട്ടപ്പോഴും അവ രുടെ നന്ദി വാചകങ്ങൾ അയാളുടെ കാതുകളിൽ ചിലമ്പിച്ചു: 'കുഞ്ഞിളി. കുഞ്ഞിളി....'

ചിലമ്പൽ സ്വരം കാതുകൾ മറന്ന്, അത് ഓർമ്മയായി മാറിയപ്പോൾ മുന്നിൽ ഒരു കരടി. അതിന്റെ പിന്നിൽ കരടിഭാര്യ. കരടിഭാര്യയ്ക്കു ചാരെ

കരടി മകൻ. അതോ കരടിമകളോ? അത് അമ്മയുടെ ചാരെ കളിതമാശ യിലാണ്. അമ്മയെ ചുറ്റിപ്പിടിക്കുന്നു. ഊർന്നുവീഴുന്നു. കാലുകൾ പിളർത്തി, തലനിലത്തുരസി കസർത്തു കളിക്കുന്നു. ആഗതനെ കണ്ട ഭാവമില്ല. കരടിയച്ഛനാകട്ടെ കഠിനമായ ഒരു മുരളൽ പുറപ്പെടുവിച്ചു. കരടി യമ്മയുടെ കണ്ണുകൾ ചെറുദേഷ്യത്തിൽ ഇരുണ്ടു. വേണമെങ്കിൽ ഒരു ചാട്ടത്തിന് ആഗതനെ ഒരു തോണ്ടൽ കൊടുക്കാം. അച്ഛൻകരടി പക്ഷേ അതുചെയ്തില്ല. അച്ഛൻകരടി കണ്ണുതെളിക്കുന്നതു കണ്ട് അമ്മക്കരടി മുരളൽ മൂളലാക്കിക്കുറച്ചു. അതിനൊരു പക്ഷേ കാരണം അവരുടെ ഭക്ഷണം കഴിഞ്ഞിട്ടേയുള്ളൂ. കുടുംബം ഒരുമിച്ചായിരുന്നു ഉച്ചഭക്ഷണം. വലിയ മരങ്ങളിലായി അടുത്തടുത്ത് വിളഞ്ഞുകിടന്ന ഏതാനും ചെറു തേൻ പൊത്തുകളിൽ അവർ ഉച്ചഭക്ഷണം മൃഷ്ടാന്നസദ്യയാക്കിയിരുന്നു. വിശപ്പില്ല. പിന്നെ വായിലും ചിറികളിലും മധുരത്തിന്റെ ഓർമ്മ. കരളിൽ ചെറുതേൻഭരണി നിറഞ്ഞു തൂകുകയുമാണ്. പിന്നെയെന്തിനിപ്പോൾ ഒരു ത്തന്റെ ചോരയും നീരും? വേണമെങ്കിൽ കുതുകത്തിനായി ഒരു തോണ്ടു കൊടുക്കാം. വലിച്ചു കീറി ഒരേറും കൊടുക്കാം. പക്ഷേ, വേണ്ട എന്നാ യിരുന്നു കരടിയച്ഛന്റെ തോന്നൽ. അതുകൊണ്ടാണ് കരടിയമ്മ മുരളൽ മൂളലാക്കി ഒരുമിപ്പിച്ചത്. അച്ഛനും അമ്മയും ഒരേ നിലവാരത്തിൽ നിന്ന പ്പോൾ കരടിക്കുഞ്ഞന് ഒരുത്തന്റെ ആഗമനം തന്നെ ശ്രദ്ധേയമായി അനു ഭവപ്പെട്ടില്ല. കുഞ്ഞന്റെ കളികളിലേക്കായി കരടിയമ്മ പിന്തിരിഞ്ഞു കിടന്നുകൊടുത്തു. വെള്ളനെ യാത്രയാക്കാനെന്നതു പോലെ കരടിയച്ഛൻ ഓളിന്റെ മണം പറ്റി ഒരുകൈപ്പാടകലെച്ചെന്നു കിടന്നു. ഭൂമിനിലത്തിന്റെ മത്തെടുപ്പിക്കുന്ന മണത്തിൽ മുഴുകി കരടിയച്ഛൻ കുടുംബനാഥനായി ശയനം കൊണ്ടു.

ആഴത്തിലേക്കാഴത്തിലേക്കായിരുന്നു വെള്ളന്റെ കാടിറക്കം. പരീക്ഷ കളിൽ വിജയിച്ചു വരുന്ന അയാൾ പരീക്ഷണങ്ങളിലും വിജയമുറപ്പിച്ചു കൊണ്ട് കാടകത്തേക്ക് ഊളിയിട്ടിറങ്ങി. കൊമ്പൻ സ്രാവുകൾ അയാളെ ഇങ്ങനെ മുട്ടിയുരുമ്മിക്കടന്നു പോകുമ്പോൾ നീന്തലും കാലിട്ടടിച്ചു ബഹളപ്പെടലും അടക്കി അയാൾ ഊളിയിട്ടു പോന്നു. ഊളിയിടുന്നതിലെ സമാനപ്പൊരുത്തം കണ്ടാവാം കൊമ്പൻ സ്രാവുകൾ അയാളെ വെട്ടാതെ ചുമ്മാ കടന്നുപോയി. ചെറുമീനുകൾ 'കുണു, കുണുകുണു' എന്നു കളിച്ചു ലോഗ്യപ്പെട്ടു.

ഒരു നല്ല ദിവസത്തിന്റെ ആരംഭത്തിൽ തിരുനെല്ലി ദേവി കണ്ണു തിരുമ്പി എഴുന്നേറ്റു വരികയായിരുന്നു. കിളികളുടെ കളകൂജനം അവ സാനിച്ചിരിക്കുന്നു. തണുപ്പ് വിട്ടകന്നിട്ടില്ല. കിഴക്കൻ മലകൾക്കു മുകളി ലൂടെ സൂര്യഭഗവാൻ കൺമിഴിച്ചു നോക്കിത്തുടങ്ങിയിരിക്കുന്നു. പാപ നാശിനിയുടെ ഭാഗത്ത് ഒരു വൻകരിമ്പാറ ഉയർന്നു വരുന്നതാണ് ദേവി യുടെ കൺകളെ അതിശയപ്പെടുത്തിയത്. കുഴിയും പാറയും നീരൊ ഴുക്കും കവറിവെച്ച് കരിമ്പാറ അനങ്ങി വരികയാണ്. തെങ്ങിൻതടികൾ

പോലെയുള്ള രണ്ടു മുൻകരുതലുകൾ പാപനാശിനിച്ചാലിനിപ്പുറവും അതുപോലെ രണ്ടെണ്ണം പാപനാശിനിക്കപ്പുറവും ഉറപ്പിച്ച് വെച്ച് കരിമ്പാറയുടെ മുന്നറ്റത്തു നിന്നും ഒരു തുമ്പിക്കൈ പതുക്കെ വളഞ്ഞുയർന്നു. വാഴ കൂമ്പുമ്പോലുള്ള കീഴ്ച്ചുണ്ടിനിടയിൽ വലിയ നാവുചുരുണ്ടു കിടന്നു. കൊമ്പുകൾ വെകിളികഴിഞ്ഞിറങ്ങിയ കോലത്തിലാണ്. മണ്ണും പൊടിയും പാറി ആ വൻ ദന്തദ്വയങ്ങൾ ഈൗങ്ങിക്കാണായി. മുന്നിലെ തെങ്ങിൻ തടിപോലുള്ള മുൻകാലുകളിലൊന്ന് ഞൊറിഞ്ഞു പൊങ്ങിയപ്പോൾ ആ ഉയർന്ന കരിമ്പാറയ്ക്കു മുകളിൽനിന്ന് ഒറ്റമുണ്ടുധാരിയായ ഒർദ്ധനഗ്നൻ, കരിമ്പാറയുടെ ചെവികളിൽത്തൂങ്ങി, മുൻകാലുകളിലൂർന്ന് നിലംതൊട്ടു. മന്ദസ്മിതം തൂകുന്ന ദേവിയുടെ സ്വാഗതപ്പുഞ്ചിരി സാഷ്ടാംഗം തൊഴുത് ഇറങ്ങിവന്ന മനുഷ്യൻ നമസ്കരിച്ചു. കരിമ്പാറ, തിരിഞ്ഞ് അനങ്ങിയകന്നുതാണു പോയി.

ദേവിക്ക് ഒരു വിളിപ്പാടകലെ സാഷ്ടാംഗം നമസ്കരിച്ച് തൊഴുതെഴുന്നേറ്റത് കാട്ടാനപ്പുറത്ത് വന്നിറങ്ങിയ വെള്ളനായിരുന്നു.

“അസാധാരണനായ ഭക്താ, വരിക!” ദേവി പറഞ്ഞു. ദേവി നല്ല മനോനിലയിലായിരുന്നു.

“ക്ഷമിക്കണം അമ്മേ! ഞാൻ സാധാരണക്കാരനിലും താണ... അസാധാരണക്കാരനല്ലാത്ത, എന്നാൽ അപൂർവ്വമായി വന്നെത്തിച്ചേരാൻ കഴിയുന്നവനായ പാവം വഴിപോക്കൻ...” വെള്ളൻ പറഞ്ഞു.

“മകനേ വരിക! വന്നടുത്തെത്തീടുക. നിന്നറിയുക... അറിഞ്ഞാസ്വദിച്ചാൽ ആഹ്ലാദിച്ചു തിരിച്ചുപോവുക” - ദേവി പറഞ്ഞു.

“കാട്ടിൽ എനിക്കിവർ കൂട്ടായിരുന്നു അമ്മേ! അമ്മയുടെ കാരുണ്യം!...’ മുള്ളുമുരടുമൂർഖൻ പാമ്പ്... തത്തകൊത്തുമാളെക്കഴുക്... എലി, കുരങ്ങ്, കരടിപ്പുലികൾ... കാട്ടിലെന്തൊക്കെക്കൂട്ടർ...! ഒടുക്കം ആ മത്തഗജം... അവൻ എന്നെ ഒരു പുഷ്പമാക്കി തിരുപുറം ചുമന്നു. അമ്മയുടെ തിരുനടയിൽ, ഇവിടെയോളം നടകുറച്ചെത്തിച്ചു.”

“അറിയാം” അമ്മ പറഞ്ഞു: “നിനക്കിനിയും വഴിയേറെയുണ്ടല്ലോ! എല്ലാവരും നിന്നെ സഹായിക്കും. നീ നിന്റെ കുലത്തിനെ മനുഷ്യനാക്കാൻ പുറപ്പെടുന്നു... നീ നിന്റെ ആളുകൾക്ക് തോളുതാഴ്ത്തി നിന്നു കൊടുക്കുന്നു. അവർ നിന്റെ തോളിൽ തലചായ്ച്ച് മുന്നേറും.... നീ അമ്മയുടെ മകൻ... നിന്നോടൊപ്പം അമ്മ എപ്പോഴുമുണ്ട്.... നടന്നോളൂ.... നാട്ടിൽ പുഴുക്കളെപ്പോലെ ആളുകൾ നിന്നെ കാത്തുനില്ക്കുന്നു.... അവർക്കു നിന്റെ മുൻനടത്തം വേണം... അവർക്ക് നീ വഴികാട്ടണം... അവർ നിന്നോടൊപ്പം വരും... നയിക്കുക... അവരെ മനുഷ്യരായി മുന്നോട്ടു നയിക്കുക... നടന്നോളൂ... ഇനി നീ കൊല്ലത്ത് പിഷാരിക്കാവിലമ്മയുടെ അടുത്തേയാത്ര നിർത്തേണ്ടൂ... സമാധാനമായി നടന്നോളൂ...!”

അമ്മ അനുഗ്രഹിച്ചു. അനുഗ്രഹം ശിരസ്സുനമിച്ച് 'സാഷ്ടാംഗം ഭൂമി ദേവിയിൽ നിപതിച്ച്' വെള്ളൻ കണ്ണു തുടച്ച് എഴുന്നേറ്റപ്പോഴേക്കും അമ്മ അപ്രത്യക്ഷയായിക്കഴിഞ്ഞിരുന്നു.

അവൻ ഉരുക്കുപോലെ ഉറച്ചകാലുകളിൽ പിന്തിരിഞ്ഞ് നടപ്പു തുടർന്നു. ഇനിയും കാടുതന്നെ. കാട്ടിൽ രൂപഭേദം വന്ന എന്തെല്ലാം ആളുകൾ... മുള്ളുമുരടു മൂർഖൻ പാമ്പ്... പൂച്ചപുലികൾ, പന്നി, കരടി... ആനക്കൂട്ടമവനെത്തഴുകി... ഇതിലൊന്നുംപെടാത്ത മറ്റൊരുകൂട്ടരുണ്ട്. മനുഷ്യനെ കാണുമ്പോൾ ഓടിയൊളിച്ചു കളയുന്ന ഒരു തരം മനുഷ്യർ. അവർ ഈ കടൽക്കാടിന്റെ ഉള്ളിൽത്തന്നെ കഴിയുന്നു. അവരും തന്റെ കൂട്ടുകാർ തന്നെയാണെന്നു വെള്ളനു തോന്നി. അവർക്കു വസ്ത്രങ്ങളും പൊതുസമൂഹക്കൂട്ടുമേ ഇല്ലാതുള്ളൂ. തന്റെ ആളുകൾക്ക് നാട്ടിൽ ഇല്ലാത്ത ഭക്ഷണം ഇവർക്ക് ഇല്ലാതില്ല എന്നു തോന്നുന്നു. മേൽജാതി സമുദായങ്ങൾ തന്റെ ആളുകളെക്കൊണ്ട് അദ്ധ്വാനിപ്പിച്ച് സ്വയം തടിക്കുന്നു. അദ്ധ്വാനിക്കുന്നവർക്ക് അദ്ധ്വാനിപ്പിക്കുന്നവർ ഭക്ഷണം തടഞ്ഞു വെയ്ക്കുന്നു. കാട്ടിൽ ആളെക്കാണുമ്പോൾ മറഞ്ഞുകളയുന്നവരാകട്ടെ കാട്ടിലെ ഭക്ഷണം കഴിക്കുന്നു. ഭക്ഷണം അവർ തേടിപ്പിടിക്കുന്നു. അവർക്കു വിശപ്പുമാറ്റാനുള്ളത് ആരും തടഞ്ഞു വെയ്ക്കുന്നില്ല. കാട് അവർക്കു കിഴങ്ങ് നല്കുന്നു; ഫലങ്ങൾ നല്കുന്നു; വെള്ളം നല്കുന്നു; ശുദ്ധജലം. തന്റെ ആളുകൾക്ക് വെള്ളംപോലും നല്കാതിരിക്കുവാൻ മേൽജാതി സമുദായങ്ങളിലെ ആളുകളും അവരുടെ വ്യവസ്ഥകളും ദത്തശ്രദ്ധരായിരിക്കുന്നു. അവരെപ്പേടിച്ചാകുമോ ഈ കാട്ടുമനുഷ്യർ മനുഷ്യരെക്കാണുമ്പോൾ ഓടിയൊളിക്കുന്നത്! കാട്ടുമൃഗങ്ങളെ പേടിക്കാത്ത ഇവർ നാട്ടുമനുഷ്യരെ പേടിക്കുന്നു!!

കാടുകടന്ന് നടന്ന വെള്ളൻ നടന്ന് നടന്ന് കാട് ഇറങ്ങുവാൻ തുടങ്ങി. അയാൾ നാടുകാണുവാൻ തുടങ്ങിയെന്നു തോന്നുന്നു. ചിലേടങ്ങളിലയാൾ ഊരിക്കുത്തിയിറങ്ങി. ചിലേടങ്ങളിൽ മരത്തിൽ കയറിയിറങ്ങി ചെറുദൂരം താണ്ടി. മഹാമരങ്ങളുടെ ചുവട്ടിൽ ഭൂമി തൊടാൻ കഴിയാത്ത ഏറ്റക്കുത്തമുള്ളേടത്ത് വള്ളികളിലും വേരുകളിലും തൂങ്ങിയും ആടിയും അയാൾ ധരയെ ആശ്ലേഷിച്ചിറങ്ങി. അഗാധതകളെ ഒഴിവാക്കി നിരങ്ങിയും പിരങ്ങിയും അയാൾ കാടിറങ്ങി. കാട്ടരുവികളിലും വെള്ളച്ചാട്ടങ്ങളിലും ഇറങ്ങിയും കറങ്ങിയും വലഞ്ഞ് തിരിഞ്ഞും നാടുലക്ഷ്യമിട്ട് വെള്ളൻ നടന്നു. എത്ര പകലുകൾ! മരപ്പൊത്തുകളിലും ഗുഹകളിലും എത്ര രാവുകൾ! ദിവസങ്ങൾക്കു പിറകേ സമതലത്തു നിന്നുകൊണ്ട് വെള്ളൻ മലകളിലേക്കും കാടുകളിലേക്കും നോക്കി. നീലിച്ച മലങ്കാടുകളായി മേഘമാലകൾ പുതച്ച് കടൽ നീലിമയിലുയർന്ന് പിന്നിട്ട പർവ്വതങ്ങൾ നിലകൊണ്ടപ്പോൾ അയാൾ തിരിഞ്ഞ് മറഞ്ഞ് സമതലങ്ങളിൽ നടന്നു. മനുഷ്യരുടെ കുടിലുകളും കുടിവാസങ്ങളും ദിവസങ്ങളേറെക്കഴിയവേ അയാൾ കാണാൻ തുടങ്ങി. കുടികളും കുടിവാസങ്ങളുമൊഴിഞ്ഞ്

വയൽക്കരകളിലും പുഴക്കയ്യുകളിലും തിരിഞ്ഞ് അയാൾ നടന്നു. നടന്നു നടന്ന് വെള്ളൻ പിഷാരിക്കാവിന്റെ കിഴക്കൻ കാവുകളിലെത്തി.

കാത്തിരുന്നിട്ടെന്നതുപോലെ അമ്മ വെള്ളനെ വരവേറ്റു: "നീ വന്നു! നിന്റെ വിദ്യകളും അഭ്യാസങ്ങളും പൂർത്തിയാക്കി നീ തിരിച്ചുവന്നു?"

"അമ്മേ, പൂർത്തിയായതായി എനിക്കു തോന്നുന്നില്ല അമ്മേ!" വെള്ളൻ പറഞ്ഞു: "അമ്മയുടെ നാട്ടിൽ. നമ്മുടെ നാട്ടിൽ എനിക്കുശേഷ കാലം കഴിയുവാൻ ഇത്രയും അഭ്യാസങ്ങളും വിദ്യകളും പോരാ എന്ന് അമ്മയ്ക്കും തോന്നുന്നില്ലേ?"

"നീ എന്താണ് ഉദ്ദേശിക്കുന്നതെന്ന് എനിക്കു തിരിയുന്നില്ലല്ലോ വെള്ളാ!" അമ്മ ശങ്കിച്ചു: "നിന്റെ മനസ്സിൽ എന്തുപോരായ്മയാണുള്ള തെന്ന് നീ അമ്മയോടു പറയൂ മകനേ!"

വെള്ളൻ പറഞ്ഞു: "അഭ്യാസങ്ങളും വഴക്കങ്ങളും ഏറെ ഞാൻ പഠിച്ചു... വിദ്യകളും മുറകളും എനിക്കിപ്പോഴും അന്യമാണെന്ന് അമ്മയ്ക്കും തോന്നുന്നില്ലേ?.. അതുകൂടി അമ്മ ഉപദേശിക്കണം..."

"നേരാണ്." അമ്മ പറഞ്ഞു: "നീ തല്ക്കാലം നാട്ടിലേക്കും വീട്ടി ലേക്കും തിരിക്കാതെ തെക്കോട്ടു തന്നെ നടക്കുക. തെക്കോട്ടു നടന്ന് കിഴക്കോട്ടുകയറുക. കല്ലടിക്കോടൻ നീലിയുടെ കയ്യിൽ നീ ഉദ്ദേശിക്കുന്ന വിദ്യകളുണ്ട്..."

അമ്മയെ തൊഴുതുവണങ്ങി, കിഴക്കേക്കാവിലെ കരിയിലപ്പൊന്ത കളിൽ താല്ക്കാലിക ശയന നിദ്രകളിൽ മുഴുകി ചെറുവിശ്രമമാസ്വദി ക്കുവാൻ അയാൾ കൊതിച്ചു.

ഇരുപത്തിയൊന്ന്

കാവിൽ നിന്ന് പുറത്തുകടന്നു. നടപ്പ് കിഴക്കോട്ടു തിരിക്കാതെ തെക്കോട്ടു തന്നെ വെച്ചുപിടിച്ചു. ഇടവഴികളിൽ കടൽശബ്ദം ഇരമ്പിയപ്പോൾ നടപ്പിന് ആവേശം കൂടി. പിന്നെ കടുംനീലചക്രവാളം താണ് വിരിഞ്ഞു. ഇരമ്പം ലയമായി. ചെങ്കല്ലുകളിൽ തിരമാലകളുടെ പതയുന്ന നുര. ഉപ്പുജല ത്തിന്റെ സ്വകാര്യസംഗീതത്തിലലിഞ്ഞ് കാലുകളിൽ പതയുരഞ്ഞ് ചിതറി. നനഞ്ഞമരുന്ന പൂഴിത്തിണ്ണയിൽ സുഖകരമായ യാത്ര. പാദ ങ്ങളിൽ സമുദ്രമണിയിക്കുന്ന വെള്ളിച്ചിലമ്പുകൾ അവൾ തന്നെ അഴിച്ചു മാറ്റി. മതിവരാത്തതുപോലെ പിന്നെയുമിടുവിച്ചു. അഴിച്ചുമാറ്റി... ഒരാളെ കൂട്ടിനുകിട്ടിയാൽ കടലമ്മയ്ക്ക് ഇതുതന്നെ തുടരുന്ന പണി.

ചെങ്കല്ലുകളിൽ തുടരുന്ന തിരമാലകളുടെ അലകൾ വഴുവഴുപ്പു തുടച്ചു മാറ്റുന്നു. കല്ലുമ്മക്കായയുടെ വേരും പൊടിപ്പും മിനുത്തിരിക്കേണ്ട ചെങ്കല്ലു കൾ ഉരമുള്ളതാക്കിയിരിക്കുന്നു.

കടൽക്കരയിൽ നടപ്പും കളിയും മടുക്കുമ്പോൾ കരകയറി തണൽപറ്റി നടന്നു. തണലിൽ കാടും പടലും. കാട്ടിൽ വള്ളികളിൽ തൂങ്ങുന്ന പഴങ്ങൾ. നിലത്ത് കിഴങ്ങും ചേനയും ചേമ്പും. ഇല വലിപ്പമില്ലാത്ത ഒരു ചേമ്പിൻതട പിടിച്ചു പൊന്തിച്ചു. വലിയകണ്ടയിൽ നാലഞ്ചു വിത്തുകൾ. ഒന്നുണ്ട് അരപ്പലത്തിലേറെ. കണ്ടയിൽനിന്ന് വിത്തുകൾ പൊട്ടിച്ച് വലിയ ഇലയിൽ പൊതിഞ്ഞെടുത്തു. മുളിയിലക്കയ്യുകൾ ചീന്തി നാരുകളിൽ ബന്ധിച്ചു. ചിരിച്ചു വർത്തമാനം പറഞ്ഞ ഒരു മുക്കുവത്തി യോടു ഒരു കലവും കടം വാങ്ങി. ചെങ്കൽത്തീരത്തിലേക്കിറങ്ങി ഉപ്പു ജലം ചവിട്ടിനടന്നു. ചെങ്കൽപ്പാറകളിൽ തിരമാലകളുടെ ഗർജ്ജനം കൊഴുത്തപ്പോൾ വഴിമാറി നടന്നു. തിരയടങ്ങി കയറിയിറങ്ങുന്ന ചെങ്കല്ലു കളിൽ കുത്തുപാര ചെലുത്തി കല്ലുമ്മക്കായ കുലകുലയായടർത്തി. പരന്ന ചെങ്കല്ലു വിരിപ്പിൽ കല്ലുമ്മക്കായകളുടെ കുലകൾ അടർത്തിയിട്ടു. വലിയ വലിയ കല്ലുമ്മക്കായകൾ കഴുകിയെടുത്തു. അരക്കൊട്ടവരുന്ന കല്ലുമ്മക്കായ ചുമന്ന് നടന്ന് തണലുള്ള പാറയിലേക്കു കയറി. കലം തന്ന്, ചിരികൂടി സമ്മാനിച്ച മുക്കുവത്തിയുടെ കടപ്പാടുള്ള നാട്. വെങ്ങളം ദേശമാകാം. കടപ്പാടുള്ള നാടോ കാപ്പാടോ? കുന്നിൻചരിവിലെ കുണ്ടു കിണറിൽ നിന്ന് കുളിർജലം മുക്കിയെടുത്ത് കലത്തിലെ കല്ലുമ്മക്കായ മുക്കി നിറച്ചു. കല്ലുകളെടുത്ത് മുക്കോണിൽ അടുപ്പുകുത്തി. കല്ലുമ്മ ക്കായയ്ക്കു മുകളിൽ ചേമ്പുവിത്തുകൾ കഴുകിവെച്ചു. നിറഞ്ഞ മൺകല ത്തിനടിയിൽ അരിപ്പാല പുകഞ്ഞു. ഉണങ്ങിയ ഓലക്കണ്ണികൾ ചടപടാ കത്തിക്കയറി. ഉണക്കച്ചുള്ളികളിൽ തീ പടർന്നു. ജ്വലിച്ചുകത്തുന്ന അഗ്നിക്കുമേലേ കലത്തിൽ പതയുയർന്നു. കല്ലുമ്മക്കായ തിളവെള്ള ത്തിൽ വെന്തുകീറിപ്പിളർന്നു പൊന്തി. ചേമ്പീത്തുകൾ വേവലിൽ വിണ്ടു കീറി അമർന്നു കിടന്നു. തീ അണച്ച് കലത്തിലെ വെള്ളമൂറ്റി, കലം മെടഞ്ഞ തെങ്ങോലച്ചീന്തിൽ കമിഴ്ത്തി. വെന്തുപിളർന്ന കല്ലുമ്മ ക്കായക്കൂട്ടത്തിൽ ചേമ്പീത്തുകളിൽ ആവി നിരന്നു പാറി.

ചോപ്പും വെള്ളയും കറുപ്പും കലർന്നു മോഹനമായി മലർന്ന കല്ലുമ്മ ക്കായയിറച്ചി ചുരക്കുമ്പോൾ ആണിക്കാതുകളും പുറത്തേക്ക് തേമ്പിയ പക്കിയും ഒഴിവാക്കിയെടുത്ത് ചവയ്ക്കാൻ തുടങ്ങി. ഉപ്പു പുളികലർന്ന കല്ലുമ്മക്കായയിറച്ചി ചവച്ചു തിന്നുമ്പോൾ ചോറുണ്ണുന്നതിനേക്കാൾ സുഖം. ഉപ്പുകലർന്ന ഇറച്ചിയുടെ സ്വാദ്. വെന്തുപൊട്ടിക്കീറി നില്ക്കുന്ന ചേമ്പ് ചൂടോടെ കയ്യിലെടുത്ത് വഴുതിച്ചപ്പോൾ അഴകിൻ പൊടിയുണ്ട കളായി ചേമ്പ്. കല്ലുമ്മക്കായയും ചേമ്പും തിന്ന് മതിമറന്നു. എത്ര തിന്നു എന്നതിന് കണക്കില്ല. ഒരു വലിയ കലം നിറച്ചു പുഴുങ്ങിയത്. ഓല മടലിൽ ചൊരിഞ്ഞപ്പോൾ നാലാൾക്ക് നല്ലോണം തിന്നാൻ പൊലിഞ്ഞു നിന്നത്. തിന്നുതിന്ന്, മേലേ കുളിർജലം കുടിച്ച് തണലിൽ ആറിയ പാറപ്പുറത്ത് കിടന്നു. പടിഞ്ഞാറ് കടലിന്റെ സംഗീതം. പാറപ്പുറത്ത് കുളിരിടുന്ന കടൽക്കാറ്റ്.

സായാഹ്നമേഘങ്ങൾ മാനത്ത് ബഹുവർണ്ണങ്ങൾ തീർത്തത് കണ്ടു കിടന്നപ്പോൾ അയാൾ അറിയാതെ ഉറങ്ങിപ്പോയി. ഗാഢമായ ഉറക്കം. ഉണരുമ്പോൾ കാക്കകൾ കരയുന്നുണ്ടായിരുന്നു. പക്ഷികളുടെ ചിലപ്പ്. വെങ്ങളം ഭാഗത്തുനിന്നും ചുവന്ന സൂര്യൻ കടൽക്കരയിലേക്ക് കണ്ണ യച്ചു തുടങ്ങിയിരുന്നു.

കുന്നും കുഴിയും പാറയും കടലും ചേർന്ന പ്രഭാതം ദിനചര്യകളാ രംഭിക്കുവാനും സുഖകരമായിരുന്നു. ദിനചര്യകളുടെ തുടർച്ചയിൽ നടപ്പ് സുഖകരമായി തോന്നി. കടലും കരയും ഇണപിരിയുന്ന മനോജ്ഞനാടു കൾ താണ്ടിയപ്പോൾ തുറമുഖമണഞ്ഞതറിഞ്ഞില്ല. ആളുകളും തോണി കളും ഓടങ്ങളുമായി കടപ്പുറം. പത്തേമ്മാരികൾ വരികയും പോവുകയും ചെയ്യുന്നു. കടലിരമ്പം കുറഞ്ഞ കരകളിൽ നിരനിരയായടുക്കുന്ന തോണി കൾ. തോണികളിൽ നിറഞ്ഞ മത്തി, അയല. നിറഞ്ഞ തോണികളിൽ വീർപ്പിടുന്ന ചുവന്ന കൊഞ്ചൻ, വെളുത്ത കൊഞ്ചൻ. ചൂള നിറഞ്ഞ തോണികൾ. ചുവന്ന കോരയും വെള്ളക്കോരയും നിറഞ്ഞ തോണികൾ. മാന്തളിരുപോലെ വീണടിഞ്ഞ മാന്തൾ നിറഞ്ഞ തോണികൾ. ഓരോ തോണിയിലും ഓരോ തരം മീനുകളാണ്. ഇടയ്ക്കു കാണുന്ന കൂന്തളും കടൽമാക്രിയും ചത്ത കടൽപ്പാമ്പും നിരന്നു നനഞ്ഞ പൂഴിമൈതാനി യിൽ കാൽ അമർന്നു താഴുന്നു. ഒരുപക്ഷേ, അവയെയൊക്കെ കടൽ തന്നെ തിരിച്ചെടുക്കുകയാവാം.

കൊട്ടകളും വട്ടികളുമായി വരുന്ന കടപ്പുറത്തുകാരോട് തോണിക്കാർ പറയുന്നു: 'വാരിക്കോ, കോരിക്കോ.' തോണി അടുക്കുമ്പോൾ ചോദ്യോ ത്തരമൊന്നുമില്ല. ചിലർക്കതു ശീലമായിരിക്കുന്നു. കൊണ്ടുവന്ന കൊട്ട നിറയെ കോരുക. വട്ടി നിറയെ വാരുക. മീൻ വെച്ചു കൂട്ടാനല്ല. പുഴുങ്ങി ത്തിന്നാനാണ്. കടപ്പുറത്ത് പട്ടിണി കിടക്കുന്നവർ പിടച്ചിൽ നിർത്തിയി ട്ടില്ലാത്ത മീൻ കോരിക്കൊണ്ടുപോയി പുഴുങ്ങിത്തിന്നട്ടെ. കടപ്പുറത്ത് കാത്തുകഴിയുന്ന എല്ലാവരുടേയും പ്രാർത്ഥനകൊണ്ടാണല്ലോ ആഴ ക്കടലിൽ മീൻകോരാൻ പോയി ദിവസങ്ങൾ കഴിയുമ്പോഴെങ്കിലും തിരിച്ചു പോരുന്നത്. അതുകൊണ്ട് കടപ്പുറത്ത് ഓടം കാത്തുകഴിയുന്നവർക്ക് തോണിയടുക്കുമ്പോൾ മീൻകോരാം. പട്ടിണി മാറ്റാൻ കൊട്ട നിറയെ മീൻ വാരാം. അതിന് കടൽ താണ്ടി വരുന്നവരുടെ അനുവാദം കാക്കൽ പതിവില്ല. കണ്ണുതട്ടുമ്പോൾ പ്രോത്സാഹിപ്പിച്ചു എന്നു വരാം. 'കോരിക്കോ. വാരിക്കോ." എല്ലാവർക്കും വേണ്ടി കടലിൽ പോകുന്നു. എല്ലാവർക്കും വേണ്ടി കടലമ്മ മീൻ തരുന്നു. കടപ്പുറത്തുകാർ വാരിയാലും കോരി യാലും നിറഞ്ഞ തോണിയിലെ അളവൊന്നും കുറയുന്നില്ല. അളവൊന്നും താഴുന്നില്ല.

ദിവസങ്ങൾ രണ്ടാണ് തുറമുഖത്തു കഴിഞ്ഞത്. തോണികൾ ദിവസ ങ്ങൾ കൊണ്ട് സ്വന്തക്കാരായി. മീനുകൾ സ്വന്തക്കാരായി. പത്തേമ്മാരി കൾ സ്വന്തക്കാരായി. തോണികളും മീനുകളും പത്തേമ്മാരികളും

സ്വന്തക്കാരാവുമ്പോൾ കടപ്പുറത്തുകാരും സ്വന്തക്കാരായി. ദിവസങ്ങളുടെ അടുപ്പം അയാളേയും അവരിലൊരാളാക്കി. അങ്ങനെ വന്നും പോയു മിരിക്കുന്നവർ കടപ്പുറത്തുകാരുടെ സ്വന്തക്കാരായി. അവരുടെ സ്വന്ത ക്കാരാവാത്ത ഒരു കൂട്ടരുണ്ട്. വണ്ടിക്കാർ. മൂരിവണ്ടിക്കാർ. പോത്തുവണ്ടി ക്കാർ. അവർ വണ്ടിക്കാരാണ്. മീനെടുക്കാൻ വരുന്നവർ. അവർ കച്ചവട ക്കാരാണ്. കച്ചവടക്കാർ മീനെടുക്കുകയും കച്ചവടം നടത്തുകയും പോവുകയും ചെയ്യും. കടലിൽ നിന്ന് തോണി വരുമ്പോൾ കരയിൽ നിന്ന് അവർ വരുന്നു. അരത്തോണിയും ഒരുത്തോണിയും മീൻ കച്ചവടം ചെയ്ത് അവർ പോകുന്നു. അവർ കടപ്പുറത്തുകാരാവുന്നില്ല. അവർ കട പ്പുറത്തുകാരുടെ ആളും ആകുന്നില്ല. യുഗയുഗാന്തരങ്ങളായി അവർ മീൻകൊള്ളാൻ വരികയും തിരിച്ചുപോവുകയും ചെയ്യുന്നു. ചിലപ്പോൾ ആഴ്ചയ്ക്ക് അവരെത്തുന്നു. അല്ലെങ്കിൽ രണ്ടാഴ്ചയ്ക്ക്. ജീവിതകാലം മുഴുക്കെ നിരന്തരമായി അവരെത്തിയാലും തലമുറകളായിട്ടവർ എത്തി യാലും അവർ കടപ്പുറത്തുകാരാവുന്നില്ല. അവർ കച്ചവടക്കാരായി വരികയും കച്ചവടക്കാരായി പോവുകയും ചെയ്യുന്നു. കടപ്പുറത്തുകാരായി അവർ പരിണമിക്കുന്നില്ല.

ദിവസങ്ങളുടെ സഹവാസംകൊണ്ടുമാത്രം വെള്ളൻ കടപ്പുറത്തുകാര നായി. കടപ്പുറത്തുകാരുടെ ആളായി. പക്ഷേ, കടപ്പുറത്തുകാരനായി അവിടെ നില്ക്കുവാൻ അയാൾക്കാവുകയില്ലല്ലോ. അയാൾക്ക് പോകാ നുള്ളതാണ്. അയാൾ യാത്രികനാണ്. അയാൾക്ക് തെക്കുദിക്കുകളിൽ പോയി വിദ്യാഭ്യാസം നേടേണ്ടതുണ്ട്. ആയോധനകലകളും മെയ്യഭ്യാസ ങ്ങളും മിനുക്കേണ്ടതുണ്ട്. യാത്രയ്ക്കിടയിൽ അയാൾ കടപ്പുറത്തു തങ്ങി യതാണ്. തങ്ങിയപ്പോൾ അയാളും കടപ്പുറത്തുകാരനായി. പക്ഷേ കടപ്പുറ ത്തുകാരനായി അയാൾ അവിടെ നിന്നില്ല. വെള്ളൻ അവിടെനിന്നും യാത്ര തുടർന്നു. തെക്കോട്ടു കുന്നുകളും കിഴക്കോട്ടു പാടങ്ങളും അയാൾ ചവിട്ടി. എത്രയോ എത്രയോ ചവിട്ടി. കോഴിക്കോട്ടങ്ങാടിയിൽ അയാൾ കറങ്ങി. കോഴിക്കോട് പരിചയപ്പെട്ടതിന്റെ ശേഷം തെക്കോട്ടു വെച്ചു പിടിച്ചു. വയലും കണ്ടവുമാണ് നിരക്കെ. ഒഴിഞ്ഞുകിടക്കുന്നിടത്തൊക്കെ കുറ്റിക്കാടുകൾ. കടുങ്ങോഞ്ചിറയിലായിരുന്നു അടുത്ത താവളം. ഇവിടെ പരശുരാമനും വന്നിട്ടുള്ളതായി കേട്ടിട്ടുണ്ട്. അതുകൊണ്ട് പരിഹാരപുരം എന്നും കടുങ്ങോഞ്ചിറയ്ക്കു പേരുണ്ട്. ചെറിയ ഒരു കരപ്രദേശമാണല്ലോ കടുങ്ങോഞ്ചിറ. പരശുരാമൻ പ്രശ്നപരിഹാരത്തിനെത്തിയ ഈ കരയെ രാമന്റെ കര എന്ന് പിന്നീടുള്ളവർ മൂന്നാമതും പേരു മാറ്റി വിളിച്ചേക്കാം. രാമന്റെ നാട്ടുകരയിൽ നിന്നും നടന്ന് കൊണ്ടോട്ടിയിലെത്തി. അവിടെയും ഒരുനാൾ പാർത്തു. കൊണ്ടോട്ടിയിൽ പാർത്തപ്പോൾ മനസ്സിന് വിഭ്രമം ഒന്നുമുണ്ടായില്ല. മേൽജാതിക്കാരുടെ അക്രമം ഏതുനേരവുമുണ്ടാകാം എന്ന കാര്യം മനസ്സിൽ കരുതിത്തന്നെയാണ് നടപ്പ്. പക്ഷേ, കൊണ്ടോട്ടി ക്കാർ അയിത്തമില്ലാത്ത ഒരു കൂട്ടരായാണ് തോന്നിയത്. അതുകൊണ്ട് കൊണ്ടോട്ടിയിലെ ഉറക്കം സമാധാനപരമായിരുന്നു. അമ്മയുടെ അടുത്ത്

കിടന്നുറങ്ങുന്നതുപോലെയുള്ള നാൾ പിന്നിട്ടപ്പോൾ വള്ളുവമ്പ്രത്താണ് അടുത്ത താവളമൊരുങ്ങിയത്. വള്ളുവമ്പ്രത്തുനിന്ന് മഞ്ചേരിയിലെത്തി. മഞ്ചേരിയിൽ നിന്ന് അലനല്ലൂരിൽ കടന്നു. അലനല്ലൂരിൽ നിന്ന് ഭീമനാട്. തിരുവാഴാംകുന്നിലൊക്കെ നടക്കുമ്പോൾ ചരയിച്ചുകൊണ്ടുതന്നെയാണ് നടന്നത്. അതിനിടയിൽ പല അമ്പലങ്ങളിൽ തൊഴുതു. തിരുമാന്ധാംകുന്നിൽ ഒരു ദിവസം കൂടി. തിരുമാന്ധാംകുന്നമ്പലത്തിൽ മനസ്സിന് വല്ലാത്തൊരു സമാധാനം കിട്ടി. അതുകൊണ്ടുതന്നെ മൂന്നു നേരവും ചെന്നുതൊഴുതു. അമ്പലത്തിനു പുറത്ത് ഉറങ്ങാൻ കിടന്നപ്പോൾ ചരയിച്ചുകൊണ്ടുതന്നെയാണ് കിടന്നത്. ഒരു ചെറുപ്പക്കാരൻ യാത്രികൻ കിടന്നുറങ്ങുന്നു. ആരാണവൻ? എവിടെ നിന്നു വന്നു? എങ്ങോട്ടു പോകുന്നു? ഏതു ജാതിക്കാരൻ?

അങ്ങനെ ഒരു സന്ദർഭം വരാൻ കാരണമൊന്നും വേണ്ടല്ലോ. ഏതെങ്കിലും ഒരു വക്രബുദ്ധിയുടെ മനസ്സിൽ അത്തരം ഒരു ചോദ്യം നാമ്പിട്ടാൽ മതി. തല്കാലം ഒരാൾക്കൂട്ടമായി. ഉന്തായി, തള്ളായി, പ്രശ്ന മായി...

ഒന്നുമുണ്ടായില്ല. കുമാരംപുത്തൂരിൽ നടന്നെത്തിയപ്പോൾ മണ്ണാർക്കാട് മലകൾ മണക്കുന്നതായി തോന്നി. മല മണത്തുകൊണ്ടു നടന്നു, ദിവസങ്ങളോളം. മണ്ണാർക്കാടെത്തിയാൽ കല്ലടിക്കോടൻ മലകളിലേയ്ക്ക് ഒരു ദിവസം യാത്രയുണ്ടാകുമോ? മണ്ണാർക്കാട്ടെത്തിയപ്പോൾ നടപ്പിന് വേഗത കൂടി. ആവേശമായിരുന്നു കാരണം. മലയും കാടും പടലും കയറി കല്ലടിക്കോടൻ മല ചവിട്ടിയപ്പോൾ ഒരൊറ്റ ചിന്തയിലേക്കു മനസ്സു ചുരുങ്ങി.

ഇനി നീലിയമ്മയുടെ ഗുഹയിലെത്തണം. നീലിയമ്മയെ കാണണം. എല്ലാ പഠിപ്പും അംഗീകാരവും വാങ്ങണം. അയാൾ യാത്രയ്ക്ക് ചെറിയൊരു കടിഞ്ഞാൺ കൊളുത്തിയിട്ടു.

ഇരുപത്തിരണ്ട്

കല്ലടിക്കോടൻ മലകളിൽ ദിവസങ്ങളും ആഴ്ചകളും നീങ്ങിപ്പോയതറിഞ്ഞില്ല. ആൾപ്പാർപ്പില്ലാത്ത ഒഴിഞ്ഞ പാറക്കെട്ടുകൾക്കു ചാരെ ആയിരുന്നു കല്ലടിക്കോടൻ നീലിയുടെ വാഴ്ച. മലയാണെങ്കിലും കാടില്ല. ഞൊങ്ങണം ജാതിപ്പുല്ല്. എങ്ങാനും ഓരോ മരങ്ങൾ. ആ മരങ്ങളാകട്ടെ, ഇന്നും ഇന്നലെയും ഉണ്ടായതല്ല. നൂറ്റാണ്ടുകൾ പഴക്കമുള്ള അത്തരം മരങ്ങളിൽ ഒന്നിന്റെ ചാരെ ഒരു വൻ പാറക്കെട്ടുണ്ടായിരുന്നു. ആ പാറക്കെട്ടിന്റെ ചരിവിൽ മഹാഗുഹ കണക്കേ വലിയ ഒരിടപ്രദേശം. അവിടെ കാറ്റു വരും. മഴയറിയില്ല. വെയിലറിയില്ല. മഞ്ഞുകാലത്ത് തണുപ്പും

അറിയില്ല. വെളിച്ചം കുറഞ്ഞ് ചൂടും തണുപ്പും പരിമിതപ്പെട്ട ആ ഇട മായിരുന്നു നീലിയുടെ രാജധാനി. പനയുടെ വെട്ടോലകൊണ്ട് അതിരു കുത്തിയ ഒരുഭാഗം നീലിയുടെ കൊട്ടാരം. കൊട്ടാരത്തിന്റെ പാർശ്വത്തിൽ രാജധാനി. രാജധാനിക്കപ്പുറം രണ്ടു കളങ്ങൾ. ഒന്നു കളരിക്കളം. മറ്റൊന്ന് വിദ്യയഭ്യാസക്കളം. കളരിക്കളം വലിയ കളരിമുറ്റംതന്നെ ആയിരുന്നു. വിദ്യയഭ്യാസക്കളമാകട്ടെ കുടുസ്സുമുറിപോലെ കാഴ്ചയിൽ ചെറുപ്പം. അവിടെ അതീവരഹസ്യമായിട്ടായിരുന്നു വിദ്യകൾ പഠിപ്പിച്ചിരുന്നത്. സന്ദർശകർക്കോ കുട്ടികൾക്കോ സ്ത്രീകൾക്കോ വിദ്യയഭ്യാസ ക്കളത്തിൽ പ്രവേശനമുണ്ടായിരുന്നില്ല. കൂർമ്മബുദ്ധിയും താത്പര്യ വുമായി നാടുതാണ്ടിവരുന്ന വിരലിലെണ്ണാവുന്ന വ്യക്തികൾക്കേ നീലിയുടെ രഹസ്യസങ്കേതം കൂടിയായ വിദ്യയഭ്യാസക്കളത്തിൽ പ്രവേ ശനമുണ്ടായിരുന്നുള്ളൂ. മലകിങ്കരന്മാർ വിദ്യയഭ്യാസക്കളത്തിന് കാവലു ണ്ടായിരുന്നു.

എളുപ്പത്തിൽ മെയ്യഭ്യാസങ്ങൾ സ്വായത്തമാക്കുന്ന വെള്ളന്റെ വിദ്യാ ഭ്രമം ഒരുനാൾ അയാൾ തന്നെയാണ് കല്ലടിക്കോടൻ നീലിയോട് ഉണർത്തിച്ചത്.

"നിനക്ക് പ്രായം ഇരുപത് തികഞ്ഞോ?" നീലി ചോദിച്ചു. മൗനം കണ്ട് നീലി പറഞ്ഞു: "വിദ്യകൾ എന്റെ പ്രായക്കാർക്കും മേലോട്ടു മുള്ളവർക്കുമാണ്. അതിന് അമ്പതു തെകയണം. എനിക്ക് അമ്പതു നടപ്പാണ്."

കുത്തിയാൽ കനിയും എന്നുകണ്ട് വെള്ളൻ പറഞ്ഞു: "ഇരുപതിലും നടന്നു ഞാനിവിടെയെത്തി. നല്ലോണം വടക്കൂന്നാണ്. ഇനിയൊരി ക്കൽക്കൂടി ഇവിടെ നടന്നുവന്നെത്തി വിദ്യയഭ്യസിച്ചിട്ട് എനക്ക് പ്രയോ ജനഗുണം കുറയും. അതിനാൽ ഈ വരവിൽത്തന്നെ എനക്ക് വിദ്യ ഉപദേശിച്ചരുളണം..."

"നിന്റെ താത്പര്യം എനിക്ക് നിഷേധിക്കാൻ ശക്തി തരുന്നില്ല. പ്രായം തെകയാത്ത നിനക്കായിരിക്കും പ്രായനിയമം മറികടന്ന് ആദ്യമായി വിദ്യ തരുന്നത്...ആട്ടെ, നാളെ മുതൽ മയമ്പിനുമുമ്പ് വിദ്യയഭ്യാസക്കള ത്തിൽ വാ."

പിറ്റേന്ന് കൃത്യനേരം നോക്കി വെള്ളൻ വിദ്യയഭ്യാസക്കളത്തിൽ ചെന്നു. നീലിയുടെ സ്വൈര്യവിഹാരസ്ഥാനം. മന്ത്രങ്ങൾ ഉരുവിട്ടും കയ്യും കാലും ചെവിയും മുടിയും പ്രയോഗിച്ചും വിദ്യകൾ അരിച്ചിറങ്ങി. വെള്ളൻ വിദ്യകൾ അലിയിച്ചെടുക്കുമ്പോൾ നാളുകൾ വട്ടം ചുറ്റിപ്പറന്നു. കളരി ക്കളത്തിൽ മെയ്യഭ്യാസം പൂർത്തിയാക്കാൻ കാലത്താണ് വെള്ളന് വിദ്യാ ഭ്രമം വന്നത്. വടക്കൻ അഭ്യാസമുറകളിൽ കലങ്ങിത്തെളിഞ്ഞ അയാൾക്ക് കല്ലടിക്കോടൻ മെയ്യഭ്യാസങ്ങൾ എളുപ്പമായിരുന്നു. മെയ്യും

കയ്യും കാട്ടി വിദ്യ പകരവേ, ഒരു സന്ധ്യയുടെ തുടിപ്പിൽ കല്ലടിക്കോടൻ നീലി ചെക്കന്റെ ഇളംമേനി സൂക്ഷിച്ചുനോക്കി. കല്ലടിക്കോടൻ നീലിയിൽ കാമം പതുക്കെ ചുര മാന്താൻ തുടങ്ങി. പേറുമറന്നിട്ട് പത്തുമുപ്പതാണ്ടായി. കുഞ്ഞിക്കാലിനുവേണ്ടിയിട്ടല്ല. പെറാൻ മോഹവുമില്ല. അമ്പതിന്റെ ചവിട്ടു പടിയിൽ നീലി പതുക്കെ ഇടറവേ വെള്ളൻ ഞെട്ടി. ജീവിതം തന്ന പക്വത യിൽ, മനുഷ്യന്റെ നൈസർഗ്ഗികമായ ഇടർച്ചയിൽ പതറാതെ അവൻ പറഞ്ഞു: "ഗുരുവിനെ മാത്രമല്ല. അമ്മയേയും ഞാനിവിടെ കാണുന്നു. അമ്മ എന്നോടു പൊറുക്കണം."

ക്ഷുദ്രരൂപിയായി, കോപാന്ധയായി കല്ലടിക്കോടൻ നീലി പരിഹ സിച്ചു: "ഏതു പെണ്ണിനേയും മോഹിപ്പിക്കുന്ന നീ അതറിയാത്തവ നല്ലല്ലോ?"

"അമ്മ ക്ഷമിക്കണം. മോഹമടക്കാൻ രണ്ടു മലകിങ്കരന്മാരെ ഞൊടി യിടയിലെത്തിച്ച് മകൻ പിൻമാറാം. ഇതാ എത്തി, രണ്ടു മലകിങ്കരന്മാർ..."

"നീ പുറത്തു പോകൂ. ദൂരെ..." മലകിങ്കരന്മാർ പ്രവേശിക്കവേ കാമ സ്വരൂപിണി മോഹിനിയായിക്കിടന്നു. ശബ്ദവും കാഴ്ചയും പരിധിക്കു പുറത്താക്കി വെള്ളൻ മനസ്സിന്റെ മറവിയിലേക്ക് പിൻവാങ്ങി.

പിറ്റേന്നും സാധാരണപോലെ വെള്ളൻ വിദ്യയഭ്യാസക്കളത്തിൽ കൃത്യനേരത്ത് എത്തി. അമ്മ പറഞ്ഞു:

"വിദ്യകൾ ആവശ്യത്തിന് നീ പഠിച്ചുവല്ലോ. ഇനി നിനക്ക് തിരിച്ചു പോകാം. ഗുരുവിനെ വെല്ലുന്ന സമർത്ഥനായി നീ ജീവിക്കും... സന്തോഷ ത്തോടെ നീ പൊയ്ക്കോ... നിന്റെ തുടർസാമീപ്യം ഗുരുവിനെ മറന്ന ഗുരുദക്ഷിണ ഓർമ്മിപ്പിക്കും..."

"അമ്മ എന്നോടു പൊറുക്കണം. മഹാതപസ്വിയായ അമ്മയിലും ഒരു മനുഷ്യസ്ത്രീ ഇരിക്കുന്നത് മകൻ കാണുന്നു. ഇന്നും പുതിയ രണ്ടു മലകിങ്കരന്മാരെ ഹാജരാക്കി ഇതാ മകൻ പിൻവാങ്ങുന്നു."

പുതിയ മലകിങ്കരന്മാരിരുവരേയും മുന്നോട്ടു നിർത്തി ശിഷ്യൻ കൂപ്പു കൈകളോടെ പിൻവാങ്ങി.

"ഇതെടുത്തോ." അമ്മ പറഞ്ഞു. "ഈ വടി നിന്നെ എപ്പോഴും വിജയി യായി കാക്കും."

അമ്മ നല്കിയ വടി ഭക്ത്യാദരങ്ങളോടെ സ്വീകരിച്ച് വെള്ളൻ തിരിച്ചു നടന്നു. വടിയുടെ കാര്യം ഗുരുവായ മാതാവ് നേരത്തെ സൂചിപ്പിച്ചിരുന്ന താണ്. വിദ്യയഭ്യാസക്കളത്തിൽ ആദ്യം ചെന്ന ദിവസം തന്ന ഉപദേശ നിർദ്ദേശത്തിൽ പറഞ്ഞു: "മെയ്യഭ്യാസങ്ങൾപോലെ വിദ്യകളിലും സാമർത്ഥ്യം കാട്ടിയാൽ, ഇവിടെനിന്ന് എല്ലാ അഭ്യാസവിദ്യകളും വശ പ്പെടുത്തി നാട്ടിലേക്കു തിരിച്ചുപോകുമ്പോൾ നിനക്കു ഞാനൊരു വടി തരും. ഇവിടെവന്ന് വിദ്യകൾ പഠിച്ചു തിരിച്ചുപോകുന്നവർക്കൊക്കെ

കൊടുക്കുന്ന ഒരു വടിയല്ല അത്. അസാധാരണമായ പാടവം പ്രദർശിക്കുന്നവർക്കു മാത്രം നല്കാനുള്ളതാണ്. ഇതുവരെ ഇതാരും നേടിയിട്ടില്ല. ആ വടികൂടി നേടിയെടുക്കാനുള്ള ബുദ്ധിവൈഭവം നീ പ്രദർശിപ്പിക്കണം... നിനക്കതു കഴിയുമായിരിക്കും..."

അന്ന് ഒരു വെല്ലുവിളി ഉയർത്തുകയായിരുന്നു ഗുരു. ആരു പഠിതാക്കളായി വന്നാലും ഉയർത്തുന്ന വെല്ലുവിളി. അത് മനസ്സിൽ ഒരു വെല്ലുവിളിയായിക്കിടന്നതുകൊണ്ടല്ല. ചെയ്യുന്ന കാര്യങ്ങളിൽ സാധാരണപോലെ അതീവശ്രദ്ധാലുവായി. അതിനാൽ ഗുരുവിന്റെ ഇഷ്ടശിഷ്യനാകാനായി. അതോടൊപ്പം ശ്രേഷ്ഠശിഷ്യനുമായി.

ആ കൃതഹസ്തതയിൽ നടന്നു. നടന്നുനടന്ന് കുന്നും മലയും നാടും വയലും തോടും പുഴയും കടന്നു. ഇരുപതിന്റെ ചൂരിൽ നടപ്പിൽ മടുപ്പു വന്നില്ല. കോഴിക്കോട്ടെത്തുമ്പോഴേക്കും ഉടുപ്പുകൾ ഈങ്ങിയും പിഞ്ഞിയും പോയിരുന്നു. കോഴിക്കോട്ടങ്ങാടിയിൽ തുണിക്കുണ്ടോ ക്ഷാമം?

പക്ഷേ ധനവുമായല്ല അങ്ങാടിയിൽ എത്തിയിരിക്കുന്നത്; വിദ്യാനിധിയുമായാണ്. അതാരറിയുന്നു! വടക്കനും തെക്കനും പഠിച്ചു വിദ്യാവിരുതുകളുടെ കുറിയുമായി, അപൂർവ്വരിൽ അപൂർവ്വനായി അങ്ങാടിയിൽ എത്തിയിരിക്കുകയാണ്. മാറ്റുമുണ്ടുവേണം. മേൽമുണ്ടുവേണം. പണമുണ്ടോ?– ഇല്ലെങ്കിൽ മുണ്ടുമില്ല.

എന്നാൽ അങ്ങാടിക്ക് രാത്രിയിൽ വെളിച്ചം വേണ്ട. നടുവിരൽ വൈരമോതിരം ഊർദ്ധ്വമുഖമായി തിരിച്ചുവെച്ച് തത്കാലം വെളിച്ചം അണച്ചു. ഇതെന്തുകഥ? എവിടെയും വെളിച്ചമില്ല. തിരിവിളക്കുകൾ അണഞ്ഞുപോയിരിക്കുന്നു. എണ്ണവിളക്കുകൾ കരിന്തിരിയാളിയിരിക്കുന്നു...

കൂരാക്കൂരിരുളിൽ ഒരു മുണ്ടും മേൽമുണ്ടും മാത്രം എടുത്തുടുത്ത് അങ്ങാടിക്കു പുറത്തു കടന്നു. വൈരക്കൽ മോതിരം തലതിരിച്ചു പിടിച്ചു. അങ്ങാടിക്കു വെളിച്ചം പ്രദാനം ചെയ്തു. ഇരുട്ടിൽ തപ്പിയവർ വെളിച്ചത്തിൽ കുളിച്ചുനിന്നു.

കരിന്തിരികെട്ട എണ്ണവിളക്കുകൾ ജ്വലിച്ചു കത്താൻ തുടങ്ങി. എണ്ണയൊഴിഞ്ഞ പാനീസുവിളക്കുകൾ വിതുമ്പിക്കത്തലായി.

ആരൊക്കെ വന്നു? ആരൊക്കെ പോയി? നഗരത്തിനുണ്ടോ അങ്ങാടിനിലവാരം? അങ്ങാടി കവറിക്കടന്ന് പാണ്ടികശാലകൾക്കിടയിലൂടെ നടന്ന് അയാൾ വെള്ളയിൽ തുറമുഖത്തെത്തി. തുറമുഖത്ത് ആൾക്കൂട്ടം. എന്താണ്? വെള്ളൻ അന്വേഷിച്ചു.

നേരായി വന്ന കപ്പൽ, ചരക്കുകൾ ഇറക്കിക്കഴിഞ്ഞ് ദിവസങ്ങൾക്കുള്ളിൽ മടങ്ങേണ്ടതായിരുന്നു. ദിവസങ്ങളായി കപ്പിത്താന്മാർ കപ്പൽ തിരിച്ച് വെള്ളത്തിലിറക്കാൻ കിണയുന്നു. ചലനവളയങ്ങളിൽ അതിശക്തി പ്രയോഗിച്ചത് വെറുതെ. എങ്ങും മൗനം, ദുഃഖം. കപ്പൽ അനങ്ങാൻ

കൂട്ടാക്കുന്നില്ലല്ലോ. റോമിലും മറ്റും രാജാക്കളടക്കം കുരുമുളകു കാത്തിരിക്കുകയാണ്. ചുക്കും ഏലവും കറുവാപ്പട്ടയും കാത്തിരിക്കുകയാണ്. അവർക്ക് അവരുടെ നേരത്തിനത് കിട്ടിയില്ലെങ്കിൽ ഇവിടത്തെ കർഷകർ പട്ടിണിയിലാകും. തുറമുഖത്തെ എത്രയോ തൊഴിലാളികൾ പട്ടിണിയിലാകും!

എങ്ങും മൂകം, എങ്ങും ദുഃഖം. അകലെവരെ കടലിന്റെ ഇരമ്പൽ മാത്രം.

കപ്പൽ വെള്ളത്തിൽ ഇറങ്ങാൻ കൂട്ടാക്കുന്നില്ല. പൂഴിയിൽ കടിച്ച് ഭാവഭേദമില്ലാതെ അതങ്ങനെ നിൽക്കുകയാണ്. നിരുത്സാഹിയായി മരവിച്ചു കിടക്കുന്ന പെണ്ണിനെപ്പോലെ! കപ്പിത്താന്മാരുടെ പ്രയോഗങ്ങൾ അവൾ അറിയുന്നേയില്ല.

കപ്പിത്താന്മാർ മാത്രമല്ല. തച്ചന്മാർ. മൂശാരികൾ. കളസങ്ങളണിഞ്ഞ വിദേശവിദ്വാന്മാർ. ഏവരും ദുഃഖമൂകരായിരിപ്പാണ്. കപ്പൽ ഒരൊറ്റക്കിടപ്പാണ്. മൂളലുമില്ല. മിനിക്കലുമില്ല.

"ഞാനൊന്നു നോക്കട്ടെ."

ദുഃഖമൂകമായ തുറമുഖ നഗരം ശബ്ദം പുറപ്പെട്ട ഇടം ലക്ഷ്യമായി ചെവികൂർപ്പിച്ചു. കപ്പിത്താന്മാർ, അർദ്ധനഗ്നനെങ്കിലും പുതുപുടവയിട്ട ആ ഗ്രാമീണനെ നോക്കി. ചെറുപുച്ഛത്തോടെ ചോദിച്ചു: "എന്തു നോക്കാൻ?"

"കപ്പൽ നീറ്റിലിറങ്ങ്വോന്ന് ഞാനൊന്നു നോക്കട്ടെ?"

"നോക്കിക്കോ. കണ്ണില്ലേ നെന്റെ മോത്ത്?"

"അങ്ങനെ നോക്കിയാൽപ്പോരാ." വെള്ളൻ പറഞ്ഞു: "എനക്കതിന് ചെല ഒരുക്കങ്ങൾ വേണം."

"എന്തൊരുക്കമാണ് വേണ്ടത്?"

"എനക്ക് നൂറ്റൊന്ന് എലത്താനങ്ങൾ വേണം. നൂറ്റൊന്നു കുപ്പി റാക്ക് വേണം. ഒരു പൂവൻ വേണം. ഏഴ് മൊളം കോടിയും ഏഴു മൊളം പട്ടും വേണം."

കൗതുകം പൂണ്ട കപ്പിത്താന്മാർ ഉഷാറായി. നൂറ്റൊന്നു നാക്കിലകൾ വന്നു. നാക്കിലകളിൽ അവിലും മലരും തവിടും നിരന്നു. നൂറ്റൊന്നിലും ചിരട്ടകളും ചിരട്ടകളിൽ റാക്കും വീണു. പാദബന്ധിതനായി കുക്കുടവീരൻ മയങ്ങിക്കിടന്നു.

വെള്ളൻ പുത്തനുടുത്തു. അരയിൽ പട്ടുകെട്ടി. പുത്തനാൽ താറുടുത്തു. കലശവിദ്യകൾ ആരംഭിച്ചു. കലശവിദ്യകൾ തുടർന്നു. വെയിൽ മങ്ങി. ഇരുൾ മൂടി. കിഴക്ക് വീണ്ടും പ്രകാശം.

വെള്ളൻ പറഞ്ഞു: "ചലനവളയം തിരിക്കുകയും കപ്പിത്താന്മാർ കയറിയിരിക്കുകയും ചെയ്യുക."

കപ്പിത്താന്മാർ അടിവെച്ചടിവെച്ച് കപ്പലിൽ നിറഞ്ഞു. ചലനവളയം പിടിച്ചു തിരിക്കവേ, കപ്പൽ ഗർജ്ജിച്ചു. തുറമുഖത്ത് ഹർഷാരവം.

ആരാണീ വെള്ളൻ? ആരാണ്?

പുരുഷകുക്കുടത്തിന്റെ കഴുത്ത് കടിച്ചു പൊട്ടിച്ചു ചോര കുടിച്ചപ്പോൾ ചിറിയിൽ പടർന്നു തൂവിയ രക്തം വിരലുകളാൽ തുടച്ച് പട്ടഴിച്ച് കടലിലെറിഞ്ഞു. പഴയ, അങ്ങാടിയിൽ നിന്ന് ഇടഞ്ഞെടുത്ത തുണിയുടുത്ത് അയാൾ വടക്കോട്ടു നടക്കാൻ തുടങ്ങി. അയാളുടെ പിറകേ മടിശ്ശീലകളും സുവർണ്ണനാണയങ്ങളും കിലുങ്ങി വന്നു. ചെറുചിരിയിൽ, നേരിയ അവഗണനയിൽ അയാൾ പറഞ്ഞു:

"എനക്കൊന്നും വേണ്ട."

വെള്ളൻ നടപ്പിനു വേഗത കൂട്ടി. പിറകിൽ കപ്പലിന്റെ ചൂളം വിളി അയാൾ ശ്രദ്ധിച്ചില്ല. നിറഞ്ഞ കപ്പലിലേറി സമുദ്രത്തിലിറങ്ങിയ ജനം വെള്ളന്റെ നാമത്തിൽ ജയാരവം മുഴക്കി.

ഒന്നും കേൾക്കാൻ നില്ക്കാതെ, ശ്രദ്ധിക്കാതെ, അയാൾ വടക്കോട്ടു വലിഞ്ഞു നടന്നു. കോരപ്പുഴക്കടവിലിറങ്ങി, പുഴ മുറിച്ച് അയാൾ വടക്കോട്ടേക്ക് നീന്തി.

ഇരുപത്തിമൂന്ന്

നടപ്പായതു കൊണ്ട് ക്ലിപ്തവും കൃത്യവുമായ ഒരു വഴിയോ അതിന്റെ ദൂരവിദൂരങ്ങളോ നേരത്തെ കൂട്ടി കണക്കാക്കുകയോ പറയുകയോ വയ്യല്ലോ. പന്തലായനി എത്തുന്നതിനുമുമ്പ് അല്പം കിഴക്കുമാറി നടക്കാനാണ് തോന്നിയത്. അങ്ങനെയാണ് കുറവങ്ങാട്ടു വന്നതും ഉള്ളൂർ കടവിൽ എത്തിയതും. ഇതൊക്കെ നെൽപ്പാടപ്രദേശങ്ങൾ ആയതു കൊണ്ട് നാടുമുച്ചൂടും സമുദ്രംപോലെ കിടക്കുകയാണ്. നോക്കെത്തിയാൽ കണ്ടുതീരാത്തത്ര നെൽവയലുകൾ. പക്ഷേ വയൽക്കരയിൽ ഒരിടത്ത് ചെറിയ ഒരാൾക്കൂട്ടമുണ്ട്. സൂക്ഷിച്ചുനോക്കാതെ തന്നെ ആൾക്കൂട്ടക്കുടിൽ ഒരു കള്ളുപുരയാണെന്നു മനസ്സിലായി.

വെളുത്ത ഒറ്റമുണ്ടുടുത്തു കെട്ടിയ ഒരാളാണ് അവിടെ ഭരണം നടത്തുന്നതെന്നു തോന്നി. മൂപ്പർ അല്പം അധികം വർത്തമാനം പറയുന്നുണ്ട്. കള്ളുകുടിക്കുകയും കൂക്കിവിളിക്കുകയും സ്ഥലം കാലിയാക്കുകയുമല്ല അയാൾ ചെയ്യുന്നത്. ചിരിയും കളിയും കൂത്തും മൂപ്പരുടെ ആധിപത്യത്തിലാണ് നടക്കുന്നത്. വഴിയാത്രികനെ കണ്ടപ്പോൾ മൂപ്പർക്ക്

അയാളിലായി കമ്പം. ചവിട്ടിക്കുഴഞ്ഞും ലോഗ്യം പറഞ്ഞും വിനയം നടിച്ചും അയാൾ വെള്ളനുമായി സൗഹൃദപ്പെട്ടു. നിർബന്ധിച്ച് വെള്ളനെ കള്ളുപുരയിലേക്കു കയറ്റി. രണ്ടു പാനിക്കുടത്തിൽ കള്ളു വന്നു. ചെത്തി മിനുക്കി കറുത്തിരുണ്ട, പരന്നുരുണ്ട ചെരട്ടകൾ വന്നു. കപ്പൽ മുളക് വറുത്തുപൊള്ളിച്ച് കൊട്ടത്തേങ്ങ കൂട്ടി അരച്ച സമ്മന്തി വന്നു. വേവിച്ച് പയറിട്ട് ഇളക്കിപ്പുഴുങ്ങിയ പൂളക്കറികൾ വന്നു.

ഒന്നിലും വെള്ളൻ ഹരം കൊണ്ടില്ല. കള്ളിനൊന്നിനും അമലില്ല. കപ്പലുമൊളകു സമ്മന്തിക്ക് എരിവില്ല. പൂളക്കറിയിലും ഹരമില്ല.

"ന്നാലിമ്മള് പൊരേലോട്ട് പോകാ. ഒണങ്ങലരി കുത്തിവേവിച്ച കഞ്ഞി യുണ്ടാവും. വെള്ളപ്പറങ്കിയണ്ടിയിൽ തേങ്ങയരച്ചുണ്ടാക്കിയ സമ്മന്തി യുണ്ടാകും. ചുട്ടപപ്പടവും. പച്ചപ്പിലാവില കുത്തിയുണ്ടാക്കിയ കയിലു കൊണ്ട് മുക്കിക്കുടിക്കാം."

നിർബന്ധത്തിനു വഴങ്ങി പുരയിലെത്തിയപ്പോഴാണ് ഒറ്റമുണ്ടുടുത്ത് കള്ളുപുര പുളകം കൊള്ളിച്ച ആൾ സാക്ഷാൽ ഉള്ളൂർക്കുരിക്കളാണെന്നു തിരിഞ്ഞത്. പുരയിൽ അന്തേവാസികൾ മൂകരും മൗനികളുമായിരി ക്കുന്നതു കണ്ട് വെള്ളൻ അന്തംവിട്ടു.

ഉള്ളൂർക്കുരിക്കൾ വീട്ടിലെ വിഹ്വലതകളിലും ദീനതയിലുമെത്തവേ, പുതിയ അതിഥിയുടെ അന്തം വിടൽ കാണവേ, ഭാവപ്രച്ഛന്നനായ അയാളുടെ പിടിവള്ളികൾ പൊട്ടി. ഉള്ളൂർക്കുരിക്കൾ ഒരു കുട്ടിയെപ്പോലെ ഏങ്ങിയേങ്ങിയും പിന്നെ പൊട്ടിപ്പൊട്ടിയും കരയാൻ തുടങ്ങി. അയാളുടെ വാവിട്ടുയുർന്ന കരച്ചിലിന്റെ അലയൊലികൾപോലെ ദുഃഖത്തിന്റെ അനു രണനം അകത്തേക്കും വ്യാപിച്ചു. നിശ്ശബ്ദമായി മയങ്ങിയിരുന്ന സ്ത്രീ ജനങ്ങളും ബന്ധുജനങ്ങളും വിതുമ്പിയും പിന്നെ ഉച്ചത്തിലും നിലവിളി ക്കാൻ തുടങ്ങി. സ്ത്രീകളിൽ ചിലർ മകളെ വിളിച്ചും അവളുടെ കഴിഞ്ഞ പത്തുപതിനൊന്ന് വർഷത്തിലെ വീട്ടിലെ കിലുകിലുക്ക ജീവിതത്തെ പ്പറഞ്ഞും നിലവിളിക്കാൻ തുടങ്ങി. ഏതോ ആകസ്മിക മരണഭവന ത്തിലേക്കാണ് താൻ അവിചാരിതമായി വന്നു കയറിയതെന്നു മനസ്സി ലാക്കാൻ വെള്ളന് ഏറെനേരം വേണ്ടിവന്നില്ല. പക്ഷേ, അതിന്റെ കൂടുതൽ കാര്യങ്ങളും വിശദാംശങ്ങളും ഇഴതിരിച്ചെടുക്കുവാൻ പെട്ടെന്നു കഴിഞ്ഞില്ല.

അകത്തും കോലായയിലും നില്ക്കുന്ന ബന്ധുമിത്രാദികൾക്കിട യിലൂടെയും കുടുംബാംഗങ്ങൾക്കിടയിലൂടെയും നടന്ന് ആഗതൻ പടി ഞ്ഞാറകത്തെത്തി. അവിടെ വെളിച്ചം കുറഞ്ഞ മുറിയിൽ പുതപ്പിച്ച് കിടത്തപ്പെട്ട പത്തുപന്ത്രണ്ടു വയസ്സു തോന്നിക്കുന്ന പെൺകുട്ടി ആകെ കരിവാളിച്ചിരുന്നു. ഉറ്റവരും ഉടയവരുമായ കുടുംബാംഗങ്ങളും സ്ത്രീകളും ആ കുട്ടിയുടെ ഇരുവശത്തുമായി ദയനീയരായി, ക്ഷീണിതരായി ശയിക്കുകയാണ്. അവിടെ നിന്നും പുറത്തേക്കുവന്ന്, അന്തം വിട്ടുനിന്ന

ചിലരോടായി വെള്ളൻ വിവരം തെരക്കിയെടുത്തു. വീട്ടിലേക്ക് ഓടിച്ചാടി വരവേ, കോണിക്കൽ വെച്ച് ചവിട്ടിപ്പോയ ഒരിഴജന്തു അവളുടെ നെരിയാണിയിലും കാൽമുട്ടിനു താഴെയുമായി വെപ്രാളപ്പെട്ടു കടിച്ചതും ജീവഭയത്തോടെ സമീപമാളങ്ങളിൽ അഭയം തേടിയതും ആയ കാര്യങ്ങൾ കുട്ടി തന്നെ പറഞ്ഞതും നിമിഷങ്ങൾക്കിടയിൽ ബോധരഹിതയായി വീണതുമേ അവർക്കറിയുകയുള്ളൂ. ഉള്ളൂർക്കുരിക്കൾ സ്ഥലത്തുണ്ടായിരുന്നതുകൊണ്ട് വിഷഹാരികളെ വരുത്തുവാൻ അമാന്തമുണ്ടായില്ല. വന്നു കയറിയ ഓരോരുത്തരും കുട്ടിയെ തലോടിനോക്കുകയും അവളുടെ വിടർന്ന കണ്ണുകളിൽ വിരൽചേർത്ത് പോളകൾ ചേർത്തുവെയ്ക്കാൻ ശ്രമിക്കുകയും മൂകരായി സദയനീയം പുറത്തേക്ക് ഇറങ്ങിപ്പോകുകയുമാണ് ചെയ്തത്. വന്നു കയറിയ ഒരു വിഷഹാരിയും തുടർന്നാവീട്ടിൽ നില്ക്കുകയുണ്ടായില്ല. അവരുടെ വിഷക്കല്ലുകൾ പ്രതികരണമേതുമില്ലാതെ കുട്ടിയുടെ ശരീരത്തിൽ വെച്ചേടത്ത് കിടക്കുകയല്ലാതെ വിഷരക്തം ഊറ്റിക്കുടിച്ച് ഉരുണ്ടു വീഴുകയുണ്ടായില്ല. അതുകൊണ്ടാണ് വിഷഹാരികളും മന്ത്രവാദികളും അവിടെ തുടരാതെ സ്ഥലം വിട്ടത്. അവർ മൂകരാവുകയും തന്റെ നേരെ കൈമലർത്തുകയും ചെയ്തതോടെയാണ് ഉള്ളൂർക്കുരിക്കളുടെ നിയന്ത്രണം സ്വയം വിട്ടുപോയത്.

അയാൾ പ്രജ്ഞയറ്റു കിടക്കവേ, വെള്ളൻ അയാളെ പതുക്കെ തട്ടിവിളിച്ചു. കാതിൽ ഇങ്ങനെ പറഞ്ഞു: "കുരിക്കളേ, വെഷാര്യേളും മന്ത്രക്കാരും ഇവിടെ വിട്ടുപോയിട്ട് നേരത്തോടു നേരമാകുകയല്ലേ... ങ്ങളെന്തിനാണ് കുട്ടീനെങ്ങനെ വെച്ചത്...?"

സ്ഥിതപ്രജ്ഞനല്ലെങ്കിലും ഉള്ളൂർക്കുരിക്കൾ പറഞ്ഞു: "ഇനീനിക്ക് ഒരു വൈപോക്കന്റെ കാലേപിടിക്കാൻ ബാക്കീള്ളൂ. ങ്ങളെന്ത്പറയ്ന്ന്? അതുപോലെ ഞാൻ ചെയ്യാം."

വെള്ളൻ പറഞ്ഞു: "ഞാൻ വെഷാര്യല്ല. വൈദ്യനുമല്ല. ങ്ങളേതായാലും കുട്ടിപോയീന്നല്ലേ കൂട്ട്ന്നേ്? ഒരു കാര്യം ചെയ്യീൻ. കുട്ടിനെങ്ങള് പൊറത്തോട്ടെട്ക്കീൻ."

"എങ്ങോട്ട്?"

"കൊളത്തിന്റടുത്തേക്ക്."

വിഷബാധയേറ്റ് വിഷഹാരികൾ കയ്യൊഴിഞ്ഞ കുട്ടിയെ കുളത്തിനടുത്തേക്കെടുക്കുകയോ? കൂടിയവർ മൂക്കിൽ കൈവെച്ചു. കണ്ടവനെക്കൊണ്ട് തോന്നിയത് ചെയ്യിക്കുന്നതിൽ ചിലരന്യോന്യം അടക്കം പറയാനും തുടങ്ങി. പക്ഷേ, ഉള്ളൂർക്കുരിക്കൾ ഉറച്ചുനിന്നു. കുട്ടിയെ വിഷഹാരികൾ ഒഴിവാക്കിയ നിലയ്ക്ക് അവളുടെ ജീവൻ ഇനി തിരിച്ചു കിട്ടാനൊന്നും പോകുന്നില്ല. പിന്നെ അസാധാരണനായ ഒരു വഴിപോക്കന്റെ ഒരു പരീക്ഷണം. അതും കൂടി നടത്തിയില്ലെന്നു വേണ്ട. ഏകമകളുടെ ജീവൻ തിരിച്ചുകിട്ടാൻ ഏതു പരീക്ഷണത്തിനും അയാൾ തയ്യാറായിരുന്നു.

വെള്ളന്റെ പിന്നാലെ കുട്ടിയുടെ മഞ്ചലുമായി സേവകന്മാരും ചെറുപ്പക്കാരും നടന്നു. കുളമെത്തിയപ്പോൾ വെള്ളൻ തിരിഞ്ഞു നിന്നു. താവാളിയില്ല. ചമ്മിയില്ല. ആഴത്തിൽ നീലനിറമമരുന്ന കുളമധ്യം നോക്കി വെള്ളൻ നിന്നു. ആരെയും ശ്രദ്ധിക്കാതെയും ആരെയും വക വെയ്ക്കാതെയും ഒരു പ്രാകൃതനായ ഉന്മാദനെപ്പോലെ വെള്ളൻ പറഞ്ഞു:

"കുട്ടീനെ കൊളത്തിന്റെ നടുലേക്കങ്ങോട്ടിട്ടേക്ക്."

കുളക്കരയിൽ കൂടിയവർ മിഴിച്ചു. പ്രായമേറിയവർ പല്ലുഞെരിച്ചു. "കള്ളുകുടിച്ച് നിലതെറ്റിവന്ന അച്ഛനും ആരുമറിയാത്ത വഴിപോക്കനും കാട്ടിക്കൂട്ടുന്ന..."

വെള്ളന്റെ മുഖത്ത് ആജ്ഞാഭാവം ജ്വലിക്കവേ ഏറ്റിവന്നവരുടെ മഞ്ച ലിൽ നിന്ന് കുട്ടി ഒരു മാടപ്രാവിനെപ്പോലെ കുളത്തിന്റെ അഗാധത യിലേക്ക് പറന്നു: "വേഗം പൊടിയരിക്കഞ്ഞീണ്ടാക്കി ആറ്റിക്കൊണ്ടു വരീൻ" എന്ന നിർദ്ദേശവുമായി വെള്ളൻ കുളത്തിലിറങ്ങി അഗാധത യിലേക്ക് നടന്നു. ആണ്ടുകിടന്ന കുട്ടിയെ വെള്ളൻ ജലസമാധിയിൽ കിടത്തി. നിമിഷകർമ്മങ്ങളുടെ വ്യാപ്തികഴിഞ്ഞു കുഞ്ഞിനേയുമെടുത്ത് വെള്ളൻ കരയിലേക്കു നടന്നു. കരയിൽ കയറിവന്നപ്പോൾ വെള്ളന്റെ തോളിൽ ഒരാമ്പൽത്തണ്ടായിക്കിടന്ന കുട്ടി തണുത്തു വിറച്ചുകൊണ്ട് നിവർന്നെഴുന്നേറ്റു.

"വേഗം തോർത്തിച്ച് കുട്ടിക്ക് കഞ്ഞികൊടുക്കീൻ. ആറ്റണ്ട." കണ്ണു മിഴിച്ച കുട്ടി അന്തംവിട്ടു നില്ക്കുന്നവരുടെ ഇടയിലൂടെ അച്ഛൻ ഉള്ളൂർ ക്കുരിക്കളുടെ തോളിലേക്ക് ഏന്തിമറയവേ വെള്ളൻ ഉദാസീനനായി പറഞ്ഞു.

കുട്ടിയെ തോർത്തിച്ച് കുളക്കൽപ്പടവിൽ അർദ്ധപ്രാണയായി, വിവശ യായിരിക്കുകയായിരുന്ന അമ്മയുടെ മടിയിലേക്ക് വലിഞ്ഞുകയറവേ പെൺകുട്ടി പറഞ്ഞു:

"അമ്മേ, പൈയ്ക്ക്ന്ന്." അമ്മ ഇളംചൂടുള്ള പൊടിയരിക്കഞ്ഞി, പച്ച പ്പിലാവിലക്കരണ്ടിയിൽ കോരി അവളെ കുടിപ്പിച്ചു.

ഒരു ദിവസം, രാവും പകലും മരണസമാനയായിക്കിടന്ന പെണ്ണരുമ ക്കുട്ടി ജീവിതത്തിലേക്ക് തിരിച്ചുവരുന്നതു കാണാനുള്ള കൗതുകത്തിൽ ജനം വെള്ളനെ തെരഞ്ഞെങ്കിലും അയാളെ എവിടെയും കണ്ടില്ല. മകളെത്തിരിച്ചുതന്ന അജ്ഞാതനായ വഴിയാത്രക്കാരന് പൊന്നുംപണവും സമ്മാനമായി നല്കുവാൻ. ഇരുട്ടുകട്ടി പിടിക്കുവോളം അയാളേയും തിരഞ്ഞു ഉള്ളൂർക്കുരിക്കൾ പാഞ്ഞു. സേവകന്മാരും വാല്യക്കാരും പാഞ്ഞു. ഇരുളിന്റെ കയത്തിൽ വെള്ളനെ കണ്ടുപിടിക്കുവാൻ മാത്രം അവർക്കായില്ല.

ഉള്ളൂർക്കുരിക്കൾ ആ രാത്രിയിൽ ഉറങ്ങിയില്ല. പൊന്നും പണവും കെട്ടിയ തുണിസഞ്ചിയുമായി വെള്ളനെത്തെരഞ്ഞ് ചൂട്ടുകളും കത്തിച്ച്

അവർ നാടുമുച്ചൂടും നടന്നു. പന്തലായിനിയിലും പെരുവട്ടൂരും ബപ്പൻ കാട്ടിലും അവർ ചൂട്ടുമിന്നിച്ചു. കടപ്പുറം വരെ ഒരു കൂട്ടക്കാർ പോയി. ഇരുണ്ട തിരകളിൽ എണ്ണം തപ്പി വെളുക്കുന്നതിനു മുമ്പേ അവർ തിരിച്ചു പോന്നു. നേരം വെളുത്തപ്പോൾ ആരോ പറഞ്ഞു: "കുറുവങ്ങാട്ടെ പെരുവഴിയിൽ ഒരു ഒറ്റപ്പെട്ട മാവുണ്ട്. ആ മാവുചാരിക്കിടന്ന് ആരോ കൂർക്കം വലിച്ചുറങ്ങുന്നുണ്ട്."

ഉള്ളൂർക്കുരിക്കൾ ആ ഭാഗത്തേക്ക് പാഞ്ഞു. സേവകന്മാരും വാല്യക്കാരും കിങ്കരന്മാരും ഉള്ളൂർക്കുരിക്കളുടെ വയ്യാലേ പാഞ്ഞു. പായുന്ന ജനത്തിന്റെ പടപടാകാൽപ്പടകേട്ട് ഉദയസൂര്യന്റെ മുന്നിൽ വെള്ളൻ കൺമിഴിച്ചു. മിഴിച്ച കണ്ണുകളുമായി അയാൾ ചോദിച്ചു:

"എന്ത്?"

ഉള്ളൂർക്കുരിക്കൾ വിനീതവിധേയനായി മൊഴിഞ്ഞു: "പറയാണ്ട് പോന്നത് ബഅ്സായില്ല... ഞാള്കൊറേതെരഞ്ഞ്... ഇപ്പൊവെളിച്ചായപ്പം, ഇതാകണ്ടിക്കി?"

ഉറക്കച്ചടവിൽ വെള്ളൻ പറഞ്ഞു:

"എന്റെ കർമ്മം കയ്ഞ്ഞ്. ഞാൻ വിട്ട്. തപ്പണ്ടത് ഇല്ലായിനു."

അതീവവിനയാന്വിതനായി കുരിക്കൾ പറഞ്ഞു:

"പതിനൊന്നുകൊല്ലം പോറ്റിയ തറവാട്ടിലെ ഒറ്റമോളെ ഞാക്ക് കൈ വിട്ടുപോയി. അയിനെ ജീവനോടെ തിരിച്ചു തന്നേന്റെ നന്ദീം കടപ്പാടും ഞാക്കല്ല, ഞാളതലമുറക്കുണ്ട്... അതോണ്ട് ഈ ദക്ഷിണ സ്വീകരിച്ച രുളണം."

ഉദാസീനനായി, ഒന്നുകൂടി മാവിലേക്ക് ചാരിയിരുന്ന് വെള്ളൻ പറഞ്ഞു:

"കുരിക്കളേ, പണിയെടുത്താൽ കൂലികിട്ടാത്ത ഒരു കൂട്ടക്കാരിൽപ്പെട്ടവനാ ഞാൻ. എന്റെ ആളുകൾ വെളിച്ചമുള്ള എല്ലാനേരത്തും പണിയെടുക്കണം; തമ്പുരാനുണ്ടാക്കിക്കൊടുക്കണം. കൂലിചോദിക്കാൻ പാടില്ല. തമ്പുരാന് തോന്നിയാൽ, വല്ലതും തന്നാൽ വാങ്ങാം. കൈനീട്ടരുത്. എറിഞ്ഞുതന്നാൽ എടുത്തോണ്ടു പോകാം. ഞങ്ങളിനിയും കൂലിചോദിക്കാനായിട്ടില്ല. ചോദിക്കുന്നുമില്ല. ഞങ്ങൾ ഞങ്ങളുടെ കർമ്മം ചെയ്യുന്നതിന് ഞങ്ങൾ കൂലി പ്രതീക്ഷിക്കുന്നുമില്ല. വേല ചെയ്യുന്നതിന് കൂലി ആഗ്രഹിക്കുന്നു. പക്ഷേ, അതിന്നുതരുന്നില്ല. ചോദിക്കാനും പാടില്ല... കർമ്മം ചെയ്യാൻ ഞങ്ങളെ അനുവദിക്കണം കുരിക്കളേ...?"

വെള്ളൻ എഴുന്നേറ്റു പടിഞ്ഞാട്ടു നടന്നു. കൂടെ ഉള്ളൂർക്കുരികൾ നടന്നു. എല്ലാവരും കൂടവേ വെള്ളൻ പറഞ്ഞു:

"ഇനി ഞാൻ വടക്കോട്ടും കിഴക്കോട്ടും നടക്കും. എനക്ക് മുതൂന്നിലെത്തണം. നിങ്ങൾ സ്വന്തം വഴിക്ക് തിരിച്ചു നടക്കുക."

"എനക്ക് ഒരു സമാധാനോല്ല"- പ്രതിഫലം ചെലവാകാത്ത ആലസ്യത്തിൽ കുരിക്കൾ പിറുപിറുത്തു.

പെട്ടെന്ന് വെള്ളൻ നിന്നു. എടുത്തടിച്ചതുപോലെ ചോദ്യം: "ഇന്നിലം, ഇന്നിക്ക്ന്ന കണ്ടം, ആരതാ?"

"ഞാളത് തന്നെ. ചെട്ട്യാർകണ്ടിനിലം." കുരിക്കൾ പറഞ്ഞു

"എന്നാലിന്നു മുതൽ എല്ലാന്നും ഇവിടെ നിങ്ങൾ അന്തിത്തിരിയും വെളക്കും വെക്കുക. ആണ്ടറുതിയിൽ വെള്ളാട്ടും തെറയും നടത്തുക. മകളെ തിരിച്ചു കിട്ടിയതിന്റെ പ്രതിഫലം ഞാനിങ്ങനെ സ്വീകരിച്ചിരിക്കുന്നു."

പറഞ്ഞുതീരവേ കുരിക്കളും കൂട്ടരും വെള്ളനെ പിന്നെ എങ്ങും കണ്ടില്ല. കുരിക്കളും കൂട്ടരും അക്കണ്ടത്തിൽത്തന്നെ കുത്തിരുന്നു പോയി.

ഇരുപത്തിനാല്

നാട്ടിലെത്താറായപ്പോൾ നടപ്പിന് വേഗതയും ആവേശവും കൂടി. ദൂരോട്ടു നോക്കിയാൽ അതാ, ആൽത്തറ കാണാം. ചെറിയ കുളത്തിന്റെ സ്ഥാനത്ത് വലിയ കുളം, അല്ല, വലിയ ഒരു ചിറ പണിയുവാനുള്ള സംരംഭം. അഞ്ഞൂറോ അറുന്നൂറോ കണ്ടം വിസ്താരത്തിലാണ് ചിറ പണിയുന്നതെന്നു തോന്നുന്നു. രണ്ടുഭാഗമായിട്ടാണ് ചിറ. ആദ്യത്തേതിൽ കുളിക്കാനും രണ്ടാമത്തേതിൽ കുടിക്കാനും കൊള്ളാവുന്ന ജലം. ഒന്നും രണ്ടും ചിറകളെ യോജിപ്പിക്കുകയോ വേർപെടുത്തുകയോ ചെയ്യുന്ന ഒരു വലിയ നടപ്പാത ചിറദ്വയങ്ങളുടെ ഇടയിലൂടെ പണി ആരംഭിച്ചിരിക്കുന്നു. ചിറകൾക്കിടയിലെ രാജപാതയിലൂടെ വെള്ളൻ നടന്നു.

പണി നടക്കുന്നേടത്ത് തൊഴിലാളികളോ മേസ്തിരിമാരോ ഇല്ല. ഒരു പാട് കൈക്കോട്ടും പടന്നകളും നിരന്നുകിടക്കുന്നു. വെള്ളം കാണാറായ ഈ ചിറകളുടെ പണി ആരായിരിക്കും നടത്തുന്നത്? ചിറയിടപ്പാതയുടെ ഏതാണ്ട് മദ്ധ്യത്തിലെത്തിയപ്പോൾ അയാൾ നിന്നു. അച്ഛനെ കൊല്ലിക്കാനും തങ്ങളെ നാടുകടത്താനും ഏർപ്പാടാക്കിയ കോയ്മയ്ക്ക് ഒത്താശ ചെയ്തുകൊടുത്ത ആളാണല്ലോ ഈ പ്രദേശത്തെ കോയ്മയും! ഇയാളെ ചെറുതായൊന്ന് സുയ്പ്പാക്കണ്ടേ?

യാത്രികൻ നടപ്പാതയുടെ മദ്ധ്യത്തിൽ ഓരം ചേർന്ന് കുത്തിയിരുന്നു. ഒരാളും അവിടെയെങ്ങുമില്ല. പണിക്കാരും മേൽനോട്ടക്കാരും ഉച്ചഭക്ഷണത്തിന് പോയതായിരിക്കും. അതുകൊണ്ടാണല്ലോ ചിറ കുഴിക്കുന്ന പടന്ന കൈക്കോട്ടുകൾ പ്രദേശം മുഴുക്കെ നിരന്നു കിടക്കുന്നത്!

നടപ്പാതയുടെ മദ്ധ്യത്തിൽ ഓരം ചേർന്ന് കുത്തിയിരുന്ന യാത്രികൻ ഒരു പിടിമണ്ണ് കണ്ണുമടച്ച് വാരിയെടുത്തു. അയാൾ മണ്ണിനോട് എന്തൊക്കെയോ പിറുപിറുത്തു. പിന്നെ പതുക്കെ എഴുന്നേറ്റ് കയ്യിലുണ്ടായിരുന്ന ഒരുപിടി മണ്ണിൽ പാതി വടക്കേച്ചിറയിലേക്കും ബാക്കി പാതി തെക്കേ ചിറയിലേക്കും എറിഞ്ഞു.

യാത്രികൻ പതുക്കെ നടക്കാൻ തുടങ്ങി. അയാൾ ഇലഞ്ഞിത്തലയ്ക്കലൂടെ വലിയ ഇടവഴികൾ താണ്ടി നടന്നു. വിളിപ്പുറത്തിനപ്പുറമെത്തിയപ്പോഴാണ് കോയ്മയുടെ പണിക്കാർ ചിറപ്പണിക്ക് എത്തിയത്. അവർ മദ്ധ്യാഹ്നഭക്ഷണം കഴിച്ചതിന്റെ ക്ഷീണത്തിൽ പണി ആരംഭിക്കുകയായി. അതിന്റെ ഭാഗമായി കുഴിച്ചു തുടങ്ങിയ ചിറയിൽ അവിടവിടെ വെച്ചുപോയ കൈക്കോട്ടും പടന്നയും കൊടുവാളും വീണ്ടും ചെന്നെടുക്കുവാൻ ഓരോരുത്തരും എത്തി. കൈക്കോട്ടും പടന്നയും ചെന്നെടുത്തപ്പോഴാകട്ടെ, അവയുടെ തള്ള പിടിച്ചുവലിക്കവേ അവ മണ്ണിൽ ഉറച്ചുപോയിരിക്കുന്നു. നിലത്തുവെച്ചിരുന്ന കൊടുവാൾ മണ്ണിൽ ഉറച്ചുപോയി. കൈക്കോട്ടുപടന്നകളുടെ മേൽ ശക്തി പ്രയോഗിച്ച് വലിച്ചെടുക്കുവാൻ ഊക്കുകാണിച്ചവർക്ക് തള്ളമാത്രം കൈയിൽ വന്നു. ചിലത് തള്ളപൊട്ടിപ്പോയി. ഇതെന്തുമറിമായം? ആരോ പണിപറ്റിച്ചതാണല്ലോ?

“ആരേലും ഇമ്പയിക്ക് പോയോ?” കോയ്മ ആക്രോശിച്ചു. ആരും അതുവഴി പോയതായിട്ട് ആരും കണ്ടിട്ടില്ല. പിന്നെ ഇതെന്തൊരു മലതിരി?

കോയ്മ അന്തംവിട്ടു തരിച്ചു നിന്നു. ചിറ കുഴിക്കണം. വെള്ളം കാണാറായതാണ്. നാളെയോ മറ്റന്നാളോ വെള്ളം ഊറലെടുത്തു വെച്ച് പഞ്ചാര കലക്കി സർവ്വാളുകൾക്കും കുടിക്കാൻ കൊടുക്കാമെന്നു കരുതി നിന്നതാണ്. എന്തൊരുമറിമായം! വെള്ളം കലക്കാനുള്ള എരട്ടച്ചെവി ഉരുളിപോലും മാറ്റിവെയ്ക്കാൻ കല്പന കൊടുത്തതാണ്.

അന്നു പണിക്കാർ കയറിപ്പോയി. പിറ്റേന്നു രാവിലെ പണിക്കാർ വന്നു. തെളിയൂറുന്ന സൂര്യവെട്ടത്തിൽ പടന്നകളും കൈക്കോട്ടുകളും കൊടുവാളുകളും മണ്ണിൽ പുതഞ്ഞ് ഉറച്ചു കിടന്നു.

വെള്ളൻ കുന്നുകയറുകയായിരുന്നു. ഇടയിൽ ഇലഞ്ഞിത്തലയ്ക്കൽ വിശ്രമിച്ചതാണ് നേരം പോയത്. ഒരു രാത്രി മുഴുവൻ മയങ്ങിക്കിടന്നു. കൂട്ടിന് തൊട്ടു താഴെ ഒരാളുണ്ടായിരുന്നു. കുട്ടൻ, കോട്ടയിൽ കുട്ടൻ. ആരോ കോട്ടയിൽ അമ്പലത്തിലേക്ക് നേർച്ച കൊടുത്ത് എത്തിയ ശേഷം, കാടുകയറി വേണ്ടപോലെ തിന്ന്, ആവശ്യത്തിലധികം തടിയും ആരോഗ്യവും കാഴ്ച ഭംഗിയും ആർജ്ജിച്ച് സ്വതന്ത്രനായ ജീവിച്ചു വരുന്ന ചുവപ്പും കറുപ്പും വെള്ളയും ഇടകലർന്ന നിറപ്പൊലിമയേറിയ ഉഗ്രൻ മൂരിക്കുട്ടൻ. വെള്ളൻ ഇലഞ്ഞിത്തലയ്ക്കലെ കൽത്തറയിൽ കിടന്നു മയങ്ങി.

നല്ലോണം രാത്രി മയങ്ങിയപ്പോഴാണ് കുട്ടൻ എത്തിയത്. അവൻ വലുതായി രണ്ട് മുക്രയിട്ടു. പിന്നെ തമ്മിൽ സംസാരമായി. എന്തെല്ലാം കാര്യങ്ങൾ! കഴിഞ്ഞുപോയ നാലഞ്ചാറു കൊല്ലങ്ങളുടെ ചരിത്രം അവൻ പറഞ്ഞു. അത്രയും കാലത്തെ കാര്യങ്ങളൊക്കെ അവനറിയാമായിരുന്നു. വിരലിലെണ്ണാവുന്ന ജനവാസമേ ആ പ്രദേശത്തുള്ളൂ. നാലാഞ്ചാറുകൊല്ല ക്കാലമായി മാറ്റങ്ങളൊന്നുമില്ല. കാടാണ് ഏറെ. ഉള്ള വീടുകളിൽ ഏറെ പയ്യിനെ പോറ്റുന്നുണ്ട്. ജൈവശാസ്ത്രപരമായി കുട്ടനുള്ള ആവശ്യങ്ങൾ കണ്ടറിഞ്ഞിട്ടല്ല. പശു നിലവിളിച്ചും തുള്ളിച്ചാടിയും തുടങ്ങുമ്പോൾ ഗൃഹസ്ഥനറിയാമല്ലോ ചെന പിടിക്കാറായെന്ന്. മണം പിടിച്ച് കുട്ടൻ ചുറ്റി പ്പറ്റിയെത്തും. ഗൃഹസ്ഥൻ പയ്യിനെ കുറുക്കികെട്ടിയിട്ടുണ്ടാവും. അവൾക്ക് പൊങ്ങച്ചപ്പെട്ട് തിരിഞ്ഞുമാറിക്കളയാനൊന്നും വലിയ സൗകര്യമുണ്ടാ വില്ല. മണത്തും തൊട്ടുരുമ്മിയും വലിയ കുളമ്പുകളുള്ള മുൻകാലുകൾ അവളുടെ പുറത്ത് ഉയർത്തിവെച്ചോ, പിന്നെ, നാണിച്ചും കുണുങ്ങിയും ഒഴിഞ്ഞുമാറാനൊന്നും കഴിയില്ല. അവളുടെ പിൻകാലുകൾ പിളർന്നതു തന്നെ. വഴങ്ങി നില്ക്കുകയേ മാർഗ്ഗമുള്ളൂ. ആവശ്യം പോലെ അവന്റെ പ്രയോഗങ്ങൾ കഴിഞ്ഞാൽപ്പിന്നെ പശു അവശതപ്പെട്ട് ചറാപറാ മൂത്ര മൊഴിക്കും. അന്നാട്ടിലെ നൂറുകണക്കിൽ പശുക്കിടാങ്ങൾ അങ്ങനെ കുട്ടന് ജനിച്ചതാണ്... അതുകൊണ്ട് കുട്ടനെ നാട്ടുകാർ പാതിദൈവമായിത്തന്നെ യാണ് കരുതുക. അവന് വിശേഷപ്പെട്ട തരം പഴങ്ങളും ശർക്കരയും പല ഭവനങ്ങളിൽ നിന്നും നേർച്ചയായി നീട്ടും. നേർച്ചകൾ നുണഞ്ഞു കഴി ഞ്ഞാൽ ഒരു കാടുകയറ്റമാണ്. എന്തെല്ലാം തരം പച്ചപ്പുകളാണ് ദൈവേച്ഛപോലെ കാട്ടിൽ വളരുക! അതൊക്കെ ചികഞ്ഞു തിന്നാൽ പല പ്പോഴും കുട്ടനൊരാളേ കാണൂ. കോട്ടയിൽ നേർച്ചയായി വന്ന പുരുഷ ക്കാളകളിൽ പ്രധാനിയൊരാളാണല്ലോ കുട്ടൻ! വിശാലമായ കുന്നിൻ പുറത്തെ സമൃദ്ധമായ കുറ്റിക്കാടുകളിൽ ഓരോ പ്രദേശങ്ങളിലായി അവ രങ്ങനെ വിഹരിക്കും...

മാടത്തുംമുകളിൽ കയറിയെത്തിയപ്പോഴാണ് വെള്ളൻ തലേന്നു ചെയ്തുവെച്ച കൃത്യത്തിലേക്ക് തിരിഞ്ഞു നോക്കിയത്. മുട്ടുകുത്തിയ കോയ്മ നാലുപാടും പായുന്നു. പലതരം മന്ത്രവാദങ്ങളും പ്രതിക്രിയ കളും നടക്കുന്നു. എന്തുഫലം?

നേരത്തോടു നേരമായല്ലോ. അഴിച്ചിട്ടേക്കാം എന്നു വെള്ളനു തോന്നി. നാട്ടിൽ എന്തോ, ചിലർ മാറ്റവുമായി എത്തിയിട്ടുണ്ടെന്നറിയിക്കുക മാത്ര മായിരുന്നു പിടിച്ചു കെട്ടുമ്പോൾ നോട്ടം. പതുക്കെ ഇളകിയ ഭൂമി അഴിച്ചു വിട്ടുകൊണ്ട് വെള്ളൻ മാടത്തുംമുകൾ ഇറങ്ങി.

ചിറക്കുഴിയിൽ ആവേശം തുടിച്ചു. പടന്നകളും കൈക്കോട്ടുകളും കൊടുവാളുകളുമൊക്കെ തൊഴിലെടുപ്പുകാരുടെ കൈകളിൽ പ്രവർത്തി കളാരംഭിച്ചു. ഒരു ദിവസം സ്ഥിരചലനമറ്റുനിന്ന അവ പൂർവ്വാധികം ശക്തി യോടെ തകൃതിയായി പണി ആരംഭിച്ചു.

ഇടവഴികളും കുറ്റിക്കാടുകളും താണ്ടി കോട്ടയിൽ അമ്പലത്തിന്റെ കാവുകൾക്കു പുറംചുറ്റി വെള്ളൻ നേരേ നടന്നു. കിഴക്കേ നടയ്ക്കു നേരെ നിന്ന് തൊഴുതു. വാതിലുകാപ്പോർ തലയിൽ കയ്യുചേർത്തനുഗ്രഹിക്കുവോളം വെള്ളനങ്ങനെ കണ്ണടച്ചു തൊഴുതു നിന്നു. വാതിലുകാപ്പോരുടെ അനുഗ്രഹവും വാങ്ങി പരുക്കോളിക്കടവു ലക്ഷ്യമായി അകലാപ്പുഴയ്ക്കു നടന്നു. തോണിയെവിടെ? എപ്പോഴെങ്കിലുമാണ് നാലാൾ കടത്തിനെത്തുക. കാത്തുകാത്തിരുന്ന് ആളെയൊന്നും കിട്ടിയില്ലെങ്കിൽ കടത്തുകാരൻ തോണിയുമായി തേങ്ങയോ ചക്കയോ കൊടത്തലമടലോ വിറകോ അങ്ങോട്ടോ ഇങ്ങോട്ടോ ആക്കിക്കൊടുക്കുവാൻപോയി എന്നുവരും. അതുകഴിഞ്ഞു വന്നാലും ചിലപ്പോൾ കടത്തിന് ആളുണ്ടായി എന്നു വരികയില്ല. അപ്പോൾ അവൻ തോണിക്കൊമ്പത്ത് സ്വതന്ത്രനായിക്കിടന്ന് പുഴയിൽനിന്ന് കരയിലേക്കടിച്ചു കയറുന്ന ചെറിയ ഓളങ്ങളിൽ നോക്കിയിരുന്ന് ഒരുപാട്ടു പാടും. അത് ഒരു നാട്ടിപ്പാട്ടിന്റേയോ തച്ചോളിപ്പാട്ടിന്റേയോ ഈണത്തിലായിരിക്കാം. പാട്ടുകളുടെ അന്ത്യത്തിൽ അവൻ ഒരു മയക്കത്തിന്റെ ആഴത്തിലേക്ക് ഇറങ്ങിച്ചെന്നേക്കാം. അതും കഴിഞ്ഞിട്ടും കടത്തിന് ആളൊന്നുമെത്തിയില്ലെങ്കിൽ അവൻ തോണി നങ്കൂരമിട്ട് കമ്മട്ടിക്കാലിൽ ഭദ്രമായിക്കെട്ടി ഒരക്കോലുറപ്പിച്ച് പുരയിലേക്ക് പോകും. അവിടെ അയാളെ കാത്തിരിക്കുന്നവരുണ്ടാകും. ചില ദിവസങ്ങളിൽ ഒരു മുക്കാലും കയ്യില്ലാതെയാകും അയാൾ തിരിച്ചു ചെല്ലുക. ചില ദിവസങ്ങളിലാകട്ടേ മുക്കാലൊന്നും കിട്ടിയില്ലെങ്കിലും തേങ്ങയോ മാങ്ങയോ ചക്കയോ കറമൂസയോ എന്തെങ്കിലുമുണ്ടാകും. പൂളയോ തൊപ്പക്കിഴങ്ങോ ചേമ്പോ നെല്ലോ കിട്ടുന്ന ദിവസമായിരിക്കും പുരയിൽ പെട്ടെന്ന് ഓണം കടന്നു വരിക.

തോണിയൊന്നും കാണാത്തതിനാൽ വെള്ളൻ സാധാരണപോലെ നീന്തിക്കയറാൻ അകലാപ്പുഴയിലേക്കിറങ്ങി. മറ്റുകടവുകളെപ്പോലെയല്ല പരുക്കോളിക്കടവ്. ഇക്കരെ നിന്നു നോക്കിയാൽ അക്കരെ നില്ക്കുന്നത് ആരാണെന്ന് തിരിച്ചെടുക്കാൻ കഴിയില്ല. ആളിന്റെ പൊട്ട് നീങ്ങുന്നതായേ തോന്നൂ. എന്നാലും നീന്താനുള്ള ഒരവസരം വന്നാൽ അതൊരാവേശമാണ്. മുണ്ടഴിച്ച് തലയിൽക്കെട്ടി, കയ്യിലെന്തെങ്കിലുമുണ്ടെങ്കിൽ അത് തലയിൽക്കെട്ടിപ്പൊതിഞ്ഞ്, നനഞ്ഞു കൂടാത്തത് നനയ്ക്കാതെ, രണ്ടാം മുണ്ടോ തോർത്തോ എന്താണുള്ളതെന്നു വെച്ചാൽ അതും തലയിൽ ച്ചുറ്റിയാണ് നീന്തുക. നീന്തി കരകയറിയാൽ തലയിലെ ചുറ്റുകളഴിച്ച് തോർത്തിതോളിലിടും. തലയിൽ കെട്ടിലുള്ളത് നനഞ്ഞിട്ടില്ലെന്ന് ഉറപ്പു വരുത്തി പൂർവ്വഭംഗിയിൽ പാട്ടിനു നടക്കും.

പരുക്കോളിക്കടവ് നീന്തിക്കടന്ന് വെള്ളൻ ആയതുപോലെ ചെയ്തു. നനയരുതെന്ന് കരുതിയ കൂട്ടത്തിൽ വടിയായിരുന്നു കരുതിയത്. നീലിയമ്മ സമ്മാനിച്ച വടി. നനയ്ക്കരുതെന്നൊന്നും ആരും പറഞ്ഞതു കൊണ്ടല്ല. വടി നനയ്ക്കാതെ കരകയറ്റാൻ പറ്റി.

വെയിലിന്റെ തീവ്രതയിൽ തടിയുണക്കി വെള്ളൻ നടന്നു. പുലയറു കണ്ടിയിൽ നിന്നു പോന്നിട്ടു വർഷങ്ങളെത്ര കഴിഞ്ഞു! ഇപ്പോൾ അമ്മ യുടെയും ശേഷം കുട്ടികളുടേയും സ്ഥിതിയെന്തായിരിക്കും? ആലോചന മനസ്സിന്റെ മടിയിലൊതുക്കി വെള്ളൻ വേഗം നടന്നു.

ഇരുപത്തിയഞ്ച്

നാലഞ്ചുകൊല്ലം മുമ്പ് കീഞ്ഞുപോയ ചെറിയോൻ ഒരൊത്ത പുരുഷ നായി തിരിച്ചെത്തുമ്പോൾ പൊലയറ് കണ്ടിയിൽ എന്തെല്ലാം മാറ്റങ്ങൾ പ്രതീക്ഷിച്ചിട്ടുണ്ടാകും? പക്ഷേ അയാളുടെ എല്ലാ പ്രതീക്ഷകളും ചാര മായിപ്പോകുന്ന കാഴ്ചയാണ് പൊലയറുകണ്ടിയിൽ ഉണ്ടായത്. തന്റെ യാത്രയ്ക്ക് അനുവാദം തന്നയച്ച അമ്മയെ അയാൾക്ക് കണ്ടിട്ടു തിരി ഞ്ഞില്ല. പോകുമ്പോഴും മുഷിഞ്ഞും ക്ഷീണിച്ചുമാണെങ്കിലും വന്നു നോക്കുമ്പോഴേക്കും ക്ഷീണിച്ച് എല്ലുംതോലുമായി കണ്ണു തുറക്കാൻ കഴിയാത്ത ഒരു സത്വമായി മാറിയിരിക്കുന്നു അമ്മ. താഴെയുള്ള കുട്ടി കളാകട്ടേ ചിമിടുവെക്കുന്നതിനുപകരം പേക്കോലങ്ങളായി എഴുന്നേറ്റു നടക്കാനാകാതെ അവിടെയുമിവിടെയും കുത്തിയിരുന്നും കിടന്നും കഴിച്ചു കൂട്ടുന്നു. ദിവസങ്ങളായി അടുപ്പിൽ തീ പുകഞ്ഞിട്ടില്ല. വിളറി അവശ രായിക്കഴിഞ്ഞിരിക്കുന്ന അവരിൽ നിന്നൊക്കെ കാര്യമായെന്തെങ്കിലും വിവരം ശേഖരിക്കാൻ തന്നെ അയാൾക്കായില്ല. തേവൻമടത്തിൽ കോയ്മ, കാവുന്തായികുനിയിൽ ചോയ്യന്റെ ചോരയിൽപ്പെട്ട ഒരുത്തനും ഒരുപണിയും തൊരവുംവല്ലിയും കൊടുക്കരുതെന്ന നിയമം നടപ്പിലാ ക്കിയതു മാത്രം വെള്ളൻ മനസ്സിലാക്കി. ജീവൻ മാത്രം എങ്ങനെ തന്റെ ചോരക്കുടുംബത്തിൽ കെടാതെ നിലനില്ക്കുന്നു എന്ന് അയാളൊന്ന് അന്തംവിട്ടു. സാധാരണഗതിയിൽ മാനസികമായി തകർന്നു പോകുന്ന തിനു പകരം രോഷം കത്തിക്കയറുകയാണ് അയാളുടെ മനസ്സിലും ശരീര ത്തിലും.

തീ പാറുന്ന കണ്ണുകളുമായി പുറത്തേക്ക് ചാടുന്ന മകന്റെ വീറുകണ്ട് കൊറുമ്പിയുടെ ചത്തുപോയ ഞരമ്പുകളിൽ സാവകാശം ജീവരക്തം പ്രവഹിക്കാൻ തുടങ്ങി. അനുജൻ തെയ്യോൻ ചത്തുകിടക്കുന്നേടത്തു നിന്ന് പതുക്കെ ജീവൻ വെച്ചെഴുന്നേറ്റു. കന്യേയിയും ക്ഗ്ഗേയിയും കൺപോളകൾക്കിടയിലൂടെ ഏട്ടന്റെ തീപ്പൊരിച്ചാട്ടത്തിൽ അന്തംവിട്ടു.

ഒരു വലിയകെട്ട് നെല്ലിൻകറ്റ പൊലയറുകണ്ടിച്ചാളയുടെ മിറ്റ ക്കൊള്ളിനു പുറത്തെ പാറയിൽ വന്നു വീഴുന്ന ഒച്ചയാണ് കൊറുമ്പിയും തെയ്യോനും കന്യേയിയും ക്ഗ്ഗേയിയും അടുത്തതായി അന്തംവിട്ടു നിന്നു കണ്ടത്. ഇരുമ്പുപോലെ ഉറച്ച വെള്ളന്റെ പാദങ്ങളിൽ ഞെരിഞ്ഞ്

കറ്റകളിലെ നെന്മണികൾ പാറയിൽ നിരന്നു പരക്കാൻ തുടങ്ങി. വേഗം കുത്തികഞ്ഞി വെക്കാനുള്ള ആജ്ഞയുമായി വെള്ളൻ പാറയിൽ നെൽക്കൂമ്പാരത്തിൽ ഉറഞ്ഞുചാടി. എത്രകാലമാണോ തേവൻമടത്തിൽ കോയ്മ ചോയ്യന്റെ കുടുംബത്തിന് പണിയും വല്ലിയും നിഷേധിച്ചത്, അത്രയും കാലത്തെ നെല്ല് പൊലയറുകണ്ടി പാറയിൽ കുന്നുകൂടിക്കിടന്നു. തേവൻമടത്തിൽ കോയ്മയുടെ മുറ്റക്കൊള്ളിനപ്പുറം ഉയരേണ്ടിയിരുന്ന പുല്ലേരി പുലയറു കണ്ടിച്ചാളപ്പാറയിൽ നിവർന്നുനിന്നു.

ഇളംചുവപ്പാർന്ന തിളച്ചുവെന്ത പുന്നെല്ലിൻ കഞ്ഞി കുടുംബാംഗങ്ങളോടൊത്ത് വലിച്ചു കുടിച്ച് മിറ്റത്ത് ചവിട്ടിത്തിരിഞ്ഞ് വെള്ളൻ നാലല്ല പതിനാറ് ചാൽ നടന്നു. പുന്നെല്ലിന്റെ കഞ്ഞികുടിച്ച് എല്ലാവരിലും ജീവൻ തിരിച്ചു വരുമ്പോഴേക്കും തേവൻമടത്തിലെ ഏറാൻ മൂളികളായ നായർപ്പട കണ്ടത്തിൽ കൊയ്യാൻ പാകമായ നെല്ലിൻ കറ്റകളന്വേഷിച്ച് പുലയറുകണ്ടിയിലേക്ക് പാഞ്ഞടുക്കുകയായി.

"മിറ്റക്കൊള്ള് കേറിയാൽ മടങ്ങിപ്പോവാൻ കാലുണ്ടാവൂല ഒർത്തനും. അടുക്കറ്ത്"- വെള്ളൻ നിന്നലറി. അയാളുടെ കയ്യിലെ വടി പാറയിലുരഞ്ഞ് തീപാറി. വടി പാറയിൽക്കിടന്ന് ചാടുമ്പോൾ നായന്മാരുടെ മുന്നിലേക്ക് കരിമ്പാറയിൽ നിന്ന് തീനാമ്പുകൾ ചീറി. മുന്നോട്ടടുക്കാനും ചാള ചാമ്പലാക്കാനും പഴയ ഓർമ്മയിൽ പാഞ്ഞടുത്തവർ വെള്ളന്റെ രോഷത്തിൽ പറക്കുന്ന തീക്കതിരുകൾ കണ്ട് അന്തം വിട്ടു. മുന്നോട്ടായുമ്പോൾ തീയാണ് തടുക്കുന്നത്. വെള്ളൻ പൊലയറുകണ്ടി മുറ്റക്കൊള്ളിലെ പാറയിൽ അഗ്നിതാണ്ഡവം അവസാനിപ്പിച്ച് വടിചുഴറ്റി നായർ പടയെ വന്ന വഴിയേ പറപ്പിച്ച് കണ്ടത്തിലേക്കിറങ്ങി. വരമ്പിലൂടെയും കണ്ടത്തിലൂടെയും തേവൻമടത്തിലെ ഏറാൻ മൂളികളായ പടയാളികൾ ജീവനും കൊണ്ട് വന്നവഴിയേപാഞ്ഞു. പാഞ്ഞവഴിയേ വടി ചുഴറ്റി ഭൂമി ചവിട്ടി വെള്ളനും മുന്നേറി. വടിയുടെ ഹുങ്കാരത്തിൽ ഭയന്നോടുന്ന ഏറാൻ മൂളികൾക്ക് തൊട്ടുപുറകേ വെള്ളൻ തേവൻമടം ലക്ഷ്യമായി നടന്നു. തേവൻമടത്തിലെ മുറ്റത്തു കയറിയിട്ടും പടയാളികളൊന്നും വെള്ളനെ നോക്കി തിരിഞ്ഞു നിന്നില്ല. വെള്ളൻ അയിത്തം മറന്ന് പടിപ്പുരയിലേക്കു കയറി. പടിപ്പുര വാതിലിൽ ആഞ്ഞു രണ്ടു ചവിട്ടു ചവിട്ടി അയാൾ അലറി:

"ഏടകോയ്മ?... കോയ്മേ, ആണാണെങ്കി കീഞ്ഞുവാ... കോയ്മേ ആണാണെങ്കി കീഞ്ഞ് വാ..."

കോയ്മയുടേതല്ലാത്ത ശബ്ദം ഉയർന്നിട്ടില്ലാത്ത മാളികയിൽ വെള്ളന്റെ അലർച്ച കിടുകിടുപ്പിച്ചു. നായർ പടയെ ഉള്ളിൽ കയറ്റി കോയ്മ വാതിൽ ഉള്ളിൽ നിന്നു സാക്ഷയിട്ടു. വെള്ളൻ തിരിഞ്ഞു നടന്നില്ല. അയാൾ അയിത്തം മറന്ന് കോലായിലേക്കു കയറി. വാതിലിൽ ഒരു ചവിട്ടും രണ്ടുകുത്തും നടത്തി. അയാൾ അലറി:

"കോയ്മേ, വേണെങ്കില് ഒരു ചവിട്ടിന് ഇന്റെ വാതില് ഞാൻ പൊളിക്കും. വേണ്ട. വാതില് പൊളിഞ്ഞാ ഉള്ളിലൊരുത്തനും ജീവനോടെ രക്ഷപ്പെടൂല്ല. അതുകൊണ്ട് കോയ്മ, അടങ്ങിക്കോ. ചോയ്യന്റെ കുടുംബത്തിനോട് ഇനി കളിച്ചാ അത് കോയ്മന്റെ അവസാനത്തെക്കളി...." വാതിലിൽ ഒരു പ്രഹരം കൂടി ഏല്പിച്ച് വെള്ളൻ തിരിച്ചു നടന്നു.

പടിപ്പുര കയറി അവൻ തിരിഞ്ഞു നിന്നു: "കോയ്മാ, പറഞ്ഞതൊന്നും മറക്കണ്ട. കേട്ടില്ലാന്ന് വെക്കണ്ട. ഇനി ചോയ്യന്റെ കുടുംബത്തിനോട് കളിച്ചാൽ അതവസാന കളി..."

വെള്ളൻ പല്ലു ഞെരിച്ചു. മുറ്റത്തേക്ക് തുപ്പി. അരിശം അടങ്ങാത്ത അവൻ നിന്നേടത്തു നിന്നു തുള്ളി. പടിപ്പുരയുടെ അറുത്തുകെട്ട് പിടിച്ചു തൂങ്ങി. അറുത്തുകെട്ടിൽ ഒരു വലിയും വലിച്ചു. പടിപ്പുരയുടെ ഭാഗം ഇടിഞ്ഞ് മേൽപ്പുര നിലംകുത്തി.

വെള്ളൻ സാവകാശം നടന്ന് പുലയറുകണ്ടിയിലേക്കു പോന്നു. കൊടുവാളെടുത്ത് കവുങ്ങു മുറിച്ച് വള്ളുചെത്തി മിനുക്കി. പുലയറുകണ്ടിച്ചാളയുടെ കഴുക്കോലുകൾ മാറ്റി. ദ്രവിച്ച ഓലകൾക്കിടയിൽ പുല്ലുവിരിച്ചു. കന്നിപ്പുൽക്കറ്റകൾ വിരിഞ്ഞ ചാള കൊട്ടാര സദൃശം ഉറപ്പിലായി. ഉറപ്പേറിയ ചാളപ്പുറത്ത് കൈ വെച്ച് അവൻ പറഞ്ഞു:

"ഇനി ഒരൊറ്റത്തുള്ളി ഉള്ളിൽ വീഴരുത്."

എല്ലാവരും ഒരുമിച്ചിരുന്ന് പുത്തനരിച്ചോറ് കുഴച്ചുണ്ടു. ചത്തുകിടന്ന ഞരമ്പുകൾ മുതിര നീര് കയറിയതു പോലെ വിജൃംഭിക്കുന്നതു കണ്ട് ചാളപ്പുരക്കോലായിൽ സമാധാനമായിക്കിടന്ന് വെള്ളൻ ഉറങ്ങി. അടച്ചുറപ്പുള്ള ചാളയ്ക്കുള്ളിൽ അമ്മയും മക്കളും വിശ്രമിക്കുന്നത് സ്വപ്നത്തിലും അയാൾ അനുഭവിച്ചു.

"ഇവനോട് എന്തു നിവൃത്തി?" നേരം പുലർന്ന് ഏറെ വൈകിയിട്ടും മാളികയിൽ നിന്ന് പുറത്തിറങ്ങാതെ പടിഞ്ഞാറ്റയിൽ ചാരിയിരുന്ന് കോയ്മ ആലോചിച്ചു. വാല്യക്കാരിൽ ചിലരെ പുറത്തു നടത്തിച്ച് വിവരങ്ങളൊക്കെ ശേഖരിച്ചു. പിന്നെ ഉപദേശങ്ങൾക്കൊന്നും കാത്തുനില്ക്കാതെ സ്വന്തം ഉൾവിളി സ്വീകരിച്ചു. കോയ്മകുലത്തിനുള്ള സ്വന്തം ഉൾവിളി. ഇത്തരത്തിൽ വയലിൽ കിടക്കുന്ന പുലയൻ ഒരുത്തൻ കാട്ടിക്കൂട്ടിയാൽ എന്താണ് പോംവഴി? - അധികമൊന്നും ആലോചിക്കാനില്ല. അവനെ കൊന്നുകളയുക തന്നെ. ഒരുത്തൻ പടിപ്പുര കയറി വന്ന് ഭീഷണി മുഴക്കുന്നത് ചരിത്രത്തിലില്ല. ഇവിടെ അതുതന്നെയല്ലോ ഉണ്ടായത്! മാളികയിൽ കയറി വന്ന് അതിക്രമങ്ങൾ വിളിച്ചു പറഞ്ഞു. ഒരാൾക്ക് പുറത്തിറങ്ങാൻ കഴിഞ്ഞില്ല. ആകെ വിറപ്പിക്കൽ, ഭീഷണി. പിന്നെ തിരിച്ചു പോകുമ്പോൾ പടിപ്പുര ഒരു ഭാഗം വലിച്ചു തള്ളിയിടൽ. ഇതെന്തു കഥ! ഇവനാര്! ആനയ്ക്കു പോലും നിമിഷം വെച്ച് കഴിയാത്ത പണി...

അതും സാധാരണ സമജാതിയിലോ മെയ്യഭ്യാസമോ അവമതിയോ കാണിക്കുന്ന കളരിക്കുറുപ്പോ ആണെങ്കിൽ ചില കേട്ടുകേൾവിയെങ്കിലുമുണ്ട്. ഇതങ്ങനെയൊന്നുമില്ല. വയലിൽക്കിടക്കുന്ന ഒരു പുലയന്റെ മോൻ! അവനൊക്കെ മുഖത്തുനേരിട്ടു നോക്കി എന്തെങ്കിലും നാവെടുത്തു പറയാനോങ്ങിയാൽ മതി. കൊടുവാളെടുത്ത് കഴുത്തിനൊരു വെട്ട്. അല്ലെങ്കിൽ പിടിച്ചുകെട്ടി രണ്ടു വെട്ട്, മുറിഞ്ഞുവീഴും അവന്റെ തല. അതു പിന്നെ പെറുക്കിയെടുത്ത് കുഴിച്ചു മൂടാൻ അവറ്റകളെത്തന്നെ ഏല്പിക്കും. തീണ്ടൽ ജാതിമാത്രമാണോ? തമ്പുരാക്കന്മാരുടെ അടുത്തു വരാൻ അവകാശമില്ലാത്തവറ്റകൾ. മുഖത്തുനോക്കാൻ അവകാശമില്ലാത്തവറ്റകൾ. തമ്പുരാൻ ജാതിയിൽപ്പെട്ടവർ നടന്നു പോകുന്ന വഴിയിലോ വരമ്പിലോ കൂടി നടന്നു പോകാൻ പോലും അവകാശമില്ലാത്ത വറ്റകൾ.

അക്കൂട്ടത്തിൽ ഒരുത്തനാണ് ഈ കാട്ടിക്കൂട്ടിയിരിക്കുന്നത്. അവനെ വെച്ചേക്കാൻ പാടില്ല. പക്ഷേ, അവൻ ചോയ്യനല്ല. അവന്റെ വിത്താണ്. സേവകന്മാരും വാല്യക്കാരും അവനെ നേരിട്ടതു കൊണ്ട് കാര്യമുണ്ട് എന്നു തോന്നുന്നില്ല.

ഇനി ഒരു വഴിയുള്ളത് ആളെ വരുത്തി അവനെ കൊല്ലിക്കുക എന്നതാണ്. മറ്റൊരു മാർഗ്ഗം കാണുന്നില്ല. ചോയ്യനെ കൊല്ലാൻ നോക്കിയപ്പോൾ ചെല്ലട്രക്കുറുപ്പിനെ വെട്ടിച്ച് അവൻ കടന്നു കളഞ്ഞു. അത് അംശത്തിന്റെ അപ്പുറവും ഇപ്പുറവും കടക്കാത്ത വെറും വയലിൽക്കിടക്കുന്ന ഒരു പുലയനായിരുന്നു. വെട്ടിക്കൊല്ലാൻ സമർത്ഥനായ ചെല്ലട്രക്കുറുപ്പിനെ വെട്ടിച്ചു കടന്നു കളഞ്ഞ പുലയന്റെ മകനാണ് വെള്ളൻ. അതും പുതിയ തലമുറ. അവൻ കോയ്മയ്ക്കോ നാടുവാഴിക്കോ അടങ്ങി നില്ക്കുന്ന സ്വഭാവമല്ല കാണിക്കുന്നത്. അതിനുപുറമേ നാലഞ്ചാറു കൊല്ലമായി അവനെ ചാളയിലും വയൽപ്രദേശങ്ങളിലും ഒന്നും കാണാനുമുണ്ടായിരുന്നില്ല. ആരുടെ അനുവാദത്തിലാണ് അവൻ നാടുവിട്ടു പോയത്? ആ ചോദ്യത്തിന് അവന്റെ പെറ്റതള്ളയും ശേഷം കുട്ടികളും ഉത്തരം നല്കിയില്ല. ഉത്തരം നല്കാത്ത പുലയിക്കും കുട്ടികൾക്കും വയലിലിറങ്ങാനും പണിയെടുക്കാനും ഉള്ള അനുവാദം കോയ്മയും നല്കിയില്ല. ഇനിയും നല്കാൻ ഉദ്ദേശിക്കുന്നുമില്ല. അതിനിടയിലാണല്ലോ അവൻ പ്രത്യക്ഷപ്പെട്ട് ഈ ആക്രമങ്ങളൊക്കെ ചെയ്തു കൂട്ടിയത്!

കണ്ടത്തിൽ നിന്ന് വെള്ളം മുക്കികുടിക്കാൻ അനുവാദമില്ലാത്ത ചാളയിലെ പുലയകീടങ്ങളെ ആളെവെച്ചു കൊല്ലിക്കാതെ പട്ടിണിയിട്ട് നാമാവശേഷമാക്കാനായിരുന്നു കോയ്മയുടെ തീരുമാനം. ആ തീരുമാനം നടപ്പാക്കി ദിവസങ്ങൾ കഴിഞ്ഞപ്പോഴാണല്ലോ നാടുവിട്ടുപോയ ചെക്കൻ ചാടിവീണ് അക്രമങ്ങൾ കാണിച്ചത്. അവന്റെ ഈ അക്രമങ്ങൾ യാതൊരു കാരണവശാലും പൊറുപ്പിച്ചുകൂടാ. അതിന് വലിയ ആലോചനയ്ക്കും

കൂടിച്ചേരലിനുമൊന്നും നേരവുമില്ല. ഏറിയാൽ രണ്ടു ദിവസം. പൊല ച്ചെക്കന്റെ ചോര കണ്ടത്തിന് വളമാകണം. അവന്റെ ശരീരം നായും കുറുക്കനും തിന്നണം. അതിന് വലിയ ആലോചനയൊന്നും കൂടാതെ കോയ്മതന്നെ ഒരു തീരുമാനമെടുത്തു.

ചെല്ലട്രകുറുപ്പിനെത്തന്നെ ഏല്പിക്കേണ്ട. വലിയ ഒരു പടക്കുറു പ്പിനെ വിളിപ്പിക്കാം. കുറച്ചുപണം. കുറച്ചു സ്വർണ്ണനാണയം. അതേ തായാലും കൂടാതെ കഴിയില്ലല്ലോ. ഒരു പടക്കുറുപ്പിനെ വരുത്തിയാൽ കാര്യം വിചാരിച്ച പോലെ നിറവേറ്റാം. പടക്കുറുപ്പന്മാർ എത്രയോ ഉണ്ട്. കടത്തനാട്ട് രാജ്യത്തേക്കു കടന്നാൽ പടക്കുറുപ്പന്മാർക്കുണ്ടോ മുട്ട്?

മാളികയുടെ വാതിൽ തുറക്കുമ്പോഴേക്കും പക്ഷേ, പുറത്തേക്ക് ഇറങ്ങിവരുവാൻ കോയ്മയ്ക്ക് കഴിയുന്നില്ല. ശരീരത്തിൽ ഒരു വിറയൽ, വിയർപ്പ്. വല്ലാത്ത, എന്തെന്നില്ലാത്ത ഒരാധി.

കോയ്മ ആലോചന പുതുക്കി.

അവനെ യാതൊരു കാരണവശാലും വിടാൻ പാടില്ല. ഈ ഉദ്യമ ത്തിൽ നിന്ന് അവൻ ഒഴിഞ്ഞു പോയിപ്പോകാനും പാടില്ല. എല്ലാപഴുതും അടച്ച്, ഒരു വെട്ടിന് രണ്ടു കണ്ടമാക്കും എന്നുറപ്പുള്ള ഒരു പടക്കുറു പ്പിനെ വരുത്തണം- കോയ്മ ഉള്ളാലെ ഉറപ്പിച്ചു.

രാത്രിമയങ്ങവേ ജനാലയ്ക്കുള്ളിലൂടെയും കിളിവാതിനുള്ളിലൂടെയും പുറത്തേക്കുനോക്കിപ്പോകാതിരിക്കാൻ കോയ്മ പാടുപെട്ടു. കിളിവാതിലു കൾക്കു പുറത്തും കോലായയിലും മുറ്റത്തും പടിപ്പുരയിലും ഉറങ്ങി പ്പോകാതെ കാവലിരിക്കാൻ വാല്യക്കാരേയും പടയാളികളേയും അകത്തു വെച്ചുതന്നെ ശട്ടം കെട്ടിയാണ് കോയ്മ കെട്ടിലമ്മയോടൊപ്പം ഉറങ്ങാൻ കിടന്നത്. മുറിക്കകത്തു തന്നെ വാല്യക്കാരന്മാരും ചെറുവാല്യക്കാരത്തി കളും കട്ടിലിനു താഴെ നാനാവശത്തും ഉറക്കമൊഴിച്ചു കാവലിരിക്കാൻ കൂടി ശട്ടം കെട്ടിയിരുന്നു. ആകാവുന്ന എല്ലാതരം സുരക്ഷാസൗകര്യ ങ്ങളും ഒരുക്കിയിരുന്നുവെങ്കിലും കോയ്മയുടെ ഉള്ളിൽ നിന്നും ആധി വിട്ടൊഴിഞ്ഞില്ല.

പുറംതിരിഞ്ഞ് കിടന്നുറങ്ങുകയായിരുന്ന കെട്ടിലമ്മയെ വിളിച്ചു ണർത്തി സ്വന്തം ശരീരത്തിൽ ചൂടിനുപകരം തണുപ്പു പടർന്ന കാര്യം കോയ്മ മന്ത്രിച്ചു. മിണ്ടാതെ കിടന്നുറങ്ങാൻ ഉപദേശിച്ച കെട്ടിലമ്മ വീണ്ടും പുറംതിരിഞ്ഞു കിടന്നു കൂർക്കംവലി ആരംഭിച്ചു.

കെട്ടിലമ്മയുടെ പുറകിൽ പാറപോലെ ഉറച്ച് പറ്റിക്കിടന്ന് കോയ്മ പുതപ്പുവലിച്ച് കാലോടും തലയോടും മൂടി കണ്ണുകളടച്ചു. അടച്ച കണ്ണു കളിൽ ഉറക്കത്തിനു പകരം നിലംകുത്തിനില്ക്കുന്ന പടിപ്പുരയുടെ ചിത്രം ഉദയസൂര്യനെപ്പോലെ കത്തിപ്പിടിച്ചു നില്ക്കുകയാണ് ചെയ്തത്. തണു ക്കുന്ന കൈവിരലുകൾ കെട്ടിലയമ്മയുടെ കക്ഷത്തിലൂടെ ചൂടുകുറഞ്ഞു തുടങ്ങിയ മുലകൾക്കിടയിൽ പൂഴ്ത്തി പതുക്കെ ചൂടാവുന്നു എന്നു

തോന്നവേ കൂർക്കം വലി നിർത്തിയ കെട്ടിലമ്മയുടെ കാതിൽ കോയ്മ ഒരാഗ്രഹംപറഞ്ഞു:

'പൊലച്ചെക്കനെ കൊല്ലാൻമ്മക്ക് തച്ചോളി ഒതേനക്കുറുപ്പിനെത്തന്നെ വിളിപ്പിച്ചാലോ?'

ചൂടായി വരുന്ന കോയ്മക്കൈകൾ തട്ടിത്തെറിപ്പിച്ച് കെട്ടിലമ്മ ഒന്നുകൂടി അകന്നു കിടന്ന് കൂർക്കംവലി പുനരാരംഭിച്ചു.

ഇരുപത്തിയാറ്

മേത്തലെക്കൊള്ളിൽ, കാഞ്ഞിരമരത്തിനു താഴെ, കുമ്പിട്ടും കുത്തിയിരുന്നും എന്തൊക്കെയോ ചെയ്യുകയായിരുന്നു വെള്ളൻ. കൊള്ളിനു താഴെ, ഇടവഴിയിൽ നിന്ന് വിളി:

"...ടാ, ഞെന്താക്ക്ആ?"

"ഞാൻ, ന്റെ പരദേവതമാരുക്കും കാർണോമ്മാരുക്കും വെച്ച് കൊടുക്ക് ആണ് മ്പ്ര... ങ്ങളാരാ?"

ഇടവഴിയിലൂടെ വന്ന ശബ്ദം പറഞ്ഞു: "എന്നെ തിരിഞ്ഞില്ലേ!... ഞാൻ തച്ചോളി മാണിക്കോത്ത് ഒതേനക്കുറുപ്പാ. ഇന്റെ തലവെട്ടാൻ വന്നതാ. ഞ്ഞറയൂലേ?"

"എനക്കറിയും, കുറുപ്പച്ചനെ...ന്റെ തമ്പ്രാൻ ആളെ അയച്ചിറ്റിണ്ടാവും. നേരം ഉച്ചതിരിഞ്ഞിറ്റും വരാത്തതെന്താണ്ന്ന് മലതിരിപ്പെട്ട് കുത്തിരിയ്ക്ക്യാനു ഞാൻ..." വെള്ളൻ പറഞ്ഞു: "കുറുപ്പച്ചൻ ന്നാൽ വയ്യിക്കണ്ട."

കുറുപ്പ് പറഞ്ഞു: "ഞേതായാലും കലശം വെക്ക്അല്ലേ- അത് കയ്ഞ്ഞോട്ടെ. വേഗാക്ക്. എനക്ക് അങ്ങ്പോയിറ്റ് വെറെപണിണ്ട്. ഇന്റെ ഒട്ക്കത്തെ പൂത്യല്ലേ! കലശം കയ്യട്ടെ?"

"ഒടേ തമ്പ്രാനേ, ന്റെ കുറ്പ്പച്ചാ, ന്നാൽ ഞാനിതൊന്ന് നെറവേറ്റിക്കളേട്ടെ."

ഉടുത്തമുണ്ട് ഒന്നുകൂടി വലിച്ചുതാറുകെട്ടി വിനയത്തിൽ കുതിർന്ന ചിരിപാതി തടഞ്ഞാക്കി വെള്ളൻ കലശപ്പണി ഊർജ്ജിതപ്പെടുത്തി. നിരത്തി വെച്ച നൂറ്റൊന്ന് ഇലപ്പാറലുകളിൽ പുത്തനവിലും മലരും തവിടും നിരത്തി. നൂറ്റൊന്നാം ഇലപ്പാറലിനടുത്തായി ഉരിച്ചു കണ്ണുവെട്ടിയ ഇളനീർ ഇരുപ്പിലുറപ്പിച്ചു. നൂറ്റൊന്ന് ഇലസ്ഥാനങ്ങളിലും ചെരട്ടപ്പാത്രങ്ങളിൽ കാറ്റുകൊണ്ടാൽ വരണ്ടുവറ്റിപ്പോകുന്ന വാറ്റിയെടുത്ത റാക്ക് വിളമ്പി. ഇളനീര് ഉറപ്പിച്ചതിനടുത്ത് ജലസ്നാനം ചെയ്യിച്ചു മാറ്റി വെച്ച കടുംപച്ച നാക്കിലയിൽ പൂടയുരിഞ്ഞ് ചുട്ടുവെച്ച പൂവൻകോഴിയെ

എടുത്തു കിടത്തി. മീടുകൊണ്ട് അനുവാദം നീട്ടിച്ചോദിക്കുന്ന മട്ടിൽ കൊള്ളിനു താഴെ അക്ഷമനായി കാത്തുകഴിയുന്ന കുറുപ്പച്ചനെ നോക്കി, കൈ ഉടുമുണ്ടിൽ തുടച്ച് 'വേഗാക്കേ' എന്ന് നൊടിഞ്ഞു കൊണ്ട് വെള്ളൻ കലശം ആരംഭിച്ചു. നേരത്തെ കലർത്തിവെച്ച അതിരാണിയും അരിയും ചെക്കിയും പൂക്കൾ അർച്ചിക്കാനാരംഭിച്ചു. അച്ചർന കഴിഞ്ഞ് സാഷ്ടാംഗം പരദേവതകളേയും കാരണവന്മാരേയും വണങ്ങി നൂറ്റൊന്നെലത്താന ങ്ങളേയും എടുത്തു വലിച്ചുവാരിത്തിന്നും നൂറ്റൊന്നു സ്ഥാനങ്ങളിൽ വെച്ച റാക്ക് ഓരോന്നോരോന്നെടുത്തു കുടിച്ചും അഷ്ടദിക്കുകളിൽ ഇലസ്ഥാന ങ്ങൾ എടുത്തെറിഞ്ഞും കലശകർമ്മം കഴിയുന്നതിനിടയിൽ ചുട്ടുവെച്ച കോഴിയെ സ്വന്തം തലചുറ്റി മൂന്നുവട്ടം ഉഴിഞ്ഞ് ഇടവഴിത്താഴെ അക്ഷമ നായി കാത്തുനില്ക്കുന്ന കുറപ്പച്ചനു നേരെ വലിച്ചൊരേറും വെച്ചു കൊടുത്തു. വെന്തകോഴിയാകട്ടേ, കൊക്കിറിച്ചും കൊണ്ട് കുറുപ്പിനെ ചുറ്റി പ്പറന്ന്, ചിറകുകൾ വീശിക്കുടഞ്ഞ്, മൂന്നാം ഒടിയിൽ കയറി പിടക്കോഴി യേയോ മറ്റോതെരഞ്ഞ് വടക്കോട്ടേക്കുപാഞ്ഞു പോയി. ഒന്നന്തംവിട്ട കുറുപ്പാകട്ടെ, കൊള്ളിന്മേലേക്ക് മെല്ലെ കയറി വന്നു.

"ഇന്റെ കലശം കയ്ഞ്ഞില്ലേ?"

"കലശം കയ്ഞ്ഞ് ഞാനിതാ കുറുപ്പച്ചനെ കാത്ത് നിക്ക്ന്ന്." വെള്ളൻ വഴിമാറി നിന്ന് ഭവ്യതയോടെ പറഞ്ഞു: "മല്ല് പിടുത്തവും ആചാരവും മാണ്ട..." കുറുപ്പച്ചൻ വയിലിൽക്കെടക്കുന്ന പൊലേന്റെ മോനെ ഒരു വെട്ടിന് രണ്ടു കണ്ടമാക്കിയിട്ട് പണികയിഞ്ഞ് കൂലി പറഞ്ഞു മാങ്ങി പ്പോയിക്കോ!"

ചാകാൻ നേരവും വാക്കടിക്കുന്ന പൊലച്ചെക്കന്റെ വായ്കേട്ട് കലി കയറിയ കുറുപ്പ് അവനെ പിടിച്ചൊന്ന് ഒതുക്കിയിട്ടിട്ട് വെട്ടിയേക്കാം എന്നു കണ്ട് രണ്ടുചുറ്റ് നടന്ന് അവനെ പിടിക്കാൻ നോക്കിയെങ്കിലും വിനയവും ലജ്ജയും കാട്ടി അവൻ ഒഴിഞ്ഞു നിന്നതേയുള്ളൂ. കലികയറിയ കുറു പ്പാകട്ടേ വാളെടുത്ത് മൂന്നുനാലു വീശി. അന്നേരവും നിരായുധനായ വെള്ളൻ ലജ്ജയോടെ മാറിക്കളഞ്ഞേയുള്ളൂ.

കൊലക്കലിയോടെ ഒതേനക്കുറുപ്പ് പല്ലുഞെരിച്ചു: "എടാ പൊല ച്ചെക്കാ, കളിക്കണ്ട"- വാൾ വലിച്ചെറിഞ്ഞ് ഉറുമി എടുത്ത് ഒന്നുചുഴറ്റി. ഉറുമിത്തിരയുടെ ഹുങ്കാരം വായുവിൽ പറന്നു കളിച്ചു. അപ്പോഴും അവൻ നാണവും വിനയവും കാണിച്ചു മാറി നിന്നതേയുള്ളൂ. വാളിൽ നിന്നും ഉറുമിയിൽ നിന്നും മാറിക്കളഞ്ഞ അവന്റെ കുട്ടിക്കളിയിൽ ഒതേനൻ അലറി:

"പൊലച്ചെക്കാ, കളിക്കണ്ട. ഒരാളിന്റെ മൊനാശയില്ലാണ്ട് സ്വന്തമായി ഇരുപത്തെട്ട് കോട്ട പിടിച്ചവനാ ഈ ഒതേനൻ. എടാ, ഞ്ഞി, കുറുപ്പി നോട് കളിക്കണ്ട."

കുലദൈവങ്ങളെ മനസ്സിലിരുത്തി, വയലിൽക്കിടക്കുന്ന പുലച്ചെക്കനാണേലും "കൊല്ലുകയാണേ കൂലിക്ക് കുലദൈവങ്ങളേ" എന്നുരുവിട്ടു കൊണ്ട് സംശയമടക്കി ഉറുമി വീശിവലിച്ചു. കീറിയോ രണ്ടു കണ്ടമായി എന്നു മിഴിച്ചു നോക്കവേ, ഇടതുഭാഗത്ത് ഒഴിഞ്ഞു നിന്ന ചെക്കനല്ലേ വലതുഭാഗത്തെ കറമൂസ മരത്തിൽ! കൊലക്കലി കയറിയ ഒതേനൻ ഉറുമി ചുഴറ്റിവെട്ടി കറമൂസ മരടക്കം ഒറ്റവലിക്ക് വെട്ടിയിടവേ, അടുത്ത കാഞ്ഞിരമരത്തിന്മേൽ സുഖമായിരുന്ന് കാലാട്ടിപ്പറയുന്നു:

"എന്തിനാ കുറുപ്പച്ചാ മൂത്ത കറമൂസ മരൊക്കെ വെട്ടീട്ന്ന്? ഞാനല്ലേ ദാ വ്ട കാഞ്ഞിരത്തുമ്മില്!"

കാഞ്ഞിരമരം വെട്ടിമുറിക്കവേ, അവൻ തൊട്ടടുത്ത കൈതക്കാട്ടിൽ ഇളം കൈതപ്പൂ പറിക്കുന്നു, കൈതവെട്ടിനിരത്തവേ വെള്ളൻ നിന്നേടത്തുനിന്നും അവനു പകരം ഒരു കരിമ്പൂച്ച അതാ പായുന്നു. കരിമ്പൂച്ച മാതളമരത്തിൽ നിന്നു തുള്ളി വന്ന് ഒതേനക്കുറുപ്പിന്റെ അടുത്തു നില്ക്കവേ ഒരു വെളുത്ത പുള്ളിയുള്ള നായ നിന്നു വാലാട്ടുന്നു! നായയെ ഒരു ചവിട്ടിനു തെറിപ്പിക്കാൻ നോക്കവേ വെള്ളനിരിക്കുന്നു പഴയ കലശ ഭൂമിയിൽ മന്ദസ്മിത മുഖവുമായി..."

കർമ്മഭൂമിയിൽ ജീവിതത്തിലൊരിക്കലും മിഴിച്ചു നിന്നിട്ടില്ലാത്ത തച്ചോളി മാണിക്കോത്ത് ഒതേനക്കുറുപ്പ് വിയർത്തു കുളിച്ച് പരവശനായി കയ്യിൽക്കിടന്ന ചുരികസാധനങ്ങൾ വലിച്ചൊരേറു കൊടുത്തു. പൊടി പാറിയ കണ്ടത്തിൽ വളഞ്ഞു പുളഞ്ഞുകിടന്ന ചുരികത്തിരകളിൽ നോക്കാതെ, കിതപ്പടക്കി അയാൾ നേരെ വടക്കോട്ടു നടന്നു.

പറമ്പും കൊള്ളും വയലും തോടും കയറിയുമിറങ്ങിയും സ്വയം വിഡ്ഢിയാക്കപ്പെട്ടെന്ന ചിന്തയോടെ സായാഹ്ന കുങ്കുമരാശിവെട്ടിച്ചു നടന്ന് ഒതേനൻ കൺകാഴ്ചകളിൽ നിന്നും മറഞ്ഞകന്നു.

വെള്ളൻ തൊട്ടടുത്ത തൈത്തെങ്ങിൽ പാഞ്ഞു കയറി രണ്ടുമൂന്ന് ഇളനീർ മുരുണ്ടിയിട്ടു. താഴെയിറങ്ങി ഇളനീരുകൾ പൊളിച്ചു കണ്ണുവെട്ടി മൊത്തിക്കുടിച്ച് പുലയറുകണ്ടി അമ്മച്ചാളയിലേക്ക് ഒന്നും സംഭവിക്കാത്തതു പോലെ കയറിപ്പോയി.

ചാണകമെഴുക്കു കുറഞ്ഞ കോലായിൽ വിയർപ്പാറ്റിക്കിടന്നു മയങ്ങുന്നതു കണ്ട് അമ്മ ചോദിച്ചു:

"അണക്ക് കാഞ്ഞെള്ളംമ്മാണോ?"

"വേണ്ട. എളുനീരുടിച്ച്"

"അണക്കേടന്നാപ്പം എളുന്നീര്?"

"മ്മളെ തമ്പിരാന്റെ ളളുന്നീര് മ്മള്കുടിച്ചില്ലേലാരു കുടിക്കും" എന്നായീ വെള്ളൻ! മന്ദമാരുതഗമനം കണക്കേ അമ്മയോടായി പറയവേ കൊറുമ്പി അന്തംവിട്ടു പിൻവലിഞ്ഞ് ഉള്ളകം പൂകി.

വെള്ളൻ കോലായിൽ നിന്നെഴുന്നേറ്റ് അകത്തേക്കു നോക്കി. ആള നക്കമില്ല. പതുക്കെ അയാൾ മിറ്റാരമ്പ് കടന്നു. അസ്തമയസൂര്യൻ വിട ചോദിച്ച് ലോകം വിളറുന്നു. ഭൂമിയിലേക്ക് നാനാവർണ്ണങ്ങൾ വിതറി അന്നത്തെ ദൗത്യം അവസാനിപ്പിച്ച് അർക്കബിംബം അലകടലിൽ മുങ്ങി യമരാൻ നോക്കവേ വെള്ളൻ നാലുചാട്ടത്തിന് തേവൻമടത്തിലെത്തി. കലിയടങ്ങിയ വെള്ളൻ പുതുകലിയിലലറി:

“ഏടെ കോയ്മ? കീഞ്ഞ്വാ-”

വെള്ളന്റെ അലർച്ച കേട്ട് വാലിയക്കാരും നായർപ്പടകളും പിൻ വലിഞ്ഞു. കോയ്മ ഉള്ളിലെവിടെയോ കയറിയൊളിച്ചു.

പടിപ്പുര വലിച്ചു കുലുക്കി മുച്ചൂടും നിലം കുത്തുവോളം അയാൾ അത് പിടിച്ചു വലിച്ച് തകർത്തു. കോയ്മപ്പാടിൽ നിന്ന് പ്രതികരണങ്ങ ളൊന്നും പുറത്തുവരുന്നില്ലെന്നു കണ്ട് വെള്ളൻ പുലയറുകണ്ടിയിലേക്കു തന്നെ തിരിച്ചു നടന്നു.

ഇരുപത്തിയേഴ്

രണ്ടാളുവന്നിരിക്കുന്നു. തിരുവെഴുത്തുമായി വന്നതാണ്. തിരുവെഴുത്തിൽ ഇങ്ങനെ പറയുന്നു:

എത്രയും പ്രിയപ്പെട്ടവരായ കാവുന്തായക്കുനിയിൽ ചോയ്യൻ മകൻ പുലയറുകണ്ടിയിൽ താമസിക്കും വെള്ളൻ മഹാമഹൻ വെള്ളൻ വായിച്ചറിയുവാൻ മേപ്പയിൽ തച്ചോളി മാണിക്കോത്ത് ഒതേനക്കുറുപ്പ് അയയ്ക്കുന്ന അതീവരഹസ്യമായ സ്നേഹക്കത്ത്. പ്രിയരെ, നാം തമ്മിൽ അന്നേദിവസം ഏറ്റുമുട്ടി എന്നുള്ളതും ഇരുപത്തി എട്ടു കോട്ട കൾ സ്വന്തം മെയ്വഴക്കവും മെയ്ശക്തിയും കൊണ്ട് പിടിച്ചവനെന്ന് മാമലനാകരാൽ പൂകൾപെറ്റവനുമായ തച്ചോളി മാണിക്കോത്ത് ഒതേന ക്കുറുപ്പെന്ന ഞാൻ അത്തരം ഒരേറ്റുമുട്ടലിന്നായി ഒരുങ്ങിപ്പുറപ്പെട്ട് വരേണ്ടതില്ലായിരുന്നു എന്ന് ശേഷം ദൃഢചിന്തയാൽ തെളിയുകയാലും പണികുറഞ്ഞിരിക്കുന്ന ഒരിടനേരത്ത് നമ്മുടെ നാട്ടുനടപ്പും ഞങ്ങളുടെ കുലത്തൊഴിലിൽ പറഞ്ഞിരിക്കുന്നതുമായ പ്രകാരം വയലിൽക്കിടക്കുന്ന ഒരു പൊലച്ചെക്കനെ അവന്റെ നാമൂസും ധിക്കാരവും സൈ്വര്യക്കേടും എന്നന്നേക്കുമായി കോയ്മയവർകൾക്ക് ഒഴിപ്പിച്ചുകിട്ടാനായി തലവെട്ടി ക്കളയാനായി നിർബന്ധപൂർവ്വമായ ഒരു വിളി വന്നപ്പോൾ എന്നാൽ അതു കൂടി ആയിക്കളയാം എന്ന ഒരു ചിന്ത കുറഞ്ഞ തീരുമാനപ്രകാരമാണ് അന്നവിടെ വന്നുപെട്ടതും തമ്മാമിലൊരങ്കം വെട്ടലില്ലാതെ ഉടൻ കൃത്യം കഴിച്ച് മടങ്ങാമെന്ന് ആലോചനക്കുറവോടെ വന്നുപെട്ട് അങ്ങനെയൊക്കെ

സംഭവം നടന്നു കടന്നുപോയതും ഓർമ്മിക്കുമ്പോൾ വാസ്തവം പറയുകയാണെങ്കിൽ ഞാനതിനുശേഷം ഇന്നീനേരംവരേക്കും ശരിയായ ഭക്ഷണരീതിയോ ശരിയായ രാത്രിയുറക്കമോ സ്വാഭാവികമായ വിധത്തിൽ കിട്ടാതെ മാനസികമായ മുറുക്കത്തിലാണെന്നും ആയതിനാൽ അവിടെ നിന്നും ദയവുണ്ടായി ഞങ്ങളുടേതായ തച്ചോളി മാണിക്കോത്ത് തറവാട്ടിൽ ഈയുള്ളവന്റേയും കുടുംബത്തിന്റേയും വിനയപൂർവ്വകവും ആത്മാർത്ഥവും ദൃഢാലോചനകൾക്കു ശേഷം ചെയ്ത തീരുമാനപ്രകാരവുമായ ഈ വിനയക്ഷണം സ്വീകരിച്ച് ഹാജരാകണമെന്നും നാം തമ്മാമ്മിലുള്ള സൗഹൃദം പുനരുറപ്പിക്കുവാനായി സൗകര്യപ്രദമായ ഏറ്റവും അടുത്ത ദിവസം സൗഹാർദ്ദപൂർവ്വകമായി തറവാട്ടിൽ ഹാജരായി ഞങ്ങളുടേതായിരിക്കുന്നതായിട്ടുള്ളതായിട്ടിരിക്കുന്നതായ ആതിഥ്യമര്യാദകൾ സ്വീകരിക്കണമെന്നും വിനയപൂർവ്വകവും ആത്മാർത്ഥമായും ക്ഷണിച്ചുകൊള്ളുകയും അതിനായി കാത്തിരുന്നു കൊള്ളുകയും ചെയ്യുകയാൽ കളങ്കമില്ലാത്ത ഈ ക്ഷണം സ്വീകരിച്ച് എത്തിപ്പെടണമെന്നും വീണ്ടും വീണ്ടും മാനിച്ചുകൊണ്ടും അപേക്ഷിച്ചഭ്യർത്ഥിച്ചുകൊണ്ടും എഴുത്തു തൽക്കാലം നിർത്തുന്നു.

എന്ന്

തച്ചോളി മാണിക്കോത്ത് ഒതേനക്കുറുപ്പ്

കത്തു വായിച്ചു. കാര്യം മനസ്സിലാക്കി. ആളെ മടക്കി. ഏറ്റവും അടുത്ത ദിവസം എത്തിക്കോളാം എന്ന വാക്കാൽ സന്ദേശമയച്ചു. പുലർച്ചെ കുളത്തിൽ കുളിച്ച് യാത്രപുറപ്പെടുകയും ചെയ്തു. നേരെ വലിയ വരമ്പിൽ വെച്ചുപിടിച്ചു. പുലയറുകണ്ടിയിൽ നിന്ന് പുറപ്പെട്ട് ചാനിയംകടവും കന്നിനടയും തോടന്നൂരും കുട്ടോത്തും കടന്ന് മേപ്പയിൽ പ്രവേശിക്കുമ്പോൾ നേരം ഉച്ചയായിരുന്നു. അവിടെ നിന്നും നേരെ നടന്ന് തച്ചോളി മാണിക്കോത്ത് പ്രസിദ്ധഭവനം കണ്ടുപിടിക്കുവാൻ ബുദ്ധിമുട്ടേതും വേണ്ടിവന്നില്ല. മുട്ടിവിളിച്ചപ്പോൾ വാല്യക്കാരാരുമല്ല വന്ന് പടിപ്പുരവാതിൽ തുറന്നത്. വാർദ്ധക്യത്തിൽ വിശ്രമിക്കുന്ന കോമക്കുറുപ്പു തന്നെ ആയിരുന്നു. അത് ഒരു ബഹുമാനപുരസരമായ വാതിൽ തുറപ്പായിരുന്നു. പിന്നിൽ ഒതേനക്കുറുപ്പ് നില്ക്കുന്നു. ഏട്ടനോടുള്ള പറഞ്ഞറിയിക്കാൻ കഴിയാത്ത ബഹുമാനവും അതിഥിയോടുള്ള ആദരവും മാന്യനായ പടനായകനെ ശരിക്കും വിവശനാക്കിയിരുന്നു.

"എന്നാൽ നിങ്ങൾ രണ്ടാളും അകത്തു കടന്നിരുന്ന് കൂട്ടം പറഞ്ഞോളീൻ" എന്ന കോമക്കുറുപ്പിന്റെ ഉത്തരവുകിട്ടിതോടെ രണ്ടാളും കയ്യും മെയ്യും പിടിച്ച് അകം പൂകി. അതിഥിയായി ഇരുത്തുപലകയിൽ കുത്തിയിരുന്നപ്പോൾ സംഭാരപാനത്തിനുശേഷം ഒതേനക്കുറുപ്പ് വെറ്റിലത്തമ്പാളം എടുത്തു മുന്നോട്ടുവെച്ചു.

തമ്പാളത്തിൽ തളിർവെറ്റില അടുക്കുകണ്ടപ്പോൾ മുറുക്കുകൊതി തേമ്പിയെത്തി. ഇളംപച്ചയിൽ കുളിർന്ന തളിർവെറ്റിലയിൽ നിന്നാണോ മുറിയാതെ ചെറുതണുപ്പെത്തുന്നതെന്ന് സംശയം തോന്നി. അത്രയേറെ ജീവൻ തുടിക്കുന്ന വെറ്റില. വെറ്റില അടുക്കിൽ നിന്ന് അടർത്തിയെടുത്ത് കൈവള്ളയിൽ വിടർത്തി വിധിപ്രകാരം തുടച്ചു. മൂന്നാം തുടയിൽ അടി ഭാഗം ഞൊട്ടിയെടുത്ത് ചെന്നിയിൽ പതിച്ചു. ചുണ്ണാമ്പുതേച്ച വെറ്റില മടക്കുമ്പോഴേക്കും കണ്ടിച്ചു കൂട്ടിയ പഴുക്കടക്കഷണങ്ങൾ രണ്ടു മൂന്നെണ്ണം അണ്ണിയിലെറിഞ്ഞ് ചവയ്ക്കാൻ ആരംഭിച്ചു. പൊടിഞ്ഞ അടക്കയിലേക്ക് നിവർത്തിമടക്കിയ ചുണ്ണാമ്പുതേച്ച വെറ്റില മുൻപല്ലു കളാൽ കത്രിച്ച് അണ്ണിയിലടുക്കി ചവയ്ക്കാൻ ആരംഭിച്ചപ്പോഴേക്കും എണ്ണമെഴുക്കു കലർന്നതെന്നു തോന്നിക്കുന്ന എരിവുള്ള പുകയില ക്കഷണം ചുണ്ടുഴിഞ്ഞ് കയറ്റി. രുചികരമായ എന്തോ വിശിഷ്ടവിഭവം പോലെ, ചവച്ചു തുടങ്ങിയപ്പോൾ വായിൽ ചുവപ്പുനീർപടർന്നു. അമിത മായുറഞ്ഞ രക്തവർണ്ണ തുപ്പൽ കോളാമ്പിയിൽ പകർന്ന് മാറ്റിവെച്ചു. വർത്തമാനത്തിനിടയിൽ രുചിയും എരിവുമാർന്ന മുറുക്കാൻ ഹാരവർത്തി യായി വായിൽക്കിടന്നു. മുറുക്കാന്റെ എരിവാർന്ന മുയിങ്ങ് മുറിയിൽ പടർന്നു. എരിവാർന്ന മുറുക്കാൻ മുയിങ്ങ് പടരുന്ന മുറിയിൽ അഭിമുഖ മായി ഇരുപ്പുപലകമേലിരുന്ന് ചെറിയ ഒരു പെക്കറയുമായി ഒതേനൻ പറഞ്ഞു:

“വെള്ളനറിയാമല്ലോ. ഞാൻ ഒരു യോദ്ധാവാണ്. മെയ്യഭ്യാസിയായ യോദ്ധാവ്. തടിമിടുക്കു കൊണ്ടും മൂളകൊണ്ടുമാണ് ഞാനെനിക്കുള്ള പേരുണ്ടാക്കിയത്. ഞാനെടപെട്ട ഒരുമൽപിടുത്തത്തിലോ ഒരു പയറ്റിലോ ഇന്നുവരെ തോറ്റ ചരിത്രമില്ല. ലോകാനാർ കാവിലമ്മയാണേ. അതുകോട്ട പിടിക്കാനാകാം, മല്ലനെ വകവരുത്താനാകാം... തച്ചോളി മാണിക്കോത്ത് ഒതേനക്കുറുപ്പ് തോറ്റുപോയ ചരിത്രമില്ല. നാട്ടിൽ പതിനായിരത്തിനും അതറിയാം. സ്വന്തം മെയ്ക്കരുത്തു കൊണ്ട് ഇരുപത്തെട്ടു കോട്ടപിടിച്ച ഒതേനൻ പക്ഷേങ്കില് വെള്ളനോട് തോറ്റുപോയി...”

വാക്കിൽ ഇടപെട്ട് വെള്ളൻ പറഞ്ഞു: “കുറുപ്പച്ചനെ ഞാൻ തോല്പി ച്ചിട്ടില്ല. കുറുപ്പച്ചനോട് ഞാൻ ജയിച്ചിട്ടുമില്ല. ആ വാക്ക് കുറുപ്പച്ചൻ പറ യരുത്...”

“നേരായിരിക്കും.” ഒതേനക്കുറുപ്പു പറഞ്ഞു: “പക്ഷേങ്കില്, തേവൻ മടത്തിൽ കോയ്മ വയലിൽക്കിടക്കുന്ന ഒരു പൊലച്ചെക്കനെ കൊല്ലാൻ ആളയച്ചതും ഒതേനക്കുറുപ്പ് അതിനായിട്ടവിടെ വന്നതും ഉള്ളതല്ലേ?... പക്ഷേങ്കില് വന്നകാര്യം എന്റേത് നടന്നോ...! ഇളിഭ്യനായി മടങ്ങിപ്പോന്ന തിനു പിന്നെ, എന്റെ വെള്ളാ, എനക്കാകെയൊരക്കപ്പെക്ക. ഒറക്കില്ല, കെടപ്പില്ല, ഉടുപ്പില്ല, കുടിതീറ്റകൾ ശെരിയില്ല... ആളറിയാത്തതും ആളു കൂടാത്തതും കാരിയം തന്നെ. പക്ഷേങ്കില് എനക്കൊരക്കപ്പെക്ക... അതു കൊണ്ടാചെല്ലിയയച്ച് വെള്ളനെ വരുത്തിയത്...”

"എനക്ക് തിരിഞ്ഞ്" – വെള്ളൻ പറഞ്ഞു: "അത് എന്റെ ഒരു പടിപ്പു കൊണ്ടോ ഊറ്റം കൊണ്ടോ അല്ല. കറുപ്പച്ചനോടു എതിരിടാൻ വെള്ളനാര്! പക്കേങ്കില് ഒരു മലതിരികൊണ്ട് കുറുപ്പച്ചന്റെ ഓരോ ഉറച്ച പ്രയോഗത്തിൽ നിന്നും എനക്ക് ഒയ്ഞ്ഞ് മാറിത്തിരിയാനായി. അത് ഒരു മലതിരി. ഒരു വിദ്യ. അല്ലാണ്ട് മല്ലപിടുത്തത്തിൽ തിരിച്ചു ഞാൻ ഒതേനനെപ്പിടിച്ചിട്ടില്ല. വടികൊണ്ട് തിരിച്ചടിച്ചിട്ടില്ല. വാളും ചുരികയും വെള്ളനില്ലായ്നു. പിന്നെങ്ങിനെ സ്വന്തമായി ഇരുപത്തെട്ടു കോട്ടപിടിച്ച ഒതേനനെ ഞാൻ തോല്പിക്കും! തോല്പിച്ചു എന്ന് എനക്ക് പറയാനാകുല. കുറുപ്പച്ചനും അങ്ങനെ പറയരുത്..."

"എന്നാലുമുണ്ടല്ലോ വെള്ളാ, ഇറങ്ങിപ്പുറപ്പെട്ട ഒതേനൻ മടങ്ങിപ്പോന്നത് തോല്വിതന്നെയല്ലേ..." ഒതേനൻ പറഞ്ഞു: "ഒന്നും ആക്കാനാകാതെ എനക്ക് മടങ്ങിപ്പോരണ്ടി വന്നു"– ഒതേനൻ തന്റെ കുറുകിത്തടിച്ച വിരലുകൾ കൊണ്ട് പതുക്കെ കൺതുടച്ചു.

ചുരുങ്ങിയനേരം തച്ചോളി മാണിക്കോത്തെ സ്വീകരണമുറിയിൽ നിശ്ശബ്ദത കളിയാടി.

കലങ്ങിച്ചുവന്ന കണ്ണുകളാൽ മുന്നിലിരിക്കുന്ന അതിഥിയെ നോക്കി ഉറച്ച ശബ്ദത്തിൽ തച്ചോളി മാണിക്കോത്ത് ഒതേനക്കുറുപ്പു പതുക്കെ പറഞ്ഞു: "മണി നട്ടുച്ചയായി. ഇമ്മക്കിനി ചോറ് പെയ്ക്ക. ഏട്ടനേം വിളിക്ക. എന്തയ്...?"

"ആയ്ക്കോട്ടെ. പെയ്ക്ക."

തച്ചോളി മാണിക്കോത്ത് കോമക്കുറുപ്പ് മുറിയിൽ പ്രവേശിച്ചു. ഒതേനൻ ഭവ്യതയോടെ എഴുന്നേറ്റുനിന്നു. അതിഥി എഴുന്നേറ്റ് ഒതുങ്ങി മാറി.

കോമക്കുറുപ്പ് അവശനെങ്കിലും നിറമുഖത്തോടെ പറഞ്ഞു: "ങ്ങള് ചോറ് പെയ്ച്ചോളി. എനക്ക് പയ്പ്പായിറ്റില്ല. അറയാലോ. പ്രായമാകുകയല്ലേ. സന്തോഷിച്ച്ങ്ങള് തിന്നീൻ' – കോമക്കുറുപ്പ് അടുത്തവിശ്രമമുറിയിലേക്കുതന്നെ തിരിച്ചു പോയി. ഏട്ടൻ പോയപ്പോൾ ഒതേനൻ പറഞ്ഞു:

"നമ്മക്ക് ത്ന്നാ–"

അപ്പുറത്ത് കുട്ടിപ്പായിട്ടു. ഇപ്പുറത്ത് കുട്ടിപ്പായിട്ടു. നടുക്ക് വലിയ നാക്കില വിരിഞ്ഞു. വിഭവസമൃദ്ധമായ ഉച്ചയൂണ് ഒരേ ഇലയിൽ നിന്ന് അപ്പുറവുമിപ്പുറവുമിരുന്ന് ഒതേനനും വെള്ളനും കഴിച്ചു. മോരുകൂട്ടി. മേലേ കിണർ ജലം കുടിച്ച് രണ്ടാളും ഏമ്പക്കമിട്ടു.

ഉച്ചയൂണ് കഴിഞ്ഞ് ഇരുപ്പുപലകയിൽ അന്യോന്യമുഖരായിരുന്ന് സൗഹൃദസംസാരത്തിൽ കൂട്ടം പറയവേ ഒതേനൻ ഒന്നുഞ്ഞണുങ്ങിക്കൊണ്ട് പറഞ്ഞു:

"തോൽവി എന്തായാലും തോൽവിതന്നെയാണ്. എനക്കതു പിണഞ്ഞു. എന്നെ നിങ്ങള് തോല്പിച്ചത് മെയ്യഭ്യാസം കൊണ്ടല്ല. കളരി യഭ്യാസം കൊണ്ടല്ല. ഞാൻ ഒരുങ്ങിപ്പുറപ്പെട്ടതു നടക്കായ്കകൊണ്ട് ഞാൻ തോറ്റു. നിങ്ങള് ജയിച്ചത് വിദ്യകൊണ്ടാണ്. ആ വിദ്യ എനക്കു പദേശിച്ചു തരണം."

"അതെനക്കാവൂല" വെള്ളൻ പറഞ്ഞു- "വിദ്യയിൽ ചെലത് ഞാൻ പഠിച്ചു. പക്കേങ്കില് അതു മറ്റൊരാൾക്ക് ഉപദേശിച്ചു കൊടുക്കുവാൻ എനക്ക് അവകാശവും അധികാരവുമില്ല. അധികാരപ്പടാത്ത കാര്യങ്ങൾ ചെയ്തുകൊടുക്കുന്നത് അഹന്തയാകുമെന്ന് കുറുപ്പച്ചനു തന്നെ അറി യുന്നതാണല്ലോ. അപ്പോൾ ഞാനെങ്ങനെ അതുപദേശിക്കും!"

"നിങ്ങൾ പറഞ്ഞത് നേര്."- ഒതേനൻ പറഞ്ഞു: "അധികാരവും അവ കാശവും ഇല്ലാത്ത കാര്യങ്ങൾ നിങ്ങളായിട്ട് ചെയ്യണമെന്നല്ല എനക്ക് പറയാനുള്ളത്. മെയ്യഭ്യാസത്തിലും പയറ്റുവിദ്യയിലും എന്നെ തോല്പി ക്കാൻ മലനാട്ടിലാളില്ല. ഞാൻ പഠിക്കാത്തതും നമ്മള നാട്ടിലില്ലാത്ത പഠി പ്പായതുമായ വിദ്യകളിയിലാണ് എനക്ക് തോൽവി പറ്റുക. അതു നിങ്ങൾ ക്കറിയാം. അറിയാവുന്ന കാര്യം ഉപദേശിച്ചു തരാമോ എന്നൊരഭിപ്രായം മാത്രമേ ചോദിച്ചുള്ളൂ. അതുകൂടി വശപ്പെടുത്തിയാൽ ഞാനിന്നാട്ടിൽ അജയ്യനാകുമല്ലോ എന്ന അഹംബോധത്തിലെ ചോദ്യമാണ്. പറ്റുകയില്ലെ ങ്കിൽ ചോദ്യം ഞാൻ ഇങ്ങ് തിരിച്ചെടുത്തിക്കി."

"എനക്കതിൽ നിവൃത്തിയൊന്നുമില്ല കുറുപ്പച്ചാ. ഇങ്ങക്ക് തിരിച്ചു തരാൻ എന്റെ കയ്യില് അക്കാര്യത്തിൽ ഞാനിപ്പോം വയലീ കിടക്കുന്ന പൊലയൻ തന്നെയാണ്. ഇങ്ങളെന്നെ നാട്ടുനടപ്പില്ലാത്തവിധം ബഹു മാനിച്ചു. ഒരാളുമറിയാതെ എന്നെ ഇങ്ങൾ അകത്തുകയറ്റി തക്കരിച്ചു. നാട്ടുനടപ്പനുസരിച്ചാണെങ്കില് ഇപ്പൊരേന്റെ എത്ര കാതം ദൂരെയാണ് ഞാൻ വന്ന് ഓച്ഛാനിച്ചു നില്ക്കണ്ടത്! ഒരെലനാക്കിൽ നിന്ന് ഉമ്മള് ചോറ് തിന്ന്. മാലോകരറിഞ്ഞാൽ എന്താകത! എന്റെ തല പോകും. ഇങ്ങളെ മാനോം...'

വർത്തമാനം തുടരാൻ അനുവദിക്കാത്ത തരത്തിൽ തച്ചോളി മാണി ക്കോത്ത് ഒതേനക്കുറുപ്പ് പറഞ്ഞു: "അറിയാം. അങ്ങോട്ട് നമ്മൾ കടക്കണ്ട. നിങ്ങള് വന്നതും പോയതും മൂന്നാമനൊരാൾ അറിയുന്നത് ഏട്ടൻ കോമക്കുറുപ്പാണ്. കുറുപ്പിന്റെ നാവിൽ നിന്ന് അതിനെക്കുറിച്ച് ഒരക്ഷരം പുറത്തുപോകില്ല. അതാണ് എന്റെ ഏട്ടൻ. അനുജനുവേണ്ടി മരിക്കാനും തയ്യാറുള്ള ഒരു അസാധാരണ മനുഷ്യനാണ് തച്ചോളി മാണി ക്കോത്ത് കോമക്കുറുപ്പ്. അതുകൊണ്ട് നാലാമതൊരാളുടെ കാതിൽ ഈ വിവരം എത്താൻ പോകുന്നില്ല..."

"തച്ചോളി മാണിക്കോത്തെ മഹാമനസ്കത എനക്ക് കിട്ടുന്ന മഹാ ഭാഗ്യം." വെള്ളൻ പറഞ്ഞു: "ഇയ്യൊരു കാലത്ത് സൊപ്പ്നത്തിലും കൂടി

കാണാൻ കഴിയാത്തതാണ് ഞാനീ തച്ചോളി തറവാടുകൊണ്ട് നേടിക്കൊണ്ടിരിക്കുന്നത്."

"പക്കേങ്കില് ഒന്നുണ്ട് വെള്ളാ"– ഒതേനക്കുറുപ്പ് നേരത്തെ പറയാൻ കരുതിവെച്ചതു പോലെ പറഞ്ഞു: "ഇന്നിക്കാരിയം ആരും അറികയില്ലെന്നതു നേരായിരിക്കും. അത്ര ഗോപ്യമായും തെരക്കുപിടിച്ചുമാണല്ലോ തേവൻമടത്തിൽ കോയ്മ എന്നെ വിളിച്ചു വരുത്തിയതും കാര്യങ്ങൾ നടത്താൻ പരിപാടിയിട്ടതും. അതുകൊണ്ടൊന്നും കാര്യമില്ല. വന്ന നിമിഷം എനക്ക് വയലിക്കെടക്കുന്ന പൊലച്ചെക്കന്റെ തലയെടുക്കാൻ കഴിഞ്ഞിരുന്നെങ്കിൽ ഒരു പക്കേങ്കില് കാര്യം അധികം ആരും അറിഞ്ഞു എന്നു വരില്ല. സംഭവം കഴിഞ്ഞില്ല. എന്നെക്കൊണ്ട് കൂട്ടിറ്റു കൂടിയില്ല. എന്നുമാത്രമല്ല, വെള്ളൻ രണ്ടാമതും മടത്തിൽ ചെന്ന് കോയിമ്മേന്റെ പടിപ്പുര വലിച്ച് തള്ളിയിട്ടു. കോയിമ്മേനെ പോരിന് വിളിച്ചു. ഞായക്കേട് പറഞ്ഞു. ഞെട്ടിച്ചു. നാട്ടുകോയിമ്മ പാഞ്ഞുപോയെവിടെയോ ഒളിക്കേണ്ടിവന്നു... ഇതിക്കാലത്തു നടക്കുന്ന സംഭവമല്ല. നാട്ടിൽ പ്രമാണിയും പേരുകേട്ടവനുമായ പോരാളിയെ വിളിച്ചുവരുത്തി തലവെട്ടാനാക്കി... അതും നടന്നില്ല... നേരല്ലേ... ഇന്നാരും അറിയാതെ പൂഴ്ത്തി. പക്കേങ്കില് മനുഷ്യൻ മനുഷ്യനാണ്. ചെറിയതൊക്കെ പൂഴ്ത്തിയാൽ പൂണ്ടു കെടക്കുമായിരിക്കും. മനുഷ്യന്റെ ചരിത്രത്തിനെ വരയ്ക്കുന്ന ചിത്രങ്ങൾ ഒരുപാടുകാലം ഒളിപ്പിച്ചുവെക്കാനാകൂല. അത് പുറത്തു ചാടും. അന്നത് ഇരുപത്തെട്ടുകോട്ട സ്വന്തം കയ്ക്കരുത്തു കൊണ്ടും മെയ്ക്കരുത്തു കൊണ്ടും പിടിച്ച തച്ചോളിമാണിക്കോത്ത് ഒതേനക്കുറുപ്പിന് ഒരു കൊറച്ചിലായിരിക്കും. ആയ്ക്കോട്ടെ. അതെനക്കൊറപ്പുണ്ട്... ഒരു മനുഷ്യേനും മനുഷ്യർക്ക് അതീതനായി എല്ലാക്കാലത്തും നിലനില്ക്കുകയില്ല. അക്കാര്യം ഓർമ്മിപ്പിക്കുകയാണ്. വെള്ളാ, അസാദ്ധ്യവും അസാധാരണവുമായ നിങ്ങളുടെ ജീവിതം കൊണ്ട്. അത് കാലത്തിന്റെ ആവശ്യമാണ്. മനുഷ്യകുലത്തിന് പറഞ്ഞതാണ്. അതും എനക്കൊറപ്പുണ്ട്. പക്കേങ്കില് ആ ചരിത്രം ഇന്നുതന്നെ പുക്കാറായാൽ ഞാനെങ്ങനെ ശിഷ്ടകാലം ജീവിക്കും? എന്റെ പേരെങ്ങനെ നെലനില്ക്കും? വരാനുള്ളതു വരട്ടെ. പക്കേങ്കില് തല്ക്കാലം അത് പൊറത്ത് വരുന്നില്ല. അതുകൊണ്ട് എനക്ക് എന്റെ ജീവിതം ഇതുപോലെ കണക്കിൽ മുന്നോട്ട് കൊണ്ടുപോകാം. ഇത് വെള്ളനറിയാലോ. എന്റെ ആദ്യത്തേയും ഒടുക്കത്തേയും അല്പത്തരത്തിന്റെ അഭ്യർത്ഥനയാണ്. വെള്ളൻ എന്നെ സഹായിക്കണം. എന്നെ രക്ഷിക്കണം. അതിനുള്ള മഹാമനസ്സും ഹൃദയവിശാലതയും വെള്ളനുണ്ടെന്ന് എനക്കറിയാം. അതുകൊണ്ട് വെള്ളന് തല്കാലം ജീവിതത്തിന് മോശമൊന്നും വരുന്നുമില്ല... അതുകൊണ്ട് വെള്ളാ, എന്റെ ഒരു ഗതികെട്ട ആവശ്യമാണ് എന്നെ സഹായിക്കൂലേ?"

"കുറുപ്പച്ചൻ അങ്ങനെ ചെറുതാകരുത്." വെള്ളൻ പറഞ്ഞു: "എന്നെക്കൊണ്ടാകുന്നത് കുറുപ്പച്ചനു വേണ്ടി ഞാൻ ചെയ്യും. എന്തു ചെയ്യണം എന്നു സൂചന തന്നാൽ മാത്രം മതി."

"വെള്ളാ, വെള്ളൻ തത്ക്കാലം നാട്ടിൽ നിന്ന് ഒന്നുമാറിനില്ക്കണം'– ഒതേനക്കുറുപ്പു പറഞ്ഞു: "വെള്ളൻ നാട്ടിൽ നിന്ന് ഒന്നുമാറി നിന്നാൽ തല്ക്കാലം ഈ വിവരം പുറത്തറിയാൻ എടയില്ല. വെള്ളന് വെള്ളന്റെ ജീവിതം കെട്ടിപ്പൊന്തിക്കുകയും ചെയ്യാം."

"കുറുപ്പച്ചാ" - വെള്ളൻ പറഞ്ഞു: "ഒറപ്പായും കുറുപ്പച്ചാ. ഞാനിന്ന് തിരിച്ചു പോകുന്ന രാത്രി അമ്മേനെപ്പോയ്ക്കാണും. അല്ലെങ്കിൽ മാലോ കരറിയാതെ ഒരു രാത്രിയില്. എന്നിട്ട് അമ്മേന്റെ അനുവാദം വാങ്ങി ഞാനവിടംവിടും. ഇത്തരം ഒരു ധിക്കാരി നാട്ടിൽ നിന്ന് തൽക്കാലം ഒഴിഞ്ഞു നിന്നാൽ നാട്ടിനും അതു നന്നാവുമല്ലോ... തൽക്കാലം എന്നെ പോകാൻ അനുവദിക്കണം എന്റെ കുറുപ്പച്ചാ."

"ഇവിടത്തോളം വന്നതിൽ സന്തോഷവും നന്ദിയും" - ഒതേനൻ പറഞ്ഞു: "പക്ഷേങ്കില് ആ വിദ്യകളും എനക്ക് കിട്ടിയില്ല..."

"അതില് എനക്കും ഉണ്ട് കുറുപ്പച്ചാ ഒരക്കപ്പെക്ക. എന്നാലും ഞാനൊരു സാധനം തരാൻ കൊണ്ടുവന്നിട്ടുണ്ട്." വെള്ളൻ ഉക്കത്ത് തെരഞ്ഞുകൊണ്ട് പറഞ്ഞു: "ഇത് കയ്മ്മലുണ്ടേല് വെടിവെച്ചാലും കൊള്ളൂലാന്നാ..."

വെടിവെച്ചാലും ഏല്ക്കയില്ലെന്ന് കരുതപ്പെടുന്ന ഒരുറുക്കും ചരടും ഇരുകൈകൾ കൊണ്ടും വെള്ളൻ കൊടുത്തു. നന്ദിയും ബഹുമാനവും സ്ഫുരിക്കുന്ന മുഖത്തോടെ ഒതേനൻ രണ്ടു കൈകളും നീട്ടി അതു വാങ്ങി.

വെള്ളൻ സന്തോഷത്തോടെ യാത്രപറഞ്ഞ് പതുക്കെ തിരിഞ്ഞു നടന്നു.

ഇരുപത്തിയെട്ട്

മേപ്പയിലും കുട്ടോത്തും തോടന്നൂരും കന്നിനടയും താണ്ടി ചാനിയം കടവും നീന്തിക്കടന്ന് ഒരൊറ്റ നടപ്പിന് ചരിച്ചില് പള്ളിയുടെ സമീപം എത്തുമ്പോഴേക്കും ഒരാളേയും കാണാനില്ല. പള്ളിയുടെ മേൽക്കൂരയിൽ പോലും പോക്കുവെയിലിന്റെ അംശമില്ലേ? ഈങ്ങയും കാടും പന്തലിച്ചു കിടക്കുന്ന വനം പോലെ ഹരിതനിബിഡമായ ആളനക്കമില്ലാത്ത ഇടത്ത് ഒരൊഴിഞ്ഞ പാറയുണ്ട്. ഒരാനക്കുട്ടി സുഷുപ്തിയിലായതുപോലെ കിട ക്കുകയാണ് കൃഷ്ണശില. കയറിയിരുന്നപ്പോൾ പകൽ വെളിച്ചത്തിന്റെ ചൂടാറിയിട്ടില്ല. പതിഞ്ഞിരുന്ന് പിന്നെ സമാധാനമായി കിടന്നു. ക്ഷീണം പറയത്തക്കതായിട്ടില്ലെങ്കിലും ചെറിയ പരവശമുണ്ട്. എത്ര നാഴികകൾ നടന്നുകഴിഞ്ഞതാണ്! ഭൂമിദേവിയുടെ ശില മസ്തകത്തിൽ കയറിയിട്ടെ ന്നതുപോലെ സമാധാനമായി ശയിച്ചപ്പോഴേക്കും ശിലയുടെ ആറാത്ത

ചൂടും അന്തരീക്ഷത്തിൽ പടരുന്ന ചെറുതണുപ്പുമേറ്റു. അമ്മയുടെ ചാരെയെന്നതുപോലെ സമാധാനമായി കിടന്നപ്പോഴേക്കും വർണ്ണങ്ങൾ മയങ്ങിത്തുടങ്ങിയിരുന്ന ആകാശം കെട്ടുകഴിഞ്ഞിരുന്നു. കാണാത്ത നിലാവിൽ കൺമിഴിച്ചു തുടങ്ങിയ നക്ഷത്രങ്ങളെപ്പോലും നോക്കിക്കിടക്കാനാകാതെ മയങ്ങിപ്പോവുകയായിരുന്നു. ആളനക്കമില്ലാത്ത ചരിച്ചിൽപ്പള്ളിയുടെ പിൻപറമ്പുകളിൽ നിന്ന് ഒരു മണ്ണട്ടയുടേയോ തുള്ളന്റേയോപോലും അപശബ്ദങ്ങളൊന്നുമില്ലാതെ മയങ്ങിവന്നപ്പോൾ നിലത്തമരാത്ത ഒരു പാദപതനശബ്ദം അടുത്തടുത്തു വരുന്നതായിതോന്നി. ഓടിയടുക്കുന്ന ആ പാദപതന സ്വരത്തേക്കാൾ ഉച്ചത്തിൽ മുഴങ്ങുന്നുണ്ടോ ഒരു കിതപ്പു ശബ്ദം?

ആയാസമൊന്നുമില്ലാതെ കൺമിഴിച്ച് ഉറക്കത്തിലേക്ക് വഴുതിവീണിട്ടില്ലെന്നുറപ്പിച്ച് പതുക്കെ കൃഷ്ണശിലയിൽ എഴുന്നേറ്റിരുന്നു. പാദപതനസ്വരവും കിതപ്പും അടുത്തുവരുന്നതോടൊപ്പം ഒരു നിഴലും അടുത്തുവരുന്നു. എങ്ങോട്ടെന്നില്ലാതെ ഒരു പലായനമോ? അതും നിഴൽ ഒരു പെണ്ണിന്റേതോ! വലിയ ആലോചനയൊന്നുമില്ലാതെ ശബ്ദം പുറത്തുവന്നു:

“പെണ്ണായോളേ, പെണ്ണായോളേ! എങ്ങോട്ടിമ്മയമ്പിന് പായ്ന്ന്?...”

ശബ്ദം കേട്ട ദിക്കിലേക്ക് കണ്ണുകാണാത്തതുപോലെ നിഴൽ പാഞ്ഞടുത്തു. കൃഷ്ണശിലയിൽ തടഞ്ഞ് ഇരിക്കുകയല്ല സാഷ്ടാംഗം ശയിക്കുകയാണ് അവൾ ചെയ്തത്. കിതപ്പടങ്ങുന്നതിനു മുമ്പുതന്നെ അവൾ മയങ്ങിപ്പോയി.

കുറച്ചുനേരം വെള്ളന് എന്തു ചെയ്യണമെന്നു ഒരു തിരിവാടും കിട്ടിയില്ല. കുറച്ചിടകൂടി അയാൾ സ്തംഭിച്ചു കുത്തിയിരുന്നു. വാടിയ ഒരാമ്പലത്തണ്ടുപോലെ തന്റെ കാലുകൾക്കുതാഴെ വിലങ്ങനെ കിടന്നു മയങ്ങിപ്പോയതാര്? അയാൾ കയ്യിൽ കരുതിയിരുന്ന മുളംകുറ്റി പരതി. കൃഷ്ണശിലയിൽ ചാരിക്കിടക്കുന്ന മുളങ്കുറ്റിയിൽ പാതിയോളം പുഴജലമുണ്ട്. ബാക്കി മുഴുവൻ ഒരു വീർപ്പിന് സ്വയം കുടിച്ചുതീർത്തതാണ്. മുളംകുറ്റി ചരിച്ച് കയ്യിൽ നിറഞ്ഞ വെള്ളം ശയിനിയുടെ മുഖം ലക്ഷ്യമായി തളിച്ചു. ഒറ്റമുണ്ടുടുത്തും മറ്റൊന്ന് കഴുത്തിലൂടെ മാറിൽ പടർത്തിയും ക്ഷീണിച്ചുകിടക്കുന്ന പെണ്ണിന് പതിനാറോ പതിനേഴോ വയസ്സുകാണും. യുവതിയായിട്ടില്ല, ബാലികയുമല്ല. ബോധം തെളിയവേ അതറ്റുപോകുന്നതുപോലെ അവൾ പറഞ്ഞു:

“പൊന്നാങ്ങളേ, എന്നെ രക്ഷിക്കണം. നിങ്ങളാരാന്നറിഞ്ഞൂട. ഞാൻ ഇരിങ്ങൽക്കോയ്മയുടെ മാളികയിലെ പെൺതാരമാണ്. ഉച്ചതിരിഞ്ഞപ്പോഴേക്കും മാളികയിൽ ആരൊക്കെയോ കടന്നുകയറി. ടിപ്പുസുൽത്താന്റെ ആളുകളോ പറങ്കിപ്പടയോ? അറിഞ്ഞുകൂടാ... ആണായ ആണുങ്ങളെയൊക്കെ തച്ചുകൊല്ലുകയോ അടിച്ചുതള്ളിയിടുകയോ

ചെയ്തിട്ടുണ്ട്. പെണ്ണായ പെണ്ണുങ്ങളെയൊക്കെ പിടിച്ചുകൊണ്ടു പോയി. നാളിതുവരെ മാളികയിൽ നിന്നു പുറത്തിറങ്ങാത്ത ഞാൻ എവിടേക്കെന്നറിയാതെ ഓടുകയായിരുന്നു. എന്നെയാരും പിടിച്ചില്ല. എന്നെ ആരും തൊട്ടില്ല. എന്നെ ആരും കണ്ടില്ല. പെറ്റുവീണ പൈക്കുട്ടിയെപ്പോലെ കണ്ട വഴി പായുകയാണ് ഞാൻ... പൊന്നാങ്ങളേ... എനക്ക് വെള്ളം..."

മുളങ്കുറ്റിയിൽ നിന്ന് അവൾക്ക് വേണ്ടുവോളം വെള്ളം പാർന്നു കൊടുത്തു. കുടിച്ചതിനേക്കാൾ ശുദ്ധജലം അവളുടെ ഉടയാടകളും ഇളം ശരീരവും നനയ്ക്കുകയായിരുന്നു. ദാഹമകന്നപ്പോഴേക്കും വീണ്ടും അവൾ വാടിയ ആമ്പൽത്തണ്ടുപോലെ കുഴഞ്ഞു വീണു. കറുത്ത കൃഷ്ണശിലയിൽ നിലാവിൽ തിളങ്ങുന്ന ആ നാരീതാരുണ്യത്തിൽ ലഭ്യമായ തുണിശകലങ്ങൾ നേരെപ്പെടുത്തി ഇഷ്ടംപോലെ ഉറങ്ങട്ടെയെന്നു നിനച്ച് വെള്ളൻ കൃഷ്ണശിലയിൽ നിന്ന് പടിയിറങ്ങി. മറ്റാരുടേയും ആക്രമണമുണ്ടാകാതിരിക്കാൻ അവളെ ഗുളികൻ മന്ത്രങ്ങളിൽ കെട്ടിയുറക്കി.

ഇനിയെന്ത്? - അയാൾ ആലോചിച്ചു.

ഗുളികൻ മന്ത്രത്തിൽ കെട്ടിയാൽ അഴിക്കുവോളം അവിടെക്കിടക്കും. ഒരു ജീവിയും അടുക്കുകയുമില്ല. ഉറങ്ങട്ടെ. സമാധാനമായി...

ഒന്നൊന്നരനാഴികകൂടി പോയാൽ അമ്മയുടെ അടുത്തെത്താം. അമ്മ പുത്തനരിച്ചോറുവെച്ച് കാത്തിരിക്കും... അങ്ങോട്ടു നടന്നു.

നടക്കുകയോ ഓടുകയോ ചെയ്തത്? ചെല്ലുമ്പോൾ കുട്ടികൾ ഉറങ്ങിക്കഴിഞ്ഞിരിക്കുന്നു. അമ്മ മകനുള്ള ഭക്ഷണവുമായി കാത്തിരിക്കുകയാണ്.

"അമ്മേ, വെളമ്പണ്ട... എനക്ക് ഒരാളൂടീണ്ട്. ചരിച്ചിൽപ്പള്ളീന്റെ വയ്യപാറമ്മക്കുത്തിരിയ്ക്ക്യാ. എലപ്പൊതിയാക്കിത്തന്നാമതി...?"

"അതിനെന്താ. അമ്മയ്ക്ക് എടുത്തു വെച്ചാലും രണ്ടാക്കുള്ള ചോറുണ്ട്. എലപ്പൊതി കെട്ടിത്തരാം."

ഏറെയൊന്നും അന്വേഷിക്കാതെ അമ്മ ചോറ് ഇലപ്പൊതി കെട്ടി. പച്ചമുളകു ചമ്മന്തിയും കുരുമുളകിന്റെ പൊടിയിട്ടുണ്ടാക്കിയ വയൽക്കയിച്ചിലിന്റെ കൂട്ടാനും പൊതിഞ്ഞു. അമ്മയുടെ കാൽതൊട്ടു വന്ദിച്ച് ചോറുപൊതിയുമായി ഇരുട്ടിലേക്കിറങ്ങി. നാട്ടുവെളിച്ചം നിലാവിൽ കൊഴുത്തു.

ചരിച്ചിൽപള്ളിയുടെ പുറകിൽ, ഒരാന ശയിക്കുന്നതുപോലെയെങ്കിലും പൊതുശ്രദ്ധയിൽ നിന്ന് നാട്ടുചെടികളാലും ഈങ്ങവള്ളികളാലും മറയപ്പെട്ടു കിടക്കുന്ന ഇരുണ്ട കൃഷ്ണശിലയ്ക്ക് അടുത്തെത്തുമ്പോഴേക്കും നേരം നല്ലോണം വൈകിയിരുന്നു. കെട്ടിക്കൂട്ടിയതുകൊണ്ട് ഒരു ജീവിയും അടുത്തിട്ടില്ല. പെണ്ണാണെങ്കിൽ അതിഗാഢമായ ഉറക്കം. കാലുകൾ ഒരു

വശം ചരിഞ്ഞ്. കൈകളും അതേവശത്ത് ഒതുങ്ങി. മുഖം ഭൂമിക്ക് അഭി മുഖമല്ലെങ്കിലും ഒഴിഞ്ഞ ആകാശത്തേക്കുമല്ല.

വെള്ളൻ കൃഷ്ണശിലയിൽ കയറിയിരുന്നു. പൊതിച്ചോറ് ഒതുക്കി വെച്ചു. പുതിയ മുളങ്കുറ്റിയിൽ നിറഞ്ഞ ജലം ഇരുപ്പിൽ വെച്ചു. 'അവൾ നന്നായി ഉറങ്ങട്ടെ' – അയാൾ മനസ്സിൽ ഓർത്തു. നടപ്പിന്റെ ക്ഷീണവും വരുത്തവും തന്റേതും ഒന്നടങ്ങുമല്ലോ...

ചെറുതായി ഒന്നു മയങ്ങി ഉണരുമ്പോഴേക്കും ശരിക്കും അർദ്ധരാത്രി ആയിരുന്നു. മുളങ്കുറ്റിയിൽ നിന്ന് ജലം ചരിച്ച് സ്വന്തം മുഖം ശുദ്ധി വരുത്തി. വലതു കൈക്കുമ്പിളിൽ ജലം ചരിച്ച് കെട്ടിക്കൂട്ടിയ തരുണി യുടെ മുഖത്തെറിഞ്ഞ് കെട്ടിക്കൂട്ടഴിച്ചു. അഴിഞ്ഞ കെട്ടിക്കൂട്ടിൽ നിന്ന് പിടഞ്ഞെഴുന്നേറ്റ് രണ്ടാം മുണ്ടിൽ മുഖശുദ്ധി വരുത്തി സ്ത്രീശരീരം സ്വയം ആവരണം ചെയ്തു. ഭയവും വിഹ്വലതയും അവളിൽ നിന്ന് അകന്നു കഴിഞ്ഞിരുന്നുവെങ്കിലും സ്ത്രീസഹജസിദ്ധമായ ലജ്ജയുടെ പുതിയ ഉടുപ്പിൽ അവൾ വിടർന്നു കിടന്നു. പാതിരാവിൽ വിടരുന്ന ഒര പൂർവ്വപുഷ്പം കണക്കേ നാട്ടുവെളിച്ചമൊരുക്കിയ ഒരസ്പഷ്ടദേവതയെ പ്പോലെ അവൾ നടമാടി. ഒരു ജീവിതം കഴിഞ്ഞുകൂടിയതുപോലെ ഒരജ്ഞാതമായ ആത്മവിശ്വാസം ആ ഇരുളിലും അവളിൽ വെളിച്ചം പരത്തി.

"നിന്റെ പേരെന്താണ്?" – അയാൾ ചോദിച്ചു.

"ഗോമതീന്ന്."– അവൾ പറഞ്ഞു.

"ഗോമതീന്റെ കൊയക്കൊക്കെ മാറിയല്ലോ. ഇനി പൈപ്പ് മാറണം. അതിന് ഇന്റമ്മ തന്നയച്ച ചോറുണ്ട് പൊതീല്. വയൽക്കയിച്ചിലിന്റെ കൂട്ടാനുണ്ട്. മൊളക് പൊടിച്ച സമ്മന്തിയുണ്ട്. ചോറ് തിന്നണം. പഴയ തൊക്കെ മറക്ക്വ. ഈ നിന്നടത്ത് കിട്ടും പുതിയ ജീവിതം..."

"ഏട്ടനെ എനക്കറിഞ്ഞൂടാ." – ഗോമതി പറഞ്ഞു: "ഏടേങ്കിലും വീണ് ചാവുന്നോടത്തോളം പായാം എന്നും കൊണ്ടാ ഞാൻ ഇരിങ്ങൽ മാളി കേന്ന് കീഞ്ഞ് പാഞ്ഞിനേ്... ഏട്ടനീടെ തടഞ്ഞിട്ട്. അവടെ ഞാൻ വീണൊറങ്ങി... ഒണർവ് ഏട്ടന്റെ മുന്നിലോട്ട്..."

അവൾ ചോറുപൊതി എടുത്തുതുറന്നു. മുളങ്കുറ്റിയിൽ നിന്ന് കൈശുദ്ധി വരുത്തി ഗോമതി പറഞ്ഞു: "ഏട്ടൻ തിന്നോ. ബാക്കീ ണ്ടേലെനക്ക് മതി." അവൾ ഒതുങ്ങിയിരുന്നു. ആയിരം നെയ്ത്തിരികൾ തന്റെ മുന്നിൽ കത്തിപ്പടരുകയാണെന്ന് അയാൾ കണ്ടു. കൂരിരുട്ടിൽ ആ പതിനാറുകാരിയിൽ നിന്ന് പ്രസരിക്കുന്ന വെളിച്ചം നിലാവു തൂകി.

"അത് മാണ്ട. ഞാള് വയല്ക്കെടക്ക്ന്ന പൊലേറ്. കറുത്ത കൂട്ടര്... മടിയില്ലെങ്കിൽ എല നിവർത്തി ഇക്കരെ ഞാൻ തിന്നാം. അക്കരെയില യിൽ ഗോമതിം കൂടി തിന്നുമെങ്കിൽ..."

“എനക്ക് പൈക്കുന്ന്. ഏട്ടനും പൈക്ക്ന്ന്. ഇമ്മക്ക് രണ്ടാക്കൂടി തിന്നാ.”

ഗോമതി അക്കരയും വെള്ളൻ ഇക്കരയുമായി ഇലപ്പൊതിയിൽ നിന്ന് ഒരുമിച്ചുണ്ണാൻ തുടങ്ങി. മടിയും ലജ്ജയും അവൾ മടക്കിവെച്ചു.

വെള്ളൻ വലിയ ഉരുളകൾ ഉരുട്ടിയപ്പോൾ പതളായ വലംകൈകൊണ്ട് ഗോമതി നുള്ളി നുള്ളി ഭക്ഷിച്ചു. അവളുടെ വിശപ്പടങ്ങണം എന്ന ഉൾവിളി ഭക്ഷണ നേരത്തങ്ങോളം അയാൾ മനസ്സിലിട്ടു. അവസാനത്തെ ഉരുള വായിലിട്ട് സർവ്വ പല്ലുകളാലും ചവച്ചരച്ച് അയാൾ കൈനക്കി.

“കൊറച്ചൂടി തിന്നായ്നു.” ഗോമതി പറഞ്ഞു.

“ആണ്ത്ന്ന്നേന്റെ പൈതിയെങ്കിലും പെണ്ണ് ത്ന്നണ്ടേ!” വെള്ളൻ പറഞ്ഞു: “എനക്ക് നെറഞ്ഞു.”

ഇലവടിച്ചുണ്ട് ഗോമതി പറഞ്ഞു: “എനക്ക് നെറഞ്ഞേന്റെ മേലെ നെറഞ്ഞു... കളരി കുലദൈവങ്ങളേ! ങ്ങളാന്നോ ഏട്ടന്റാതി ഇന്റെ മുന്നിൽ വന്ന്ന്....”

കൃഷ്ണശിലയിൽ നിന്നിറങ്ങി ജലശുദ്ധി വരുത്തി, രണ്ടാളും. ഇടത്തും വലത്തും നടന്നു. ദൂരെ പാതിരാപ്പക്ഷി കൂകുന്നു. നെടൂളന്റെ ഒച്ച അടുത്തെവിടെയോ. അകലെയല്ലാതെ കൂമന്റെ മൂളൽ തുടരുന്നുണ്ട്.

തറവാടിനെക്കുറിച്ചും ബാല്യകാലത്തെക്കുറിച്ചും ഇരിങ്ങൽ ക്കോലോത്തെ നഷ്ടപ്പെട്ട സ്വർഗ്ഗീയാനുഭവങ്ങളും അവൾ പറഞ്ഞു. പുരുഷപ്രജകളെയെല്ലാം വെട്ടിക്കൊല്ലുന്നതും സ്ത്രീരൂപങ്ങളെ പറച്ചുകീറി ചവിട്ടിയരയ്ക്കുന്നതും ഭീതിയോടെ അവൾ വിവരിച്ചു. എങ്ങനെ അവിടെ നിന്നു ചാടി ഓടിയെന്നും ഒരു പോറൽ പോലു മേല്ക്കാതെ, ഒരു ജീവിയുടേയും കണ്ണിൽപ്പെടാതെ നാഴികകളോളം എങ്ങനെ ഓടിയെന്നും അവൾക്കോർമ്മയില്ല. അർദ്ധപ്രാണനുമായി കൃഷ്ണശിലയിൽ വീഴുവാൻ കാരണം ഈ ഏട്ടന്റെ വിളി... ‘ഒന്നീയ്ക്കിൽ’ അവൾ പറഞ്ഞു: “പൊലർന്നാൽ പിന്നേം ഞാൻ പായും. ജീവൻ പൊലീന്നോട്ത്തോളം.”

“ഇല്ല. ഇനി ഗോമതിക്ക് പറച്ചിലില്ല.” വെള്ളൻ പറഞ്ഞു: ‘ഇനി നടപ്പും നിപ്പും മാത്രം... ഞാനുണ്ടാകും കൂടെ.”

വലിയ കൃഷ്ണശില മൃദുശയ്യയായി മുന്നിൽ മലർന്നു കിടന്നു.

ഇരുപത്തിയൊമ്പത്

നേരം വെളിച്ചമായത് വെയിൽചൂടായപ്പോഴാണ് അറിഞ്ഞത്. പാമ്പുകൾ ഇരതേടൽ നിർത്തി പഴുതുകളിലും മാളങ്ങളിലും ഒളിച്ചുകഴിഞ്ഞിരുന്നു. പുള്ളുകളുടെ കൂജനം അവർ അറിഞ്ഞതേയില്ല. ആ പ്രഭാതത്തിന്റെ

നവീനമായ തണുപ്പ് അവർ അറിഞ്ഞതേയില്ല. ആ പ്രഭാതത്തിന്റെ നഷ്ടം ഒരു ജീവിതാരംഭത്തിന്റെ ഉഷസ്സായിരുന്നു. ഏതാനും നേരത്തെ പരിചയമേ ഉണ്ടായിരുന്നുള്ളൂവെങ്കിലും മരണസമാനവും അസഹ്യവുമായ ക്ഷീണത്തിന്റെ അന്ത്യം ഒരു യുവാവും പ്രായപൂർത്തി വന്ന യുവതിയും തമ്മിൽ വിജനതയിൽ അന്യോന്യം താങ്ങായതിന് സാക്ഷി നിന്നത് നിശയായിരുന്നു. തന്റെ ജീവിതത്തിൽ ആകെയുള്ള പതിനാറുവർഷത്തേയും കഥകൾ അവൾ അയാളോടു പറഞ്ഞു. അയാൾക്ക് പത്തിരു പത്തിരണ്ടു വർഷമായുള്ളതുകൊണ്ട് കൈവന്ന സകലമാന പൗരുഷവും അവളുടെ ഇളംമനസ്സിന്റെ കഥാലോകം പരിപൂർണ്ണമായും ഉൾക്കൊള്ളുകയായിരുന്നു.

കാത്തുകിടക്കുന്ന ഊഷര ഭൂമിയിലേക്കെന്നതുപോലെ അവളുടെ ജീവിതകഥ അയാളിലേക്ക് പെയ്തിറങ്ങി. കഥകളുടെ അവസാനം അയാളിലേക്ക് അവൾ നിപതിച്ചു. തനിക്ക് നഷ്ടപ്പെട്ടു എന്നവൾ ഉറപ്പിച്ചു കഴിഞ്ഞിരുന്ന ജീവിതം അയാളിൽ വീണ് തുള്ളിത്തെറിച്ചപ്പോൾ പൊട്ടിമുളയ്ക്കുന്ന പാകമായ ഒരു വിത്തായി ഏഴരക്കോഴി വിദൂരതയിലെങ്ങോ കൂകുമ്പോഴേക്കും അവൾ മാറിക്കഴിഞ്ഞിരുന്നു. യുഗയുഗാന്തരങ്ങളായി ഒരു സമൂഹത്തിനെ അപ്പാടെ ചവിട്ടിമെതിച്ചുകൊണ്ട് ഉയിർവാണ ചോദ്യം ചെയ്യപ്പെടാത്ത ഉത്തരവുകൾക്കു മുന്നിൽ ഒരു പുതിയ ചോദ്യചിഹ്നമായി ഉയർന്നു വന്ന ആ പൗരുഷം നിയതിയുടെ മഹാസമാപനം കണക്കെ നൈസർഗ്ഗികമായി സന്ധിചെയ്യപ്പെടുന്നതിന്റെ ഭാരം പേറുവാൻ വിറങ്ങലിച്ച ആ വലിയ കൃഷ്ണശില മാത്രമേ സാക്ഷിയായുണ്ടായുള്ളൂ. വെള്ളന്റെ മാറിൽ ഒരാമ്പലത്തണ്ടുപോലെ വാടിയുറങ്ങിയ ഗോമതി വെയിൽ വിളിച്ചുണർത്തുമ്പോഴേക്കും എല്ലായ്പോഴുമെന്നതുപോലെ അയാളിലേക്ക് അലിഞ്ഞിറങ്ങുകയായിരുന്നു.

“ഞാൻ മരിച്ചില്ലേ ഏട്ടാ?”- ഗോമതി തന്റെ മന്ദ്രമധുരമായ സ്വരം താനലിഞ്ഞു ചേർന്ന പുരുഷന്റെ കാതുകളിൽ ഉരുക്കിയൊഴിച്ചു.

“നമ്മൾ രണ്ടാളും ഒന്നായി മരിച്ചുപോവുകയായിരുന്നോ?”- അർദ്ധബോധത്തിൽ വെള്ളൻ പറഞ്ഞു: “നാടോ നഗരമോ അറിഞ്ഞാൽ രണ്ടാളെയും അരിഞ്ഞുകളയുന്ന വെളിച്ചമാണ് ഇന്ന് കത്തി ഉയർന്നു നില്കുന്നത്. പക്ഷേങ്കില്...”

“എന്റെ ഏട്ടാ... ഏട്ടന്റെ മുന്നിലേക്ക് ഏതുവാളാണ് ഇനി ഉയർന്നു വരിക... എനക്കായിട്ടുദിച്ചുകിട്ടിയ ഈ സൂര്യന്റെ മുന്നിൽ ഇനി ഒരു കാർമേഘവും ഇരുണ്ടുയരുകയില്ല... ഇന്നുമുതൽ പത്തുമാസം തെകയുന്നതിന്റെ തലേന്ന്, ഈ നേരത്ത്, ഞാൻ ഏട്ടന്റെ മോനെപ്പെറും... ഒരു മോനെയല്ല... ഈ മുറിച്ച മുറിയിൽ രണ്ടാൺ പ്രജയെയെങ്കിലും ഞാൻ പെറും... ഇന്നലെവരെ ഓർക്കാതെ, ഇന്ന് പരദേവതകളെന്നെ ഒരു നെറഞ്ഞ പെണ്ണാക്കിയിരിക്കുന്നു. ഇനി ഈ കൈകളിൽ തൂങ്ങിയേ എനക്കു

ജീവിതമുള്ളൂ. ഈ മാറിൽ തലചായ്ച്ച് ഉറങ്ങിയേ എനക്ക് പുതുപുലർച്ച കളുള്ളൂ... എന്റെ ഏട്ടാ..." ഗോമതി അലിഞ്ഞുകൊണ്ടേയിരുന്നു.

"നീ എനക്ക് തമ്പുരാട്ടിയല്ലേ!" വെള്ളൻ തമാശയായി പറഞ്ഞു: "തമ്പുരാട്ടിയുടെ എത്ര അകലം നിന്നാലാണ് വയലിൽക്കെടക്കുന്ന പൊലയന്റെ തീണ്ടല് തീരുക!!"

"ഏട്ടാ... എന്റെ ഏട്ടാ... അതൊക്കെ ആള്വേള്ണ്ടാക്ക്ന്നത്... ഇന്നലെ വരെ ഒരു പൊലയരുടെ ഏഴയലത്ത് ഞാൻ പോയിട്ടില്ല... എനക്ക് അറപ്പായ്നു... പരദേവതകള് ഈ ജീവിതം വെച്ചുവിളിച്ചതുകൊണ്ടായി രിക്കും ഇരിങ്ങൽത്തറവാട്ടിൽ കൊള്ള നടന്നത്... എല്ലാ ജീവനേയും എടുത്തുകൊണ്ടുപോയിട്ടും പരദേവതകള് എന്നെയും കൊണ്ട് ഇവിടെ പ്പോന്നല്ലോ... എല്ലാം സർവ്വശക്തനായ ദൈവത്തിന്റെ നിയോഗം... എനക്കുള്ളതാണ് ഇനി ഈ ഏട്ടൻ..." അയാളുടെ പ്രതിവചനങ്ങൾ അനുവദിക്കാതെ ആ ഇളംചുണ്ടുകൾ അയാളുടെ അധരങ്ങളിൽ അമർന്നു.

വെയിൽ നാളങ്ങൾ പൊള്ളിച്ചപ്പോഴാണ് ഇളംമാവിൽ പടർന്ന മുല്ല വള്ളിപോലെ അവൾ ഊർന്നിറങ്ങിയത്. ആ പാദങ്ങളിൽ തൊട്ടുവന്ദിച്ചു കൊണ്ടാണ് ഗോമതി ഭൂമീദേവിയുടെ വിരിമാറിൽ പുതുജീവിതത്തിന്റെ ആദ്യചുവടുവെച്ചത്. എന്നാൽ ആ തേൻകനി തന്നിൽ നിന്നകന്നു പോകാൻ അയാളും അനുവദിച്ചില്ല. ആരോ തനിക്കായി കോർത്തുവെച്ച ഒരു പൂമാലയെ എന്നതുപോലെ അയാൾ അവളെ കോരിയെടുത്തു. പുഴ വരെ അവളെയുമെടുത്ത് അയാൾ നടന്നു. പുഴയിലെ കുഞ്ഞോളങ്ങളിൽ അവളെ അയാൾ നനച്ചു. മതിവരുവോളം അവർ പുഴയിൽ നീരാടി.

ചരിച്ചിൽ പള്ളിയുടെ ഉച്ചിയിൽ നിന്ന് നോക്കിയാൽ അകലെ കാണാ കുന്ന കാടായ സ്ഥലം ആരുടേതായിരുന്നു? ആരുടേതുമായിരുന്നില്ല. കാട് കാടിന്റേതായിരുന്ന ഒരു കാലം! ആ കാടായ ദേശത്താണ് ഈങ്ങവള്ളി വെട്ടിത്തെളിയിച്ച്, കുറ്റിക്കാടുകൾവകഞ്ഞ് വെള്ളനും ഗോമതിയും കൂര പണിതത്. ചരിച്ചിൽ പള്ളിയുടെ പിൻഭാഗത്തെ കൃഷ്ണശിലപ്പാറയിൽ എന്നും അവർക്ക് അന്തിയുറങ്ങാനാകില്ലല്ലോ. ആദ്യം കണ്ടുമുട്ടിയ ദിവസം അവർ കൃഷ്ണശിലപ്പാറയിൽ അറിയാതെ അന്തിയുറങ്ങി. പിറ്റേന്ന് അകലാപ്പുഴയിൽ നീരാടിത്തിരിച്ചുവന്നും കൃഷ്ണശിലപ്പാറയിൽ അവർ അന്തിയുറങ്ങി. കൃഷ്ണശിലപ്പാറയുടെ പരുപരുത്ത പ്രതലം സുഖശയ്യ യാക്കി എത്രയോവട്ടം അവർ ഇണചേർന്നു. ഇണചേർന്നിണചേർന്ന് കൃഷ്ണശിലപ്പാറയ്ക്ക് മടുത്തുതുടങ്ങിയപ്പോഴാണ് തുടർന്ന് ഒഴിഞ്ഞു കണ്ട കാടുവെട്ടിവെളിപ്പിച്ച് അവർ കൂര പണിതത്.

പൂഴി ഉതിരുന്ന വെണ്മണലിൽ തറ പണിത് ഉയർത്തിയിരുന്നു. ഉയർന്ന തറയിൽ മുളനാട്ടിയും ഉതുക്കുനാട്ടിയും ആണ് അവർ കൂര പണിതത്.

കൂരയ്ക്ക് മേല്ക്കൂര പണിതത്. മേല്ക്കൂരയുടെ കീഴെ മറകൾ പണിതത്. മറകൾക്കിടയിൽ അറകളിൽ അവർ ആരെയും പേടിക്കാതെ കഴിഞ്ഞു കൂടി. അല്ലെങ്കിലും അയാൾക്ക് ആരെയും പേടിയില്ലല്ലോ. അയാളെ പേടി പ്പിച്ചവർ അയാളെ പേടിച്ചാണല്ലോ കഴിഞ്ഞുകൂടുന്നത്! പക്ഷേ, അയാളെ പേടിച്ചവരേയും അയാൾക്ക് പ്രിയപ്പെട്ടവരേയും തുടരെത്തുടരെ കാണാതെ, ആരെയും അലമ്പാക്കാതെ, അയാളുടെ പെണ്ണിനൊപ്പം സ്വന്തം കൂരയിൽ അയാൾ കഴിഞ്ഞുകൂടി. അയാളുടെ പ്രിയപ്പെട്ടവരേയും അയാളെ പേടിച്ചുകൂടിയവർ അലമ്പാക്കിയില്ല.

കാലം ചെറുകാൽ വെച്ചാണ് നീങ്ങിയത്. അത് പതുക്കെ നടക്കുക യായിരുന്നു. പായുകയായിരുന്നില്ല. അങ്ങനെയാണ് അവരുടെ കൂര അവർ പുതുക്കിപ്പണിത ഒരു കാലത്ത് അവരുടെ കൂരയുടെ മുറ്റത്ത് ചെക്കന്മാർ പിച്ചവെച്ചു തുടങ്ങിയത്.

ചെക്കന്മാരിൽ ആരായിരുന്നു മൂത്തത്? അവനായിരുന്നു ചെക്കൻ. പിന്നാലെ വന്നവൻ ചെറിയേക്കനും. ചെക്കനും ചെറിയേക്കനും കാട്ടു കൂരയുടെ മുൻപുറത്തും പിമ്പുറത്തും കളിച്ചു വലുതായി. ചെറിയേക്കനും ചെക്കനും പൂച്ചക്കുട്ടികളെപ്പോലെ കൂരച്ചുറ്റുവട്ടങ്ങളിൽ കളിച്ചുവളർന്ന കാലത്ത് കാടുകൾ പിന്നെപ്പിന്നെ തെളിഞ്ഞു. തെളിഞ്ഞ കാടിന്റെ നിലങ്ങൾ ചെക്കന്റേതും ചെറിയേക്കന്റേതുമായി. കൃഷ്ണശിലപ്പാറ മുതൽ അകലാപ്പുഴവരെയുള്ള കാടുകൾ തെളിച്ച് തെളിച്ച് നാടാക്കിയത് അച്ഛൻ വെള്ളനായിരുന്നു. വെള്ളൻ കാട് നാടാക്കുമ്പോൾ വെള്ളന്റെ പെണ്ണ് നാട് വളപ്പാക്കി. വളപ്പ് പുരയിടമായി. പുരയിടം മുച്ചൂടും ചെക്കന്റേയും ചെറിയേക്കന്റേയും പുരയിടമായപ്പോൾ പുരയിടം കടന്ന് അവർ അപ്പുറം പോയി.

പുരയിടത്തിനപ്പുറത്ത് പുഴയുണ്ടെന്ന് ജനിച്ച് ഓർമ്മവെച്ചനാൾ മുതല്ക്ക് ചെക്കനും ചെറിയേക്കനും അറിയാമായിരുന്നു. അവരെ ആ പുഴയിലാണ് അമ്മ കുളിപ്പിച്ച് തുവർത്തിയത്. ആ പുഴയിലാണ് ഗോമതി യമ്മ അവരെ നീന്താൻ പഠിപ്പിച്ചത്. നീന്തുന്ന കൂട്ടത്തിൽ ഊളിയിടാൻ അവരെ അമ്മ പഠിപ്പിക്കേണ്ടി വന്നില്ല. ഊളിയിടാൻ അവർ താനേ പഠിച്ചു. നീന്തിയും ഊളിയിട്ടും അച്ഛനെപ്പോലെ ചെക്കന്മാരും അകലാപ്പുഴയെ കീഴടക്കി. അകലാപ്പുഴയാകട്ടെ ചെക്കന്മാരെ അവരുടെ മക്കളാക്കി വളർത്തി.

ഗോമതിയമ്മയ്ക്കും വെള്ളനച്ഛനും പുറമേ അങ്ങനെയാണ് അകലാ പ്പുഴ അവരുടെ വളർത്തമ്മയായത്. അമ്മയ്ക്ക് അതിനുള്ള ആർജ്ജവ മുണ്ടായിരുന്നു. അറിവുണ്ടായിരുന്നു. വെള്ളനച്ഛന്റെ അച്ഛനെ അകലാ പ്പുഴയാണല്ലോ ആദ്യമായി ഉൾക്കൊണ്ടത്! അകലാപ്പുഴ അയാളെ ഉൾ ക്കൊണ്ടതുകൊണ്ടാണല്ലോ അവരെ പിഴിഞ്ഞ് ജീവിക്കുന്ന തമ്പുരാക്ക ന്മാർക്ക് തോൽവി അറിയേണ്ടി വന്നത്! തോൽവിയും വിജയമാണെന്നു

കണക്കാക്കി അവർ വാണെങ്കിലും പുഴ വിഴുങ്ങിയ പുലയന്റെ മകന്റെ മുമ്പിൽ ആളറിയാതെ, നാടറിയാതെ അവർ മുട്ടുമടക്കി. അവരെക്കൊണ്ട് മുട്ടുമടക്കിക്കുവാനുള്ള മഹായാത്രയ്ക്കിടയിൽ അയാൾ എത്രയോ തവണ അകലാപ്പുഴ നീന്തിക്കടന്നു. വയൽ വരമ്പുപോലെ, നെല്ലിൻ കണ്ടംപോലെ, കുണ്ടനിടവഴികൾപോലെ അയാൾക്ക് പുഴയും വഴി മാത്രമായിരുന്നു. പകരം ചോദിക്കുവാൻ പോകുന്ന നടവഴിയിലെ തണുപ്പ്!

ആ തണുപ്പിലാണ് ചെക്കനും ചെറിയേക്കനും ഇടപെട്ടുവളർന്നത്. ജീവിതത്തിന്റെ ചൂടിൽ അവരെ തണുപ്പിച്ചത് അകലാപ്പുഴയായിരുന്നു. അങ്ങനെയായിരുന്നു അകലാപ്പുഴയെ അവർ അമ്മേ എന്നു വിളിച്ചത്. ചോയ്യനും വെള്ളനും ചെക്കനും ചെറിയേക്കനും ഗോമതിയും എല്ലാവരും അകലാപ്പുഴയെ അമ്മേ എന്നു വിളിച്ചു. മൗനമായി വിളികേട്ടുകൊണ്ട് അകലാപ്പുഴ അവരെ വളർത്തി. അകലാപ്പുഴ അവരെ സംരക്ഷിച്ചു.

അങ്ങനെ സംരക്ഷിക്കുന്ന പുഴ കടന്ന് ചെക്കനും ചെറിയേക്കനും എഴുത്തുപള്ളിക്കൂടത്തിൽ പോയി. ഗോമതിയമ്മയാണ് അവരെ എഴുത്തുപള്ളിക്കൂടത്തിൽ കൊണ്ടുപോയി ചേർത്തിയത്. വെള്ളനച്ഛൻ എഴുത്തുപള്ളിക്കൂടത്തിൽ പോയില്ല. അങ്ങനെ പോകാനുള്ളേടത്തൊക്കെ ഗോമതിയമ്മ പോയി. ഗോമതിയമ്മ അങ്ങനെപോയിക്കൊണ്ട് ഒതേനനു കൊടുത്ത വാക്കുകൾ നിറവേറ്റുവാൻ അയാൾക്കവൾ അവസരമുണ്ടാക്കി.

ചൊല്ലിപ്പഠിത്തത്തിനുശേഷം നിലത്തെഴുത്തായിരുന്നു എഴുത്തുപള്ളിക്കൂടത്തിൽ. നിലത്ത് എഴുതിശീലിച്ച ശേഷം ഓലയിൽ എഴുതിക്കിട്ടി. ഓലയിൽ എഴുതിക്കിട്ടിയത് ഏറെനാൾ പഠിച്ചുകൊണ്ടു നടന്നു. പഠിച്ചുകൊണ്ടു നടന്ന ഓല ദിവ്യഗ്രന്ഥമായി സൂക്ഷിച്ചുവെച്ചു. ഓലകൾക്കുമേലെ ഓലകൾ വന്നപ്പോൾ അവയുടെ നാക്കിൽ തുളചെയ്യേണ്ടി വന്നു. ഓലകളുടെ നാക്കിലെ തുളകളിൽ കുറുനൂലു പായിച്ച് അവ ഗ്രന്ഥമായി കെട്ടിവെച്ചു. പിന്നെപ്പിന്നെ ദിനംപ്രതി ഓല കിട്ടിത്തുടങ്ങി. പനയിൽ നിന്നുള്ള കുറുനൂലുകളും അതിനനുസരിച്ച് ശേഖരിക്കേണ്ടി വന്നു. പനയുടെ കുറുനൂൽ ആനവാലുപോലെയുള്ളതും ആനവാലിനേക്കാൾ ദീർഘമേറിയതുമായിരുന്നു. എഴുത്തുപള്ളിക്കൂടത്തിൽ നിന്ന് തിരിച്ചുപോരുമ്പോഴായിരുന്നു ഓലയിൽ എഴുത്തു കിട്ടിയത്. അതുപാകം ചെയ്ത പനയോലയിലായിരുന്നു എഴുതിക്കിട്ടിയിരുന്നത്. പാകംചെയ്ത പനയോലയായിരുന്നതുകൊണ്ട് ആ ലേഖകളിൽ പുള്ളിക്കുത്തു വീഴുകയോ ദ്രവിക്കുകയോ പഴകുകപോലുമോ ചെയ്യുകയുണ്ടായില്ല. പഴകുന്നതായി ശങ്കവരുമ്പോൾ കരിപ്പൊടിയിട്ട് തേച്ചുമിനുക്കവേ എഴുത്തുകൾ പൂർവ്വാധികം ശോഭയുള്ളതായി തെളിഞ്ഞുവന്നു.

ഇങ്ങോട്ടുപോരുമ്പോൾ കിട്ടിയ ഓലകൾക്ക് വരവേല്ക്കുവാൻ എന്നതുപോലെ ചെക്കനും ചെറിയേക്കനും അങ്ങോട്ടുപോകുമ്പോഴും ഓരോ

ഓലകൾ കൊണ്ടു പോയി. അത് പനയുടെ ഓലയായിരുന്നില്ല. മറ്റു സതീർത്ഥ്യന്മാരാകട്ടെ, അങ്ങനെ, അങ്ങോട്ടുപോകുമ്പോൾ ഓല യൊന്നും കൊണ്ടുപോയിരുന്നില്ല. ചെക്കനും ചെറിയേക്കനും കൊണ്ടു പോകാറുള്ള ഓലയാകട്ടെ, കൈതയുടെ ഓലയായിരുന്നു. ചെക്കനും ചെറിയേക്കനും മാത്രം കൈതോലയുമായി ചെന്നപ്പോൾ അത് സതീർ ത്ഥ്യരിൽ മാത്രമല്ല കുരിക്കളിലും വാർത്തയായി. വാർത്ത കുശുകുശു പ്പായി പൊലിഞ്ഞു നിന്നപ്പോൾ സംശയത്തിന്റെ ഉള്ളറകളിൽ നിന്ന് ഊഹാപോഹത്തിന്റെ പുകവമിക്കുവാൻ തുടങ്ങി. കൈതോലബന്ധം പുലർത്തുന്നത് പുലയരല്ലേ? ഈ കുട്ടികളുടെ കൈകളിൽ എങ്ങനെ കൈതോല വന്നു? ചെക്കനും ചെറിയേക്കനും പുലയക്കുട്ടികളാണോ...? കുട്ടികളിലും കുരിക്കൾമാരിലും സംശയത്തിന്റെ നൂലിഴകൾ വലിഞ്ഞു മുറുകാൻ തുടങ്ങി.

മുപ്പത്

കുട്ടികൾ കുട്ടികൾ തന്നെ. പക്ഷേ, അവർ കാരണം താൻ ഒന്നൊതുങ്ങി ജീവിക്കുന്ന വിവരം മാലോകർ അറിയാൻ പാടുണ്ടോ! സ്വന്തം കായിക ബലം ഒന്നുകൊണ്ടു മാത്രം ഇരുപത്തിഎട്ടുകോട്ടകൾ പിടിച്ച മഹാത്മാ വായ ഒരാളുണ്ട്. സാക്ഷാൽ തച്ചോളി മാണിക്കോത്ത് ഒതേനക്കുറുപ്പ്. അദ്ദേഹവുമായുള്ള ഒരു വാക്കിന്റെ പുറത്താണ് ഒന്നുമാറിനില്ക്കുന്നത്. കുറച്ചുകാലം അങ്ങനെ നിന്നേപറ്റൂ. നാട്ടിൽ പലരുമായി ഒത്തുകൂടി ജീവിച്ചാൽ ഒതേനക്കുറുപ്പിനെ തോല്പിച്ച ആൾ എന്ന കാര്യം പുക്കാ റാകും. അങ്ങനെയൊരു കേളികേൾക്കേണ്ടതില്ല. ഒതേനക്കുറുപ്പ് ഒതേന ക്കുറുപ്പു തന്നെയാണ്. ആ കായികബലത്തിന്റെ മേന്മ മാലോകരുടെ മഹാമനസ്സുകളിൽ പുതുക്കി എഴുതേണ്ടതില്ല. അമ്മയെത്തച്ചാലും അങ്ങാടിയിലെത്തുമ്പോൾ അഭിപ്രായം രണ്ടുവരും. അതുകൊണ്ടല്ല, കുറുപ്പുമായിട്ട് ഒരു വാക്കുണ്ട്. കുറച്ചുകാലം, അതായത് ഇക്കാര്യം മാലോകരുടെ മനസ്സിൽ നിന്ന് മായുവോളം, ഒന്നുമാറിനില്ക്കുക.

അത്തരം ഒരുമാറി നില്ക്കലാണ് നില്ക്കുന്നത്. ഇരിങ്ങൽ കോയ്മ യുടെ പുന്നാര മകളായ നായർപ്പെണ്ണിനേയും വേട്ട് ഒതുങ്ങിക്കഴിയുക. രണ്ടു മക്കളായി. അവർ എഴുത്തുപള്ളിക്കൂടത്തിൽ പോവുകയും ചെയ്യുന്നു. പക്ഷേ, അവരെ എഴുത്തുപള്ളിക്കൂടത്തിൽ അയയ്ക്കുമ്പോൾ ഒരു ശ്രദ്ധക്കുറവുപറ്റി. കുലത്തൊഴിലിന്റെ അടയാളമായ കൈതോല പടച്ചട്ടകണക്കേ അവരെപ്പോഴും ധരിച്ചു നടന്നു. കൈതോല കുല ത്തൊഴിലിന്റെ അടയാളം എന്നതിലുപരി അത് ആത്മവിശ്വാസത്തിന്റെ

ആഭരണമായി അവർ കൊണ്ടുനടന്നു. അതുകൊണ്ടുണ്ടായ തകരാറെന്താണെന്നല്ലേ? ഈ രണ്ടു കുട്ടികളും പുലയക്കുട്ടികളാകാമെന്ന ഒരു ശ്രുതിയുണ്ടായി. ഗോമതിയമ്മയുടെ കുട്ടികൾ നായർകുട്ടികൾ തന്നെ എന്ന ഒരു പുക്കാറിലായിരുന്നു കഴിഞ്ഞുവന്നത്. അവരുടെ അച്ഛനെ ആരും അന്വേഷിക്കുന്നുമുണ്ടായിരുന്നില്ല.

കൈതോല സംഭവം ശ്രുതിയായതോടെ ഇനി കുട്ടികളുടെ അച്ഛനെ അന്വേഷിച്ച് ആൾ വന്നു എന്നുവരാം. അങ്ങനെ വന്നാൽ...

തച്ചോളി മാണിക്കോത്ത് ഒതേനക്കുറുപ്പ് കേളിപ്രകാരം തോല്പിക്കപ്പെടാൻ കഴിയാത്ത അജയ്യമായ ഒരു ശക്തിയാണ്. അതിനേക്കാളാണ് ഓാറിന്റെ കുലീനത്വം. നാട്ടിലും നഗരത്തിലും അറിയപ്പെടാത്തവിധം അതിമഹത്തായ ഒരു കുലീനസ്വഭാവവിശേഷം അദ്ദേഹത്തിന്റെ കേളിക്കുപുറത്ത് ദീപ്തമായ ഒരുജ്ജ്വലതയായുണ്ട്. അത് അനുഭവിച്ചറിഞ്ഞതാണ്. ഒരു ചെപ്പടിവിദ്യ കൊണ്ട് അദ്ദേഹത്തെ ഇളിഭ്യനാക്കിയത് പോലും ജീവിതത്തിൽ സംഭവിച്ച ഒരു പരാജയമായിട്ടാണ് അദ്ദേഹം വായിച്ചെടുത്തത്. അത് ആ കുലീനതയുടെ പൊൻതൊപ്പിയിലെ ഒരു തൂവലായിട്ട് അനുഭവിച്ചറിഞ്ഞതാണ്.

സാധാരണഗതിയിൽ ഒതേനക്കുറുപ്പിനെപ്പോലുള്ള ഒരാൾ വയലിൽക്കിടക്കുന്ന ഒരു പൊലയനെ വിളിപ്പിച്ചാൽ, അതെന്തിനുതന്നെ ആയാലും അവനെ തറവാട്ടിൽ നിന്ന് ഏഴുപുരയ്ക്കപ്പുറത്ത് നിർത്തി, അവിടെനിന്നും അറുപത്തിനാലുവാര അകലെ നിറുത്തി, മനസ്സിലുള്ള പെക്കറ പറഞ്ഞൊഴിവാക്കാമായിരുന്നു. എന്നാൽ കുലീനനായ ഒതേനൻ അങ്ങനെയല്ല ചെയ്തത്. അതിനൊരു പരസ്യം നല്കിയില്ല. ജീവിതത്തിൽ ഏക പരാജയം ഏല്പിച്ച വെള്ളനെ ഒരു മഹാജേതാവിനെപ്പോലെ ആദരിച്ചിരുത്തി. മൂന്നാമതൊരാൾ ആ സംഭവം അറിയാതിരിക്കാൻ ബഹുമാനപ്പെട്ട ഏട്ടൻ കോമക്കുറുപ്പിന്റെ ദയാപൂർണ്ണമായ അനുവാദം വാങ്ങി. അയിത്തമൊക്കെ മനുഷ്യരുണ്ടാക്കുന്നതാണെന്ന ഉള്ളറിവ് ഒതേനക്കുറുപ്പിനെപ്പോലെ കോമക്കുറുപ്പിനും അറിയാമായിരുന്നു. അതുകൊണ്ടദ്ദേഹം വെള്ളനെ ഭവനത്തിൽ കൂട്ടി ആദരിക്കുന്നതിന് അനുകൂലം നിന്നു. പൊന്നനിയന്റെ മനസ്സിന്റെ ഗതിയായിരുന്നു പൊന്നേട്ടന്റെ ഉള്ളത്തിലും. അതുകൊണ്ട് ഒതേനക്കുറുപ്പിന്റെ ആതിഥ്യം സ്വീകരിക്കാനുമായി. ആഗ്രഹിച്ചിട്ടില്ല. വിളിച്ചുതരുമ്പോൾ തട്ടിക്കളയുന്നതെങ്ങനെ? ആ മാനം ഒരു മാന്യതയിൽ നിന്ന്, ഒരു കുലീനതയിൽ നിന്ന് സമാരംഭിച്ച ഒരു മഹാനദിയുടെ പൊട്ടിപ്പുറപ്പെടലാണ്. അന്യൂനമായ ഒരുറവ ജലത്തിന്റെ അമോഘസുന്ദരമായ പിറവി. ആജന്മദീർഘമായ തൊഴുകൈകളോടെ, എത്രയോ തലമുറകൾക്ക് പാഠമായി ആ മനഃസ്ഥിതിയെ ആദരിച്ചു സ്വീകരിക്കേണ്ടതുണ്ട്. അതിനുള്ള ഉടമ്പടി സമ്മതം എന്തുമായിക്കൊള്ളട്ടെ.

അങ്ങനെയൊന്നുണ്ട്. ഇങ്ങോട്ടുതന്ന ആദരവിന് അങ്ങോട്ടു തിരിച്ചും ആജന്മ ദീർഘമായ ആദരവ്. അദ്ദേഹം ഒന്നേ ആഗ്രഹിച്ചുള്ളൂ. തൽക്കാലം സംഭവം ആളറിയരുത്. ഒന്നു ഗോപ്യമായി വെയ്ക്കാമോ?- തീർച്ചയായും!

കുറച്ചുകാലം മാറിനില്ക്കുക. വരും വരായ്കകൾ ഒന്നുമോർക്കാതെ അതേറ്റു മാറിനില്ക്കുക. അതിന് ഈ പിഞ്ചുപൈതങ്ങൾ എന്തു പിഴച്ചു! തളിരിൽ തളിരുപോലെ നിർമ്മലയായ ഗോമതി എന്തുപിഴച്ചു.! അവർ പുലയരായി മുദ്ര കുത്തപ്പെടരുത്.

ആരെയും കാണാൻ നില്ക്കാതെ, ഒന്നും ഉരിയാടാതെ വെള്ളൻ ഇറങ്ങിനടന്നു. ചരിച്ചിൽ പള്ളിയുടെ മുന്നിൽ ഒരു ചെറിയ പുഴക്കടവുണ്ട്. പുഴ വളഞ്ഞുതിരിയുന്ന ദൈർഘ്യം കുറഞ്ഞ കടവ്. അത് നീന്തിക്കടന്നു. പിന്നെയും നടപ്പ്.

കീഴൂർ ഭഗവാന്റെ സവിധത്തിലെത്തിയപ്പോൾ വളപ്പിലേക്ക് ഏണ്ടു നോക്കി. ഭഗവാൻ സുഷുപ്തിയിലാണ്. കണ്ണടച്ച്, ഉറങ്ങുന്നതുപോലെ, സമാധാനത്തിലുള്ള വിശ്വവിഖ്യാതമായ സുഷുപ്തിയുടെ ഉണർവ്വ്! അറിഞ്ഞുതൊഴുതു. സാഷ്ടാംഗം. കൺമിഴിച്ച്, അന്യനയനങ്ങളിൽ പ്പെടാതെ കടാക്ഷിച്ചു. ഇളം പുഞ്ചിരിയുണ്ട് വദന സൂര്യനിൽ. 'പൊയ്ക്കോ വെള്ളാ, നീ നിന്റെ വഴിയിൽ പൊയ്ക്കോ. നിന്റെ ഓരോ തീരുമാനത്തിലും വ്യക്തിത്വമുണ്ട്. പറഞ്ഞിട്ടുണ്ടല്ലോ, പല ദൈവങ്ങളും നേരത്തെതന്നെ... പിഷാരിക്കാവിലമ്മ എത്രവട്ടം പറഞ്ഞു... അതൊക്കെ ഞാനും കേട്ടിരിക്കുന്നു. ജനങ്ങൾ നിന്നെയും നിന്റെ ആളുകളേയും തത്കാലം അയിത്തം കല്പ്പിച്ചു നിർത്തിയിരിക്കുന്നു. നിറം കുറഞ്ഞുപോയതുകൊണ്ട്... അദ്ധ്വാനിക്കുകയും ഉല്പ്പാദിപ്പിക്കുകയും ചെയ്യുന്നതുകൊണ്ട്. അത് താല്ക്കാലികമാണ്. അതിവിടെ മാത്രമല്ല. ഭൂമി മുച്ചൂടും ഇതാണ് പതിവ്. അദ്ധ്വാനിച്ചുല്പ്പാദിപ്പിക്കുന്നവനും നിറം കുറഞ്ഞവനും പുറത്ത്! അവനെ ചവിട്ടിപ്പിടിച്ചാലല്ലേ സുഖിയന്മാർക്ക് മൃഷ്ടാന്നം ഭക്ഷിച്ചുകഴിയാനാകൂ... മാറിവരും. എല്ലാം മാറിവരും. അന്ന് നിന്റെ ആളുകൾ തിരിഞ്ഞു നിന്ന് ചോദ്യം ചെയ്യും. ശരിയാണ്. നീ തന്നെ അതുനേരത്തെ പറഞ്ഞിട്ടുണ്ടല്ലോ! അന്ന് എല്ലാം നിൽക്കും. കൃഷി മുടങ്ങും. ഭൂമീദേവിയോട് ദിവ്യന്മാരുടെ കുലം മുഴുക്കേ മറുപടി പറയേണ്ടിവരും. അത് സ്വയം തോന്നട്ടെ. തോന്നും. കാലം പിടിയ്ക്കും. നിന്റെ വഴി നീ തെരഞ്ഞെടുക്കുന്നു. ഞങ്ങൾ ദൈവങ്ങൾ, നിർജ്ജീവരായി മനുഷ്യകുലത്തിന് സത്യബോധമുണ്ടാകുന്നതും കാത്ത് പ്രതിമകളായി നിർജ്ജീവമിരിക്കുന്നു... പോകൂ. നീ നിന്റെ വഴിയേ..."

ഒന്നുകൂടി കീഴൂർ ഭഗവാനെ സാഷ്ടാംഗം പ്രണമിച്ചെഴുന്നേറ്റ് വെള്ളൻ നടന്നു. പടിഞ്ഞാറോട്ട്. ഭൂമി സൂര്യകിരീടം അഴിച്ചുവെയ്ക്കുന്ന പൗരസ്ത്യ ദിക്കിലേക്ക്.

അലറിയലമ്പാക്കുന്ന കടൽ വെള്ളനോടു പറഞ്ഞു: "ഇത് കൂരിയാൽ കടപ്പുറം. നിനക്കിവിടെ വിശ്രമിക്കാം. മതിയാവുന്നോളം..."

വെള്ളൻ പൂഴിയിൽ അമർന്നു കിടന്നു. അയാളുടെ സർവ്വക്ഷീണ ഭാവങ്ങളും കടൽക്കാറ്റ് നക്കിയകറ്റി. വെള്ളന്റെ പരവശതകൾക്ക് മറയിടാനെന്നപോലെ ഭൂമിദേവി അവളുടെ കിരീടമൂരി ജലസമുദ്രത്തിൽ നിക്ഷേപിച്ചു. നിറക്കൂട്ടുകൾ ചാലിച്ച ആകാശം പതുക്കെ മങ്ങിത്തുടങ്ങി. മുട്ടയിടാൻ കരയിലേക്കു കയറി വന്ന കടലാമകൾ വെള്ളനെ അലോസരപ്പെടുത്താതെ മാറിനടന്നു.

കടപ്പുറത്തെ കുടിലുകൾ ഒന്നിൽ നിന്ന് ഒരു ചെറിയ വെളിച്ചം പുറപ്പെട്ട് വെണ്മണലിലോളം നീണ്ടു കിടന്നു. കാലം ഇരുളണിഞ്ഞിരുന്നു. കടൽ ഉച്ചത്തിൽ കൂട്ടം പറഞ്ഞു കൊണ്ടേയിരുന്നു. പുറപ്പെട്ടു തേടിവന്ന കൊച്ചു വെളിച്ചത്തിന് പുറകിൽ ഒളിച്ചുനിന്ന സ്ത്രീശബ്ദം അലിഞ്ഞു:

"ഏതുവഴിപോക്കനായാലും കടപ്പുറത്ത് അന്തിയുറങ്ങണ്ട... ഞങ്ങളുടെ കൂരയിലേക്ക് പോരൂ."

വെള്ളൻ മണൽപ്പരപ്പിൽ എഴുന്നേറ്റിരുന്നു. ഇരുളിൽ വെളിച്ചമായി രണ്ടു നിഴലുകൾ. അതിനെ പിന്തുടർന്ന് നിശ്ശബ്ദനായി വെള്ളൻ നടന്നു.

കൂരയിൽ ആളനക്കമുണ്ടായിരുന്നില്ല. അവിടെയുള്ളവർ വെള്ളനെ ത്തേടി മണൽപ്പരപ്പിലേക്കിറങ്ങിയിരുന്നുവല്ലോ. മുന്നിൽ നിഴലുകളും പിന്നിൽ വെള്ളനുമായി കൂരയിൽ എത്തി. മണൽപ്പരപ്പിലേക്കു മിന്നിയ വെളിച്ചം കൂരയിൽ തെളിഞ്ഞു.

വെള്ളന്റെ സ്വതേ ദീപ്തമായ മുഖത്ത് വെളിച്ചം വീണു. മണൽപ്പരപ്പിലേക്ക് മിന്നൽവെളിച്ചവുമായി ഇറങ്ങിയ ആദ്യത്തെ നിഴൽ അയാളെ പൂർണ്ണമായും കണ്ടു. ഒറ്റ മുണ്ടും ചെറു രണ്ടാംമുണ്ടുമായി മുന്നിൽ തെളിഞ്ഞ ഈ മനുഷ്യൻ ആരാണ്? എന്തൊരുറച്ച മുഖം! പ്രസാദം നിറഞ്ഞ മുഖം! ഈ മനുഷ്യൻ ആര്! അന്തം വിട്ട നിഴൽ ചെറ്റ മറക്കിടയിലേക്ക് മറഞ്ഞു.

രണ്ടാം നിഴലും അയാളെ കണ്ടു. ഓ! ഇത് വല്ലാത്തൊരു മനുഷ്യൻ. കടലിൽ നിന്നു കയറി വന്നോ? കടലമ്മയുടെ പുത്രനോ? ഇങ്ങനെ ഒരു മനുഷ്യനെ ഈ കടപ്പുറത്തെങ്ങും മുമ്പു കണ്ടിട്ടില്ല. മുഖം കൊടുക്കാൻ ധൈര്യം ചോർന്ന് രണ്ടാം നിഴലും ചെറ്റമറക്കിടയിലേക്ക് മറഞ്ഞു.

ആഗതനും രണ്ടു നിഴലുകളേയും വ്യക്തമായി കണ്ടു. ആദ്യ നിഴൽ അമ്മയല്ല, ചേച്ചിയാകാം. ഏട്ടത്തി. രണ്ടാം നിഴൽ അനിയത്തി തന്നെ. ഇളയ അനിയത്തി. വിടരാത്ത പുഷ്പം.

വെള്ളൻ വെളിച്ചത്തിൽ ഇരുന്നു. ആരും സംസാരിക്കുന്നില്ല. വെള്ളൻ ചോദിച്ചു:

"ഏട്ടത്തീം അനിയത്തീം...? അമ്മ...? അച്ഛൻ... എനി...?"

വലിയ നിഴലാണ് ലജ്ജയിൽ മുങ്ങി ഉത്തരം പറഞ്ഞത്:

"അമ്മയില്ല. അച്ഛനില്ല. പോയി . രണ്ടാളും പോയേന്റേഷം ഞാള് രണ്ടാളും മാത്രം. ഞാനും ചെറിയോളും... ഞാന് ചാക്കമ്മ..."

"അമ്മയാകാത്ത നീയെങ്ങനെയാണ് ചാക്കമ്മയായത്?"- നർമ്മ രസത്തിൽ വെള്ളൻ ചോദിച്ചു. പതുങ്ങിപ്പതുങ്ങി ലജ്ജയിലായിരുന്നു ഉത്തരം:

"എനക്ക് ഒരനിയത്തി. ഓക്ക് ഞാനേടത്തി. അമ്മ. അങ്ങനെ എങ്ങനെയോ ഞാൻ ചാക്കമ്മയായി."

പത്തിരുപതു വയസ്സായിക്കാണും. കൂരിയാടിക്കടപ്പുറത്തെ കാറ്റ് വല്ലാതെ കൊണ്ടിരിക്കാം. തടുത്തിരിക്കാം. അതിനുള്ള പക്വതയുണ്ടെ ങ്കിലും ആണുങ്ങളുടെ മുഖത്ത് കണ്ണുറയ്ക്കുന്നില്ല. ലജ്ജയും സ്ത്രൈണ സാധാരണമായ ധൈര്യക്കുറവും കാഴ്ചയെ അടർത്തിക്കളയുന്നു.

വെള്ളൻ ഒന്നമർത്തി മൂളി.

തിര നിവരാത്ത ഒരുപായയും ചീളു നിറഞ്ഞ് വയറു വീർത്ത ഒരു തലക്കാണിയും ഇരുളിലൂടെ വന്ന്, വെളിച്ചം കടന്ന് വെള്ളനടുത്ത് വിശ്രമിച്ചു. പിന്നാലെ ചാക്കമ്മയുടെ മൃദുല തരളമായ വാക്കുകളും.

"മയമ്പില് കൂരയിൽ കെടന്നോളി. കടപ്പുറത്ത് രാക്കൂടുന്നത് കട ലമ്മയ്ക്ക് പിടിയ്ക്കൂലാന്നാ..."

"ആകട്ടെ." വെള്ളൻ പറഞ്ഞു: "ഇന്നു കഴിയട്ടെ. നാളത്തേത് പൊലർന്നിട്ടല്ലേ!"

അയാൾ പായ നിവർത്തിയിട്ടു. നിവരാൻ കൂട്ടാക്കാത്ത പായ്ത്തല മേൽ തലക്കാണിയിട്ടു. പായ നിവർന്നു കിടക്കുമ്പോഴും ചെവി ഒടിച്ചിട്ടി രുന്നു. ഒടിഞ്ഞ ചെവിക്കിടയിൽ തലക്കാണിമേൽ തലയമർത്തി, ഇരു കൈകളും വിടർത്തി, പായിന്റെ ഒടിഞ്ഞ ചെവികൾ നിവർത്തി, അയാൾ മലർന്നു കിടന്നു.

കൂരയിൽ വെളിച്ചം മുനിഞ്ഞു കത്തി. ചാക്കമ്മയും അനിയത്തിയും ചെറ്റമറയ്ക്കപ്പുറത്ത് കുടിൽ മുറിയിലേക്ക് ഉൾവലിഞ്ഞു. അയാൾ പതുക്കെ കൂർക്കം വലിക്കാൻ തുടങ്ങി.

മുപ്പത്തിയൊന്ന്

പ്രകാശമാകുന്നതിന് മുമ്പേ അയാൾ എഴുന്നേറ്റ് കുളിയും നിത്യവൃത്തി കളും കഴിഞ്ഞ് ഇറങ്ങി. ചെറ്റമറയ്ക്കപ്പുറത്തു നിന്ന് ഒരു നേർത്ത ശബ്ദം പുറപ്പെട്ടു:

“എങ്ങോട്ടാണ് പോകുന്നത്?” - അത് ചാക്കമ്മയുടെ ശബ്ദമായി രുന്നു.

“അമ്പലത്തിലേക്ക്.” വെള്ളൻ പറഞ്ഞു.

“കിണ്ടിയും വെള്ളവും തരാം.”

“കിണ്ടി മതി. വെള്ളം മാണ്ട.”

തേച്ച് മിനുക്കിയ കിണ്ടിയുമായി അയാൾ കടപ്പുറത്തുകൂടി നടന്നു. പലരും അയാളെ ശ്രദ്ധിക്കുന്നില്ലേ? ആരെയും ശ്രദ്ധിക്കാതെയും ആർക്കും മുഖം കൊടുക്കാതെയും അയാൾ നടന്നു. ഉടുത്ത ഒറ്റമുണ്ട് ചുരുക്കിപ്പിടിച്ചും രണ്ടാം മുണ്ടായി കിണ്ടിയോടൊപ്പം ചാക്കമ്മ നല്കിയ വെള്ളത്തോർത്തുമുണ്ട്, തല പുതച്ച് കഴുത്തിൽ കെട്ടിയിട്ടും ആ കെട്ട് കടപ്പുറത്തുള്ളവരിൽ നിന്നുള്ള ഒരു മറയായും അയാൾ നടന്നു. കടൽ നിർത്താതെ അയാളുടെ നടപ്പിന് താളമെന്നോണം സംഗീതം നല്കി ക്കൊണ്ടിരുന്നു. പ്രഭാതത്തിന്റെ തണുപ്പും മഞ്ഞും കടലിൽ നിന്നടിച്ചു കയറിക്കൊണ്ടിരുന്ന ഇളംകാറ്റ് ശമിപ്പിച്ചു കൊണ്ടിരുന്നതിനാൽ കടലിൽ ക്കൂടിത്തന്നെയാണ് താൻ നടന്നുകൊണ്ടിരിക്കുന്നതെന്ന് അയാൾക്കു തോന്നി. കടലിന്റെ വിന്യാസങ്ങളിൽ പൂഴിമണൽക്കടപ്പുറം തനിക്കൊരു താല്കാലിക പരവതാനി വിരിച്ചു തന്നിരിക്കുകയാണെന്നും അയാൾക്കു തോന്നി. പൂഴിമണൽക്കടപ്പുറത്തുകൂടി നടന്നുകൊണ്ടിരിയ്ക്കവേ അയാ ളുടെ പാദങ്ങൾക്കു താഴെയായി ചെങ്കൽപ്പാറകൾ കയറിവന്നു. ചെങ്കൽ പ്പാറകളുടെ നിറമേറിക്കൊണ്ടിരിക്കുന്ന പ്രതലങ്ങളിൽ കല്ലുമ്മക്കായ പടർന്നുവളർന്നിരുന്നു. കല്ലുമ്മക്കായയുടെ പടർപ്പുകളിൽ തിരമാലകൾ വെള്ളിച്ചിലമ്പുകൾ അണിയിക്കുകയും അതഴിച്ചുമാറ്റിക്കൊണ്ടിരിക്കു കയും ചെയ്തുകൊണ്ടേയിരുന്നു.

പാദങ്ങൾക്കുതാഴെ പിന്നെയും പൂഴിമണൽ വിരിഞ്ഞു കിടന്നു. പൂഴി മണൽപ്പരപ്പിന്റെ അതിർത്തിയിൽ പിന്നെയും ചെങ്കൽപ്പാറകൾ. ഇടതു വശത്ത് ഉയർന്നുകിടക്കുന്ന ചെങ്കുത്തായ കുന്ന്. കുന്നിൻ പള്ള ചവിട്ടി നടന്നുകൊണ്ട് അയാൾ അമ്പലമുറ്റത്തേക്കു കയറി. പീറ്റപ്പലകകൾ അടുക്കി ഒതുക്കിവെച്ചതുപോലെ കുത്തനെയുള്ള കുന്നിന്റെ മേൽക്കൂര കാണാനാകുമോ എന്നയാൾ നിന്നുനോക്കി. പിടലി വേദനിച്ചതല്ലാതെ കുന്നിന്റെ മേലറ്റത്തേക്ക് കാണാൻ കഴിഞ്ഞില്ല. ചെങ്കുത്തായ കുന്നിന്റെ കീഴറ്റത്തിനു ചാരെയാണ് അമ്പലം. അമ്പലത്തിനുകീഴെ തിരമാലകൾക്ക് നിരന്തരമായി കൂട്ടം പറയാനുള്ള ചെങ്കൽപ്പാറക്കെട്ടുകളുണ്ട്. പാറക്കെട്ടു കളിൽ കാലമർത്തി ചരയിച്ചു നടന്നില്ലെങ്കിൽ കല്ലുമ്മക്കായ വിരിപ്പിൽ നിന്ന് തെന്നി കടലിന്റെ അഗാധഗർത്തത്തിലേക്കു നിപതിച്ചതു തന്നെ. അകലെ ആകാശത്ത് അവസാനിക്കുന്ന കടലിന്റെ ആഴം അമ്പലത്തിനു താഴെയുള്ള ചെങ്കൽപ്പാറക്കെട്ടുകൾക്ക് ചാരെയാണെന്നു തോന്നിപ്പോകും.

അമ്മാതിരിയാണ് ചെങ്കൽപ്പാറക്കെട്ടുകളുടെ ഇറക്കം. ആ അഗാധഗർത്തങ്ങളിൽ നീലക്കടലിന്റെ അപാരത ചുഴലികളും മലരികളും നിർമ്മിക്കുകയും അതിന്റെ കുരുക്കുകൾ കല്ലുമ്മക്കായപ്പരവതാനിയിട്ട ചെങ്കല്ലുകളിൽ തട്ടിപ്പൊട്ടി വിടർന്ന് വെള്ളിച്ചിലമ്പുകളായി പരക്കുകയും ഒരു തിരമാലകൂടി അടിച്ചെത്തുന്നതിന്റെ ഇടനേരത്ത് ചിലമ്പുകൾ താനേ അഴിഞ്ഞില്ലാതാവുകയും ചെയ്തുകൊണ്ടേയിരുന്നു.

അമ്പലത്തിനു ചാരെയായി കുന്നിൻപള്ളയിൽ ഒട്ടിച്ചേർന്നു നിരന്ന അമ്പലക്കുളത്തിന്റെ ശുദ്ധജലത്തിലേക്ക് അയാൾ ഇറങ്ങി. തണുപ്പും ചൂടുമില്ലാത്ത സമശീതോഷ്ണതകൊണ്ട് ശുദ്ധിചെയ്ത ജലം മുങ്ങി നിവരവേ ഇറക്കിപ്പോയത് നടന്നു നേർമ്മിച്ച ഞരമ്പുകൾക്ക് ഒരു ശക്തി നല്കുന്നതായി അയാൾക്കു തോന്നി. മുങ്ങി നിവർന്ന് പിന്നെയും ആ സുഖജലം അയാൾ കോരിക്കുടിച്ചു. കിണ്ടിയിൽ നിറച്ചു കോരിയ വെള്ളവുമായി ഈറനോടെ അയാൾ അമ്പലത്തിലേക്കു പോയി.

അമ്പലത്തിലെ പ്രദക്ഷിണവും തൊഴലും കഴിഞ്ഞ് കിണ്ടിയിലെ ജലം പൂജിച്ചു വാങ്ങി. സാഷ്ടാംഗം പ്രണമിച്ചു. പുറത്തു കടന്ന് കടൽ തഴുകിയും താങ്ങിയും കൊണ്ടിരിക്കുന്ന താഴത്തെ ചെങ്കൽപ്പാറയിലേക്കിറങ്ങി. നിരന്തരം ജലത്തിന്റെ താങ്ങലേല്ക്കുന്ന പാറയിൽ കല്ലുമ്മക്കായ പരവതാനി വിരിച്ചിരിക്കുന്നു. കല്ലുമ്മക്കായയുടെ കരയിൽ അയാൾ ബലിയിട്ടു. അച്ഛനുവേണ്ടിയിട്ട ബലിസാധനങ്ങൾ കാക്കകൾ എടുത്തുകൊണ്ടുപോയി. കാക്കകൾ ആഹരിച്ച ബലിച്ചോറ് ചോയ്യന് സ്വർഗ്ഗത്തിൽ നിവേദ്യമായി കിട്ടി. ചോയ്യന്റെ ആത്മാവ് അതോടെ മോക്ഷം പ്രാപിച്ചിരിക്കാം.

തന്റെ ബലികർമ്മത്തിൽ സന്തുഷ്ടനായ വെള്ളൻ അച്ഛന്റെ സ്മരണയിൽ കിണ്ടിയിലെ പൂജിച്ച ജലം കൂടി തളിച്ചു നിവേദിച്ച് പിതൃസ്മരണയുടെ ശേഷിച്ച ബലിക്കല്ലുകൂടി കഴുകി നനച്ചു. പിന്നെ തന്റെ അന്നത്തെ കർമ്മസമാപ്തി സ്വപ്നം കണ്ട് അയാൾ എഴുന്നേറ്റു. തിരിച്ച് കൂരിയാടിക്കടപ്പുറത്തെത്തുമ്പോൾ വെയിൽ നല്ലോണം മൂത്തിരുന്നു. മൂത്തുവരുന്ന വെയിലിൽ ചാക്കമ്മപ്പെണ്ണ് അയാളെ കാത്തിരിക്കുന്നുണ്ടായിരുന്നു. അയാൾ അമ്പലത്തിലേക്ക് പോയതുമുതൽ തിരിച്ച് എത്തുന്നതുവരെ വിരഹത്തിന്റേതെന്നതുപോലുള്ള അജ്ഞാതമായ ഒരുവേദന അവൾ അനുഭവിച്ചു വരികയായിരുന്നു. വെള്ളൻ തിരിച്ചെത്തിയതോടെ ചാക്കമ്മപ്പെണ്ണിന്റെ വിരഹത്തിന്റേതായ വേദനയുടെ കൂർത്ത ശിഖരങ്ങൾ അവൾ അയാൾക്കുനേരെ സ്ത്രൈണ സുഖകരമായ പരിഭവങ്ങളോടെ തൊടുത്തു നിർത്തിക്കൊണ്ടേയിരുന്നു. അവളുടെ അവ്യക്തമായി ഉയർന്നു വന്നുകൊണ്ടിരുന്ന പരിഭവങ്ങൾക്ക് അയാൾ തന്റേതായ ഉത്തരങ്ങൾ നല്കിക്കൊണ്ടിരിക്കവേ അനിയത്തിച്ചെറിയേണ്ണിനെ അവൾ വിദൂരതീരദേശത്തിലെ ബന്ധുസൗഹൃദം പുതുക്കുന്നതിന് വേണ്ടി പറഞ്ഞു വിട്ടു.

വിദൂരതീരദേശത്തിലെ ബന്ധുവീടു സന്ദർശിക്കുവാൻ അവിചാരിതമായി കിട്ടിയ അനുമതിയിൽ അതീവസന്തുഷ്ടയായ ചെറിയേണ്ണ് തുള്ളി ച്ചാടിപ്പാഞ്ഞു മറഞ്ഞു. അവളന്നു വന്നാലായി. വന്നില്ലേലും ആയി. അത്ര യേറെ കളിക്കൂട്ടുകാരികൾ ചെറിയേണ്ണിനെ പ്രതീക്ഷിച്ച് അവിടെ കാത്തി രിക്കുമായിരുന്നു.

ചെറിയേണ്ണു കൂടി പോയ്മറഞ്ഞതോടെ ചാക്കമ്മെയുടെ ദീർഘിച്ചു മൂത്ത യൗവനം കെട്ടിനിന്ന കാർമേഘംപോലെ അയാളുടെ നേരെ പുതു മഴപോലെ പെയ്യാനാരംഭിച്ചു. വിദൂരതയിൽ മുഴങ്ങി അലയടിച്ചുകൊണ്ടി രുന്ന കടലിന്റെ തിരയടി മാത്രമായിരുന്നു ചാക്കമ്മെയുടെ കൂരയിലെ രണ്ടാ മതൊരു ശബ്ദം. അത് ദൂരത്തു നിന്നു സ്വയം മുഴങ്ങി നില്ക്കവേ ചാക്കമ്മെയും ചെറിയേണ്ണും കൂടി തയ്യാറാക്കിവെച്ച ചൂടാറാത്ത ഭോജ്യ ങ്ങൾ അവൾ അയാൾക്കായി വിളമ്പി നിരത്തി. ക്ഷേത്രത്തിലേക്കുള്ള ദീർഘയാത്ര കഴിഞ്ഞ് തിരിച്ചെത്തിയ അയാളിൽ കത്തിനിന്നത് വിശപ്പിന്റെ ജ്വാലകളായിരുന്നു. വിശിഷ്ട വിഭവങ്ങൾകൊണ്ട് അയാളിലെ വിശപ്പിന്റെ ജ്വാലകളെ ചാക്കമ്മെപ്പെണ്ണ് തച്ചുകെടുത്തുമ്പോൾ അവളിൽ കെടാൻ കൂട്ടാക്കാത്ത പുതിയ അഗ്നിനാമ്പുകൾ ജ്വലിച്ചുതുടങ്ങിയതായി അയാൾ കണ്ടു. ചെറ്റമറകളുടെ കാണായ്മകൊണ്ടോ രണ്ടാംമുണ്ടിന്റെ ഗാഢാവരണങ്ങൾകൊണ്ടോ തടഞ്ഞുനിർത്താൻ കഴിയുന്നതായിരുന്നില്ല ചാക്കമ്മെയിലെ പടപ്പുറപ്പാട് ആരംഭിച്ചുകഴിഞ്ഞ നിറയൗവനം. അവളുടെ ലോലമായ കൈകൾ കൃത്രിമമായി നടത്തിയ മറയ്ക്കലുകൾ ഇരട്ടി യൂക്കോടെ അയാളിലേക്ക് തിരയടിച്ചു കയറുമ്പോൾ അപാര വിശാല മായ മഹാസമുദ്രം പറത്തിവിട്ടുകൊണ്ടിരുന്ന കടൽക്കാറ്റ് അയാളുടെ മദ്ധ്യാഹ്നഭോജനങ്ങളുടെ വിയർപ്പു നീരുകൾ ഒപ്പിയൊഴിവാക്കുകയായി രുന്നു.

മദ്ധ്യാഹ്നഭോജനങ്ങളുടെ ചട്ടികളും കോപ്പച്ചട്ടികളും കയിലുകളും എടുത്തുമാറ്റിയ ചാക്കമ്മെപ്പെണ്ണ് നേരത്തേ വിരിച്ചുതയ്യാറാക്കിയ ശയ്യാ സ്ഥലം അയാൾക്ക് കാട്ടിക്കൊടുത്തു. അത് കൂരയ്ക്കുള്ളിലെ പടിഞ്ഞാറേ അകത്തായിരുന്നു. കൂരയ്ക്കുള്ളിലെ പടിഞ്ഞാറേ അകത്ത് ക്ഷീണ നിർമ്മാർജ്ജനത്തിനായി അയാൾ ചെന്നു കിടന്നു. അവിടേക്ക് കടൽക്കാറ്റ് നിർബാധം അടിച്ചുകയറുകയും ക്ഷീണബാധകളെ ഞൊടിനേരങ്ങളിൽ വീശിയകറ്റുകയും ചെയ്തു കൊണ്ടേയിരുന്നു.

ചാക്കമ്മെപ്പെണ്ണ് തയ്യാറാക്കിക്കൊടുത്ത ശയ്യാസ്ഥാനത്ത് സുഖ ശയനം ചെയ്ത് വെള്ളൻ ഉറങ്ങിപ്പോയി. അന്നത്തെ പ്രഭാതനടപ്പും മൂക്കുന്ന വെയിലത്തെ തിരിച്ചുനടപ്പും കാരണംകൊണ്ടു മാത്രമല്ല സുഖ ശയ്യയിൽ അയാൾ ഉറങ്ങിപ്പോയത്. തിരിച്ചെത്തിയപ്പോൾ ചാക്കമ്മെപ്പെണ്ണ് ഒരുക്കി ഏലാക്കിക്കൊടുത്ത വിഭവ വിശേഷസമൃദ്ധമായ മദ്ധ്യാഹ്ന

ഭക്ഷണത്തിൽ ഇഷ്ടഭോജനം നടത്തിയതുകൂടി ആയിരുന്നു അയാൾ ഉറങ്ങിപ്പോകുവാൻ കാരണം. ചെറ്റമറയുടെ അടയാത്ത തുളപ്പാടുകളിലൂടെ ഉറക്കമെറിയവേ അയാൾ പുറത്തേക്കു നോക്കി. വെയിലിന്റെ കാഠിന്യം പോയ്മറഞ്ഞിരിയ്ക്കുന്നു. കാറ്റിന് കുളിർമ്മ കൂടിയിട്ടുണ്ട്. കടൽപ്പരപ്പിനു മുകളിൽ ആകാശം വർണ്ണമേലാപ്പണിഞ്ഞിരിക്കുന്നു. നീലയും ചുവപ്പും തുടങ്ങി വീശിയടിച്ച വർണ്ണങ്ങൾ ആകാശത്തിനെ നീട്ടിവലിക്കുന്നുണ്ടെങ്കിലും അത് നന്നായി തുടുത്തിരുന്നു. ചക്രവാളത്തിന്റെ പടിഞ്ഞാറെ ചരിവിൽ അതുവരെ കത്തിജ്വലിക്കുകയാൽ കനൽക്കിണ്ണമായി പരിണമിച്ച സൂര്യബിംബം ചുവന്നുതുടുത്ത് അഗാധസമുദ്രത്തിലേക്ക് മുങ്ങിയമരുവാൻ തഞ്ചം പാത്തിരിക്കുകയാണെന്നു തോന്നിച്ചു. അയാൾ പതുക്കെ സുഖശയ്യയിൽ നിന്ന് നിവർന്നു. ചെറ്റമറകൾക്കുള്ളിൽ നിന്ന് പുറത്തുവരവേ, കോലായിൽ കാത്തിരിക്കുന്ന ചാക്കമ്മെപ്പെണ്ണിനെയാണ് അയാൾ സായാഹ്നക്കണി കണ്ടത്.

"ചെറിയേണ്ണ് തിരിച്ചുപോന്നില്ലേ?"- ഉറക്കച്ചടവ് കുടഞ്ഞുതെറിപ്പിച്ച് ചാക്കമ്മെപ്പെണ്ണിനോടായി വെള്ളൻ ചോദിച്ചു.

"അവൾ വരും"- ചാക്കമ്മ പറഞ്ഞു: "രാത്രിക്ക് കൂട്ടില്ലാതെ ഒറ്റപ്പെട്ടാലും അവൾ വരാതിരിക്കില്ല."

"അതെന്താണ് ഒറ്റപ്പെടൽ?"

"സംശയിക്കാമല്ലോ അവൾക്ക്." ചാക്കമ്മ പറഞ്ഞു: "ഇന്നലെവരെ അവൾ എന്നെ മുട്ടിയുരുമ്മിയാണ് കിടന്നുറങ്ങിയത്. അമ്മയ്ക്കുശേഷം ഞാൻ തന്നെ ആയിരുന്നു അവൾക്ക് അമ്മ... ഏട്ടൻ ഞങ്ങളെ വിട്ടുപിരിഞ്ഞുപോവുകയില്ലെന്ന് അവളും നിരീക്കുന്നുണ്ടാകും..."

"നേരാണ്." വെള്ളൻ പറഞ്ഞു: "എനക്ക് കുറച്ചുകാലം കൂടി അങ്ങില്ലാപ്പൊങ്ങുപോലെ കഴിയണം. ചാക്കമ്മെയും ചെറിയേണ്ണും അങ്ങോട്ടു ചോദിക്കാണ്ട് തന്നെ എന്നെക്കൂടി താമസിപ്പിച്ചല്ലോ. കൂട്ടം പറയാണ്ട് എന്നേം കൂട്ടിയല്ലോ..."

"ഞാളെ ഭാഗ്യം." ചാക്കമ്മ പറഞ്ഞു: "കടലമ്മ കൊടുത്തയച്ചപോലെയാണ് ഏട്ടൻ വന്നത്..."

മനസാ അയാളും ആശ്വസിച്ചു. ആളറിയാതെയുള്ള കഴിയൽ അവസാനിക്കാറായിട്ടില്ല. തച്ചോളി ഒതേനന് കൊടുത്ത വാക്കുണ്ട്. ആ സംഭവം മറന്നു കഴിയുവോളം മാറി നിന്ന് കഴിയുക. ഒതേനന്റെ വാഴ്വിന് കോട്ടം വരാതെ നോക്കുക.

കൂരയ്ക്കു മുറ്റത്തിറങ്ങി അപാരതയിലേക്ക് കണ്ണോടിക്കുമ്പോഴേക്കും ചെറിയേണ്ണ് വിദൂരതയിൽ നിന്ന് അവളുടെ കൂര ലക്ഷ്യമാക്കി നടന്നു വന്നേ കൊണ്ടിരിക്കുന്നത് അയാൾ കണ്ടു.

മുപ്പത്തിരണ്ട്

കൂരിയാടിക്കടപ്പുറത്ത് എത്തിയിട്ട് രണ്ടുമൂന്നുവർഷമായങ്കിലും ആളുകളെയൊന്നും പരിചയപ്പെടാൻ നില്ക്കുകയോ ആർക്കെങ്കിലും മുഖം കൊടുക്കുകയോ ചെയ്യുകയുണ്ടായില്ല. പക്ഷേ, ചാക്കമ്മയും ചെറിയ അനിയത്തിപ്പെണ്ണും അയാളെ അതിരറ്റ് സ്നേഹിക്കുകയും വിശ്വസിക്കുകയും ചെയ്തിരുന്നു.ചാക്കമ്മയെ 'ചാക്കേ' എന്നും അവളുടെ അനിയത്തിയെ 'ചെറിയേണ്ണേ' എന്നുമായിരുന്നു അയാൾ വിളിച്ചിരുന്നത്. ചാക്കമ്മയാകട്ടേ അയാളെ തിരിച്ച് സ്നേഹപൂർവ്വം 'ഏട്ടാ' എന്നായിരുന്നു സംബോധന ചെയ്തിരുന്നത്. അനിയത്തി അയാളെ 'ഏട്ടൻ' എന്നും 'ഏട്ടനപ്പൻ' എന്നും 'ഏട്ടൻ കാർണോര്' എന്നുമൊക്കെ വലിയ സ്നേഹത്തോടെയും ബഹുമാനത്തോടെയും അഭിസംബോധന ചെയ്യുകയും കൂട്ടുകാരികളോടും പരിചയക്കാരോടും അങ്ങനെ പരിചയപ്പെടുത്തിപ്പറയുകയും ചെയ്തിരുന്നു.

ആദ്യകാഴ്ചയിൽത്തന്നെ ചാക്കമ്മ അയാൾക്ക് വിധേയയായിപ്പോയിരുന്നുവെങ്കിലും അയാൾ ഒരു പെണ്ണെന്ന നിലയിൽ അവളെ ഉപയോഗിക്കുവാൻ കൂട്ടാക്കുകയുണ്ടായില്ല. ഒളിവിൽ കഴിയുന്നതുപോലെ ഒന്നു മാറി നില്ക്കുകയാണെങ്കിലും കാലത്തിനും സാഹചര്യത്തിനും അനുഗുണമായി അവളിൽ അയാൾക്ക് എന്തു സ്വാതന്ത്ര്യവും ഉണ്ടായിരുന്നു. എങ്കിലും ദൈവത്തിനെ മാനിക്കുകയും അനുസരിക്കുകയും ചെയ്യണം എന്ന ഒരു ചിന്ത അയാളിൽ രൂഢമൂലമായിരുന്നു. അതുകൊണ്ട് അവളുടെ വിധേയത്വമനസ്സിനെ സ്വയം അംഗീകരിച്ച് അനുഭവിക്കുവാൻ അയാൾ നിന്നില്ല. 'എല്ലാം കാണാനും കേൾക്കാനും മുകളിൽ ഒരാളുണ്ട്' എന്ന ചിന്ത വന്നുപെട്ടതുകൊണ്ട് സ്വന്തമായ ഒരു അടക്കം പാലിക്കുകയാണ് അയാൾ ചെയ്തത്. എന്നാൽ തന്റെ കാര്യങ്ങളിലെല്ലാം ശ്രദ്ധചെലുത്തുകയും നേരാനേരങ്ങളിൽ തന്നെ ഊട്ടുകയും ചെയ്തിരുന്ന ചാക്കമ്മയെ നിരാശപ്പെടുത്തുവാനോ അവഗണിക്കുവാനോ അയാൾ തയ്യാറായതുമില്ല. അങ്ങില്ലാപ്പൊങ്ങുപോലെ വിളഞ്ഞുനില്ക്കുകയായിരുന്ന ചാക്കമ്മയെ തന്റെ വരുതിയിൽത്തന്നെ നിർത്തിക്കൊണ്ട് അവളെ വേദനിപ്പിക്കാതെ, ചാക്കമ്മയുടെ സ്ത്രൈണമായ ഒരു പരിഭവമുഹൂർത്തത്തിൽ അയാൾ പറഞ്ഞു:

"എനക്കെന്നും അമ്പലത്തിൽപ്പോണം. അണക്ക് എന്റോടെ അമ്പലത്തിൽ പോരർതോ?"

"ഞാനേട്ടന്റോടെ..." ചാക്കമ്മ പറഞ്ഞു: "ഏടേം പോരും. പക്കേ, ന്നെക്കൊണ്ടേയാണം."

"നാളെ രാവിലെ മ്മക്ക് മൂന്നാക്കും അമ്പലത്തിൽപ്പോണം. ചെറിയേണ്ണിനേം വിളി."

അങ്ങനെ പിറ്റേന്ന് രാവിലെ അവർ മൂന്നാളുംകൂടിയാണ് അമ്പലത്തിലേക്കു പോയത്. അമ്പലത്തിലെത്തുവോളം പല കഥകളും അവർ പറഞ്ഞു. അയാൾ പലപ്പോഴും കേൾവിക്കാരനായിരുന്നു. ചാക്കമ്മയാണ് ഒരുപാടു കഥകൾ പറഞ്ഞത്. കഥകളെല്ലാം അവളുടെ ജീവിതകഥകളായിരുന്നു. അവ്യക്തമായേടത്തൊക്കെ അയാൾ ചോദ്യങ്ങൾ ചോദിച്ചു. ഉപചോദ്യങ്ങളും. അതിനെല്ലാം വിവേകവും പക്വതയും തികയാത്ത ഒരു വെറും പെണ്ണായി അവൾ ഉത്തരങ്ങൾ നല്കി. അച്ഛനെ എന്നതുപോലെ അയാളുടെ കയ്യിൽത്തൂങ്ങിയായിരുന്നു പലപ്പോഴും ചെറിയേണ്ണ് നടന്നും തുള്ളിക്കളിച്ചും കൊഞ്ചിയും അവരെ അനുഗമിച്ചത്. അച്ഛൻ മരിച്ചുപോയതിനുശേഷം അവൾ ഒരാളുടെ കൂടെ അങ്ങനെ സ്വതന്ത്രമായി നടന്നിരുന്നില്ല. അച്ഛനുണ്ടായിരുന്ന കാലത്ത് അവളെ പലേടത്തും കൊണ്ടുപോയിരുന്നു. അന്നൊക്കെ ചാക്കമ്മയാണ് അച്ഛന്റെ കയ്യിൽ തൂങ്ങി നടന്നിരുന്നത്. ചെറുതിനെ അച്ഛൻ തോളിൽ കയറ്റിയിരുത്തിയാണ് കൊണ്ടുപോയിരുന്നത്. അമ്മയുടെ ഉക്കലിൽ ഇരുന്ന് കാഴ്ച കണ്ടു നടക്കുവാൻ അച്ഛൻ അനുവദിക്കുമായിരുന്നില്ല.

അങ്ങനെ കഴിയവേ പെട്ടെന്നൊരു ദിവസം അച്ഛൻ മരിച്ചു വീഴുകയായിരുന്നു. ദുർമരണമൊന്നുമല്ല. ഒരു ചെറുപ്പക്കാരന്റെ അസാധാരണമായ മരണം. അച്ഛന്റെ മരണശേഷം അമ്മ വളരെക്കാലം ജീവിക്കുകയുണ്ടായില്ല. ആധിപിടിച്ചും അച്ഛന്റെ വിയോഗത്തിൽ വേദനിച്ച ചിന്തയിലമർന്നും ആ ജീവിതവും അകാലത്തിൽ പൊലിഞ്ഞു.

അങ്ങനെയാണ് ചാക്കമ്മയും അനിയത്തിയും ഒറ്റപ്പെട്ടുപോയത്. അവരങ്ങനെ കഴിഞ്ഞുകൂടി. കടപ്പുറത്തായതുകൊണ്ട് ആരുടേയും ശല്യവും ദ്രോഹവും അവർക്കേല്ക്കേണ്ടി വന്നില്ല. വലിയ സഹായങ്ങളും കിട്ടിയില്ല. വലിയ തണലില്ലെങ്കിലും ഏടത്തിക്കും ഒരനിയത്തിക്കും സ്വന്തം കൂരയിൽ കഴിഞ്ഞുകൂടാമെന്നായിരുന്നു. അങ്ങനെ ഇരിക്കെയാണ് ഒരു അജ്ഞാതവിരുന്നുകാരൻ അവിചാരിതമായൊരു ദിവസം അവരുടെ കൂരയിൽ വന്നുപെട്ടത്. അയാൾ അവരോടൊപ്പം കൂടുകയും ചെയ്തു. കടൽപ്പുറത്തെ മണൽ വിരിപ്പിലൂടെ നടന്ന് നടന്ന് കഴിയവേ ചെങ്കൽപ്പാറകളിൽ കയറിയിറങ്ങിയാണ് അവർ അമ്പലത്തിൽ എത്തിയത്. ചെങ്കുത്തായ കുന്നിന്റെ പള്ളയിൽ ഒരമ്പലം. തൊട്ട മേൽത്തൊടിയിൽ കുളം. കുളത്തിൽ മുങ്ങി ഈറനുടുത്ത് അമ്പലത്തിൽ കയറി. അമ്പലത്തിലെ വഴിപാടുകളും നേർച്ചകളും പ്രാർത്ഥനകളും കഴിഞ്ഞ് ഈറൻ മാറ്റി. വീണ്ടും അമ്പലത്തിരുമുമ്പിൽ. പൂജാരിയിൽ നിന്ന് വാങ്ങിക്കൊണ്ടുവന്ന തുളസിമാല അമ്പലത്തിരുമുമ്പിൽ നിന്ന് വെള്ളൻ ചാക്കമ്മയുടെ കഴുത്തിൽ അണിയിച്ചു. ചാക്കമ്മ വെള്ളന്റെ കഴുത്തിൽ തുളസിമാല അണിയിച്ചു. പൂജാരിക്ക് അതെടുത്തുകൊടുക്കാനും അണിയിക്കാനുമൊന്നും നേരമുണ്ടായിരുന്നില്ല. വിവാഹമൊന്നും നടക്കുന്ന കീഴ്വഴക്കമുള്ള

ക്ഷേത്രവുമല്ല. ബലികർമ്മങ്ങളാണ് ക്ഷേത്രത്തിൽ പ്രധാനം. പിന്നെ, രണ്ടു തുളസിമാലയ്ക്കു പറഞ്ഞപ്പോൾ ഒറ്റക്കണ്ണി വാഴനാരിൽ കുറേ തുളസി ഇലകൾ കെട്ടി പൂജിച്ചുകൊടുത്തു എന്നുമാത്രം. അത് അസാധാരണമായ ആചാരമാണെന്ന് സ്വയം കരുതി രണ്ടുപേരും അന്യോന്യം സ്വീകരിക്കുകയായിരുന്നു. സാക്ഷിയാകാൻ ഒരാളേ ഉണ്ടായിരുന്നുള്ളൂ. അത് ചെറിയ പെണ്ണായിരുന്നു. അത്തരം ഒരു ആചാരം കണ്ടപ്പോൾ ചെറിയേണ്ണിന് സന്തോഷം തോന്നി. ചാക്കമ്മയ്ക്ക് മനസ്സു നിറഞ്ഞു. അവൾക്ക് അയാളിലേക്ക് ഇറങ്ങിച്ചെല്ലാനുള്ള ഒരു കോണിപ്പടിയായി ആ തുളസിമാലകൾ നിന്നു.

അമ്പലത്തിൽ നിന്ന് പുറത്തുകടന്നപ്പോൾ തുളസിച്ചരടുമാലയൂരി വെള്ളൻ കയ്യിൽ ചുറച്ചിട്ടു. 'ചാക്കേ, മാലയൂരി കയ്യിക്കെട്ടിക്കോ' എന്ന് അയാൾ നിർദ്ദേശിക്കുകയും ചെയ്തു. അവളും തുളസിച്ചരടുമാല കയ്യിൽ ചുറച്ചുകെട്ടി. അയാൾ നിർദ്ദേശിച്ചതുകൊണ്ടാണ് അവൾ മാലയൂരി കയ്യിൽ കെട്ടിയത്. രണ്ടാളും തുളസിമാലയുമിട്ട് ചെറിയേണ്ണിന്റെ കയ്യും പിടിച്ച് വീടുവരെ നടക്കണം എന്നവളുടെ ഉള്ളിലുണ്ടായിരുന്നു. പക്ഷേ, അതവൾ പുറത്തു പറഞ്ഞില്ല. മാലയൂരി കയ്യിൽ കെട്ടാൻ പറഞ്ഞപ്പോൾ അവൾ അതനുസരിച്ചു. വിവാഹം കഴിഞ്ഞ് പുറത്തിറങ്ങിയ അവരെ ആരെങ്കിലുമൊക്കെ ശ്രദ്ധിക്കും എന്നും ചാക്കമ്മ പ്രതീക്ഷിച്ചിരുന്നു. ആരും അവരെ ശ്രദ്ധിക്കുകയുണ്ടായില്ല. കന്യാണ്ട് മാസം ആദ്യമായിരുന്നെങ്കിൽ ആളുകൾ നിറയെ ഉണ്ടാകുമായിരുന്നു അമ്പലച്ചുറ്റുവട്ടത്ത്. പാളയും കയറും നേർച്ചയായിട്ടെത്തുന്ന നൂറുകണക്കിൽ ആളുകളുടെ പിതൃക്കൾക്ക് തർപ്പണം ചെയ്യാനുള്ള തെരക്ക് അപ്പോഴാണുണ്ടാവുക. തുളസിമാല അന്യോന്യമണിയിച്ച് പുറത്തേക്കു വന്നപ്പോഴാകട്ടേ, ആരേയും കാണുകയുണ്ടായില്ല. വല്ലപ്പോഴും ഒരാളെയെങ്ങാൻ കണ്ടിരുന്നെങ്കിൽ അയാളാകട്ടേ സ്വന്തം കാര്യവുമായി അമ്പലത്തിലേക്കോ കുളത്തിലേക്കോ ബലിപ്പാറകളിലേക്കോ പായുകയായിരിക്കും. അമ്പലത്തിൽ വരുന്ന ഓരോരുത്തർക്കും തെരക്കാണല്ലോ. എങ്ങനെ താൻ ദൈവത്തിനെ ഏറ്റവും നന്നായി തൃപ്തിപ്പെടുത്തി. മറ്റാരും ദൈവത്തിന്റെ മുന്നിൽ പ്രത്യക്ഷപ്പെടാത്തതുപോലെ സർവ്വാംഗം ദൈവത്തിന്റെ മുന്നിൽ താഴ്ത്തിവെയ്ക്കാം എന്നാണല്ലോ ഓരോ ഭക്തരുടേയും ചിന്ത. ദൈവത്തിനെ ഏറ്റവും നന്നായി തൃപ്തിപ്പെടുത്താനുള്ള അപ്രഖ്യാപിത മത്സരത്തിൽ മാരത്തോൺ ചെയ്യുന്ന ഭക്തർക്കെവിടെ സ്വയംവരം നടത്തി പുറത്തുവരുന്നവരെ ശ്രദ്ധിക്കാൻ നേരം!

ഉള്ളിൽ ആഗ്രഹമുണ്ടായിരുന്നുവെങ്കിലും ആർക്കും തങ്ങളെ ശ്രദ്ധിക്കുവാൻ നേരമില്ലല്ലോ എന്ന കാര്യം ചാക്കമ്മയ്ക്കു തന്നെ തിരിയുകയും ചെയ്തുകഴിഞ്ഞിരുന്നു. എന്നാലും വെറുതെ ഒരു മോഹം എന്ന നിലയിൽ ആരെങ്കിലുമൊക്കെ തങ്ങൾ വിവാഹിതരായി പുറത്തുവരുമ്പോൾ

തങ്ങളെ ശ്രദ്ധിക്കണമായിരുന്നു എന്ന് ചാക്കമ്മ മോഹിച്ചുപോയി. അത്ര മാത്രം. ആ മോഹം ഒറ്റച്ചരടിൽക്കെട്ടിയ തുളസിമാല കയ്യിൽ ചുറച്ചിട്ടതു പോലെ അതും ആരോടും പറയാതെ ചാക്കമ്മ ഊരിയെടുത്ത് മനസ്സി ലെവിടെയോ ചുറച്ചിട്ടു.

ചെങ്കൽപാറകളും ചെങ്കൽപാറകളിൽ നിരന്തരം അടിച്ചുചിതറുന്ന തിരമാലകളുടെ മുഴക്കവും പിന്നിട്ട് വെള്ളനും ചാക്കമ്മയും ചെറി യേണ്ണിന്റെ കയ്യും പിടിച്ച് മണൽപ്പരപ്പിൽ നടക്കാൻ തുടങ്ങി. പ്രഭാത വെയിലിന്റെ മൂത്തുതുടങ്ങിയ നാളങ്ങൾ അവരെ മരക്കൂട്ടങ്ങൾക്കിട യിലൂടെ തെരഞ്ഞുപിടിച്ച് വീക്ഷിച്ചുതുടങ്ങിയിരുന്നു.

കൂരയിൽ വന്നുകയറുമ്പോഴേക്കും ഇളം ഉച്ച ആയിരുന്നു. അന്നു മുതൽ മാത്രമായിരുന്നു വെള്ളനും ചാക്കമ്മയും ദമ്പതികളായി ജീവിച്ചത്. അതുവരെ ചാക്കമ്മയും ചെറിയേണ്ണും ഒരുമിച്ചായിരുന്നു ഉറങ്ങിയത്. അന്നുമുതൽ ചെറിയേണ്ണ് ഒറ്റയ്ക്കു കിടന്ന് ഉറങ്ങി. ചാക്കമ്മ വെള്ളനൊപ്പ മായിരുന്നുവല്ലോ അന്നുമുതൽ കിടന്നതും ഉറങ്ങിയതും! അതെങ്ങനെ യാണെന്നോ എന്തുകൊണ്ടാണെന്നോ ആരും ചോദിക്കുകയും ഉണ്ടാ യില്ല. അത്രയ്ക്ക് ഒറ്റപ്പെട്ടായിരുന്നു ചാക്കമ്മയും ചെറിയേണ്ണും ജീവിച്ചി രുന്നത്. അവരെ ആരും ഉപദ്രവിക്കുവാനോ സഹായിക്കുവാനോ വരിക യുണ്ടായിരുന്നില്ല. അതുകൊണ്ടായിരിക്കാം ഒരാൾ ചാക്കമ്മയുടെ കൂരയിൽ വന്നുതാമസമാക്കിയിട്ടും കാര്യമായി ആരും ഉരിയാടുകയോ ഇടപെടുകയോ ചെയ്യുകയുണ്ടാകാതിരുന്നത്. അങ്ങനെ വെള്ളൻ ചാക്കമ്മയോടൊപ്പം കുടുംബജീവിതം നയിച്ചുവന്നു.

രാവിലെ അയാൾ എഴുന്നേറ്റ് സ്വയം ശുദ്ധിവരുത്തി കിണ്ടിയുമായി അമ്പലത്തിലേക്കു പോയി. ഇളംഉച്ചയാകുമ്പോൾ അയാൾ തിരിച്ചുവന്നു. മറ്റെങ്ങും അയാൾ കാര്യമായി പോവുകയുണ്ടായില്ല. ഒരു പണിക്കോ തൊരത്തിനോ അയാൾ പോവുകയുണ്ടായില്ല. കടപ്പുറത്തെ സഹജീവി കളുമായി അയാൾ ഇടപഴകുകയും ഉണ്ടായില്ല. കടപ്പുറത്തെ സഹജീവി കൾ അയാളോടും ഇടപഴകുകയുണ്ടായില്ല. എത്രയോ പാവപ്പെട്ട ആളുകൾ കഴിഞ്ഞുകൂടിയ കടപ്പുറമായിരുന്നു ആ കൂരിയാടിക്കടപ്പുറം അന്ന്. അവരവർക്ക് അവരവരുടെ കാര്യം നോക്കാനേ നേരമുണ്ടായിരു ന്നുള്ളൂ എന്നതുകൊണ്ടായിരിക്കുമോ ചാക്കമ്മയുടെ വീടുമായി ആരും ബന്ധപ്പെടാതിരുന്നത്? അതോ ചാക്കമ്മയുടെ കുടുംബം മറ്റു കുടുംബ ങ്ങളുമായി ബന്ധപ്പെടാത്തതുകൊണ്ടോ? എന്തുകൊണ്ടാണെന്ന് അവരൊന്നും അന്വേഷിച്ചില്ല. പിന്നെ നമ്മൾ ഇന്നന്വേഷിച്ചിട്ടുണ്ടോ അന്ന് ആ കുടുംബം അങ്ങനെ ജീവിച്ചതെന്തെന്നറിയുന്നു!

രണ്ടു രണ്ടരക്കൊല്ലത്തിനിടയിൽ ആ കുടുംബത്തിലേക്ക് ഒന്നു രണ്ടു പുതിയ ആളുകളും വന്നുചേർന്നു. എന്നിട്ടും കടപ്പുറത്തെ സഹജീവി കൾ കൂരയിൽ വന്ന് അന്വേഷിക്കുകയോ നോക്കുകയോ തെരക്കുകയോ

ചെയ്യുകയുണ്ടായില്ല. പുതുതായി വന്ന രണ്ട് ആൺപൈതങ്ങളെ പരിചരിക്കാൻ അവർ തന്നെ മതിയാകും എന്നതുകൊണ്ടായിരിക്കുമോ? അറിയില്ല. പക്ഷേ, വെള്ളനെ അപ്പോഴേക്കും സംശയദൃഷ്ടിയോടെ ആളുകൾ നോക്കിക്കാണുവാൻ തുടങ്ങിയിരുന്നു.

മുപ്പത്തിമൂന്ന്

കൂരിയാടിക്കടപ്പുറം വന്നിട്ടു വർഷങ്ങൾ ആയല്ലോ. മൂന്നു മൂന്നരക്കൊല്ല മായിട്ടുണ്ടാകും. രാവിലെ അമ്പലത്തിലേക്കു പോകും. ക്ഷേത്രാചാരങ്ങൾ കഴിഞ്ഞ് ഉച്ച മൂക്കുമ്പോൾ തിരിച്ചെത്തും. അതായിരുന്നു കൂരിയാടി ക്കടപ്പുറത്തെ വെള്ളന്റെ മറവുജീവിതം.

സാധാരണപോലെ അയാൾ അന്നും നന്നെ രാവിലെ അമ്പലത്തിലേക്കു പുറപ്പെട്ടു. വഴിയിൽക്കണ്ട ആർക്കും മുഖം കൊടുത്തില്ല. കുറേക്കാലമായി അവരിൽ പലരും തന്നെ വല്ലാതെ ശ്രദ്ധിക്കുന്നില്ലേ? എന്തിനാണ് അവരിങ്ങനെ ശ്രദ്ധിക്കുന്നത്? അവരെ ശ്രദ്ധിക്കാത്തതുകൊണ്ടാകാം. ഇനിയും അവരെ ഒഴിവാക്കി അവിടെ ജീവിക്കാനാകുമോ? പലരും ഇങ്ങോട്ടു കയറി പരിചയപ്പെട്ടേക്കും എന്ന നിലയെത്തിയിരിക്കുന്നു. അതുപാടില്ല. ഒന്നുമറഞ്ഞു നില്ക്കുകയാണ്. മറഞ്ഞുനില്ക്കുമ്പോൾ നാട്ടുകാരുമായി ഇടപെട്ടാൽ ഉള്ളുകള്ളിയൊക്കെ പുറത്താകും. തച്ചോളി ഒതേനക്കുറുപ്പിനു കൊടുത്ത വാക്ക് പാളും. അതുപാടില്ല. നാട്ടുകാരും ദേശക്കാരും വെള്ളന് കുറുപ്പുമായുണ്ടായ സംഭവങ്ങൾ മറവിയിലേക്ക് മായാൻ ഈ ആറേഴു കൊല്ലം മതിയാകും. എന്നാലും നാട്ടിൽ നിന്നു വിട്ടെത്തിയ നാട്ടിൽ ഒരു പുതിയ പരിചയം വേണ്ട.

അന്ന് വെറും കയ്യാലെയാണ് അയാൾ അമ്പലത്തിലേക്ക് പുറപ്പെട്ടത്. ഒറ്റമുണ്ടാലെ. സാധാരണ ഒരു കിണ്ടി കയ്യിലുണ്ടാകുന്നതാണ്. അതന്നെടുത്തില്ല. വഴി വിട്ടപ്പോഴാണ് ചാക്കമ്മ തന്നെ കിണ്ടിയെടുക്കാൻ മറന്ന കാര്യം മനസ്സിലാക്കിയത്. 'ഇതെന്താണപ്പാ ഒരു മറതി!'- ചാക്കമ്മ സ്വഗതം ഉരുവിട്ടു: "ഈ മനുഷേനിന്നെന്തു മറതി പറ്റി!"

രണ്ടാൺകുട്ടികളും ഉണരുന്നതിനുമുമ്പു തന്നെ സാധാരണപോലെ അമ്പലത്തിലേയ്ക്ക് പുറപ്പെട്ടതാണ്. ഉടുമുണ്ടിനുപുറമേ ആകെ കയ്യിലുണ്ടാകുന്ന സാധനം വാൽക്കിണ്ടിയാണ്. 'അതും മറന്നേച്ചും വെച്ച് ഇത്തേഹം എന്താണ് വിചാരപ്പെട്ട് പോയത്!' ചാക്കമ്മ ഒരു പെക്കറപോലെ സ്വയം മനസ്സിൽ ഉരുവിട്ടു. പിന്നെ, കുട്ടികളുടെ അലമ്പിൽ അതങ്ങനെ വിസ്മരിക്കുകയും ചെയ്തു.

അമ്പലത്തിൽ നിന്നിറങ്ങി കുന്നകലുന്നതിനുമുമ്പേ വെള്ളൻ ഇടവഴിയിലേക്കു കയറി. അതോടെ കടലിന്റെ കാഴ്ചകളും കടലിരമ്പങ്ങളും

അകന്നു. മനസ്സിലും എല്ലാവിധ മുഴക്കങ്ങളും അമർന്നതു പോലെയായി. വർഷങ്ങളായി തന്നെ കെട്ടിയിട്ടിരുന്ന പാശങ്ങളും ഓരോരോന്നോരോന്നായി അറ്റുവീണുകൊണ്ടിരുന്നു.

ഇടവഴികളും വയലരിമ്പുകളും മാറി മാറി പിന്നീട് അയാൾ കീഴൂരി ലെത്തി. കീഴൂരിലെത്തുമ്പോഴേക്കും കീഴൂർ ഭഗവാൻ മനസ്സിൽ ഉദിച്ചു തെളിഞ്ഞുകഴിഞ്ഞിരുന്നു.

'ഭഗവാനേ!'- വെള്ളൻ കൂപ്പുകൈകളോടെയും സാഷ്ടാംഗ നമസ്കാരങ്ങളോടെയും ഉച്ചത്തിൽ വിളിച്ചു. ഇഴകീടങ്ങളും പറവ പല ജാതികളും ഭഗവാൻ വിളികേട്ടിട്ടെന്നതുപോലെ വഴിയിടങ്ങളിൽ നിന്നൊഴിഞ്ഞു. ഭഗവാനെ കാലങ്ങൾക്കുശേഷം മനസ്സറിഞ്ഞ് തൊഴുത്, സാഷ്ടാംഗ നമസ്കാരം ചെയ്ത് അയാൾ എഴുന്നേറ്റു നടന്നു.

നടന്നു നടന്ന് പറമ്പത്തെത്തി. കൊങ്ങണ്ണൂരമ്മയുടെ ഊര്! കൊങ്ങണ്ണൂരമ്മയുടെ സവിധം സമീപിക്കവേ അയാൾ സ്വയം പറഞ്ഞു: 'അമ്മേ ഞാൻ തെരക്കിലാണ്. ജീവിതത്തിന്റെ പ്രാഥമിക കെട്ടുപാടുകൾ അഴിച്ചു മാറ്റി യഥാർത്ഥ ഗാർഹസ്ഥ്യത്തിന്റെ പെരുവഴിയിലേക്ക് സ്വയമേവ ഞാൻ പുറപ്പെട്ടിരിക്കയാണെന്നു തോന്നുന്നു.'- തൊഴുകയ്യും സാഷ്ടാംഗ നമസ്കാരവും കഴിഞ്ഞ് അയാൾ നേരെ തെക്കോട്ടേക്കു നടക്കുവാൻ തുടങ്ങി.

നടന്നു നടന്ന് ചാക്കരയെത്തി. പുഴയും കരയും ചേരുന്ന ചാക്കര. ചാക്കരക്കടന്നും നടന്നു. എത്തിയത് മുചുകുന്നിന് കിഴക്ക്. വയലിൽ നിന്ന് മുചുകുന്നിലേക്കുനോക്കി. ഇതാണ് മുചുകുന്ന്. കുന്നിന്റെ ചരിവിൽ ഒന്നു രണ്ടു പാതാളം.

എന്താണ് പാതാളം? ആളുകൾ അങ്ങനെയാണ് അതിനെ പറയുന്നത്. നിരന്ന കുന്നിൽ വലിയ കുണ്ട്. രണ്ടുമൂന്നു കിണറിന്റെ വായ്വട്ടത്തിലുള്ള കുണ്ട്. കുണ്ടിൽ ജലമില്ല. മരങ്ങൾ വളർന്ന് കുണ്ട് മൂടി നില്ക്കുന്നു. കുണ്ടിന്റെ ആഴങ്ങളിലേക്ക് മരങ്ങളുടെ വേരുകൾ മാറാല തൂക്കി കുണ്ടിന്റെ വായ്വട്ടം സാമാന്യം അടഞ്ഞിരിക്കുന്നു. പക്ഷേ ആ വേരുകളിൽ ചവിട്ടി പാതാളക്കുണ്ടിന്റെ ആഴത്തിലേക്കിറങ്ങാം. ആഴം അത്രയൊന്നുമില്ല. രണ്ടുമൂന്നാൾപ്പുറം ഇറങ്ങിയാൽ നിരന്ന ഭൂമി. ഒന്നര -രണ്ട് ആൾപ്പുറം കഴിയുന്നതോടെ വേരുകൾ തീരുന്നു. തുടർന്നുള്ള ആഴങ്ങളിലേക്ക് തിണ്ടിലെ മാളങ്ങളും ഗഹ്വരങ്ങളും ചവിട്ടി ഇറങ്ങി വേണം നിരന്ന ഭൂമിയിലെത്താൻ. നിരന്ന ഭൂമിയിലൂടെ ഒരു ഭാഗത്തേക്ക് അല്പം നടക്കാം. നട്ടുച്ച വെയിലത്തും പാതാളത്തിലെ നിരന്ന ഭൂമിയിൽ നടക്കാവുന്ന ദൂരമെത്തിയാൽ ഇനിയങ്ങോട്ട് കൂരാക്കൂരിരുട്ടാണ്. ഇരുട്ടിൽ ഒന്നും കാണുകയില്ല. ചിലേടത്ത് പാതാളക്കുഴിയുടെ മേൽഭൂമി തലയിൽ തട്ടും. തട്ടുന്ന മേൽഭൂമിയിലെ കുഴികളിൽ പലതിലും സർപ്പങ്ങൾ കാറ്റു

കൊള്ളാൻ മുഖം പുറത്തേക്കു തള്ളിച്ച് വിശ്രമിക്കുകയാണ്. തല അതിനോടു മുട്ടിയാൽ കഴിഞ്ഞുവല്ലോ!

ഇരുട്ടിൽ ചൂട്ടും കെട്ടി നടന്നാൽ ശ്വാസം കിട്ടുകയില്ല. അങ്ങനെ ശ്വാസം അത്യാവശ്യമില്ലാത്തവർ നടന്നുനടന്ന് നടുക്കടലിൽ പോയി പൊന്തിയ കഥ കേട്ടിരിക്കുന്നു നേരത്തെ. ചിലേടത്ത് വഴി കുടുങ്ങി നൂണ്ടിറങ്ങണമത്രെ. അതും ശ്വാസമില്ലാതെ.

അങ്ങനെ ശ്വാസം മുട്ടിച്ച് വഴി നടന്നുപോയ മഹാന്മാർ കടലിൽപ്പോയി പൊന്തുന്നത് കമിഴ്ന്നായിരിക്കുകയില്ലെന്ന് ആരു കണ്ടു! അതും നടുക്കടലിൽ!

വയലിൽനിന്നു നോക്കിയാൽ മുചുകുന്നു കയറുന്നേടത്തു തന്നെ ഒരു കുളമുണ്ട്. കുണ്ടുകുളം. ആഴമുണ്ടെങ്കിലും അരികുകൾ ഇടിഞ്ഞ് പരന്ന കുണ്ടുകുളം. അരികെ രണ്ടു മൂന്നു കൈതകൾ ഉയർന്നു നില്കുന്ന ചെറുകൈതക്കാട്.

ഈ കുണ്ടും കൈതക്കുറ്റിയും പുരാണകഥയിലേയ്ക്ക് മനസ്സിനെ പിടിച്ചുവലിച്ചു. ശരി. ഈ കുണ്ടിൽനിന്നു ദാഹജലം കുടിച്ചു പോയതു കൊണ്ടല്ലേ പണ്ടൊരു ദേവത അയിത്തപ്പെട്ടുപോയത്? ആ ദേവിയുടെ ആലയവും ഈ ചുറ്റുവട്ടത്തുണ്ടാകുമല്ലോ.

കുണ്ടുകുളത്തിനു വടക്കുപടിഞ്ഞാറായി ഒരു കുടിൽ. കുടിലെന്നാൽ മൂന്നു നാല് തെങ്ങോല മടഞ്ഞ് തിരിച്ചും മറച്ചും വെച്ചും രണ്ടുമൂന്നെണ്ണം മുകൾ മൂടിയുമുള്ള ഒരു കുടിൽ.

ആ കുടിലിൽ ഒരാൾരൂപമുണ്ടോ നിഴലിക്കുന്നു? വെള്ളൻ നടന്ന് കുടിലിനു ചാരെ എത്തി നിന്നു. ഉണ്ട്. ഒരാൾരൂപം. ക്ഷീണിച്ച് മെലിഞ്ഞ ഒരു പെൺരൂപം. ദയനീയത തോന്നിക്കുന്ന ഈ പെണ്ണ് ഏത്?

ഒച്ച താഴ്ത്തിയെങ്കിലും ഉറച്ച ശബ്ദത്തിൽ വെള്ളൻ മുരടനക്കി: "നീയെന്താണ് ഇവിടെ ഒറ്റയ്ക്ക്?"

സ്വരം കേൾക്കേണ്ട താമസം, പനിപിടിച്ച പയ്യിനെപ്പോലെ കയറ്റിച്ച് പാച്ചിലേ പാച്ചിൽ. അവൾ വില്ലിൽ നിന്നു തൊടുത്തുവിട്ട അമ്പുപോലെ എങ്ങോട്ടാണു പാഞ്ഞത്?

ഊരവട്ടത്തിൽ കോയ്മയുടെ ആൾക്കാരാണ് പിന്നീടവിടെ പ്രത്യക്ഷപ്പെട്ടത്. "ഒറ്റയ്ക്ക് കഴിയുന്ന പുലയിപ്പെൺകൊടിയുടെ ചാരെച്ചെന്ന പുരുഷനാര്?" അവർ ചോദിച്ചു.

മുചുകുന്നൻ കോയ്മയുടെ ആൾക്കാർ വന്നു.

വലിയമലക്കോയ്മയുടെ ആൾക്കാർ വന്നു.

ചോദ്യശരങ്ങൾ വെള്ളനുനേരെ പാഞ്ഞു:

"ഒറ്റയ്ക്കു കഴിയുന്ന പുലയിപ്പെൺകൊടിയുടെ ചാരെച്ചെന്ന പുരുഷനാര്?"

വെള്ളൻ അമ്പുകളിൽ ഉത്തരം പുരട്ടി തിരിച്ചുവിട്ടു: "ഞാൻ പുലയറുകണ്ടി പുലയൻ വെള്ളൻ... കുറച്ചായി നാടുവിട്ടു കഴിയുന്ന ഒരു യാത്രികൻ... ഇപ്പോളിതാ മുചുകുന്നിൽ..."

"നാടുവിട്ട് ഊരുതെണ്ടുന്ന പുലയൻ നീ... ഒറ്റപ്പെട്ടു കൂടുന്ന വാഴയിൽച്ചെറുമീന്റെ ഓരത്തു വരാനണക്കെന്തു ഞായം?"

ഊരവട്ടത്തിൽക്കോയ്മയും മുചുകുന്നൻ കോയ്മയും വലിയമലക്കോയ്മയും മാറി മാറിച്ചോദിച്ചു. ഉത്തരം മുട്ടാതെ വെള്ളൻ പറഞ്ഞു:

"പെണ്ണിനെ ഞാള് കണ്ടിക്കില്ലായ്നു... അന്യദേശവാസം വെടിഞ്ഞ് ഞാനിങ്ങനെ പോരുകയാ... കീഴൂർച്ചെന്ന് ഭഗവാനെക്കണ്ട്... പറമ്പത്ത് ചെന്ന് കൊങ്ങണ്ണൂരമ്മേനെക്കണ്ട്... ചാക്കരക്കടന്ന് മുതൂന്നിലെത്തി. എനക്കിനി ഊടേടേം കൂടണം... ഒന്നുകിലിമ്മേത്തല് കളരിപ്പറമ്പിൽ.. അല്ലെങ്കിൽ ഭഗവതിക്കാവിന്റെടുത്ത് പാതാളപ്പറമ്പിൽ... അങ്ങനെ ഇരുന്നുകൂടാൻ നോക്കിയപ്പം ചാളയ്ക്കലെത്തിപ്പോയതാ... പൊറുത്താകണം..."

സത്യസന്ധനായി ഉള്ളതുള്ളതുപോലെ കോയ്മകളുടെ സവിധം വെള്ളൻ സത്യപ്രസ്താവന നടത്തി. അധികമൊന്നും തുടർന്നു വിശദീകരിക്കാൻ അയാൾ നിന്നില്ല.

"എന്തായാലും ഞ്ഞ് തെറ്റാ ചെയ്തത്. ആടന്നും പോന്ന് ഊടന്നും പോന്ന ഞ്ഞ് ഞാളെ ചെറുമിപ്പെണ്ണിനെ കാണാമ്പാടില്ലായ്നു... പയേ കുടുമ്പാ വായേല്. പക്കേ ഇപ്പം ക്ഷയിച്ച് കെടക്ക്ആ... ഇപ്പം ആകെ നശിച്ച് പ്പെണ്ണേ ഊടയുള്ളു. ഓള് ഞാളെ ചെറുമ്മിയാ... ഓളെ ഞാളാ പോറ്റ്ന്നേ... ഓക്കൊർ പരാധീനത വന്നാല് അയ്‌ല് ഞാക്കാ അയിന്റെ കേട്... ബായേല് ബഗവതീനെ നോക്കി നടത്താൻ ഇനി ഓക്കേ ആവൂ..."

വെള്ളൻ കേട്ടു നിന്നു. അതുവരെ താൻ ചിന്തിക്കാത്ത ഒരു വഴിയിലേക്കാണ് വർത്തമാനം നീങ്ങുന്നതെന്ന് അയാൾക്കു മനസ്സിലായി. കോയ്മകളുടെ നാട്ടുക്കൂട്ടത്തിന് നശിച്ചുകിടക്കുന്ന വാഴയിൽത്തറവാടിനെ ഉദ്ധരിച്ചുണർത്തണം. ഭഗവതി സങ്കല്പവും മറ്റുതറകളും പാതാളങ്ങളും അനാഥമായിക്കിടക്കുന്നത് തമ്പുരാക്കന്മാർക്കും ദോഷമാണ്. തമ്പുരാക്കന്മാർ കൊല്ലും കൊലയും ചെയ്യാത്ത ഒരേ ഒരിടം വാഴയിൽ മാത്രമാണ്. അതിനു കാരണം വാഴയിൽ ഭഗവതിയാണ്. ഭഗവതി കോപിച്ചാൽ മുടിയുന്നത് ബന്ധപ്പെട്ട കോയ്മ കുടുംബങ്ങൾ മുച്ചൂടുമാണ്. പുലയർക്ക് ചവിട്ടുകാലിന്നടിയിൽക്കിടക്കുന്ന ഒരുറുമ്പിന്റെ വിലയും അവർ കൊടുക്കുന്നില്ല. പക്ഷേ, കാലങ്ങളായി മുടിഞ്ഞുകിടക്കുന്ന വാഴയിൽ ചാളയ്ക്കൽ ആളില്ലാത്തതുകൊണ്ട് ഭഗവതിയേയും നോക്കി നടത്താൻ ആളില്ലാതെ കഴിയുകയാണ്. പറഞ്ഞു പറഞ്ഞു വരുന്നത് വാഴയിൽ ഒരാൺ തുണവേണം എന്നു തന്നെയാണെന്നും അയാൾക്ക് മനസ്സിലായി.

അങ്ങനെ ഒരു ചോദ്യം വന്നാൽ നില്ക്കാൻ തയ്യാറായി, സ്വയം സന്നദ്ധ നായി വെള്ളൻ ശ്രോതാവായി നിന്നു.

കോയ്മയുടെ ആൾക്കാർ പറഞ്ഞു:

"പതിനെട്ട് വയസ്സ് ഓക്കായി... അണക്കെത്തറ?"

"എനക്ക് മുപ്പതോ മുപ്പത്തിരണ്ടോ."

"ഓളെ അണക്ക് എട്ക്കാൻ പറ്റ്വോ?... പറ്റിയാൽ അണക്ക് ചാളയ്ക്ക ക്കൂടാം..."

അധികമൊന്നും ആലോചിക്കാതെ വീണതു വിദ്യയെന്നതുപോലെ വെള്ളൻ പറഞ്ഞു:

"ഊയി."

മുപ്പത്തിനാല്

വിവാഹിതരായതോടെ വെള്ളനും ഭാര്യ കൊറുമ്പിക്കും താമസിക്കാൻ ഇടവും വീടും പ്രശ്നമല്ലായിരുന്നു എങ്കിലും സൗകര്യത്തിൽ താമസി ക്കണമെന്നൊക്കെ വന്നപ്പോൾ അതുപ്രശ്നം തന്നെയായി. പാരാവാരം പോലെ ഒഴിഞ്ഞു കിടക്കുന്ന കുന്ന്. താഴെക്കരയിൽ കൈതക്കുറ്റിയും കാഞ്ഞിരമരവും. അതിന്റെ മീത്തലായി പടിഞ്ഞാറൊടിയിലാണ് നാലോലയും രണ്ടുകുത്തിമറിയുമായി കൊറുമ്പി താമസിച്ചു വന്നത്. അവളുടെ കൂടെ ഇപ്പോൾ വെള്ളനുമായി. അവരിപ്പോൾ ഒരു കുടുംബ മായി താമസിക്കുകയാണ്. സ്വയം അങ്ങനെ ആയതല്ല. കോയ്മമാർ ഇടപെട്ട് ബന്ധപ്പെടുത്തിയതാണ്. ഇനി അതിൽ യാതൊരു നാട്ടുനടപ്പും വെച്ച് പൂർത്തീകരിക്കേണ്ടതില്ല. കുടുംബക്കാർ പിടിച്ച് കല്യാണം കഴിപ്പി ക്കുന്നതിനേക്കാൾ നാട്ടുനടപ്പിന്റെ ആധികാരികതയും പിൻബലവും ഈ അടിയന്തരത്തിനുണ്ട്. അത്തരം വിവാഹം നാട്ടിൽ നടക്കാറില്ല തന്നെ. ഇനി അതിനെക്കുറിച്ച് മുന്നോട്ടൊന്നും ചിന്തിക്കേണ്ടതില്ല.

പക്ഷേ, സന്തോഷകരമായ ഒരു കുടുംബജീവിതത്തിന് വീട് ഭദ്ര മാക്കേണ്ടത് അവശ്യമാണ്. കാരണം കൊറുമ്പിയുടെ വിളർച്ചയും ചോര യില്ലായ്മയും മെലിച്ചിലുമൊക്കെ പോയി. കയ്യും കാലും ബലം വെച്ചു. ചടച്ചിരുന്ന ശരീരം ബലപ്പെട്ടു. സ്വതവേ ദുർബലയായിരുന്ന അവൾ സുഭഗയായി. ആരുടെ കൂടെയാണ് സ്ഥിരവാസം! വെള്ളന്റെ കൂടെ!!

ആരാണീ വെള്ളൻ? ഏതോ ഒരു വഴിപോക്കിൽ കിട്ടിയ ചെറുമൻ എന്നേ കൊറുമ്പിക്കറിയൂ. അതും തമ്പുരാക്കന്മാരും കോയ്മമാരും ഇട പെട്ട് ബന്ധപ്പെടുത്തിത്തന്നത്. തമ്പുരാച്ചെറുക്കന്മാർ പൊതുവേ വെള്ളു

വെളുത്ത് സുന്ദരന്മാരും കുട്ടപ്പന്മാരുമാണ്. പക്ഷേ, വെള്ളന്റെ ശരീര വടിവോ ദൃഢതയോ സൗകുമാര്യമോ തെകഞ്ഞ ഒരു തമ്പുരാച്ചെക്കനേയും എവിടെയും കൊറുമ്പി കണ്ടിട്ടില്ല. അതുകൊണ്ട് അയാൾ എവിടെ നിന്നു വന്നുവെന്നോ എന്തിനുവന്നുവെന്നോ എന്തായിരുന്നു അയാളുടെ പഴയകാലമെന്നോ അവൾക്കറിയണമെന്നു തോന്നിയില്ല. പന്തീരായിരം കൊല്ലം തപസ്സിരുന്നാലും ഇത്തരം ഒരുരുക്കുമനുഷ്യനെ തനിക്ക് കിട്ടുകയില്ലായിരുന്നു എന്നും കൊറുമ്പിക്കറിയാം. അതവൾക്ക് ഉറപ്പുമാണ്. എന്നാൽപ്പിന്നെ അപ്പം തിന്നാൽപ്പോരേ, കുഴി എണ്ണേണ്ടതില്ലല്ലോ.

അവൾ അതൊക്കെ നിനച്ച് അയാളോട് അയാളുടെ പഴയകാലമൊന്നും ചോദിച്ചില്ല. ഓല് എപ്പോഴും തെരക്കിലാണ് എന്നും കൊറുമ്പിക്കറിയാം. എപ്പോഴാണ് മൂപ്പർ തന്റെ അടുത്ത് എത്തുക എന്നതിനെക്കുറിച്ച് ഒരു രൂപവും കൊറുമ്പിക്കില്ല. മൂപ്പർക്ക് ഏതുനേരവും പണിയാണ്. അതിനിടയിൽ എപ്പോഴാണ് തന്റെയടുത്ത് ഒന്നു നിന്നു കിട്ടുക എന്നതിനെക്കുറിച്ച് അവൾക്കു ഒരു രൂപവുമില്ല. കല്ലെടുത്തിട്ടും മണ്ണെടുത്തിട്ടും വാഴവെച്ചും തയ്യുതുറന്നും എന്നു വേണ്ട അയാളെ കാണുമ്പോഴൊക്കെ അയാൾക്ക് പണിയാണ്. പ്രകാശത്തിലോ പ്രദോഷത്തിലോ അയാളെ അടുത്തു കിട്ടില്ല. തൊട്ടമേത്തലെക്കണ്ടത്തിലെ കാഞ്ഞിരച്ചുവട്ടിൽ കണ്ണുമടച്ച് മുനിസമാനനായി ഇരിക്കുന്നതു കാണാം. കാടും പടലും പാമ്പും കീരിയും കിളികളും എല്ലാം നിറഞ്ഞതാണ് മേത്തലെ ഒടി. അവിടെ തപസ്സിലിരിക്കുമ്പോൾ വിളിക്കുകയോ ഉരിയാടുകയോ ചെയ്യുന്നത് മൂപ്പർക്ക് ഇഷ്ടമല്ല എന്ന് കൊറുമ്പിക്കറിയാം. അതുകൊണ്ട് എന്തുകണ്ടാലും കണ്ണടച്ച് ഭഗവതിയെ വിളിച്ച് ഇരിക്കുകയല്ലാതെ ക,മ- അവൾ മിണ്ടില്ല. പാമ്പുകൾ ഇഴഞ്ഞു കയറി ശിരസ്സിൽ സർപ്പനൃത്തം ചെയ്യുന്നതും കഴുത്തിൽ നടനമാടുന്നതും എത്രവട്ടം കണ്ടിരിക്കുന്നു! എല്ലാം ഉറക്കിൽ സ്വപ്നം കണ്ടതാണെന്നു നിനച്ച് സാഷ്ടാംഗം കിടന്ന് തേങ്ങലടിക്കുവാനും തിരിച്ച് ചാളയിൽ എത്തുന്നതുവരെ ഭഗവതിയെ വിളിച്ച് കരയുവാനും മാത്രമേ അവൾക്കറിയൂ.

തിരിച്ചെത്തിയാൽ ഒന്നും സംഭവിക്കാത്തതുപോലെയാവും കൊറുമ്പിയോടുള്ള പെരുമാറ്റവും ഇടപെടലും. ചേനപുഴുങ്ങിയത് തിന്നുമ്പോഴും നെല്ല് വറുത്ത് കുത്തി കഞ്ഞിയാക്കി കുടിക്കുമ്പോഴും കുണ്ടുകുളത്തിൽ നിന്ന് പാളകുത്തി വെള്ളം കോരി മുക്രയിട്ട് കുടിച്ചു വറ്റിക്കുന്നേരവും കൊറുമ്പിയെ അയാൾക്ക് ഒരു പ്രത്യേക ശ്രദ്ധയുണ്ട്. അവളുടെ വയറു നിറഞ്ഞോ എന്ന് അയാൾക്ക് ഒരു ശ്രദ്ധയുണ്ട്. അവൾക്ക് കുശാലായാൽ വെള്ളനും നിറഞ്ഞു. അവളെ എടുക്കാനും പൊക്കാനും കളിപ്പിക്കാനും വെള്ളന് പ്രത്യേക നേരമൊന്നും വേണ്ട. അയാളുടെ പിടിയിൽപ്പെടുന്നത് എപ്പോഴാണെന്ന് അവൾക്ക് ഒരു നിശ്ചയവുമില്ല. പനപൂത്ത് തുങ്ങിയതു

പോലെയാണ് അപ്പോഴാക്കെ അവളുടെ മനസ്സ്. പൂമണം പ്രസരിക്കുന്ന മുല്ലവള്ളിപോലെ, നിറയെ പൂത്ത മാമ്പൂവുപോലെ, അടിമുടി സ്വർണ്ണം പൂണ്ട കൊന്നമരം പോലെ അവളതിലൊക്കെ അങ്ങനെ അലിയും.

വീടുനന്നാക്കണം എന്നുതന്നെയാണ് വെള്ളന്റെ ഇംഗിതം എന്ന് കൊറുമ്പിക്ക് വല്ലാതെ തോന്നി തുടങ്ങിയിരിക്കുന്നു. അവളുടെ അടിവയർ തടിക്കാൻ തുടങ്ങുകയും മുലക്കണ്ണ് വല്ലാതെ കറുക്കുകയും ചെയ്തപ്പോൾ പീറ്റക്കവുങ്ങുകൾ വെട്ടിചീന്തിയുഴിഞ്ഞ് എത്രയോ എണ്ണം അയാൾ മുറ്റാരമ്പിൽ കൂട്ടിയിട്ടിരിക്കുന്നു! തെങ്ങോലകൾ വെട്ടിയുണക്കി ചീന്തി മടഞ്ഞ് പറം വെച്ചിട്ടുണ്ട്. പയനിന്റെ തറികളും മുളയുടെ പാകമായ ഉരുളനും വെട്ടിച്ചീന്തിയ മുളമ്പാത്തികളും മുറ്റാരമ്പിലും കൊള്ളുമ്മലും നിറഞ്ഞിരിക്കുന്നു. കിഴക്കേ കണ്ടത്തിൽ ഭഗവതി സങ്കല്പത്തിനടുത്ത് അരയാൽത്തയ്യ് കുഴിച്ചിട്ടതേ ഓർമ്മയുള്ളൂ. അതങ്ങ് വളർന്നിരിക്കുന്നു. അരയാൽ മരം ഭഗവതിക്കു തണലായി വിരാജിക്കുകയാണ്. അവിടെ നിന്നും മേത്തലോട്ടുള്ള ഒടികളിലും പൊന്തക്കാടിലുമാണ് പാതാളങ്ങൾ. പാതാളങ്ങളിലിറങ്ങിയും അതിൽ വിഹരിക്കുന്ന മുള്ളൻ പന്നികളോട് ചങ്ങാത്തം നിന്നും സർപ്പങ്ങളെ തലോടിയും വീടെവിടെക്കെട്ടും എന്നായിരുന്നു അയാൾ പരതിനടന്നത്.

പിന്നെയും മേലോട്ട് മേലോട്ട് കയറിയാൽ ഒരു പാടുണ്ട് ഒഴിഞ്ഞു കിടക്കുന്ന കുന്നിൻ പള്ളകൾ. എവിടെ വേണമെങ്കിലും വീടുകെട്ടാം. കുന്ന് മലയായ, വലിയമലയ്ക്ക് പോകുന്ന നീണ്ട ഊടുവഴിയുണ്ട്.. അത് വലിയ മലചുറ്റി മുചുകുന്നിൽ ചുഴന്നുചുറയുന്ന ഊടുവഴിയാണ്. അതിലെക്കയറിയാൽ വലിയ മല പൂകാം. വലിയമലയിലെ കറുത്ത ചെങ്കൽപ്പാറയിൽ നിന്ന് പടിഞ്ഞാറോട്ടു നോക്കിയാൽ കടലു കാണാം. വെയിലത്താണെങ്കിൽ, ലോകാതിർത്തി തീർത്ത് സമുദ്രം വെള്ളിപ്പരവതാനിയായി അങ്ങനെ തിളങ്ങിക്കിടക്കുന്നതു കാണാം. വേണമെങ്കിൽ വലിയ മലയ്ക്കമുകളിൽ വീടുവെയ്ക്കാം. അവിടെപ്പാർത്താൽ രാവും പകലും ലോകം മുഴുവൻ കാണാം.

ലോകാധിനാഥനായി വലിയമലയിൾ പാർക്കുന്നതിനേക്കാൾ ഭഗവതി സങ്കലപത്തിന് പടിഞ്ഞാറ് ഗുരുകാരണവന്മാരേയും പഴയ മുത്തപ്പന്മാരേയും സങ്കല്പിച്ച കൽത്തറകൾക്കു താഴെ, വാഴത്തോപ്പിന്റെ അതിരിൽ വീടുവെയ്ക്കാനായിരുന്നു അയാൾക്ക് താത്പര്യം.

ഒരിക്കൽ മുചുകുന്ന് ചുഴന്നുചുറയുന്ന ഊടുവഴിയിറങ്ങവേ മുചുകുന്നൻ കോയ്മയിലെ വലിയകാരണവർ സ്വന്തം വാർദ്ധക്യവും പരാധീനതകളും തൃണവൽഗണിച്ച് എതിരേ വരുന്നു. ഊടുവഴിയിറങ്ങി നിന്ന് തീണ്ടപ്പാടകന്ന് വെള്ളൻ ഒച്ചയനക്കി:

“ഞാനൊരു ചാള കെട്ടാൻ തേയം നോക്ക്വായിനു' 'ചാളകെട്ടണം വെള്ളാ'- കോയ്മയിലെ മുതിർന്ന കാരണവർ പറഞ്ഞു: “ഊടുമ്പയ്ക്ക്

തായെ, കണ്ടുകുളത്തോളം നൂറേക്കറിലേറെ തേയംണ്ട്. ഓലോഞാളോ ഭൂമി പാതാളം ഉള്ളേടത്തോളം കാലം ഇബ്വാത്ത് ഒരോലേട്ത്ത് കുത്തി മറയ്ക്കീല. ഭഗവതിക്കും അന്റെ കുടുംബത്തിനും മാണ്ട്യേം പോലെ പൊരുമാറാം. അമ്പലം കെട്ടാം. ചാളകെട്ടാം... ആരും മാണ്ടാന്ന് പറയൂല..."

കോയ്മക്കാരണവരുടെ വാക്കുകൾ അങ്ങനെ പാറപോലെ നിന്നു. ആ നില്പ് നൂറ്റാണ്ടുകളോളം നിലനില്ക്കും എന്ന് അന്നാസംഭാഷണത്തിൽ പങ്കെടുത്തവർക്ക് ഉറപ്പായിരുന്നു.

"അണക്ക് മാണ്ട്യേരും വെള്ളാ ഇന്നൂറേക്കറ്. അന്റെ ഓള്പ്പെറൂലെ? ഇത് കയ്ഞ്ഞാപ്പിന്നേം പെറും. ആറ് പെറും..." കാരണവർ പറഞ്ഞു.

വെള്ളൻ സംഭാഷണം തിരുത്തി: "തമ്പ്രാനേ, ഓള് നാലേ പെറൂ. നാലും ആണിനെ." സംഭാഷണം നിർത്തി കാരണവർ നേരേയും വെള്ളൻ കീഴേയും നടന്നു മറഞ്ഞു.

കീഴേ എത്തുമ്പോഴാണ് "മേലേ അതുവഴിപോയില്ലല്ലോ ഇതുവഴി പോയില്ലല്ലോ" എന്നൊക്കെ ഓർക്കുക. അപ്പോഴത്തേക്കും താഴെ ഒരു പാട് പണികാണും. അതിൽ ഒരു പണിതുടങ്ങും അങ്ങനെയാണ് മേലേ ഗുരുകാരണവന്മാരുടെ പ്രതിഷ്ഠകൾക്ക് തൊട്ടുതാഴത്തെഒടിയിൽ നിലം നിരത്തി, മണ്ണെടുത്തിട്ടുകൂട്ടി ഒരു പുരത്തറയുണ്ടാക്കിയത്. പുരത്തറ ഉറപ്പിച്ചതിന്റെ മേലെ അഞ്ചാറു മരത്തുണു നാട്ടി തറയിൽ അടുക്കളമുറിയും നടുമുറിയും തെക്കേമുറിയും കോലായയും തിരിച്ചു. ദീർഘചതുരത്തറയുടെ നാലിലൊന്നിൽ, വടക്കേഅറ്റം തറപൂർണ്ണമായും അടുക്കള. അടുക്കളയിൽ നിന്ന് കോലായിലേക്ക് വാതിൽ. അടുക്കളയുടെ പടിഞ്ഞാറ്റത്ത് വടക്കുപുറത്തായി വടക്കേ മുറ്റത്തേക്ക് വാതിൽ. കോലായ നടുവിൽ നിന്ന് നടുവകത്തേക്ക് വാതിൽ. നടുഅകത്തു നിന്ന് തെക്കേഅകത്തേക്ക് വാതിൽ. തുറന്ന കോലായയിൽ നിന്ന് മുറ്റത്തേക്ക് ഇറങ്ങുന്ന ചൈതിക്കടുത്ത് രണ്ട് തൂണുകളുണ്ട്. തൂണുകൾ ഉറപ്പിൽ കൊടുത്തു. ചൈതിയിലേക്കിറങ്ങുമ്പോൾ തൂണിൽ ഒരു താങ്ങും വേണ്ടി വരുമല്ലോ.

എല്ലാചുമരുകളും മെടഞ്ഞ തെങ്ങോലയും കവുങ്ങിൻ തറികളും മുളയലകുകളും ചേർത്തായിരുന്നു. വാതിൽച്ചട്ട കവുങ്ങിൻ അലകുകൾ ഉഴിഞ്ഞ് ആരടക്കിയതായിരുന്നു. ഇടകളിൽ മുളച്ചീന്തുകൾ. എല്ലാം ഇണഞ്ഞു കെട്ടി ചട്ടക്കൂടിൽ പനയോല വിരിച്ച് പാന്തകമിണഞ്ഞ് ഭദ്രപ്പെടുത്തി. നാലു വാതിലുകളും ചുമർച്ചെറ്റയിൽ ഉറപ്പിച്ചു. കോലായിൽ നിന്ന് നടുഅകത്തേക്കും അടുക്കളയിലേക്കും ഉള്ളവാതിലുകളും അടുക്കളയിൽ നിന്ന് വടക്കേമുറ്റത്തേക്കുള്ള വാതിലും എടുത്തുവെയ്ക്കാവുന്നതും കെട്ടി ഉറപ്പിക്കാവുന്നതുമായ തരത്തിലാണ് പണിതുണ്ടാക്കിയത്.

മുകളിൽ ഒരറുത്തുകെട്ടും നാലുഭാഗത്തേക്കും മുളപ്പാത്തികളും കവുങ്ങിൻ അലകുകളും തൂക്കി ഉറപ്പിച്ചിരുന്നു.

തെങ്ങോല വാട്ടിക്കീറി കുളത്തിന്റെ കരയിൽ മലർത്തി അട്ടിയിട്ട് വെള്ളം കോരി കുതിർത്തു കൊടുത്തത് വെള്ളൻ. മെടയുമ്പോൾ അതേറെയും ചെയ്തത് കൊറുമ്പി. നൂറുനൂറ്റമ്പത്ത് ഓലമടലും ആവശ്യത്തിന് പനയോലയും ചേർത്ത് മേയുമ്പോൾ ഒരു കൈ കൂടുവാൻ വെള്ളന് സ്വന്തം കൊറുമ്പി മാത്രമേ കൂട്ടുണ്ടായിരുന്നുള്ളൂ. അയാൾക്ക് അതുമതിയായിരുന്നു. ചാളകെട്ടിത്തീർന്നപ്പോൾ അകവും കോലായയുമൊക്കെ വെള്ളം കുടഞ്ഞും നനച്ചും നിലം തല്ലിഅടിച്ച് ഉറപ്പിച്ചും മിനുക്കിയും ശരിപ്പെടുത്തി. ഉണങ്ങി ശരിയായപ്പോൾ പച്ചച്ചാണകവും വെള്ളിലയും കരിയും കൂട്ടിമെഴുകി. പച്ചപ്പാള മുറിച്ചെടുത്ത് വടിച്ചു ശരിയാക്കിയപ്പോൾ അകവും കോലായയും മിനുമിനുത്തു കിടന്നു.

അങ്ങനെ പണിതുണ്ടാക്കിയ പുതിയ പുരയിലാണ് കൊറുമ്പി കടിഞ്ഞൂൽ പെറ്റത്. വെള്ളന്റെ കലാകൗശലം നിറഞ്ഞു നിന്ന ഓലപ്പുര ആയിരുന്നു അതെങ്കിലും കോയ്മകളും തമ്പുരാക്കളുമൊക്കെ വാഴയിൽ ചാളയ്ക്കൽ എന്നാണ് അതിനെ വിളിച്ചത്. അവർ അങ്ങനെയേ ചെയ്യുകയുള്ളൂ. വെള്ളനും കൊറുമ്പിയും മണിമാളികപണിതാലും അവർ അതിനെ ചാള എന്നേ വിളിക്കൂ. വെള്ളനായതുകൊണ്ടും വാഴയിൽ ആയതുകൊണ്ടുമാണ് അത്തരം ഒരു കുടിൽ കെട്ടിയതു തന്നെ. അവർ ചെന്നു പൊളിച്ചു കളയാത്തതും തീയിടാത്തതും കാരണം വാഴയിൽ ഭഗവതിയുണ്ട്. ഒട്ടനേകം മുത്തപ്പന്മാരുണ്ട്. എല്ലാ സങ്കല്പങ്ങളേയും ദൂരെ നിന്ന് തമ്പുരാക്കന്മാർ വണങ്ങും. ദേവിയും മുത്തപ്പന്മാരും കോപിച്ചാൽ തറവാട് മുടിയും എന്നവർക്ക് ഉറച്ചവിശ്വാസവുമുണ്ടായിരുന്നു.

ദേവി കോപിച്ചാൽ മാരിക്കുരിപ്പിന്റേയും നടപ്പുദീനത്തിന്റേയും വിത്തുകൾ അവൾ തറവാടുകളിലേക്കാണ് വാരിയെറിയുക എന്നവർക്ക് അറിയാമായിരുന്നു. പലതവണ അതിന്റെ ദുരന്തഫലങ്ങൾ അനുഭവിച്ചതിന്റെ ഉൾഭയത്തോടെ കഴിയുന്നവരാണവർ. അതുകൊണ്ട് വാഴയിൽ ചാളയ്ക്കലുള്ളവരെ തമ്പുരാക്കന്മാർ ഉപദ്രവിച്ചിരുന്നില്ല. മറ്റു പുലയർ പാടത്തും വരമ്പിലും വെട്ടിക്കൂട്ടിലുമൊക്കെ നാലഞ്ചോലകൾ മറച്ചുകെട്ടി ചാളകൂട്ടി. ഓലയും മടലുമൊക്കെയേ ചാളപണിയാൻ ഉപയോഗിക്കാമായിരുന്നുള്ളൂ. അതും അടച്ചുറപ്പിലൊന്നും കെട്ടുകയും അരുത്. പറയുന്നതനുസരിച്ച് കഴിഞ്ഞുകൂടിയാൽ മതി. അനുസരിക്കുന്നില്ല എന്നു തോന്നിയാൽ തച്ചുകൊന്നുകളയും. ചാളയ്ക്കു തീയും വെയ്ക്കും.

വാഴയിൽ ഒരു ശല്യവുമുണ്ടായില്ല. അവിടെ തീണ്ടൽപ്പാടിലാണെങ്കിലും ഭഗവതിയുണ്ട്. മുത്തപ്പന്മാരും മുത്താച്ചിമാരുമുണ്ട്. വണങ്ങിയില്ലെങ്കിൽ മാരിവാരിവിതറുമല്ലോ. അതുകൊണ്ട് അവിടെ മാത്രം ദൂരെമാറി തമ്പുരാക്കന്മാർ ഓച്ഛാനിച്ചു നിന്നു. വെള്ളന്റെ മുന്നിലും കൊറുമ്പിയുടെ

മുന്നിലുമല്ല. ദേവിയുടെ മുന്നിലും മുത്തപ്പന്മാരുടെ മുന്നിലും മുത്താച്ചിന്മാരുടെ മുന്നിലും.

വാഴയിൽ ഭഗവതി കോപിക്കാതിരിക്കുവാൻ തമ്പുരാക്കന്മാർ മുറത്തിലും ചാക്കിലും നെല്ലുകൊടുത്തു. വാഴക്കുലയും കാവിത്തും കണ്ടിക്കിഴങ്ങും കൊടുത്തു. മാരിവാരിയെറിയല്ലേ എന്ന് അയിത്തപ്പാടകലേ, മേലേ ഊടുവഴിക്കപ്പുറം നിന്ന് അവർ പ്രാർത്ഥിച്ചു. വാഴയിൽ സങ്കല്പങ്ങൾക്ക് ചുറ്റും നൂറേക്രഭൂസ്വത്തിൽ അവർ പ്രവേശിക്കാതെ ഒഴിച്ചിട്ടു. അതിനുപുറത്ത്, അയിത്തപ്പാടകലെ നെല്ലും കുലയും കിഴങ്ങുകളും തമ്പുരാക്കന്മാർ കാണിക്ക വെച്ചു.

അതിനിടയിൽ വാഴയിൽച്ചാളയ്ക്കലെ തെക്കേ അകത്തിന്റെ നിഗൂഢതയിൽ കൊറുമ്പി സമാധാനമായി കൊല്ലം കൊല്ലം പെറ്റുകൂട്ടി. ഒന്നും രണ്ടുമല്ല. നാല് പുരുഷപ്രജകളെ.

മുപ്പത്തിയഞ്ച്

വാഴയിൽ തറവാട്ടിൽ നിന്ന് കിഴക്കോട്ടു നടന്ന് ഭഗവതി സങ്കല്പത്തറയ്ക്കടുത്തു കൂടി മുകളിലേക്കു കയറിയാണ്, ഒഴിഞ്ഞു കിടക്കുന്ന പത്തു നൂറേക്ര കുന്നിൻപ്രദേശം ചുറ്റിക്കറങ്ങുവാൻ പോകാറ്. ഒരുനാൾ മറ്റൊരാശയം വെള്ളന്റെ മനസ്സിൽ തോന്നി.

പുരയിടത്തിന്റെ തൊട്ടുമേലെയുള്ള കാരണവന്മാരുടെ സങ്കല്പക്കല്ലുകളുള്ള തൊടിയിലേക്കു കടക്കാതെ, വള്ളിപ്പടർപ്പുകളുണ്ടെങ്കിലും മരങ്ങളും വേരും കുറഞ്ഞകിഴക്കാംതൂക്കായ വലിയകൊള്ളിന്മേൽ കൂടി ഒരു ചെത്തുവഴിയോ ചവിട്ടിപ്പടവുകളോ ഉണ്ടാക്കിയാലെന്തെന്ന് വെള്ളൻ ആലോചിച്ചു. ചെത്തുവഴി ഉണ്ടാക്കുക ദുഷ്കരമാണ്. അത്രയും കുത്തനെയാണ് കൊള്ളിന്റെ കിടപ്പ്. കുറേ ചവിട്ടിപ്പടി കൊത്തിയുണ്ടാക്കിയാൽ അങ്ങുമേലെ പറമ്പിലെത്താം. അവിടെ നിന്ന് വലിയ മലയ്ക്കു പോകുന്ന ഊടുവഴിയിലെത്താൻ അധികദൂരമില്ല.

കൈക്കോട്ടും പടന്നയുമെടുത്ത് പല ദിവസങ്ങളിലായി പടവുകൾ കൊത്തി മുകൾ പറമ്പിലേക്ക് ഏറ്റക്കുത്തനെയുള്ള ഒരു ചവിട്ടുവഴി പണിതുണ്ടാക്കി. ഒരു മഴക്കാലം കഴിഞ്ഞപ്പോൾ പകുതിയോളം പടവുകളും കുത്തിയൊലിച്ചു പോയി. പടവുകൾ കുത്തിയൊലിച്ചു പോയ മുകൾ ഭാഗത്ത് ചാമ്പറയായി കൊത്തിയിറക്കി മറ്റൊരു ചവിട്ടിപ്പടവ് അയാൾ കൊത്തി. ആ ഭാഗത്ത് അടിവശം ചെങ്കൽപ്പാറയുണ്ടായിരുന്നതു കൊണ്ട് കൊത്തിപ്പടവുകൾ നിലനിന്നു. ആ ചവിട്ടിപ്പടവിലൂടെ മുകൾ പറമ്പിൽ എത്തിയപ്പോൾ അയാൾക്ക് വല്ലാത്ത ആശ്വാസം തോന്നി. നിരന്നപറമ്പ്.

ഒഴിഞ്ഞ് കിടക്കുന്ന പറമ്പിൽ ഒരിരുനൂറ്റൊന്നു കോൽ തെക്കോട്ടും അത്രയും പടിഞ്ഞാറോട്ടും അളന്നെടുത്ത് ആ ഭാഗം മുച്ചൂടും നിരത്തി ഉറപ്പിക്കുവാൻ അയാൾ ഉറച്ചു.

നിരന്ന പറമ്പുതന്നെയാണ്. ഏതാനും ചെറുമരങ്ങളും വള്ളിച്ചെടികളുമേ അവിടെയുള്ളൂ. പിന്നെ പട്ടപ്പിരാവിലയും കൂരിച്ചെടികളും കൊടുത്തൂവപ്പടർപ്പുകളുമൊക്കെയാണ്. എല്ലാ കച്ചറകളും വെട്ടിക്കൊത്തി മുറിച്ച് കൂട്ടി. വാടി ഉണങ്ങാൻ തുടങ്ങിയപ്പോൾ ഓലക്കണ്ണിയും അടിച്ചാറയും കൊതുമ്പുമൊക്കെ കൂട്ടി തീയിട്ടു. പുകഞ്ഞ്പുകഞ്ഞ് അവ കത്തിയമർന്നു. ആൾപ്പെരുമാറ്റത്തിന്റെ അനക്കവും കാറ്റിന്റെ ഗതിയുമനുസരിച്ച് തിരിഞ്ഞും മറഞ്ഞും കളിച്ച കനത്ത പുകയും തീയിന്റെ ശൂരും ഒന്നു രണ്ടു ദിവസം പറമ്പിൽ കളിയാടി. അന്യജീവികളും കൂട്ടക്കാരും സുഖസങ്കേതങ്ങൾ തേടി ഒഴിഞ്ഞുപോയി. അടയാളമിട്ട ഇടങ്ങളത്രയും പടന്നയും കൈക്കോട്ടും കൊണ്ട് കൊത്തി നിരത്തി. താഴെ കുളത്തിൽ നിന്ന് മൺപാനിയിൽ വെള്ളം ഏറ്റിക്കൊണ്ടുവന്ന് കൊത്തി നിരത്തിയേടം മുച്ചൂടും നനച്ചു. നിലന്തല്ലി കൊണ്ട് അടിച്ച് നിലം ഉറപ്പിച്ചു. അതിർത്തി വളഞ്ഞ് വരമ്പുണ്ടാക്കി. അതും അടിച്ചു മിനുക്കി. കോലും കയ്യും കാലടിയുമൊക്കെക്കൊണ്ട് പിന്നെയും പിന്നെയും അളന്ന് അഞ്ഞൂറ്റൊന്നടി നീളവും നാനൂറ്റൊന്നടി വീതിയുമുള്ള കളം പൂർത്തിയാക്കി. അതിരിൽ മറച്ചുകെട്ടിയപ്പോൾ ഒരു താല്ക്കാലിക കളരി മേലേപ്പറമ്പിൽ രൂപം കൊണ്ടു. കളരിയിലേക്ക് വലിയ മലയ്ക്കു പോകുന്ന ഊടുവഴിയിൽ നിന്നും ഭഗവതി സങ്കല്പത്തിന്റെ മീത്തലെ കണ്ടങ്ങളിലെ പാതാളദേശങ്ങളിൽ നിന്നും വഴിവെട്ടിയുണ്ടാക്കി.

ഊടുവഴിയിലൂടെ വലിയ മലയിലേക്ക് കയറുന്നതിന്റെ വടക്കുമാറി ഒന്നുരണ്ടുനായർ തറവാടുകളുണ്ട്. കോട്ടയിൽ അമ്പലപ്രദേശത്തു നിന്നും കടുക്കുഴി- കൊയിലോത്തുംപടി ഭാഗങ്ങളിൽ നിന്നും പാതാളദേശങ്ങളിൽ എത്തിപ്പെടാവുന്ന ഊടുവഴിക്കു കിഴക്കുമാറി മുചുകുന്നൻ കോയ്മകളുടെ തറവാടും ബന്ധപ്പെട്ട വീടുകളുമുണ്ട്. ഇതിന്റെയൊക്കെ ഇടയിൽ ക്കിടക്കുന്ന ഒഴിപ്പറമ്പുകളുടെ അറ്റങ്ങളിലും തറ്റങ്ങളിലും ഓലയും മുളങ്കമ്പുകളും വളച്ചുവെച്ചചാളകൾ കാണാം. അവിടങ്ങളിലൊക്കെയാണ് നായർ പ്രമാണിമാരുടെ അളവില്ലാത്ത പറമ്പുകളിൽ കൃഷിപ്പണിയെടുത്ത് ജീവിതം ഹോമിച്ചു കഴിച്ചു കൂട്ടുന്ന പുലയർ പാർക്കുന്നത്.

തമ്പുരാന്റെ കാര്യസ്ഥന്മാർക്ക് അരനാഴിക നടന്നാൽ പണിക്കാരനെ വിളിച്ചാൽ കിട്ടണം. പണി ഏല്പിച്ചാൽ പുലയൻ വന്നിരിക്കും. അവന്റെ ഓളും. മുതിർന്ന കുട്ടികളുണ്ടെങ്കിൽ അവരും. 'തമ്പുരാന് പണിയെടുക്കുക. തമ്പുരാന്റെ നെല്ലും വിത്തും, വേലിക്കും മീതെ വിളഞ്ഞിടേണം' എന്നേ അവനു നോട്ടമുള്ളൂ. പണി എത്ര ചെയ്താലും കൂലി ചോദിക്കരുത്. തേങ്ങാ ചെരണ്ടി ബാക്കിയായ മുറിച്ചിരട്ടയോ ചക്കയോ ചേമ്പോ

കാവിത്തോ പന്നലയോ എന്താണ് കാര്യസ്ഥന്മാർക്ക് തരാൻ തോന്നുക, അങ്ങനെ തോന്നിയാൽ വല്ലി. ഇല്ലെങ്കിൽ പട്ടിണി. പട്ടിണി കിടന്നും ഇല്ലായ്മയിലും നീറിയാലേ തമ്പുരാന് വിളയൂ എന്നാണല്ലോ പുലയരുടെ തന്നെ വിശ്വാസം! അതുകൊണ്ട് അദ്ധ്വാനിച്ചുണ്ടാക്കി തമ്പുരാനെ സംരക്ഷിച്ചു പോരുക എന്നതു മാത്രമായിരുന്നു പുലയരുടെ ലക്ഷ്യം. വിളയിക്കുക എന്നതായിരുന്നു പുലയരുടെ മാർഗ്ഗം. അവൻ വിളയിക്കുന്നതിൽ ചീത്തപ്പെട്ടതും ഉപയോഗ്യശൂന്യവുമായതു മാത്രമായിരുന്നു രാവും പകലും അദ്ധ്വാനിക്കുന്ന പുലയന് പ്രതിഫലം.

അത്തരം പുലയച്ചാളകളിൽ നിന്ന് വാഴയിലേക്കും അവിടെ നിന്ന് കളരിയിലേക്കും വെള്ളൻ വഴികൾ വെട്ടിയുണ്ടാക്കി. നടപ്പ് പലപ്പോഴും അതിലൂടെയാക്കി. ഒരു പരിധിയോളം അതുകൊണ്ട് വഴികൾ തെളിഞ്ഞു നിന്നു.

സ്വന്തമായുണ്ടാക്കിയ കളരി നിലത്തു ചെന്ന് പണ്ടു പഠിച്ച ചില അഭ്യാസങ്ങൾ വെള്ളൻ സ്വയം ചെയ്തുനോക്കുക പതിവായി. മക്കൾ നാലാളുണ്ട് വീട്ടിൽ. നാലും ആൺമക്കൾ. പുലിക്കുട്ടികൾ. പുലിക്കുട്ടികളിൽ ഓരോന്നിനെ ഓരോന്നിനെ കളരിയിൽ കൊണ്ടുവന്ന് ചെറുചെറു അഭ്യാസങ്ങൾ പരിശീലിപ്പിച്ചു. ദിവസങ്ങളും കാലവും മുറുകി നീങ്ങവേ സ്ഥിരമായി നാലുമക്കളേയും സുസ്ഥിരനേരങ്ങളിൽ അഭ്യാസങ്ങൾ പരിശീലിപ്പിച്ചു തുടങ്ങി. ദുർലഭം ചില ചാളകളിൽ നിന്നും ചില കുട്ടികൾ പയറ്റു പഠിക്കുവാൻ എത്തുകയായി. അവരിൽ പലരും വന്നതുപോലെ വരാതിരിക്കുവാനും കാരണമൊന്നും വേണ്ടി വന്നില്ല. നേരം കിട്ടുന്നതിനനുസരിച്ച് അവരുടെ ചാളകളിൽച്ചെന്ന് വെള്ളൻ സുവിശേഷ പ്രഭാഷണങ്ങൾ നടത്തി. പ്രഭാഷണങ്ങളുടെ സുവിശേഷങ്ങൾ പ്രഭാഷകന് ഗുണമായി ഭവിച്ചു. കുട്ടികളുടെ എന്തമാർക്കും എന്നായിമാർക്കും അതിന്റെ ഗുണപരമായ കാര്യങ്ങളൊന്നും തിരിഞ്ഞില്ല. അതല്ല, അതിനു പുറമേ വാഴയിൽ വെള്ളന്റെ മേൽപറമ്പിൽ ചെറിയെറ്റങ്ങള് ചെല്ലട്ടെ, ചെല്ലാതിരിക്കട്ടെ ആർക്കും വിരോധമൊന്നുമില്ല. പക്ഷേ, തമ്പ്രാൻ വിളിക്കുന്നേടത്ത് വിളികേൾക്കുവാൻ ആളില്ലാതെ വരരുത്. തമ്പ്രാന്റെ വിളവിന് ഇടിവുതട്ടരുത്. അങ്ങനെ വന്നാൽ അത് നമ്മൾ ചെയ്യുന്ന പാപമാകും. നമ്മൾ ചെയ്യുന്ന കുറ്റമാകും. കുറ്റംചെയ്താൽ നരകത്തിൽ ചെന്നാലും രക്ഷയൊന്നും കിട്ടില്ല. പിറവികൊണ്ടതെന്തിനാണ്?

നമ്മൾ കാരണം തമ്പുരാക്കൾക്ക് ഒന്നിനും ഒരു കുറവുണ്ടാകാൻ പാടില്ല. തമ്പുരാന്റെ തൊടിയിലും തമ്പുരാന്റെ പാടത്തും പൊലയൻ കിടന്ന് പൊരിഞ്ഞില്ലെങ്കിൽ അവിടെ ആര് ചെന്നുപൊരിയും? തമ്പുരാക്കന്മാരുടെ മക്കള് വന്ന് പൊരിയുമോ? അവരുടെ കാര്യകാരണപരിവാരങ്ങളുടെ മക്കൾ വന്ന് പൊരിയുമോ? ഇല്ല. തമ്പുരാന്റെ പറമ്പും പാടവും വിളഞ്ഞ് കാണിക്കേണ്ടത് പുലയന്റെ ചുമതലയാണ്. പുലയകുലത്തിന്റെ

ഉത്തരവാദിത്വമാണ്. അതുവഴി ഒരു വിളി വന്നാൽ, അവിടന്ന് ഒരു മനസ്സു വന്നാൽ അന്നേരം തയ്യാറായിരിക്കണം. ആളുണ്ടാകണം. അതിനാണ് ഭൂമിക്കും ആകാശത്തിനുമിടയ്ക്ക് വന്നു ജനിച്ചു വീണത്. തമ്പുരാക്കന്മാരുടെ കുട്ടികളുടെ മാതിരി അങ്ങ് കളരിയിലും മെയ്യഭ്യാസ പഠനത്തിനും പോയിത്തുടങ്ങിയാൽപ്പിന്നെ എഴുത്തുപള്ളിക്കൂടത്തിലും ക്രമേണ പോയിത്തുടങ്ങുമല്ലോ എന്ന് ചില ചാളക്കാർ ചോദിക്കുക തന്നെ ചെയ്തു. അങ്ങനെ സ്വന്തം കാര്യത്തിനും ശരീരത്തിന്റെ കാര്യത്തിനും നടന്നാൽ തമ്പുരാന്റെ തൊടിയും പറമ്പും കണ്ടവും എന്തായിമാറും എന്ന ചോദ്യത്തിന് മറുപടി ബോദ്ധ്യപ്പെടുത്തുവാൻ വെള്ളന് പൂർണ്ണമായും കഴിഞ്ഞില്ല. കാര്യസ്ഥന്മാരോട് അടിയും തല്ലും കിട്ടുമ്പോൾ വെള്ളൻ പറഞ്ഞിട്ടു പോയി എന്നാകും പുലയരൊക്കെ പറഞ്ഞു പോകുക. വെള്ളന് ഒരു പരിധിവരെ വേണമെങ്കിൽ വാഴയിൽ കാര്യങ്ങളും മറ്റും നോക്കി നടത്തിയതിന്റെ ശേഷം പണിക്കു ചെന്നാൽ മതിയാകും. എല്ലാ പുലയരും വെളിച്ചമാകുമ്പോൾ പാടത്തും പറമ്പിലും എത്തിയില്ലെങ്കിലോ? അന്നു പരദേവതകൾ വർഷിക്കുന്ന വേനലും മഴയും മഞ്ഞും ആരുകൊള്ളും? ദൈവം പുലയർക്ക് കൊള്ളാൻ വേണ്ടിയിട്ടാണ് കൊടുംവേനലും കൊടുംവെയിലും അരുളി നല്കിയത്. പെരുംമഴയും ചാറൽമഴയും മഞ്ഞും തമ്പ്രാനുപണിയുമ്പോൾ പുലയർക്കുകൊള്ളാൻ വേണ്ടിയാണ് ദൈവം കനിഞ്ഞരുളുന്നത്. അല്ലാണ്ട് അത് തൊടിയിലും പാടത്തും നഷ്ടപ്പെടാനുള്ളതല്ല.

തമ്പുരാന് വേണ്ടി അദ്ധ്വാനിക്കുമ്പോൾ പുലയർക്കു കൊള്ളാൻ വേണ്ടിയാണ് ദൈവം അദ്ധ്വാനം കൂടുന്നതിനനുസരിച്ച് വെയിലിന്റെ ചൂടും കൂട്ടുന്നത്. വെയിൽ വല്ലാതെ കൂടുന്നുണ്ടോ എന്ന് ദൈവത്തിന് സംശയം വന്നാൽ ദൈവം തന്നെ അത് കുറച്ചോളും. ഉച്ചതെറ്റിയാൽപ്പിന്നെ ദൈവം കൊടുംവെയിൽ കുറച്ചു കൊണ്ടുവരുന്നതെന്തിനാണ്? അദ്ധ്വാനിക്കുന്നവന്റെ ഭാഗത്തും ഒരു ദൈവമുണ്ട്. ദൈവത്തിനറിയാം ഉച്ചവരെ പുലയരെ പൊള്ളിച്ചാൽ ഉച്ച കഴിഞ്ഞാൽ അവന് അത്രതന്നെ ചൂട് വേണ്ട എന്ന്. അതൊക്കെ കണ്ടറിയേണ്ടത് പുലയർ തന്നെയാണ്. അല്ലാതെ അതൊക്കെ പറഞ്ഞ് തമ്പുരാക്കന്മാരുടെ കാര്യസ്ഥന്മാരെക്കൊണ്ട് തല്ലിക്കേണ്ടതില്ല.

ദാഹിക്കുമ്പോൾ വെള്ളം കുടിക്കുന്നതിനേക്കാൾ പ്രധാനമാണ് തമ്പുരാന് വേണ്ടി അദ്ധ്വാനിക്കുക എന്നുള്ളത്. വെള്ളം കുടി പിന്നേയുമാവാം. അതിനല്ലേ കണ്ടത്തിലും തോട്ടിലും വെള്ളം! ദാഹത്തിനുള്ള വെള്ളം കുടിക്കുന്നത് സ്വന്തം കാര്യമല്ലേ? സ്വന്തം കാര്യം പിന്നേയും ചെയ്യാമല്ലോ. പണിയൊക്കെ തീരുമ്പോൾ വയലിലും കണ്ടത്തിലും പോയി കെട്ടിക്കിടക്കുന്ന വെള്ളം ഇഷ്ടം പോലെ കോരിക്കുടിക്കാം. ഒരുത്തന് വെള്ളം കുടിക്കാൻ വേണ്ടി തമ്പുരാന്റെ പണി മെനക്കെടുത്തുന്നവന് ആത്മാർത്ഥതയുണ്ടോ? അവനെ വിശ്വസിക്കാൻ പറ്റുമോ?

തമ്പുരാനോട് കൂറുള്ളവന് വിശപ്പും ദാഹവും അറിയില്ല. അജ്ജാതി മനുഷ്യനല്ലാത്തവനാണ് വെള്ളം കുടിക്കാൻ തോന്നുന്നതും പൈപ്പുതോന്നുന്നതും. അങ്ങനത്തോൻ സ്വർഗ്ഗത്തിൽ പോകൂല. മുടിനാര് ഏഴു ചീന്തായി ചീന്തിയിട്ട് അതിന്റെ മേലെ കൂടി നടത്തും ഇങ്ങനെത്തവർ അങ്ങുചെല്ലുമ്പോൾ.

ഇത്തരം ന്യായീകരണത്തിനൊന്നും പൂർണ്ണമായും ഉത്തരം നല്കാൻ വെള്ളന് സാധിച്ചില്ല. വിളിപ്പുറത്തുകിട്ടിയില്ലെങ്കിൽ കാര്യസ്ഥന്മാർ ചെറുമ്മക്കളെ തല്ലുകയും കൊല്ലുകയും ചെയ്യും. ഒന്നോ രണ്ടോ എണ്ണത്തിനെ ഇടയ്ക്ക് തച്ചുകൊന്നാലല്ലേ പണിജാതികൾക്ക് ഒരു ബോധമുണ്ടാകൂ! കുറച്ചു ദിവസം ചത്തവന്റെ സേവനം കിട്ടുകയുണ്ടാവില്ല. കുറച്ചുദിവസം കഴിയുമ്പോൾ അടുത്ത തലമുറ ഇങ്ങോട്ടു വരില്ലേ അദ്ധ്വാനിക്കാൻ തയ്യാറായിട്ട്. പുതിയ തലമുറയേയും പൊട്ടിക്കണം എടയ്ക്കും തലയ്ക്കും. എന്നാലല്ലേ അവറ്റകൾക്കും ഒരു കാര്യബോധം ഉദിക്കൂ!

എല്ലാത്തിനും ഉത്തരം കൊടുത്ത് നിർബന്ധിച്ച് കളരിയിൽ വരുത്തിയാൽ കളരിഭ്യാസം ഇവരൊക്കെ വേഗം പഠിക്കും എന്ന് വെള്ളനറിയാം. പക്ഷേ, മുചുകുന്നൻ കോയ്മയോടും വലിയമലക്കോയ്മയോടും തേവൻമടത്തിൽ കോയ്മയോടും ഊരാളിൽ കോയ്മയോടും ഇരിങ്ങൽ കോയ്മയോടുമൊക്കെ ഒരുമിച്ച് സമാധാനം പറയേണ്ട ഒരു സന്ദർഭം സംജാതമായാൽ വാഴയിലെ തന്റെ പരിപാലനത്തേയും അതുബാധിച്ചു എന്നുവരാം. അതുകൊണ്ട് നിർബന്ധബുദ്ധിയോടെയല്ലാതെ, നേരവും കാലവും ഒത്തുവരുമ്പോൾ കളരിയിലേക്കും വരാം എന്ന് ഉണർത്തിക്കുവാൻ മാത്രമേ വെള്ളൻ അത്തരം സന്ദർഭങ്ങളെ ഉപയോഗപ്പെടുത്തിയുള്ളൂ.

കുളിച്ചേ കളരിയിൽ കയറാവൂ എന്ന വെള്ളന്റെ നിയമം അതിനേക്കാൾ പൊല്ലാപ്പായിരുന്നു അവർക്ക്.

മുപ്പത്തിയാറ്

കളരിക്കാര്യങ്ങളും ദൈവാരാധനകളും കുട്ടികളുടെ കാര്യങ്ങളും ഒക്കെയായി ജീവിതം തകൃതിയായി മുന്നോട്ടു പോവുകയാണ്. വെള്ളൻ സ്വന്തം മക്കളെ നാലാളെയും കളരി അഭ്യാസങ്ങൾ മുടങ്ങാതെ ശീലിപ്പിക്കുന്നുണ്ട്. സമജാതിയിൽ നിന്ന് നിർബന്ധത്തിനു വഴങ്ങി വന്നു തുടങ്ങിയ കുട്ടികളിൽ ഒരാളെയും തുടർച്ചയായി കാണാൻ കിട്ടില്ല. ഒരു ദിവസം വന്നാൽ പിന്നെ അവനെ കാണണമെങ്കിൽ എപ്പോഴെങ്കിലും കൂടുമ്പോൾ

അതിന്റെ ചാളയിൽ ചെല്ലണം. ചാളയിൽച്ചെന്നാൽ കുട്ടിയെ കണ്ടു കിട്ടണമെന്നില്ല. ആ കറുത്ത മക്കൾ എവിടെയൊക്കെ ആയിരിക്കുമെന്ന് അച്ഛനമ്മമാർക്കുപോലും പറയാൻ കഴിയില്ല. അവരെപറഞ്ഞ് വഴിയിലാക്കിവേണം കുട്ടിയെ കളരിയിലേക്കു കിട്ടാൻ. അതിന് എത്രവട്ടം ചാളയിൽ ചെല്ലണം, എത്രനേരം സംസാരിച്ചിരിക്കണം, സംസാരിച്ചു വരുന്നതിനിടയിൽ അട്ടിതെറ്റി മറ്റേതെങ്കിലും വഴിക്കു പോയാൽ അങ്ങനെയുമായി.

ഇവരെയൊക്കെ പറഞ്ഞു ശരിപ്പെടുത്തുവാൻ എന്താണ് ഒരെളുപ്പ മാർഗ്ഗമെന്ന് വെള്ളൻ തലങ്ങും വിലങ്ങും ചിന്തിച്ചു. ഒരെത്തും പിടിയും കിട്ടാതെ മാനസികമായും ശാരീരികമായും ഞാണിന്മേൽ കളിക്കുമ്പോഴാണ് കൊടുങ്ങല്ലൂർ തമ്പുരാൻ സ്ഥലത്തെത്തിയ വിവരം അറിയുന്നത്. തമ്പുരാൻ നാടുവാഴിയാണ്. രാജാവുതന്നെ. തമ്പുരാൻ വിചാരിച്ചാൽ തനിക്കു ചില സ്ഥാനമാനങ്ങളൊക്കെ നൽകാൻ കഴിയും. വലിയ വലിയ സ്ഥാനമാനങ്ങളൊന്നുമല്ല. സ്വന്തം ജാതിയിൽ ചില നാട്ടവകാശങ്ങൾ. കുറച്ചുഭൂമി. അതിൽ നിന്ന് ഒരു സ്ഥിരവരുമാനം. പുലയർക്ക് അങ്ങനെയൊന്നില്ല. സമുദായത്തിൽ നാട്ടവകാശമില്ല. സ്വന്തമായി ഭൂമിയുള്ളവർ തീരേയുമില്ല.

വെള്ളന് വ്യക്തിപരമായറിയാവുന്ന പലതരം വിദ്യകളിൽ ചിലതു പ്രയോഗിച്ച് കൊടുങ്ങല്ലൂർ തമ്പുരാനെ മുഖം കാണിക്കുവാൻ ഏർപ്പാടാക്കി. തിരുവെഴുത്തൊന്നും ഹാജരാക്കിയില്ല. വാക്കാൽ ഏർപ്പാടുകൾ. അതുപ്രകാരം കുംഭം ഒമ്പതാംതിയ്യതി രാവിലെ കൊടുങ്ങല്ലൂർ തമ്പുരാൻ കോട്ടയിൽ ക്ഷേത്രക്കുളത്തിൽ നിന്ന് കുളികഴിഞ്ഞ് കൊയിലോത്തും പടിയിലേക്ക് തിരിച്ചെഴുന്നള്ളുമ്പോൾ വഴിയിൽ മുഖം കാണിക്കാം. കാര്യങ്ങൾ പറയാം. പ്രസാദമനസ്സുള്ള സാഹചര്യമാണെങ്കിൽ കാര്യങ്ങൾ പറയാം. അവതരിപ്പിക്കാം.

മാടത്തുംമുകളിൽ കയറിക്കഴിഞ്ഞാൽ അരനാഴികയേ കോട്ടയിൽ ക്ഷേത്രത്തിലേക്കു വഴിയുള്ളൂ. വെള്ളൻ പ്രകാശം പരക്കുന്നതിനു മുമ്പേ മാടത്തും മുകളിലെത്തി. തമ്പുരാനും പരിവാരങ്ങളും കോട്ടയിൽ ക്ഷേത്രത്തിലേക്ക് പോയിക്കഴിഞ്ഞിരിക്കുന്നു. കുളിതേവാരങ്ങൾ കഴിഞ്ഞ്, സ്വയംഭൂവായ ശിവനെ തൊഴുത്, പരിവാരസമേതം മാടത്തുംമുകൾ കയറിയെത്തുന്നതും കാത്ത് ഉന്മേഷവാനായി വെള്ളൻ നിന്നു.

വാഴയിൽ നിന്നു വരുന്ന വഴിയിൽ, മാടത്തും മുകളിന് ഏതാനും വാരപടിഞ്ഞാട്ടുമാറി, ഒഴിഞ്ഞ ഭൂമിയിലാണ് വെള്ളൻ കാത്തുനിന്നത്. വെയിൽ കത്താൻ ആരംഭിച്ചിരുന്നു. മരങ്ങൾ വളരാത്ത ചെകിടി നിലത്ത് ഇളംവെയിലിൽത്തന്നെ വായുചൂടായിത്തുടങ്ങിയിരുന്നു. എന്നാൽ പ്രഭാതത്തിന്റെ കുളിര് ഒരോർമ്മത്തെറ്റു പോലെ പരിസരങ്ങളിൽ നില നില്ക്കുകയും ചെയ്തിരുന്നു.

കിഴക്കൻ വായുവിൽ നിന്നെന്നവണ്ണം ഒരു പല്ലക്കുയാത്രയുടെ ഹുങ്കാരം മാടത്തും മുകളിലേക്ക് ഒഴുകി വരുന്നുണ്ടോ? ആ ഹുങ്കാരത്തിനേക്കാൾ തെളിച്ചത്തിൽ, കുടുമകെട്ടി ഒറ്റമുണ്ടുടുത്ത് ഒരു കൂട്ടം നായന്മാർ മാടത്തും മുകളിൽ ഉദിച്ചുവന്നു. ആ കാലാൾപ്പട തെളിയുകയും ഒരു ദീർഘമായ രാജമഞ്ചലിന്റെ വർണ്ണരാജികൾ മാടത്തും മുകളിൽ തെളിയുകയും ചെയ്തപ്പോൾ ദീർഘകായനായ വെള്ളന് സ്വയം ഒന്നുചെറുതാകുന്നതായി തോന്നുകയാൽ ലേശം ഒന്നൊതുങ്ങി നിന്നു. പല്ലക്കും അതേറ്റും പടയും അതിന്റെ ഹുങ്കാരധന്യതയിൽ അടുത്തടുത്തു വരികയും കാത്തുനില്ക്കുന്ന കള്ളിക്കു ചാരെ പെരുവഴിയിൽ പല്ലക്കു വന്നു നില്ക്കുകയും ചെയ്തു. മഞ്ചൽ പല്ലക്കിന്റെ വർണ്ണക്കൊലുസുകളും ചെറുമേലാപ്പുകളും ഇളകി. പകുത്തുനിന്ന ചെറുയവനികകൾക്കിടയിലൂടെ തമ്പുരാന്റെ നഗ്നമായ കാൽമുട്ടുകൾ വെളിച്ചം കണ്ടു. കുളിച്ച് ഈറനാറാത്ത തലമുടിയിലും കുളജലം തുവർത്തപ്പെടാത്തതെന്നു തോന്നിക്കുന്ന വിടർന്ന മാറിടവുമായി തമ്പുരാൻ പല്ലക്കിൽ നിന്നു പുറത്തിറങ്ങി. മുറുക്കിച്ചുവന്ന ചോരിവായിൽ ഒരു മന്ദഹാസം വിടർന്നു. കാണിക്കയായി ഒരു പീഠക്കരിങ്കല്ലിൽ ഉയർത്തിവെച്ച നാണയത്തുട്ടുകൾ തമ്പുരാന്റെ മുഖകാന്തിയിൽ തിളങ്ങി.

“എന്തായിരുന്നു നാമം? നാം അതങ്ങു മറന്നു...?” മന്ദഹാസം തെളിഞ്ഞ മുഖകമലത്തിൽ വാക്കുകൾ അടർന്നു.

“വെള്ളൻ... വാഴയിൽ വെള്ളൻ...?”

“ഇവിടെ ഇപ്പോൾ കുടുംബമായില്ലേ?”

“ഊയീ... പൊലച്ചി നാലുപെറ്റു. നാലും ആണ്. ഒന്നിനും ഒരു കുറവുമില്ല...”

“അറിയാം. നമുക്കറിയാം, പക്ഷേ, തോന്നില്ല, കണ്ടാൽ പൊലയനാണെന്ന്.... മൂവക്ക് കാണിപ്പണത്തിൽത്തന്നെ നാം സംപ്രീതനായി... പറഞ്ഞുവല്ലോ ഇവിടെച്ചെല സേവകര്... മനസ്സിലായി... ഒരു കാര്യം ചെയ്യാം. ഏഴരക്കണ്ടിപ്പറമ്പുണ്ടല്ലോ ഇപ്പം പെരുമാറിവരുന്നത്... അത് ദാനമായി എഴുതിച്ചു തരാം. കൂടാണ്ട് ഈ ഏഴരനാഴിക വരുന്ന വിയ്യൂർ പുളിയഞ്ചേരി മൂടാടി പുറക്കാട്ട് പള്ളിക്കരവരെ വരുന്ന മുചുകുന്ന് ദേശത്തിലെ സ്വജാതി ദേശാവകാശവും ആവാം... ന്താപോരേ?”

തമ്പുരാൻ അറിഞ്ഞ് ഒരുചിരിയും ചിരിച്ചു. പതുക്കെ പല്ലക്കിലേക്ക് തിരികെ കയറുമ്പോൾ പാദം പിൻവലിച്ച് ഇത്രകൂടി പറഞ്ഞു:

“നമ്മുടെ വാക്കാൽന്ന് മാത്രം നീരിക്കണ്ട... ഇവിടെ മൂന്ന് നാല് കോയ്മകളുണ്ടല്ലോ നാടുവാഴികളായിട്ട്... ന്താ, മടത്തിൽ, മുചുകുന്നൻ, വലിയമല... അവരുടെ ഒക്കെ അറിവിലേക്കായി സന്ദേശങ്ങളും കൊടുക്കാം, ന്താപോരേ?...”

തമ്പുരാൻ തിരിഞ്ഞ് പല്ലക്കിലെ ചാരുകസാരയിൽ നിറഞ്ഞു. ചെറു യവനികകൾ അടഞ്ഞു. സേവകരുടെ തോളുകളിൽ ഉയർന്ന മഞ്ചൽ, നായർ സൈന്യത്തിന്റെ ഹുങ്കാര നിറവിൽ പടിഞ്ഞാട്ടു നീങ്ങി.

ഉള്ളുനിറഞ്ഞ വെള്ളൻ പതുക്കെ വാഴയിലേക്കു നടന്നു. അവിടത്തെ സങ്കല്പത്തറകൾ പുനരുറപ്പിക്കുകയും അവയിൽ വെള്ളവലിക്കുകയും ചെയ്തു. വാഴയിൽ സങ്കല്പദേശങ്ങൾ പുതുമോടിയിൽ പരിലസിച്ചു. വൈകാതെ അവിടെ വെള്ളാട്ടും തിറയും കഴിപ്പിക്കുകയും ചെയ്തു. തുടി പ്രകമ്പനത്തിന്റെ ആസുരതാളം വാഴയിൽ നിന്ന് കുന്നുകളും മലകളും അരിച്ചുകയറി. താഴ്‌വാരങ്ങളിലും പാടശേഖരങ്ങളിലും രാത്രിയുടെ ഏകാന്തതകളിൽ തുടിമുഴക്കം ഒഴുകി നടന്നു. വാഴയിൽ തുടിമുഴക്കം പതിവായി. വാഴയിൽ നിന്നു രാത്രികാലങ്ങളിൽ തുടിയുടെ പ്രകമ്പനം ദൂരദേശങ്ങളിലെ ചെവികളിൽ ഉറക്കത്തിനു പുറമേ പുതിയ ഓർമ്മപ്പെടുത്തലുകൾ ഉണ്ടാക്കി.

ഊരവട്ടത്തിൽ കോയ്മ വെള്ളനെ വിളിപ്പിച്ചു. മറ്റുപുലയരെപ്പോലെ അയിത്തത്തിന്റെ നിശ്ചിത ദൂരപരിപാലനം കോയ്മ മറന്നു. വെള്ളനോട് സംസാരിക്കുമ്പോൾ ഒരു ദൈവദേശത്തിന്റെ പ്രതിപുരുഷനോട് സംസാരിക്കുന്ന ഒരുൾമാന്യത കോയ്മയുടെ വർത്തമാനത്തിൽ അടിയൊഴുക്കായി അറിയാതെ വർത്തിച്ചിരുന്നു.

കോയ്മ പറഞ്ഞു: കൊടുങ്ങല്ലൂർ തമ്പുരാന്റെ തിരുവെഴുത്തുവന്നു. വെള്ളൻ പാർക്കുന്ന ഇടത്തെ ഏഴരക്കണ്ടിപ്പറമ്പും ഇനി വെള്ളന്. ഞങ്ങളൊന്നും ഇനി വാഴയിൽ പറമ്പുകളിൽ കയറിവന്ന് അനുഭവങ്ങൾ ശേഖരിക്കില്ല. എല്ലാ അനുഭവങ്ങളും വാഴയിൽ ഭഗവതിയേയും വടക്കേ വാഴയിലെ ഗുരുകാരണവന്മാരേയും മുത്തപ്പന്മാരേയും പരിപാലിക്കുവാനുള്ള ചെലവിലേക്കായി തന്നിഷ്ടം എടുത്തുപയോഗിക്കാം. തുടങ്ങിക്കഴിഞ്ഞുവല്ലോ സ്ഥിരമായി അവിടെ രാത്രികാലങ്ങളിൽ തുടിയടിച്ച് ആരാധന? നന്നായി. ഒരു പന്ത്രണ്ടു തുടി ഭഗവതിക്കു കാണിക്കയായി അടുത്താഴ്ച ഊരവട്ടത്തിൽ വക നേർച്ചയായി വാഴയിൽ എത്തും. സ്വീകരിക്കുക. ഭഗവതിത്തറയ്ക്കടുത്തായി ഒരു നെടുമ്പൊരയും ഊരവട്ടത്തിൽന്ന് പണികഴിപ്പിച്ചു തരാം. ഈ സാമാനങ്ങളൊക്കെ അടച്ചുപൂട്ടി വെയ്ക്കണ്ടേ...

മുചുകുന്നൻ കോയ്മ വിളിപ്പിച്ചു.

വലിയമലക്കോയ്മ വിളിപ്പിച്ചു.

മടത്തിൽ കോയ്മ വിളിപ്പിച്ചു.

കോയ്മകളുടെ വാക്കുകളിൽ പഴയ പീഡനവും ചവിട്ടിപ്പിടിത്തവുമില്ല. വെള്ളനോടുള്ള വാക്കുകളിൽ വിശാലമായ ഒരാദരവും ബഹുമാനവും അറിയാതെ വർത്തിച്ചു. വാഴയിൽ ഭഗവതി ഉഗ്രമൂർത്തിയാണ്.

പിടിച്ചേടത്ത് വെച്ചുമുറിക്കും. അനുസരിക്കുക. ഇല്ലെങ്കിൽ നിന്നേടത്ത് നിന്ന് പൊട്ടിത്തെറിക്കും തല... എല്ലാം കൊടുങ്ങല്ലൂർ തമ്പുരാൻ അറിയിച്ചിരിക്കുന്നു, എല്ലാകോയ്മകളേയും. പുലയരാണെന്നു കരുതി വാഴയിൽ കയറി കളിവേണ്ട. കോട്ടയിൽ ദേവന്റെ സ്വന്തം പെങ്ങളാണ്. അയിത്തപ്പെട്ടു പോയതിനാൽ മറ്റെങ്ങും ഇരുന്നുകൂടുവാൻ അനുവാദം കിട്ടിയില്ല. കിട്ടിയ ഇടം ഭഗവതിക്കു ബോധിക്കുകയും ചെയ്തു. മുകളിലെ ഒടികളിൽ പാതാളങ്ങൾ. വടക്ക് വളർന്നു പന്തലിച്ച വൻമരച്ചുവടുകളിൽ ഗുരുകാരണവന്മാരും മുത്തപ്പന്മാരും. ഏതു ഭഗവതിക്കുണ്ട് ഇത്രയേറെ ഉപദൈവങ്ങൾ? പക്ഷേ, അരയാൽ മരത്തിനു ചുവട്ടിൽ കണ്ണടച്ചിരിക്കുകയാണെന്നു കരുതേണ്ട. തന്നോടെന്നല്ല. തന്റെ പരിപാലകന്മാരായ ചണ്ഡാളന്മാരോടും അഹന്തയുടെ കളിവേണ്ട. കണ്ണടച്ചാണ് ഇരിപ്പെങ്കിലും കലിയടങ്ങാതെയാണ്... ചണ്ഡാളരിൽ നിന്നുള്ള ഏതുവിളിയും ഭഗവതി കേൾക്കും. അവർക്കുള്ള പരിരക്ഷയും ഉറപ്പിക്കും.

കോയ്മകൾ നാലാളുകളും നാനാദേശങ്ങളിലും അറിയിപ്പു നല്കി. പുലയർക്കേവർക്കും വാഴയിൽ വന്നു ഭഗവതിയെ വിളിക്കാം. അവർക്കു വേണ്ടി വിളികേൾക്കുവാൻ ഒരു ഉഗ്രമൂർത്തി ഉണ്ടായിരിക്കുന്നു.

വിയ്യൂർ പുളിയഞ്ചേരിയിലും മൂടാടി മുചുകുന്നിലും പുറക്കാട്ട് പള്ളിക്കരയിലും തുറയൂർ കീഴൂരിലും ഇരിങ്ങത്ത് കീഴരിയൂരിലും തുടങ്ങി സമീപദേശങ്ങളിലൊക്കെയുമുള്ള സമജാതിക്കാർക്ക് വാഴയിൽ വരുവാനും പോകുവാനും വഴികളും അനുവദിക്കപ്പെട്ടിരിക്കുന്നു. തമ്പുരാക്കോയ്മ വർഗ്ഗങ്ങൾ വഴി തടയുകയോ ഇടപ്പണി ചെയ്യിക്കുകയോ ചെയ്താൽ വാഴയിൽ അമ്മ അറിയും. ഒരു പുത്തൻകലവുമായി അമ്മയുടെ സവിധം എത്തുക. അതിൽ പുതിയരിച്ചോറപ്പമുണ്ടാക്കി പാതാളത്തിൽ നിശ്ചിതദിക്കുകളിൽ കമിഴ്ത്തുക. ആരാണോ വഴി തടഞ്ഞക്രമം കാട്ടിയത്, നേരത്തോടു നേരമേ അമ്മ കാത്തിരിക്കൂ. അക്രമിയുടെ തല പൊട്ടിച്ചിതറുന്നതു കാണാം. സംശയിക്കേണ്ട. ഭഗവതിയുടെ പാദങ്ങളിൽ ദുഃഖമറിയിച്ചോ? കലിയടങ്ങാത്ത ഭഗവതി അതുചെയ്തിരിക്കും. ജീവിതം ജീവിക്കാനുള്ളതാണെന്ന് മറ്റാരെക്കാളും അവിടെ അറിയുന്നു... വൈകാതെ ഇപ്പറഞ്ഞദേശങ്ങളിൽ നിന്നെല്ലാം വാഴയിലേക്ക് തീർത്ഥാടനമുണ്ടായി. വൃത്തിയായി കുളിച്ച് കോടിയുടുത്ത് ആണ്ടറുതികളിൽ പരിവാരസമേതം ഇളനീർക്കുലകളും കൊടിതോരണങ്ങളുമായി ദേശവാസികൾ വാഴയിലേക്ക്...

പന്തലായനി കുറുവങ്ങാട്ടു നിന്ന് കെട്ടും നിറയും വെള്ളാട്ടുമായി ബന്ധപ്പെട്ടവർ വാഴയിലെത്തുന്നു. കീഴരിയൂരിൽ നിന്നും വെങ്കപ്പാറപ്പൊയിലിൽനിന്നും വിളയാട്ടൂരു നിന്നും കുലുപ്പയിൽനിന്നും പാലച്ചോട്ടിൽ നിന്നും മുയിപ്പോത്തു നിന്നും ചെറുവണ്ണൂരു നിന്നും പുതിയാറത്തു നിന്നും കീഴൂരിൽ നിന്നും പള്ളിക്കര പുറക്കാട്ടു നിന്നും ഇതിനൊക്കെ ഇടയിലും

സമീപങ്ങളിലും ഒക്കെയുള്ള പ്രദേശവാസികൾ വാഴയിൽ ഭഗവതിയോട് ആവലാതി ചൊല്ലാൻ വരുന്നു. വിയ്യൂരിൽ നിന്നും പുളിയഞ്ചേരി നിന്നും മൂടാടി നിന്നും മരളൂരു നിന്നും സമീപദേശങ്ങളിൽ നിന്നും ഇടപ്രദേശങ്ങളിൽ നിന്നും ആളെത്തുന്നു. കൊടുങ്ങല്ലൂർ തമ്പുരാന്റെ പ്രദേശങ്ങളിൽ നിന്നു മാത്രമല്ല സമീപദൂരദേശങ്ങളിൽ നിന്നും ദേവിയെ കാണാൻ വരുന്നു. പേരാമ്പ്രയിൽ നിന്നും കടിയങ്ങാട്ടു നിന്നും അത്തോളി നിന്നും നൊച്ചാടു നിന്നും എരവട്ടൂരു നിന്നും ഉള്ള്യേരി നിന്നും ആളെത്തുന്നു. തിരുവള്ളൂർ മേപ്പയിൽ ഭാഗക്കാരും എത്തി ഭഗവതിയുടെ പാദങ്ങളിൽ സാഷ്ടാംഗം നമസ്കരിച്ചു മടങ്ങുന്നു.

ഇക്കൂട്ടക്കാരൊന്നും ആണ്ടറുതിയോളം കാത്തുനിന്നല്ല പാതാള ദേശങ്ങളിൽ എത്തുന്നത്. നിന്നു കൂടിക്കഴിയാൻ പറ്റാത്ത ഒരു പ്രശ്നം വരുമ്പോൾ പിന്നെയും അവർ മുചുകുന്നിലേക്കു നടക്കുന്നു. മുചുകുന്നിലെത്തി വാഴയിലേക്കു നടക്കുന്നു. ഗുരുകാരണവന്മാർക്കും മുത്തപ്പന്മാർക്കും അന്തിത്തിരിയും വിളക്കും തെളിയിക്കുന്നു. ഭഗവതിക്കു പന്തം കുത്തിവെയ്ക്കുന്നു. ഒടുക്കം തിരിച്ചു പോകുന്ന വഴിക്ക് സ്വന്തം തല ചുറ്റിയുഴിഞ്ഞ് ഉണങ്ങലരി പാതാളത്തിനു നേരെ നേദിക്കുന്നു. അപൂർവ്വം പേര് അപൂർവ്വദിനങ്ങളിലെ പാതാളത്തിലെ കലം കമിഴ്ത്തലിലും ചെന്ന് ആവലാതിപ്പെടുന്നു.

ഒറ്റയ്ക്കും തറ്റയ്ക്കും ഇടവിട്ടും വരുന്നതിനുപുറമേ, നടയമ്മൽ മുത്തപ്പൻ സവിധത്തിൽ നിന്നും കിള്ളവയലിൽ കുരിക്കൾ വലിയ മേലായി മുത്തപ്പൻ സവിധത്തിൽ നിന്നും ആണ്ടറുതിയിൽ, കുംഭം പത്തിന്, ഇളനീർ കുലകളും അമ്പലക്കൊടി തോരണങ്ങളുമായി ആർപ്പുവിളികളോടെ സമജാതിക്കാർ വാഴയിൽ ഭഗവതി സവിധത്തിലേക്ക് പ്രവഹിക്കുന്നു.

അങ്ങനെ വാഴയിൽ വെള്ളന്റെ സങ്കല്പദേവദേശങ്ങൾ സ്ഥിരം തീർത്ഥാടനപുണ്യഭൂമിയായി പരിലസിക്കുന്നു.

മുപ്പത്തിയേഴ്

വാഴയിൽ ഭഗവതിക്ഷേത്രം തീർത്ഥാടനകേന്ദ്രമായതോടുകൂടി വാഴയിൽക്കാരന് തെരക്ക് പത്തെരട്ടിയായി വർദ്ധിച്ചു. കൊടുങ്ങല്ലൂർ തമ്പുരാൻ കല്പിച്ചരുളിയ പ്രകാരം ഈ ദേശത്തിന്റെ മുഴുവൻ സമുദായദേശാവകാശി കൂടിയാണ് വാഴയിൽക്കാരൻ. വാഴയിൽക്കാരനോടാലോചിച്ചേ ഏതു ചാളയ്ക്കലും വെള്ളാട്ടും തിറയും ഉറപ്പിച്ചുകൂടൂ. ഏതു പുലയച്ചാളയ്ക്കലും കല്യാണം തീർച്ചപ്പെടുത്തിക്കൂടൂ. സമുദായത്തിൽ ഒരാൾ മരണപ്പെട്ടാൽ എത്ര ദിവസം ചാവിലിരിക്കണം, എന്നുതീർക്കണം, ഏതുദിവസംവെച്ച്

കാവുതീണ്ടാം എന്നെല്ലാം വാഴയിൽക്കാരൻ തീരുമാനിക്കണം. ചാളയ്ക്കൽ തെരുണ്ടാൽ, ചാളയ്ക്കൽ പെറ്റാൽ... എല്ലാത്തിനും അടിയന്തിരവും ആദ്യാവസാന തീയതിയും വാഴയിൽക്കാരൻ പറയും. അത് കൊടുങ്ങല്ലൂർ തമ്പുരാന്റെ കോട്ടയിൽ ക്ഷേത്രപരിധിയിൽ നില്കുന്ന മുചുകുന്നുദേശം മുച്ചൂടും മാത്രമല്ല. അതുമായി ബന്ധപ്പെടുന്ന സർവ്വദേശവും പെടും. തിരുവള്ളൂരു മുതൽ കടിയങ്ങാടു വഴി നൊച്ചാട് വരെ. വെങ്കപ്പാറപ്പൊയിലു മുതൽ നരക്കോടു വഴി നടുവണ്ണൂരുവരെ. വിയ്യൂരു പുളിയഞ്ചേരി മുതൽ പന്തലായനി ചെട്ട്യാർ തൊടി വഴി, ചാലിയം പുഴക്കടവുവഴി കോരപ്പുഴക്കടവുവരെ, മൂടാടി മുതൽ മരളൂരു വഴി എടക്കുളം ചേമഞ്ചേരി വരെ. പുറക്കാട്ടു പള്ളിക്കര മുതൽ പുതിയാറത്ത് വഴി ഇരിങ്ങൽ ദേശത്തോളം... സമുദായ അവകാശവിസ്തീർണ്ണം കേട്ടും കേൾവിയും പ്രകാരം പിന്നെയും വർദ്ധിച്ചുകൊണ്ടേ ഇരിക്കുന്നു.

ഇത്രയേറെ ദേശങ്ങളിൽ എങ്ങനെ എത്തിപ്പെടാനാണ് ഒരു വാഴയിൽക്കാരൻ വെള്ളൻ? ഒരാണ്ടറുതിക്ക് കടിയങ്ങാട്ട് ഏച്ചിക്കയിൽ എത്തിപ്പെടുന്നു. അവിടെ ഒരു സമുദായക്കാരനെ ദേശാവകാശിയായി ഏല്പ്പിക്കുന്നു. പന്തലായനി ചെട്ട്യാർ തൊടിയിൽ എത്തിപ്പെടുന്നു. അവിടെ മണമ്മൽക്കാരനെ ദേശാവകാശിയാക്കുന്നു. പുളിയഞ്ചേരിയിലും കിള്ളായിലിലും മൂടാടിയിലും അങ്ങനെയങ്ങനെ ദേശാവകാശികളെ നിയമിച്ച് വാഴയിൽക്കാരൻ തിരിച്ചുപോരുന്നു. ഇനി അതാത് ദേശാവകാശികളാണ് കാര്യങ്ങൾ നടത്തേണ്ടത്. അതാത് ദേശാവകാശിക്ക് കൂടുന്നൊരാണ്ടറുതിക്ക് വാഴയിലേക്ക് ചെല്ലാം. വാഴയിൽക്കാരനോട് ഓരോ ചാളയ്ക്കലേയും കാര്യങ്ങൾ ബോധിപ്പിക്കാം. ദേശാവകാശമായി ശേഖരിച്ച ഒരു പണം രണ്ടു പണം തുടങ്ങി നാലുപണം വരെ ഉള്ളതിൽ നിന്ന് ചാളയ്ക്കൽ ഒന്നിന് ഒരു പണം വെച്ച് വാഴയിലെ നേർച്ചപ്പെട്ടിയിൽ നിക്ഷേപിക്കാം.

വാഴയിൽക്കാരന് പ്രായം കൂടുകയും ബാദ്ധ്യതയും കടമകളും വർദ്ധിക്കുകയുമാണ്. എന്നാലും ഒഴിച്ചു കൂടാൻ പറ്റാത്ത കുലച്ചാളകളിൽ വെള്ളൻ അടിയന്തിരങ്ങൾക്ക് പോകാതിരിക്കുകയില്ല. അവിടെ എത്തുമ്പോൾ ആ പ്രദേശത്തെ അവകാശി വാഴയിൽക്കാരന് സഹായിയായിരിക്കും. നൂറുവീടുണ്ടെങ്കിൽ ആറുവീടിനേ വെള്ളൻ മൂപ്പരുടെ നേരിട്ടുള്ള കാർമ്മികത്വം കിട്ടുകയുള്ളൂ എന്നുസാരം.

കടിയങ്ങാട് ഏച്ചിക്കയിലും പന്തലായനി കുറുവങ്ങാട്ട് ചെട്ട്യാർ തൊടിയിലും വിയ്യൂര് നടേമ്മലും പുളിയഞ്ചേരി മൂക്കറച്ചിയിലും തിരുവള്ളൂർ കുടുംബത്തിലും മൂടാടി പിറന്തവയലിലും പിന്നെ കിള്ളായിലിലും എന്തടിയന്തിരമുണ്ടെങ്കിലും വാഴയിൽക്കാരൻ എത്തും. അത് തെരുണ്ട തെയ്യാട്ടാണെങ്കിലും മരിച്ച കൂളികെട്ടാണെങ്കിലും മദിച്ച കല്യാണമാണെങ്കിലും. അങ്ങനെയിരിക്കേ നടേമ്മൽ പരന്റെ മൂത്തമകൻ കൊറുമ്പന് മംഗലം. അയാൾക്ക് പതിനേഴോ പതിനെട്ടോ വയസ്സായി.

പരന് ആൺമക്കൾ ആറാണ്. പെൺമക്കളോ അഞ്ചും. അഞ്ച് പെൺകുട്ടികളുടേയും മംഗലം നേരത്തേ കഴിഞ്ഞു. നാലെണ്ണം പരന്റെ വരച്ച വരയിൽ നിറുത്തിയുള്ള മംഗലമാകുമ്പോഴേക്കും ഇളയവൾ ചാടിപ്പോയിക്കഴിഞ്ഞിരുന്നു.

പത്തുവയസ്സാകുമ്പോഴേ വയസ്സറിയിച്ച അവൾ ഏതാനും മാസങ്ങൾക്കിടെ കാട്ടിലെത്തൊടി നല്ലാളനൊപ്പം കടന്നുകളയുകയായിരുന്നുവത്രെ. അവൻ കടലൂർക്കാരനായിരുന്നു. കടൽമീനിന്റെ മണമുള്ള അവൻ പടിഞ്ഞാറീട്ടിൽ തറവാട്ടുകാരുടെ നെൽവയലിൽ നാട്ടിപ്പണിക്കു വന്നെത്തിയതായിരുന്നു. പടിഞ്ഞാറീട്ടിൽ തമ്പുരാക്കന്മാരുടെ നെൽവയലിൽ കൃഷിപ്പണിക്ക് മേലാളും മൂപ്പനും നടേമ്മൽ പരനായിരുന്നു. പുലയർ അവർ പിറന്നുവീണ കണ്ടങ്ങൾക്കരികിലുള്ള വയലുകളിൽത്തന്നെയാണ് തമ്പുരാക്കൾക്ക് പണിയെടുക്കുക. എന്നാൽ നല്ലാളൻ രണ്ടുമൂന്നു കൊല്ലം മുമ്പ് കടലൂരിൽ നിന്ന് നന്തിയിലേക്കു നടന്നു. നന്തിയിൽ നിന്ന് വെള്ളറക്കാടേക്കു നടന്നു. വെള്ളറക്കാടു നിന്ന് പവൂർക്കുന്നിൽ കയറി വയലിലിറങ്ങി. കണ്ടത്തിലൂടെയും വരമ്പിലൂടെയും നടന്ന് കിള്ളവയലിലെത്തി. അവിടെ ആരേയും കാണാഞ്ഞ് പിന്നെയും തെക്കോട്ടു വെച്ചുപിടിച്ചു. അങ്ങനെയാണ് ഒറേരിത്താഴക്കുന്ന് മുതിരപ്പറമ്പുകയറി നടേമ്മലെത്തിയത്. നടേമ്മൽ ചാളയ്ക്കൽ ഒരുപാടാളുകൾ. പരന്റെ ചാളയ്ക്കൽ നിറയെ മക്കൾ. അയ്യം വിളി പിന്നിട്ട മക്കൾ എന്തമാരോടും എന്നായിമാരോടുമൊപ്പം വെളിച്ചം വീഴുന്നതിനു മുന്നേ കണ്ടത്തിലിറങ്ങി പണിയുന്നു. അങ്ങനെയാണ് പടിഞ്ഞാറീട്ടിൽ തമ്പുരാന്റെ പണിക്കാരുടെ കൂട്ടത്തിൽ നല്ലാളനും പെട്ടത്. തമ്പുരാന് നല്ലാളനും വെള്ളാളനും കണ്ണാളനുമൊന്നും തിരിച്ചറിയില്ല. നടേമ്മൽ പരനും ചെറുമക്കളും കേളോത്തുതാഴെ ചെറുമ്മക്കളും മൂക്കറച്ചിച്ചെറുമ്മക്കളും എല്ലാവരും ഒത്തുചേർന്ന് നെല്ലു വിളയിച്ചോളുമെന്ന് തമ്പുരാനറിയാം.

ഒരു കറുത്ത ചെക്കൻ കൂടി അക്കൂട്ടത്തിൽ അധികം കൂടിയാൽ അവനെ തെരഞ്ഞുപിടിക്കേണ്ടുന്ന ഉത്തരവാദിത്തമൊന്നും തമ്പുരാനില്ല. തമ്പുരാൻ വിത്ത് പത്തായത്തിൽ സൂക്ഷിക്കും. വിതക്കാലം അത് കാര്യസ്ഥന്മാർ വഴി പൊലച്ചെറുമ്മക്കൾ വിതയ്ക്കുകയും വളമിടുകയും കളപറിക്കുകയും പുഴുവാട്ടുകയും കൊയ്യുകയും ചെയ്യും. പടിഞ്ഞാറീട്ടിലെ താഴേപ്പറമ്പൊടിയിൽ നിലമുറപ്പിച്ച് ചാണകം മെഴുകി കളംകെട്ടിയിട്ടുണ്ട്. അവിടെ കറ്റകൾ എത്തും. ചവിട്ടിമെതിയും കാറ്റത്തിട്ട് പതിരുമാറ്റലും എല്ലാം ചെറുമക്കൾ ചെയ്യും. നൂറ്റാണ്ടുകളായി അങ്ങനെയാണ് കീഴ്വഴക്കം. വയൽക്കരയിൽ പെറ്റുപെരുകുന്ന ചെറുമക്കൾ ജീവിതം കഴിച്ചുകൂട്ടുന്നത് തമ്പുരാന് ഇങ്ങനെ നെല്ലുണ്ടാക്കിപ്പൊലിപ്പിച്ചാണ്. പിന്നെ, വല്ലപ്പോഴും തമ്പുരാൻ വയൽ വരമ്പിലൂടെ പോകുന്നത് വയലിൽ ഞാറ്റുവേല അനുസരിച്ച് പണിനടക്കുന്നില്ലേ എന്നു പരിശോധിക്കുവാനാണ്. എല്ലുമുറിയെ പണിയെടുക്കാത്ത ചെറുമക്കളെ കാര്യസ്ഥന്മാരെക്കൊണ്ട് പ്രഹരിപ്പിക്കാനും പറഞ്ഞാൽകേൾക്കുന്നില്ല എന്നു

തോന്നുന്നവരെ തച്ചുകൊല്ലിക്കാനുമാണ്. കൊയ്യുമ്പോൾ വീണുപോകുന്ന കതിരുകൾ അവറ്റകൾക്ക് പെറുക്കി താപ്പിടികെട്ടാം. വയൽ വെള്ളത്തിൽ പെരുകുന്ന നമച്ചിയും പുതുവെള്ളത്തിൽ പുളയുന്ന വയൽ മീനും അവറ്റ കൾക്ക് പിടിച്ചുകൊണ്ടു പോകാം. ഓർമ്മയുള്ളപ്പോഴും കൂടുമ്പോഴും വല്ലിയായി പന്നലനെല്ലും അവറ്റകൾക്ക് കൊടുക്കും. പണിക്ക് കൂലി ചോദിക്കുവാൻ മാത്രം ഭാവന വളർന്നിട്ടില്ലാത്ത ചെറുമ്മക്കൾ അന്നവും വെള്ളവുമില്ലാതെ കുറേ ചത്തു തീരുന്നു. അതുപോലെ പെറ്റുപെരു കുകയും ചെയ്യുന്നു.

അപ്പോൾ നല്ലാളൻ നടയമ്മൽ പരന്റെ കുടുംബത്തിൽ വന്നു കൂടി യതും പൊറുത്തു നിന്നതും തമ്പുരാനും അറിയുന്നില്ല. അദ്ദേഹത്തിനത് അറിയേണ്ടതും അന്വേഷിക്കേണ്ടതുമായ കാര്യവുമില്ലല്ലോ.

ഏതായാലും നല്ലാളൻ രണ്ടു മൂന്നുകൊല്ലം പരന്റെ കുടുംബത്തിൽ കൂടി നിന്നു. ഒരു ദിവസം അയാൾ വന്നതുപോലെ തിരിച്ചുപോവുകയും ചെയ്തു. പക്ഷേ കൂടെ പരന്റെ ഇളയമകൾ പതിനൊന്നുകാരിയും പൊയ് ക്കളഞ്ഞിരുന്നു. അവന്റെ കൂടെ പോയതാവാനേ തരമുള്ളൂ. അല്ലെങ്കിൽ നല്ലാളനേയും പതിനൊന്നുകാരിയേയും ഒരുമിച്ചു കാണാതാവുകയില്ലല്ലോ എന്ന് പരന്റെ ആളുകൾ സമാധാനിക്കുകയും ചെയ്തു.

അങ്ങനെയിരിക്കെയാണ് പരന്റെ മൂത്തമകൻ കൊറുമ്പന് കല്യാണ മാകുന്നത്. ആലോചനകളിലൂടെയാണ് കല്യാണമാകുന്നത്. നടേമ്മൽ പരൻ വേണ്ടപ്പെട്ട ആളായതുകൊണ്ടാണ് അടിയന്തിരവുമായി ബന്ധപ്പെട്ട് വാഴയിൽക്കാരൻ വെള്ളൻ നടേമ്മൽ എത്തുന്നത്.

കൊറുമ്പന് പെണ്ണ് വീമംഗലത്തു നിന്നാണ്. പൂളക്കൽ ആഴ്ചച്ചന്ത നടക്കുന്ന കവലയുണ്ട്. കവലയിൽ നിന്ന് പത്തടി വടക്കോട്ട് നീങ്ങിയാൽ വീമംഗലം വയലായി. വീമംഗലം വയലിന്റെ തെക്കേ അതിരിലെ ചാളക്കൽ ചളമ്പരിന്റെ മകൾ മുര്യായി ആണ് കൊറുമ്പന് പെണ്ണ്. അതൊക്കെ നേരത്തെചെല്ലാനും കാണാനും പോരാനുമൊക്കെയുള്ള മലതിരി യൊക്കെ നടേമ്മൽ പരനുണ്ട്. വീമംഗലം ചാളയ്ക്കൽ ചളമ്പരും നടേമ്മൽ പരനും തമ്മിൽ പൊറക്കല്ലാത്ത ഒരുഭയകക്ഷിസമ്മതം പെണ്ണു കാര്യത്തിൽ മുമ്പേ നടന്നു കഴിഞ്ഞിരിക്കുന്നു. അത് പരനും ചളമ്പരിനും മാത്രമേ അറിയൂ.

കൊറുമ്പന് വയസ്സു പതിനെട്ടേ ആകുന്നുള്ളൂവെങ്കിലും അയാൾ ചില്ലറക്കാരനല്ലെന്ന് വെള്ളൻ മനസ്സിലാക്കിയിരുന്നു. തീണ്ടൽ ശീല മില്ലാത്ത ഇസ്ലാംകൂട്ടത്തിലെ കിഴക്കേടത്ത് അസൈനാർ മാപ്പിളയിൽ നിന്നുകിട്ടിയതാണ് ഒരു വിവരം.

അസൈനാർ മാപ്പിള പള്ളിയിലെ മൊയിലൂത്തും കഴിഞ്ഞ് ഉച്ചക്കഞ്ഞി ദാഹിച്ച് പുരയിലേക്ക് കയറിയതാണ്. വേനലറുതി കത്തുന്ന വെയിലിന്റെ കൊടും വിയർപ്പിൽ മേലുത്തരീയം ഊരിമുളയയലിലിട്ട് കോലായിലെ ബഞ്ചിൽ കുത്തിയിരുന്ന് വിയർപ്പകറ്റുകയായിരുന്നു. ചാമ്പറയായി

കയറുന്ന കുന്നിന്റെ നാലഞ്ചുപറമ്പ് മീത്തലാണ് അസൈനാർ മൊയി ല്യാരുടെ പൊര. പൊരക്കോലായിലിരുന്ന് വിയർപ്പാറ്റുമ്പോഴാണ് താഴെ നിരന്ന വയലിന്റെ വരമ്പിലൂടെ ഒരു കീറത്തോർത്തുടുത്തും കീറിച്ചപ്പി നാറിയ ഒരു മുണ്ടുപുതച്ചും കൊറുമ്പൻ നടന്നുവരുന്നത് കണ്ടത്. ചപ്പിയ മുണ്ടിന്റെ അറ്റം തലയിലിടാത്തതുകൊണ്ട് അവന്റെ കാടുപിടിച്ച മുടിയിൽ നിന്ന് തീകത്തി പുക പറക്കുകയാണെന്ന് അസൈനാർ മൊയില്യാർക്കു തോന്നി. ഉയർന്നകൊള്ളു കയറാനുള്ള മൂന്ന് മരക്കോണിയും രണ്ട് ചാമ്പ്ര ക്കൊള്ളും കയറി കൊറുമ്പൻ ഇറയത്തുവന്നു.

'കുത്തിരികൊറുമ്പാ'- അർദ്ധവാർദ്ധക്യത്തിന്റെ വാത്സല്യം മനസ്സി ലൊതുക്കി മൊയില്യാർ ക്ഷണിച്ചു. കൊറുമ്പൻ ചൈതിമേൽ കുത്തി യിരുന്നു. പിന്നെ കാലുകയറ്റി ചൈതിമേൽ വെച്ച് കീറത്തുണി ചുരുട്ടി മടിയിലിട്ട് മൊയില്യാരുടെ സരസകഥകളിൽ മുഴുകി. ചുട്ടുപൊള്ളുന്ന വയലിൽ പച്ച വിരിഞ്ഞ വിതപ്പൊടിപ്പുകൾ അരയടി ഉയരുമ്പൊഴേക്കും ചൂടിൽ പൊള്ളി തീ നിറമായതിന്റെ സങ്കടവും മഴയൊന്ന് പെയ്താൽ കണ്ടം നെൽക്കടലായി മാറുന്നതിനെക്കുറിച്ചും ആ കണ്ടങ്ങളിൽ പുതു മീൻ പുളയുന്നതിനെക്കുറിച്ചും താൻ മഴയത്തുപിടിച്ച ഒരടി രണ്ടടി നീള മുള്ള മീനുകളെ പാന്താകോർമ്പലുകളിലാക്കി തമ്പുരാക്കന്മാർക്ക് കാഴ്ച വെയ്ക്കുന്നതിനെക്കുറിച്ചുമൊക്കെ കൊറുമ്പൻ വാചാലനായപ്പോൾ ഇക്കൊല്ലം മഴ വൈകുമെന്നും കൊറുമ്പന്റെ മീൻപിടി ദിവാസ്വപ്ന മാകുമെന്നുമൊക്കെയായി മൊയില്യാർ. വാശികയറിയപ്പോൾ കൊറുമ്പൻ പറഞ്ഞു:

"ഇമ്മിറ്റത്തുന്നു പിടിക്കും ഞാമ്മീനിനെ..."

"ഞ്ഞ് കുന്നുമ്മിന്നും പിടിക്കും-" മൊയില്യാർ പരിഹസിച്ചു.

അങ്ങനെ ഇരിക്കുമ്പോൾ വെയിൽ മങ്ങി. കുറച്ചു കഴിയവേ കോലായയ്ക്ക് തീപിടിച്ചതുപോലെ ഭയങ്കരമായ ഒരിടിവെട്ടി. കത്തി യുരുകുന്ന അന്തരീക്ഷം ഇരുണ്ടു. വൈകാതെ തുടർച്ചയായ ഇടിയും മഴയുമായി. പുതുമഴ തുടങ്ങി. കാളിയ കണ്ടങ്ങളിൽ കുടിച്ചു മതിയായ ജലം കലങ്ങി നിറയാൻ തുടങ്ങി. കുന്നിൻ മുകളിൽ നിന്ന് ചാടിയൊഴു കുന്ന കലക്കുവെള്ളം മൊയില്യാരുടെ മുറ്റത്തുകൂടി പതഞ്ഞു ചാടി വയലുകളിലേക്കു കുതിക്കുകയായി. അന്നേരമാണ് ചൂടുള്ള കുത്തരി ക്കഞ്ഞിയും മഞ്ഞളിട്ടു പുഴുങ്ങിയ ചെറുകെഴങ്ങും മൊയില്യാരുടെ വീടർ കൊണ്ടു വെച്ചത്. ഒരു കുഞ്ഞിക്കാൽ കാണാൻ ഭാഗ്യം നിഷേധിക്കപ്പെട്ട മൊയില്യാരുടെ വീടർ ഒരുമൺചട്ടി നിറയെ കഞ്ഞിയും ഒരു വലിയ ചിരട്ടയിൽ ആവിപാറുന്ന ചെറുകിഴങ്ങുവേവിച്ചതും കൊറുമ്പനും വാത്സല്യദാനം നടത്തി. കഞ്ഞിയും പുഴുക്കും കഴിച്ച് പള്ള നിറഞ്ഞ കൊറുമ്പൻ ചിരട്ട വലിച്ച് താഴേ കണ്ടത്തിലേക്കെറിഞ്ഞു. ഇറവെള്ള ത്തിൽ ചട്ടികഴുകി കുമ്പിടുത്തി. മൊയില്യാരുടെ ഭാഷണങ്ങളിൽ മുഴു കിക്കൊണ്ടു തന്നെ കൊറുമ്പൻ മഴയിലേക്കിറങ്ങി. മിറ്റാരമ്പിലൂടെ കുത്തി

യൊഴുകി ചാലിട്ടുകുതിക്കുന്ന കലക്കുവെള്ളത്തിൽ ചവിട്ടിയും തപ്പിയും പുതുവെള്ളത്തിൽ പുളച്ചുകയറുന്ന ഒരു വലിയ വെള്ളിക്കടുങ്ങാലിയെ കൊറുമ്പൻ പിടിച്ചു. ചെകിള അമർത്തിക്കുത്തി, പിന്നെ അതിന്റെ തല കടിച്ച് പിടിച്ച് ഒരു വെള്ളിക്കടുങ്ങാലിയെ കൂടി കൊറുമ്പൻ പിടിച്ചു പൊന്തിച്ചു.

അന്തംവിട്ടു നില്ക്കുന്ന അസൈനാർ മൊയില്യാരുടെ കൈകളിൽ പെട മീനിനെ ഏല്പിച്ച്, ദ്രവിച്ചുപിഞ്ഞി നിറം കെട്ട രണ്ടാമുത്തരീയം തലമേലോടെ പുതച്ച് കൊറുമ്പൻ മഴയിലേക്കിറങ്ങി വയൽ വരമ്പിലൂടെ...

കൊറുമ്പന്റെ ഈയൊരു ചിത്രം വർഷങ്ങൾക്കുമുമ്പ് അസൈനാർ മൊയില്യാറിൽ നിന്നു കിട്ടിയതാണ് വെള്ളൻ മുത്തപ്പന്. ഈ മീൻപിടി ഒരു തന്ത്രം മാത്രമല്ലെന്നും അതൊരു മാനസികവും ബുദ്ധിപരവുമായ വ്യവഹാരം കൂടിയാണെന്നും മുത്തപ്പൻ അന്നേ വരച്ചിട്ടതാണ്. അന്നു തുടങ്ങി നടേമ്മൽ പരൻ മകൻ കൊറുമ്പനെ വെള്ളൻ മുത്തപ്പൻ പ്രത്യേകം കള്ളിയിലിട്ടാണ് മനസ്സിൽ സൂക്ഷിക്കുന്നത്. അങ്ങനെയുള്ള കൊറുമ്പന് വിവാഹം വന്നപ്പോഴാണ് വെള്ളൻ മുത്തപ്പൻ വാർദ്ധക്യ സഹജമായ രോഗാവസ്ഥകൾ കണക്കാക്കാതെ നടേമ്മലേക്ക് നേരത്തേ പോന്നത്. ഈ പോരലിന് താൻ മാത്രമല്ല, തന്റെ നാല് ആൺമക്കളും സാക്ഷികളാകണം എന്നും മുത്തപ്പൻ മനസ്സാലെ പെടച്ചു.

മുപ്പത്തിയെട്ട്

നടേമ്മൽ പരൻ മകൻ കൊറുമ്പന്റെ കല്യാണ അടിയന്തിരത്തിന് എന്തായാലും പോകണം എന്ന് വാഴയിൽ വെള്ളൻ മൂപ്പൻ തീരുമാനിച്ചു. ഇനി ഒരടിയന്തിരം കൂടി നടേമ്മൽ വന്നാൽ പോകാൻ കഴിയും എന്ന യാതൊരുറപ്പുമില്ല. പ്രായം കൂടി. നടപ്പ് പതുക്കെ. പക്ഷേ, മനസ്സ് ഇപ്പോഴും വാഴയിൽ വന്നുകൂടിയ കാലത്തെപ്പോലെത്തന്നെ. ഒരു മാറ്റവുമില്ല. പൊലേരെയൊക്കെ വാഴയിൽക്കാവുമായി ബന്ധപ്പെടുത്തി. വാഴയിൽ മീത്തൽ കളരിയുണ്ടാക്കി. നിരവധി കറുത്ത കുട്ടികളെ അവിടെ കളരിയഭ്യസിപ്പിച്ചു. ആദ്യകാലവിദ്യാർത്ഥികളാണ് ഇപ്പോൾ വാഴയിൽ കളരി ഗുരുക്കന്മാർ. വേണ്ടി വന്നാൽ ഇപ്പോഴും പുതുമക്കാർക്ക് ഗുരുവാകാൻ വെള്ളൻ തയ്യാർ. പക്ഷേ, നിലവിലുള്ള കളരി ഗുരുക്കന്മാർ വെള്ളനേട്ടന് വിശ്രമം നഷ്ടപ്പെടാൻ അനുവദിക്കില്ല. ഈ പ്രായത്തിൽ വെള്ളനേട്ടന് വിശ്രമം അത്യാവശ്യമാണ്. മക്കൾ നാലാളും വലിയവരായി. വലിയവരായ ആൺമക്കളേക്കാൾ വെള്ളനേട്ടന്റെ ആരോഗ്യകാര്യങ്ങളിൽ നിലവിലുള്ള കളരി ഗുരുക്കന്മാർക്കാണ് ശുഷ്കാന്തി. മക്കൾക്ക് അദ്ദേഹം അച്ഛൻ മാത്രം. എന്നും ആരോഗ്യവും കാര്യശേഷിയും തികഞ്ഞ അച്ഛൻ.

പക്ഷേ, വെള്ളനേട്ടൻ പലർക്കും ഇപ്പോൾ വെള്ളൻ മുത്തപ്പൻ ആയിക്കഴിഞ്ഞിരിക്കുകയുമാണ്.

നടേമ്മൽ കല്യാണാടിയന്തിരത്തിന് പോകാൻ ഒരുക്കം കൂട്ടിയപ്പോൾത്തന്നെ മക്കളുടെ ഇടയിൽ ഒരു സംസാരമുണ്ടായി. അത് കല്യാണയാത്രയെക്കുറിച്ചായിരുന്നില്ല. അച്ഛന്റെ ആരോഗ്യകാര്യങ്ങളെക്കുറിച്ചുമായിരുന്നില്ല. കുറച്ചു ദിവസമായി ചാളയിൽ അവരുടെ ഇടയിൽ പുകഞ്ഞ ഒരു പ്രധാന പ്രശ്നമായിരുന്നു.

അമ്മ കുലപരമായി മുള്ളമ്പുറിച്ചിയാണ്. അച്ഛനെന്താണ് കുലം? നടീരിയൻ? മൂലത്തൻ? മാർപാടൻ? റാക്കൊടിയൻ? മമ്മിളിയൻ? വെങ്ങത്തൻ? തച്ചക്കുടിയൻ? കുന്നത്തൻ?... ഏതാണെന്ന് ആർക്കും നിശ്ചയമില്ല. അതുകൊണ്ട് മക്കളിലൊരുത്തൻ അമ്മയോടു ചോദിച്ചു:

'ന്നാനി, ന്തെന്റെ കൊലന്ത്?...'

കാര്യം ഗുരുതരമാണെന്ന് തിരിച്ചറിഞ്ഞ അമ്മയ്ക്ക് ഉത്തരം മുട്ടി. കുലം നോക്കിയൊന്നുമല്ല മങ്ങലം നടത്തിയത്. ആരോരുമില്ലാതെ ചാളയ്ക്കൽ നിന്നപ്പോൾ കണ്ണുവെച്ച ചെറുപ്പക്കാരനെ കോയ്മകൾ പിടിച്ച് മങ്ങലമാക്കി. കോയ്മകളുടെ ആജ്ഞയായിരുന്നു. പിന്നെ, ഇമ്മാതിരി ഒരു ആണിനെ ജാതിയിൽ കണ്ടിട്ടുമില്ല. കോയ്മകളുടെ ചോദ്യത്തിന് മറുത്തൊരക്ഷരം പറയാൻ നാവുപൊന്തിയുമില്ല. പിന്നെയെങ്ങനെ കുലാന്വേഷണവും കീഴ്ക്കിട വഴക്കങ്ങളും നോക്കും! പൊറുത്തു. നല്ലോണം പൊറുത്തു. ആദ്യമറിയില്ലായിരുന്നു കുറ്റമാണ് ചെയ്യുന്നതെന്ന്. പക്ഷേ, രണ്ടു പെറ്റ് മൂന്നാമതും നാലാമതും ആണായപ്പോൾ മനസ്സിൽ ഒരു ചുറ്റികയടി തുടങ്ങി. എന്നെങ്കിലും പിടിക്കപ്പെടും. അന്ന് മറുപടി പറയേണ്ടി വരും.

കാലം വന്നിരിക്കുന്നു. കാലമല്ല. ദിവസം. നിമിഷം. ഇപ്പോൾ പറയണം ഉത്തരം. എല്ലാ ശക്തിയുമെടുത്ത് നാവിന്മേൽ വന്നത് പറഞ്ഞു.

"അറിഞ്ഞൂടാ... കൊലം അറിഞ്ഞൂടാ."

മക്കൾ നിശ്ശബ്ദരായി.

അച്ഛനും അമ്മയും കുറ്റവാളികളാണ്. കുലം നോക്കാതെ കല്യാണം നടത്തുന്നത് കൊടിയ പാതകമാകുന്നു. കള്ളക്കെറുപ്പമുണ്ടാകാം. തന്ത യാരാണെന്ന് പറഞ്ഞാൽ കഴിഞ്ഞു. വാക്കു പറഞ്ഞ് പ്രശ്നം തീർക്കാം. പക്ഷേ, കല്യാണം നടത്തുമ്പോൾ കുലം അറിഞ്ഞിരിക്കേണ്ടേ? മുള്ളമ്പുറിച്ചിക്ക് മുള്ളമ്പറയനാണ് ചെർമ്മനെങ്കിൽ പെങ്ങക്കല്ലേ കെറുപ്പൊണ്ടാക്ക്ന്ന്? ആങ്ങളയ്ക്ക് പെങ്ങളിൽ മക്കളുണ്ടായാൽ ആര് പൊറുക്കും!

മക്കൾ അമ്മയുടെ മുമ്പിൽ നിശ്ശബ്ദരായി. അവർ തമ്മിൽ കുശുകുശുക്കാനും തമ്മിൽത്തമ്മിൽ കൂടിയാലോചിക്കാനും തുടങ്ങി. അമ്മയുടെ ചെവിയിൽ ഒന്നും ഒളിച്ചു കയറിയില്ല.

അച്ഛൻ നടേമ്മലേക്ക് പുറപ്പെട്ടു. മൂത്തമകൻ ചോദിച്ചു: "എന്തേട്ക്കോന്ന്?"

"നടേമ്മല്... വിയ്യൂര്..."

"നടക്കാനാകാണ്ടോ? -ഞാളുമ്പോര."

"പോരി."

അച്ഛൻ നടന്നു. കൂനിയും ചരിഞ്ഞും നടന്നു. താങ്ങായി പിന്നാലെ മക്കളും നടന്നു. അച്ഛന്റെ നടപ്പിനു പാകത്തിൽ അദ്ദേഹത്തിനു താങ്ങായി നാല് ആൺമക്കളും കൂടി. മക്കളുടെ തിളയ്ക്കുന്ന ആരോഗ്യത്തിനു പാകത്തിൽ വേഗത്തിൽ നാഴികകൾ താണ്ടാൻ അച്ഛനാവുന്നില്ല. അച്ഛന്റെ എതക്കേടിനൊപ്പിച്ച്, അദ്ദേഹത്തിന്റെ കഥകളിൽ മുളിയും വേഗം കുറച്ചും അവർ നടന്നു. സാധാരണപോലെ നടന്നിരുന്നെങ്കിൽ വെയിൽ താഴു മ്പോൾ നടേമ്മൽ എത്താമായിരുന്നു. പക്ഷേ അച്ഛന്റെ വേഗത്തിനൊപ്പിച്ച് നടന്നതുകൊണ്ട് അവർ എത്തിയത് അസ്തമിച്ച് നാലുകാതം ഇരുട്ടിയ ശേഷമാണ്. ആളുകൾ കാത്തിരിക്കുകയായിരുന്നു. വാഴയിൽക്കാരൻ വരും. വന്നിട്ടുവേണം കൂട്ടംപറയാൻ. നാലുകാതം വൈകി വാഴയിൽ ക്കാരനും നാല് ആൺമക്കളും എത്തിയപ്പോൾ കാത്തിരിപ്പുകാർക്ക് ആവേശമായി.

പ്രദേശത്തെ അവകാശികളും മുതിർന്നവരും പ്രായപ്പെട്ടവരും ഉറക്കം തടയാൻ റാക്കു കുടിച്ച് വർത്തമാനത്തിലായിരുന്നു. തിയ്യന്മാരുണ്ടാക്കിയ റാക്കു കുടിച്ച് അമലുമാറിത്തുടങ്ങിയ കാത്തിരിപ്പുകാരുടെ തലകൾ വാഴയിൽക്കാരൻ എത്തിയതോടെ ഉശിരുകൂടി. ഉന്മേഷത്തിലായി.

പുതിയവയ്ക്കൊപ്പം കീറിയതും പാറിയതുമായ പായകളും വിരിച്ചു. സഭകൂടി കൂട്ടം പറച്ചിലായി. റാക്കു കുടിച്ച പ്രദേശവാസികളായ അവ കാശികളും കീഴവകാശികളും വഴിതെറ്റി വർത്തമാനം പറഞ്ഞുതുടങ്ങി യത്, വാഴയിൽക്കാരന്റെ സാമീപ്യമറിഞ്ഞ് നിയന്ത്രണത്തിലായി.

കൂട്ടംപറച്ചിൽ കഴിഞ്ഞപ്പോഴേക്കും പെണ്ണുങ്ങളും കുട്ടികളും ഏറെയും ഉറങ്ങിക്കഴിഞ്ഞിരുന്നു. ഉറങ്ങിയവരെയൊക്കെ വിളിച്ച് അവിലും തേങ്ങാപ്പൂളും കൊടുത്തു. വിശേഷപ്പെട്ട അതിഥികൾക്ക് അവിലിനും തേങ്ങാപ്പൂളിനും പുറമേ ചുട്ടകോഴി പറച്ചിട്ടതുമുണ്ടായിരുന്നു.

നല്ലോണം തിന്ന് വെള്ളവും കുടിച്ച് കണ്ടേടത്തും കിട്ടിയേടത്തും ആളുകൾ വീണുറങ്ങി. പിറ്റേന്ന് വെളിച്ചമായതോടെ കല്യാണമായിരുന്നു. പെണ്ണുകാർ നേരത്തെത്തന്നെ പുറപ്പെട്ടുപോയി. വെള്ളൻ മുത്തപ്പൻ പോയില്ല. അതുകൊണ്ട് നാലാൺമക്കളും പോയില്ല. പോകാത്ത മുതിർന്ന വരുമായി കൂട്ടം പറഞ്ഞും പായിൽ നിവർന്നു കിടന്നും വിശ്രമിച്ചും അവർ കൂടി.

പോയവർ മിക്കവരും ആരോഗ്യമുള്ളവരായിരുന്നു. മറ്റ് മേൽജാതി ക്കാരുടെ കല്യാണം പോകുന്ന മാതിരി ആയിരുന്നില്ല നടമ്മൽ പരന്റെ മകൻ കൊറുമ്പന്റെ കല്യാണം പോയത്. ആണുങ്ങളിൽ ആരും തന്നെ കുപ്പായമിട്ടിരുന്നില്ല. പുലയർ കുപ്പായം ഇട്ടു തുടങ്ങിയിട്ടുമില്ലല്ലോ. പലരും

തിരുമ്പാത്തതും ഈഞ്ഞിയതുമായ തുണിയാണ് ഉടുത്തത്. അതിൽത്തന്നെ ഏതാനും ചിലർക്കു മാത്രമേ രണ്ടാമതൊരുത്തരീയം ഉണ്ടായിരുന്നുള്ളൂ. അവപോലും മേൽ മറയ്ക്കാൻ പാകത്തിലില്ലാത്തതിനാൽ ചിലർ കഴുത്തിലിട്ടു. ചിലർ തലയിൽക്കെട്ടി. നല്ല വഴിയിലും വരമ്പത്തും യാത്രചെയ്യാൻ പാടില്ലാത്തതുകൊണ്ട് കണ്ടത്തിലൂടെയും ചളിയിലൂടെയും കാട്ടെടകളിലൂടെയുമാണ് അവർ നടന്നുപോയത്. ഉടുത്ത തുണി തിരുമ്പിവെളുപ്പിച്ച് കല്യാണത്തിനുപോകാൻ പുലയരാരും ധൈര്യപ്പെട്ടിരുന്നില്ല. പോകുന്ന വഴിയിൽ ഏതെങ്കിലും ഒരു തമ്പുരാന് ഒരു ചെറിയ അസ്കൃത തോന്നിയാൽ മതിയല്ലോ. "ചെറ്മക്കളോ ശൊവ്ക്കടിച്ച് നടക്ക്ന്ന്! അടിച്ച് പായിയ്ക്കെടാ."

വാല്യക്കാർക്ക് പണിയായി.

മടലുകൊണ്ടും കൈതത്തണ്ടുകൊണ്ടും മുരുക്കിൻ തറികൊണ്ടും അടിച്ചാൽ പുലയരൊക്കെ അലറിക്കരഞ്ഞുകൊണ്ട് ചിതറിയോടും.

പെണ്ണുങ്ങളിൽ ആരും തന്നെ രണ്ടാമുത്തരീയം നെഞ്ചുമറച്ചിട്ടിരുന്നില്ല. ഈഞ്ഞിയ, മുട്ടോളമെത്തുന്ന ഒറ്റത്തുണി പേടിയാൽ അവരും നനച്ചുണക്കിയിരുന്നില്ല.

കാട്ടെടകളിലൂടെയും ചളിക്കണ്ടത്തിലൂടെയും നാമമാത്രനാണം മറച്ചവരായി ആ കല്യാണസംഘം നാഴികകൾ താണ്ടി നടന്നു.

കല്യാണച്ചെക്കനായ കൊറുമ്പനു മാത്രമേ നനച്ചുണക്കിയ ഒരുത്തരീയമുണ്ടായിരുന്നു. അതും പുതിയ മുണ്ടൊന്നുമായിരുന്നില്ല. നീണ്ട കൂവയിലകൾ കൂട്ടി കുമ്പിൾകുത്തിയതിൽ നിറച്ച പുന്നെല്ലവിലും പോയിലയും വെറ്റിലയും രണ്ടു കണ്ടപ്പാട് ദൂരെ കാല്ക്കൽ ദക്ഷിണവെച്ച് സാഷ്ടാംഗം പ്രണമിച്ചപ്പോൾ പടിഞ്ഞാറീട്ടിലെ തമ്പുരാൻ കനിഞ്ഞു നല്കിയതാണ് ഉടുത്തുപേക്ഷിച്ച ഒരു മുണ്ടിന്റെ പാതി. അതവൻ മുട്ടിനു മീതെയോളം വെച്ചുടുത്തിരുന്നു. അതിനുള്ളിൽ ഒരു കണ്ടം തുണി കൊണ്ട് കോണകവും കെട്ടിയിരുന്നു. തമ്പുരാൻ നല്കിയ പഴം മുണ്ടിന്റെ മറുപാതി നടക്കിയ പുതിയേക്കൻ വേഷ്ടിയും അയാൾ ധരിച്ചിരുന്നു.

കല്യാണം കൂടി പെണ്ണിനേയും കൊണ്ട് തിരിച്ച് നടേമ്മൽ എത്തുമ്പോൾ ഉദിപ്പ് താണിരുന്നു. എവിടെനിന്നും ആർക്കും അടികൊണ്ടിരുന്നില്ല. പടിഞ്ഞാറീട്ടിലെത്തമ്പുരാന്റെ അനുമതിയോടെയും ആശിസ്സോടെയുമാണ് കല്യാണം പോയത്. പിന്നെ, ആൾ നടക്കുന്ന വഴിയൊക്കെ വിട്ട് ചളിക്കണ്ടത്തിലൂടെയും കാട്ടെടകളിലൂടെയുമാണ് അവർ നടന്നത്. വലിയ കൂട്ടംകൂടി നടക്കുകയോ ഉച്ചത്തിൽ സംസാരിക്കുകയോ ചെയ്തിരുന്നില്ല.

കല്യാണസംഘത്തിന് ചോറൊന്നും ഉണ്ടായിരുന്നില്ല. പൂളയും കാച്ചിലും ചേമ്പും പുഴുങ്ങി വെള്ളം വാർത്തുവെച്ചിരുന്നു. അവയിൽ കിട്ടിയത് കടിച്ചുതിന്ന്, കണ്ടത്തിൽപ്പോയി തെളിവെള്ളവും മുക്കിക്കുടിച്ച് കല്യാണം കൂടാൻ വന്നവർ പിരിഞ്ഞു.

മയമ്പോടെയാണ് വെള്ളൻമൂപ്പർ യാത്ര തിരിച്ചത്. പകൽ കല്യാണ ക്കാരോടൊത്ത് പോകാത്തതിനാൽ ശേഷക്കാരോടും ആൺമക്കളോടു മൊക്കെ വർത്തമാനം പറഞ്ഞിരിക്കാൻ ഇഷ്ടംപോലെ നേരം കിട്ടി. വാഴ യിലേക്ക് തിരിച്ചുപോകുന്നതിന് മുമ്പ് പുതിയാരത്ത് മുത്തപ്പനെ ചെന്നു കാണണം എന്ന ഒരു നിർദ്ദേശം മക്കൾ അച്ഛന്റെ മുമ്പിൽ വെച്ചു. അച്ഛന് ആ നിർദ്ദേശത്തിൽ വിപരീതാഭിപ്രായം ഉണ്ടായിരുന്നില്ല. പുതിയാരത്ത് മുത്തപ്പൻ സമുദായത്തിലെ മാന്യനായ ഒരു കാരണവരാണ്. പ്രായം കൊണ്ടും പക്വതകൊണ്ടും ബഹുമാന്യനായ ഒരാളെ ചെന്നു കാണുന്ന തിൽ എന്തിന് എതിർപ്പു പറയണം! പക്ഷേ, മക്കൾ എന്തോ മനസ്സിൽ കാണുന്നുണ്ടെന്ന് വെള്ളൻ മുത്തപ്പനു തോന്നി. മക്കൾ മനസ്സിൽ കണ്ടത് അച്ഛൻ മാനത്ത് കണ്ടു. ഒന്നിരുത്തി മൂളാതെ, മയമ്പായപ്പോൾ നടയമ്മൽ ക്കാരണവന്മാരോടും ദേശാവകാശികളോടും യാത്ര പറഞ്ഞും സ്നേഹം പങ്കിട്ടും ഇറങ്ങി.

മുന്നിൽ ഇളയ രണ്ടാൺമക്കളാണ് നടന്നത്. അതിനുപിന്നിൽ മൂന്നാമൻ. മൂന്നാമന്റേയും പിന്നിൽ വെള്ളൻ മുത്തപ്പൻ. ഏറ്റവും പിന്നി ലായി വെള്ളൻ കാരണവർക്കുകൂടി പാറാവായതുപോലെ മൂത്തമകൻ. അദ്ദേഹമാണല്ലോ വീട്ടിലെത്തുന്നതിനു മുമ്പേ അച്ഛനെ പുതിയാരത്ത് മുത്തപ്പനെ കാണിക്കാനുള്ള നിർദ്ദേശം മെനഞ്ഞെടുത്തതും അനുജ ന്മാരെ പറഞ്ഞു മനസ്സിലാക്കിയശേഷം അച്ഛനെ സമ്മതിപ്പിച്ചതും!

പുതിയാരത്ത് ദേശത്തേക്ക് ഒരു പാടു നടക്കണം. മയമ്പിനു നടത്തം തുടങ്ങിയാൽ കോഴി കൂകുമ്പോഴോ വെള്ള കീറുമ്പോഴോ പുതിയാരത്ത് ദേശത്തെത്താം. പ്രായമായ അച്ഛന് അത്രയൊന്നും നടക്കാനാവുക യില്ലെന്ന് ആരെക്കാളും അറിയാവുന്നത് മൂത്ത സന്തതിക്കു തന്നെ യാണല്ലോ.

കൊറായിൽത്താഴെ എത്തിയപ്പോൾത്തന്നെ ഇരുട്ടു മുറുകി. വയലും വരമ്പും ചളിയും തിരിയുന്നില്ല. വല്ലടിപ്പുറത്ത് പറമ്പിൽ കയറി രണ്ടുമടൽ ഉണക്കയോല ഇരിഞ്ഞുകെട്ടി ചൂട്ടാക്കി. റാക്കു കച്ചവടക്കാരൻ ചാത്ത പ്പന്റെ കൂരയിൽക്കയറി ചൂട്ടുകത്തിച്ച് സംഘം യാത്ര തുടർന്നു. ചൂട്ടിന്റെ ആടുന്ന വെളിച്ചത്തിൽ മൂത്തമകന്റെ ഊരപ്പുറത്ത് കൊടുവാളിന്റെ വായ്ത്തലപോലെ മൂർച്ചയേറിയ ഒരു ചോദ്യചിഹ്നം മിന്നിക്കളിച്ചുവോ?

മുപ്പത്തിയൊമ്പത്

നടേമ്മൽ നിന്നിറങ്ങിയ അച്ഛനും നാല് ആൺമക്കളും കൊറ്റയത്ത് പുതി യാരത്ത് മുത്തപ്പനെ കാണൽ ലക്ഷ്യമായി നടക്കുകയാണല്ലോ. നേരം മയമ്പായിരുന്നതിനാൽ വഴികാണാൻ കഴിയുന്നുണ്ടായിരുന്നില്ല.

കൊയ്ത്തുകഴിഞ്ഞിരുന്നതിനാൽ വയൽത്താളുകളിൽ കാൽ മുട്ടുന്നുണ്ടായിരുന്നു. വെള്ളം പറ്റെ വറ്റിയിട്ടില്ലെങ്കിലും ചളി അടങ്ങിയിരുന്നു. പൂഴിപ്രദേശമായതിനാൽ ചളി വഴിയുന്ന വയലുമല്ലല്ലോ.

പുറായിൽ പൊയിലിൽ എത്തിയപ്പോൾ ഒഴിഞ്ഞുകിടക്കുന്ന പറമ്പിൽ കയറി രണ്ടു മൂന്നു മടൽ ഉണക്കൽ ഓല ചവിട്ടിമുറിച്ചെടുത്തു മുമ്പേ നടന്ന രണ്ടു മക്കൾ. ഓലക്കണ്ണി ഇരിഞ്ഞും ഒടിച്ചുകെട്ടിയും മൂന്നുമടൽ ഓല രണ്ടു പിടിച്ചൂട്ടാക്കി കെട്ടിയെടുത്തു. പഴുത്തു വീണ തെങ്ങോലപ്പുറത്തു നിന്ന് കടിച്ചുപൊളിച്ചെടുത്ത പാന്തകപ്പൊളികൾ കൊണ്ടാണ് ചൂട്ടുകൾ മുരുണ്ടിക്കെട്ടിയത്. അടുത്ത ഒഴിഞ്ഞ വളപ്പിലെ റാക്കു കാച്ചുകാരൻ ചാത്തപ്പന്റെ ചെറ്റപ്പുരയിൽ കയറി ഒരുണക്കച്ചകിരിയിൽ തീയും വാങ്ങി. കണ്ടത്തിൽ കൊണ്ടുവന്ന് ചകിരിത്തുമ്പിൽ ഊതി. നിർത്താതെ ഊതിയപ്പോൾ ഉണങ്ങിയ ചകിരിപ്പള്ളയിൽ തീ പാളി. പാളിയ തീ ചൂട്ടുമ്മിരുകളിൽ പടർന്നു കയറി. കത്തിയ ചൂട്ട് ഉടർത്തിപ്പിടിച്ചപ്പോൾ ഇരുണ്ട വയലുകളിൽ സൂര്യൻ കത്തിനിന്നപോലെയായി. ചൂട്ടു മുകളിൽ ജ്വലിക്കുന്ന വെളിച്ചത്തിൽ പുരുഷ നിഴലുകൾ നീങ്ങി.

നെല്ലൂളി വയലിന്റെ ഇടതുഭാഗത്ത് വെട്ടിക്കൂട്ടിയ പടന്നപ്പൊളികൾക്കു മീതെ പീലിത്തെത്തെങ്ങുകളുടെ നീണ്ട ഇലകൾ തീവ്രവെളിച്ചത്തിൽ തലയാട്ടി യാത്രികരെ ഇമ്പം കൊള്ളിച്ചു. പീലിയിലകൾ നിഴലുകളായി പിൻവലിയുമ്പോൾ യാത്രികർ വടക്കു വിദൂരിയിൽ കിള്ളവയൽക്കുന്നിയിൽ മുനിഞ്ഞു കത്തുന്ന നേരിയ വെളിച്ചം ഒരു സ്വപ്നം പോലെ കണ്ടുതുടങ്ങി.

വലിയ വരമ്പുകയറാതെ, വലിയ വരമ്പു തീണ്ടാതെ ഇളയമകൻ ചൂട്ടിനു മുമ്പിലായി നടന്നു. രണ്ടാം മകൻ ഇളയവനു പിന്നിൽ അച്ഛന് വെളിച്ചത്തിനായി ചൂട്ടുമായി നടന്നു. തൊട്ടു പിന്നാലെ, മൂന്നാമൻ. ചൂട്ടിൽ നിന്ന് ഉരപ്പുകൾ മേലുവീഴാത്ത ദൂരത്തിലായി വെള്ളൻ മുത്തപ്പനായിരുന്നു. വാർദ്ധക്യത്തിന്റെ പാദപതനങ്ങൾ അസ്പഷ്ടവും താളംതെറ്റിയതുമായിരുന്നു. വെള്ളൻ മുത്തപ്പനു പിറകിലാണല്ലോ മൂത്തമകൻ ചുവടുവെയ്ക്കുന്നത്.

ഒറേരിപ്പുളിമലക്കുന്നിന്റെ തെക്കുഭാഗം കഴിയവേ ചൂട്ടു പിടിച്ച മകന്റെ കാൽ ഒരുവലിയ നെൽത്താളിൽ മുട്ടി. മുട്ടിയ തഞ്ചത്തിന് മുന്നെയോ പിന്നെയോ എന്നുപറയാനാകാത്ത വിധത്തിൽ ചൂട്ട് അടുത്ത വെള്ളക്കുണ്ടിലേക്കു വീണുപോയി. പുലയച്ചെറുമക്കൾ കുടിവെള്ളത്തിനു വേണ്ടിയോ വേനൽകൃഷി നനയ്ക്കുന്നതിനുവേണ്ടിയോ കുഴിച്ചുതുടങ്ങിയ കുണ്ടായിരുന്നു. മുട്ടോളം വെള്ളമില്ലെങ്കിലും ചൂട്ടുവീഴേണ്ട താമസം യാത്രികരുടെ വഴി അന്ധകാരത്തിൽ മുങ്ങി. അന്ധകാരം വെളിച്ചമായിക്കണ്ട മൂത്തമകന്റെ ഊരയൊളിപ്പിൽക്കിടന്ന മൂർച്ചയേറിയ കൊടുവാൾ, കുലം പറയാതെ അമ്മയെ വേട്ട വൈരത്തിന്റെ വേഗതയിൽ വെള്ളൻ മുത്തപ്പന്റെ കഴുത്തിനടുത്ത് ഒരിടിമിന്നലായിത്തിളങ്ങിയമർന്നു.

കൈവിട്ടുപോയ കൊടുവാൾ ചെന്നുവീണത് പെരുവരമ്പിന്റെ പള്ളയ്ക്കുതാഴെ. വാർദ്ധക്യത്തിന്റെ അസ്വാസ്ഥതയിലും ക്ഷീണത്തിലും അടിതെറ്റിയും തപ്പിയും നടന്ന വെള്ളൻ മുത്തപ്പൻ ഒരു മറച്ചിലിന് മക്കളിൽനിന്ന് വരിയകന്നു. മക്കൾ അച്ഛനെ വയൽനീളെ പരതി. ഇരുണ്ട നെൽവയലുകളിൽ ഒരു മണ്ണട്ടപോലും ശേഷിപ്പുണ്ടായിരുന്നില്ല. മുനിഞ്ഞു കത്തുന്ന കിള്ളായൽത്താഴത്തുകൂടി ഒരു കറുത്ത പൂച്ച മമ്മിളിവയൽ ലക്ഷ്യമിട്ടു പാഞ്ഞുപോയി. മമ്മിളിവയലിൽ താഴോട്ട് ചല്ലികെട്ടി നില്ക്കുന്ന പുഴക്കൈസമാനമായ വെള്ളക്കെട്ടിലൂടെ ഒരു നീർനായ വലിയ വലിയ കൈച്ചിലിനെപ്പിടിച്ച് ചെകിള കടിച്ചിട്ടും നീർക്കോലികളെ ചുഴറ്റിയെറിഞ്ഞും നരിക്കുനിപ്പാടത്തേക്ക് ചറപറാ മണ്ടി. പൂളക്കലങ്ങാടിയിലെ മീൻവിറ്റ പലകകളിൽ ശേഷിച്ച മത്തിയും ചൂളയും ഞണ്ടും മണത്തുനോക്കുകപോലും ചെയ്യാതെ ഒരു ചെത്തലപ്പട്ടി വടക്കുനോക്കി ഇരുളിനേക്കാൾ വേഗതയിൽ പാഞ്ഞുപോയത് ആരും ശ്രദ്ധിച്ചില്ല.

രാത്രി ഒരുപാടിരുട്ടിയിരുന്നെങ്കിലും കൊറ്റയത്ത് പുതിയാറത്ത് മുത്തപ്പൻ ഉറങ്ങിയിരുന്നില്ല. നൂറു വയസ്സു കഴിഞ്ഞ ഒരാൾക്കും കൃത്യമായി ഉറക്കം നേരാനേരം കിട്ടി എന്നു വരില്ലല്ലോ. അത്തരം ഒരാൾ ഉറക്കം ഇല്ലാത്ത അസമയത്ത് എങ്ങനെ നേരം പോക്കും! മക്കളോ ഭാര്യമാരോ അത്യാവശ്യം കാര്യം എന്തെങ്കിലും പറഞ്ഞ് പണിനോക്കിപ്പോകും. മക്കളുടെ മക്കളാണ് ആകെ കൂട്ടുണ്ടാകുക. അവരും ഉറങ്ങിക്കഴിഞ്ഞാൽ മുത്തപ്പൻ എന്തുചെയ്യും? ഉറക്കം വരുവോളം കണ്ടത്തിലും കാട്ടിലുമായി നെല്ലിനോടും പുല്ലിനോടുമായി കൂട്ടം പറഞ്ഞും പരിഭവിച്ചും നേരം പോക്കും.

അങ്ങനെ നടക്കുമ്പോഴാണ് ഒരു നായ കണ്ടത്തിലും കാട്ടിലുമായി, തെക്കും വടക്കുമായി നടക്കുന്നത് ശ്രദ്ധയിൽപ്പെട്ടത്. നായ ഇങ്ങോട്ടു വിളിക്കുമ്പോൾ അങ്ങോട്ടു നടക്കുന്നു. ഊന്നുവടികൊണ്ട് തച്ചാലോ എന്ന് നിരീക്കുമ്പോൾ തരികിടതോം എന്നുപറഞ്ഞതുപോലെ കാലുരുമ്മി പിന്നിലോട്ട്! എന്നാലീ നായ ആരോ പോറ്റുന്ന ഇണക്കമുള്ള നായയാണല്ലോ എന്നു നണ്ണി രാവിലേക്കു മുറിച്ചുവെച്ച കടൽമീനിന്റെ ചല്ലിയും കുടലും ഒരുപ്പൂത്തിയിലയിലാക്കി ചാളയ്ക്കലെ ഇറയത്തുവെച്ചു കൊടുത്തിട്ടോ? നായ തിന്നുന്നില്ല. എന്നാൽ രണ്ടു കഷണം കൊടുക്കാമെന്നുവെച്ച് അതിട്ടുകൊടുത്തിട്ടും കാലുരുമ്മുകയും വാലാട്ടുകയും ചെയ്തതല്ലാതെ നായ മീൻ തിന്നുന്നില്ല. എന്നാലോ വല്യ ഇണക്കവും!

കൊറ്റയത്ത് പുതിയാറത്ത് മുത്തപ്പന് നായിനോട് എന്തോ ഒരു മമത തോന്നുകതന്നെ ചെയ്തു. മുറ്റക്കൊള്ളുമ്മൽ കുത്തിയിരുന്ന് മുത്തപ്പൻ നായിനോട് കൂട്ടം പറയാൻ തുടങ്ങി. നായാകട്ടേ ഉത്തരമൊന്നും പറയാതെ, എല്ലാം കേട്ടു ചിരിക്കുന്നമാതിരി അമിതമായി വാലാട്ടുകയും ലോഗ്യം കാണിക്കുകയും ചെയ്തുകൊണ്ടേയിരുന്നു. അടുത്തു പെരുമാറുന്ന നായയെ മുത്തപ്പൻ അതീവസ്നേഹത്തോടെ തലോടുകയും

അതിന്റെ കഴുത്തിലും നെറ്റിയിലും തടവിച്ചൊറിഞ്ഞു കൊടുക്കുകയും ചെയ്തു. പെട്ടന്നവിചാരിതമായി കണക്കിലും വലുതെന്നു തോന്നിക്കുന്ന നായിന്റെ ചെവി പിടിച്ചുപോയപ്പോഴല്ലേ അവിചാരിതമായ അർദ്ധരാത്രി യിലെ പുതുമ!

കയ്യിൽ ഒതുങ്ങിയ നായിന്റെ ചെവി എങ്ങോട്ടുപോയി! മിറ്റക്കൊള്ളു മ്മൽ തന്നെ ഉരുമ്മിയതാ കുത്തിയിരിക്കുന്നു വാഴയിൽ വെള്ളൻ മൂപ്പര്!!

"മുത്തപ്പാ, മുത്തപ്പനിക്കാര്യം ആരോടും പറയണ്ട." വെള്ളൻ മൂപ്പരു പറഞ്ഞു: "ഞാനെന്റെ മക്കളൊപ്പം കൊറ്റയത്ത് പുതിയാറത്ത് മുത്ത പ്പനെക്കണ്ട് ബന്ധം പുതുക്കിപ്പിരിയാൻ പോന്നതയ്നി. ബയ്ക്കിവെച്ച് കിള്ളായില്ത്തറവാടിന്റെ മുന്നിന്ന് ഇന്റെ മൂത്ത മകൻ കൊടുവാളുവീശി ഇന്റെ കഴുത്തുവെട്ടിക്കളയാൻ നോക്കി. കഴുത്തു വെട്ടി, തല നെല്ലു ങ്കണ്ടത്തില് പ്പോയീന്ന് ഓൻ നെനയ്ക്കുമ്പോളത്തേക്കും ഒരൊടിമറച്ചിലിന് ഒരു കറുത്ത പൂച്ചയായി ഞാൻ ഉതിരംമറഞ്ഞ് ചാടിപ്പാഞ്ഞു. നാടിന്റെ ചേലനുസരിച്ച് പൂച്ചയായും പെരിച്ചാഴിയായും കോക്കാനായും നായായും പാഞ്ഞാണ് ഞാനിവിടെയെത്തിയത്. മുത്തപ്പനെ കാണാൻ കൊതിച്ചു. അതു നടന്നല്ലോ. എനക്ക് തന്തോയമായി..."

"എന്തയ്നി കാരണം?" കൊറ്റയത്ത് പുതിയാറത്ത് മുത്തപ്പൻ തന്റെ പതിഞ്ഞ ചെറുസ്വരത്തിൽ ആകാംക്ഷയോടെ ചോദിച്ചു: "കുട്ട്യോളിങ്ങനെ യൊരക്രമം കാട്ടാൻ ഹേതുവെന്ത്?"

"ഹേതുവുണ്ട്." വെള്ളൻ പറഞ്ഞു: "ഈറ്റ്യോളിയ്യംമ്മിടിയിട്ടപ്പം തൊടങ്ങിയതാണ് അച്ഛന്റെ കുലമറിയാനുള്ള പൂതി. അച്ഛൻ കുലം മുടിച്ചു എന്നാണ് മക്കളുടെ വിചാരം. അത് കുറേക്കാലങ്ങളായി പുകയുകയാ യിരുന്നു. ഈ വയസ്സു കാലത്താണ് അതിന്റെ പേരിൽ എന്നെ വകവരു ത്താൻ ഇവർ ഒരുക്കൂട്ടിയത്. ഓലിമ്മനസിൽ കാണുന്നത് മ്മക്ക് മാനത്ത് കാണാല്ലോ! വെറുങ്ങനെ ഒരാള് ഒന്നാം വായേക്കാരനാവോ!! മുതൂന്നം മുച്ചൂടും കൂടാണ്ട് ഇക്കണ്ട ദേശങ്ങളൊക്കെ നാട്ടവകാശിയാക്കി പൊലയ ജാതിക്കാരനെ കൊടുങ്ങല്ലൂർ തമ്പുരാൻ വെറുതെ വാഴിക്കുമോ! ഒറേരി പ്പുളിക്കൽക്കുന്നും മമ്മിളിഗണ്ടങ്ങളും ചുറ്റി പവൂർക്കുന്നു കേറിയിറങ്ങി ചല്ലിയും നരിക്കുനി വയലുകളും കടന്ന് പൂളക്കൽക്കേറി നട്ടം ഗിരിഞ്ഞ് നായായിപ്പാഞ്ഞ്, മുത്തപ്പാ ഞാനിതാ സവിധം കുത്തിരിക്കുന്നു..."

"ആയ്ക്കോട്ടെ. ഒരേലേടുംല്ല." മുത്തപ്പൻ പറഞ്ഞു: "ഒരെലയന ങ്ങാണ്ടെ ഞാൻ ചാളയിൽക്കയറി അവിലും മലരും തവിടും എടുത്തു വരാം."

കൊറ്റയത്ത് പുതിയാറത്ത് മുത്തപ്പൻ ഉള്ളിൽക്കയറി മണം പരക്കുന്ന തവിടും മലരും അവിലുമായി പുറത്തുവന്നു. മിറ്റക്കൊള്ളിന്മേൽ നാക്കില കളിൽ തവിടും മലരും പുത്തൻ നെല്ലിന്റെ അവിലും നിരന്നു. മിറ്റത്തെ ചതുങ്ങിയ നിലത്ത് അപ്പൻ വിരൽ കുഴിച്ച് രണ്ടു വലിയ കുപ്പി റാക്കും ചിരട്ടകളും നിരത്തി.

മുത്തപ്പനും വെള്ളൻ മൂപ്പരും സന്തോഷാതിരേകത്തോടെ തവിടു തിന്നു. നനയാൻ മടിക്കുന്ന തവിട് അണ്ണാക്കിൽ കെട്ടിപ്പോകാതിരിക്കാൻ നിറഞ്ഞ ചിരട്ടയിൽ മൂത്തറാക്കു പാർന്ന് കുടിച്ചു. പൊള്ളുന്ന അണ്ണാക്കിനു കുളിരായി മലരു തിന്നു. മൊരിഞ്ഞ അവിലു കടിച്ചു ഞെരിച്ച് അമിതപ്രായാധിക്യത്തെ കിടിലം കൊള്ളിച്ചു.

നിറഞ്ഞ വയറോടെ, കോരപ്പുഴ നീന്തിക്കടന്നിട്ടെന്നതുപോലെ പറപറന്ന ക്ഷീണം മറന്ന് കൂരാക്കൂരിരുളിനെ സാക്ഷിനിർത്തി വാഴയിൽക്കാരൻ പറഞ്ഞു: "മുത്തപ്പനൊന്നും പെക്കറ കൊള്ളണ്ട. മക്കളിനി ഇങ്ങെത്ത്വണ്ടാവൂല്ല. ഓലങ്ങ് വായേപ്പോകും. ഞാനിതാ പിന്നെയും കൂരാക്കൂരിരുട്ടിലേക്കിറങ്ങുന്നു. എനക്കിനി ഒരു പുതിയ നാടുപിടിക്കണം. അതിനിടെ ഒന്നുരണ്ടു പൊരയിൽക്കേറണം..."

"തന്തോയമായി. തന്തോയമായി." മുത്തപ്പൻ പറഞ്ഞു.

കൊറ്റയത്ത് പുതിയാറത്ത് മുത്തപ്പനോട് യാത്ര പറഞ്ഞ് സന്തോഷമായി ഇറങ്ങി. ഏതുവഴിയിൽ നടക്കും? ഏതുവഴിയിലും നടക്കാം. കുണ്ടനിടവഴികൾ. വരമ്പുകൾ അഴുകി പടരപ്പുല്ലുകൾ വരമ്പായി താണുകിടക്കുന്ന് വയലതിരുകൾ. കുണ്ടനിടവഴികളിൽ ആൾപ്പെരുമാറ്റമില്ലാത്ത കാട്ടുചെടികളും പട്ടപ്പിരാവിലച്ചെടിയും കാട്ടുവള്ളികളും വളർന്നു കിടക്കുന്ന ആളുകേറാ മുടുക്കുകൾ. ഏതുവഴിയിലും നടക്കാം. പക്ഷേ, ശരീരം കൂട്ടാക്കുന്നില്ല. മുന്നോട്ടു നീങ്ങുന്നില്ല. കൂറ്റാക്കൂരിരുളിൽ വെളിച്ചത്തിന്റെ അനക്കം കണ്ടുതുടങ്ങിയിരിക്കുന്നു. നടക്കുവാൻ കുത്തിപ്പിടിക്കുന്ന കുന്തംവടിക്ക് ഇപ്പോൾ എവിടെച്ചെന്നു മുട്ടുന്നു എന്നു കാണാൻ കഴിയുമായിരിക്കാം.

പ്രഭാതത്തിന്റെ കുളിരിലും നടപ്പിന്റെ ഉഷ്ണം ശരീരത്തിനെ ചൂടുപിടിപ്പിച്ചിരുന്നു. മുറുക്കിച്ചുവന്ന ചുണ്ടുകൾക്കു താഴെ തടിച്ചുതൂങ്ങുന്ന കഴുത്തുമേടയിലൂടെ വിയർപ്പ് ഉറ്റിയൂർന്നു കൊണ്ടിരുന്നു. എത്തിക്കൊണ്ടിരിക്കുന്നത് കൊങ്ങണ്ണൂരമ്മയുടെ സവിധത്തിലാണ്. അമ്മയ്ക്ക് എല്ലാന്നും വിളക്കും തിരിയുമില്ലെന്നറിയാം. എങ്കിലും കിഴക്ക് പുല്ലുകേറിയ മുറ്റത്തെ ഓട്ടുകീറിന്മേൽ കരിന്തിരി കെട്ടമർന്ന മണം പരതി നടക്കുന്നു. മിറ്റാരമ്പിലെ മുട്ടൻ കല്ലിന്മേൽ കുത്തിയിരുന്നപ്പോൾ ആശ്വാസമായി.

വിയർപ്പു തണുത്തു. ആശ്വാസത്തിന്റെ കുളിരിൽ അമർന്നിരുന്നപ്പോൾ എന്തോ ആളനക്കം. ഈ വെളുപ്പാൻ കാലത്ത് അമ്മയുടേതല്ലാതെ ആരുടേതാണ് നഗ്നപാദപതനം! സവിധമണഞ്ഞ് എന്നുവിളിച്ചാലും വിളികേൾക്കുന്ന അമ്മ തന്നെയാകുമെന്നുറപ്പിച്ച് മുഖമുയർത്തി നോക്കുമ്പോൾ അമ്മയല്ല. മൺകൂട്ടത്തിൽ മൂത്തതമ്പുരാന്റെ ഇരുണ്ടുതടിച്ച വലിയ ശരീരം മുന്നിൽ പ്രത്യക്ഷമാകുന്നു. അന്തമുറഞ്ഞുപോയി എന്നു പറയേണ്ടതില്ലല്ലോ!

"വെള്ളാ, കണ്ടിറ്റേറെക്കാലമായല്ലോ വെള്ളാ..." തമ്പുരാന്റെ അവിചാരിതമായ സ്നേഹസംബോധനയിൽ പ്രഭാതം ഒന്നുകൂടി കുളിരവേ, വെള്ളൻ ഉറച്ചതെങ്കിലും വിനയപൂർവ്വകമായ ചെറുകൂറ്റനക്കി: "തമ്പുരാനെക്കണ്ടത് ഭാഗ്യം. എനക്ക് കുത്തിരുന്നോടത്ത്ന്ന് പെട്ടെന്നിങ്ങ് നീരാനാവ്ന്നില്ലാലോ..."

"കുത്തിരി വെള്ളാ കുത്തിരി. നീരണ്ട... വെള്ളന് വയസ്സൊക്കെ ഏറിപ്പോയല്ലോ. നമ്മളെ കാരണോനെക്കാളും വയസ്സേറിപ്പോയില്ലേ വെള്ളന്! അതോണ്ട് നീരണ്ട. അമ്മന്റെ മുമ്പില് നമ്മക്കെന്ത് തീണ്ടലും ബഹുമാനവും ഓച്ഛാനിപ്പും... അമ്മയ്ക്കിവിടെ എന്നും വെളക്കും തിരിയുമില്ല. ആളനങ്ങുന്നതിന് മുമ്പേ ഞാനെണീറ്റു വരുന്നു കുറച്ചീസായിറ്റ്... ഉമ്മറപ്പടിയില് വെളിച്ചെണ്ണയിൽ നനച്ച തിരി കത്തിക്കുന്നു."

"തമ്പിരാന്റെ വീട്ടിലേക്ക് ഒരു വെളക്ക് അമ്മേം കരുതീട്ട്ണ്ട് തമ്പിരാനെ."

"ഒന്നും തിരിയുന്നില്ലല്ലോ വെള്ളാ ഇന്റെ ഉരിയാട്ടം."

വെള്ളന്റെ വാക്കുകളിലെ നിഗൂഢാർഥം മൺകൂട്ടത്തിലിന് മനസ്സിലായില്ല.

"കാലം കുറെ കയിഞ്ഞിട്ടുള്ള ഒരു ചിത്തറം എന്റെ മനസ്സില് തെളിയുന്നുണ്ട് തമ്പിരാനേ..."

"അതെന്തായാലും എന്നോട് പറയൂ, വെള്ളാ."

തമ്പുരാൻ ആകാംക്ഷ കൊണ്ടു.

"തമ്പിരാന്റെ എളമുറയില് ഒരു തമ്പിരാട്ടി കുട്ടികളില്ലാതെ, കൊയങ്ങും..."

മൺകൂട്ടത്തിൽ തമ്പുരാൻ പെട്ടെന്ന് മൗനിയായി.

"പെറ്റതൊന്നും ചേയിക്കില്ല തമ്പിരാനെ, കുഞ്ഞിയമ്മ തമ്പുരാട്ടീന്റേം കീഴരിയൂർ തേമ്പൊയിൽ കണ്ണാരൻ തമ്പുരാന്റേം അയ്യംവിളികൾ എനക്ക് ഇപ്പോ കേക്കാം തമ്പിരാനേ."

"എന്റെ കുലം കുറ്റിയറ്റുപോകുമല്ലോ വെള്ളാ..."

അനന്തരാവകാശികൾ ഇല്ലാതെ നശിച്ചുപോകുന്ന മൺകൂട്ടത്തിൽ തറവാടിന്റെ ചിത്രം കൺമുന്നിൽ തെളിഞ്ഞപ്പോൾ സ്ഥാനം മറന്ന് തമ്പുരാൻ കേണു...

"തമ്പിരാൻ കേതിക്കണ്ട; കൊങ്ങണ്ണൂരമ്മ ഒരു വെളക്ക് ഇങ്ങക്കായി വെച്ചിട്ട്ണ്ട്." വെള്ളൻ തുടർന്നു.

"കുഞ്ഞിയമ്മ പെറും, ഒരു കുഞ്ഞിക്കേളപ്പനേം ഒരു കുഞ്ഞിലക്ഷ്മീനേം പെറും. അമ്മ അയിറ്റ്യേളെ ചേയിപ്പിക്കും."

വെള്ളനിൽ കൊങ്ങണ്ണൂരമ്മയെ കണ്ട മൺകൂട്ടത്തിൽ തമ്പുരാൻ കൈകൂപ്പി.

"കാത്തോളണേ അമ്മേ."

"ഇമ്മളെ നാട് പരദേശികള് ഭരിക്കും തമ്പുരാനെ... ഇങ്ങളെ കുഞ്ഞിക്കേളപ്പൻ ഓലെ കയ്യീന്ന് ഇമ്മളെ നാടിനെ രച്ചിക്കും."

ഭാവിയെ കൺമുന്നിൽ കാണുന്ന വെള്ളൻ മനുഷ്യനോ അതോ വേഷപ്രച്ഛന്നയായ കൊങ്ങണ്ണൂരമ്മയോ എന്നറിയാതെ മൺകൂട്ടത്തിൽ തമ്പുരാൻ കുഴങ്ങി നിന്നു.

"ഇങ്ങളെ കേളപ്പൻ ഞാളാള്ള്യേം രച്ചിക്കും തമ്പിരാനെ."

'കേളപ്പൻ' എന്നോ ജനിക്കാനിരിക്കുന്ന ഇളമുറക്കാരന്റെ രൂപം മനസ്സിൽ രൂപപ്പെടുത്തി ആ പിതാമഹൻ വാത്സല്യത്തോടെ വിളിച്ചു.

"കൊങ്ങണ്ണൂരമ്മ തമ്പിരാന് കാത്ത് വെച്ച വെളക്ക് അതാണ് തമ്പിരാനെ."

വെള്ളന്റെ പ്രവചനം തമ്പുരാനെ പുലർക്കാറ്റിൽ ചാഞ്ചാടുന്ന പൂമരമാക്കി.

നാല്പത്

കൊങ്ങണ്ണൂരമ്മയുടെ സവിധത്തിൽ നിന്നിറങ്ങുമ്പോൾ വെള്ളൻ തിരിഞ്ഞു നോക്കുന്നേയില്ല എന്നത് മൂത്തതമ്പുരാൻ ശ്രദ്ധിച്ചു. തമ്പുരാന്റെ ഉള്ളിൽ തെളിഞ്ഞ ആകാശംപോലെ, വെള്ളനോടുള്ള അകമഴിഞ്ഞ കൃതജ്ഞത പ്രഭാതപ്രഭ കണക്കെ നിറഞ്ഞു. വെള്ളൻ സാധാരണ ഒരാളല്ല. അകക്കണ്ണ് തുറന്ന്, ശ്രദ്ധിച്ച് കണ്ട്, വ്യക്തമായ ഒരു ധാരണയുണ്ടാക്കിയേ അയാൾ ഒരു കാര്യം പറയൂ എന്ന് തമ്പുരാന് അറിയാമായിരുന്നു. പറയുന്ന കാര്യം നടക്കും. നടക്കുന്ന കാര്യമേ പറയൂ. തമ്പുരാന്റെ അന്തരാളം ആഹ്ളാദം കൊണ്ട് നിറഞ്ഞു. വിങ്ങുന്ന ഹൃദയഭാരത്തോടെ തമ്പുരാൻ ദീർഘപാദപതനങ്ങളെടുത്ത് വെള്ളന്റെ മുന്നിൽ കവച്ചു കടന്നു നിന്നു. അധികമൊന്നും ആലോചിക്കാതെ മൂത്ത തമ്പുരാൻ പറഞ്ഞുപോയി:

"വെള്ളാ, വെള്ളനിനി വെറും വെള്ളനല്ല. വെള്ളൻ ദൈവമാണ്. വെള്ളൻദൈവം..."

ഹൃദയപൂർവ്വകമായ നന്ദി സ്വീകരിക്കുന്ന ചെറുപുഞ്ചിരിയുമായി വെള്ളൻ നിസ്സംഗനായി മുന്നോട്ടു നടന്നു.

നടന്നു നടന്ന്, എത്ര നടന്നു എന്നറിയാതെ വെള്ളൻ പിന്നെയും നടന്നു. നടപ്പിൽ കുന്നും മലകളും അയാൾ ഒഴിവാക്കി. ആളനക്കമുള്ള

ദേശങ്ങളിൽ സ്വയം വേഷം മാറി നടന്നു. വേഷം മാത്രമല്ല. ജീവിതവും ജീവനും മാറി. ആളിന്റെ ആകൃതി മാറി. ആളുകളിൽ നിന്ന് അയാൾ സ്വയം മാറി നടന്നു. പകൽ മുഴുക്കെ നടന്നു. രാവു മുഴുക്കെ നടന്നു. രാവും പകലും ദിനങ്ങളും നടന്നുകടന്നുപോയി. താണനിലങ്ങളിൽ നടക്കവേ മുന്നിൽ ഒരു പുഴ വിലങ്ങനെ നീണ്ടു നിവർന്നു കിടക്കുന്നു. വഴിമുട്ടിയപ്പോൾ പുഴക്കരയിൽ അയാൾ ഇരുന്നു.

പ്രായാധിക്യത്താൽ വിവശനായി, ഒരു തടിയൻ കമ്മട്ടിമരം പുഴക്കരയിൽ പുഴകി വീണുകിടക്കുന്നുണ്ടായിരുന്നു. അതിന്റെ തടിച്ച വശങ്ങൾ ഏറെയും പൂതലിച്ചിരുന്നുവെങ്കിലും അതിന്മേൽ ചാരി കുത്തിയിരിക്കുവാൻ ഒരു സുഖമുണ്ടായിരുന്നു.

കമ്മട്ടിത്തടിയിൽ ചാരിയിരുന്നിരുന്ന് അറിയാതെ മയങ്ങിപ്പോയി. ഉറക്കം ആയിരുന്നില്ല. ചെറിയ മയക്കം. മയക്കത്തിനിടയിൽ അടുത്ത കുറ്റിക്കാട്ടിലൂടെ ചെറുമരങ്ങളും അപ്പക്കാടുകളും വകഞ്ഞും കുലുക്കിയും ഒരു നരി അടുത്തേക്കടുത്തേക്ക് നടന്നുവരുന്നത് അയാൾ കണ്ടു. നരി ശത്രു ആയിരുന്നില്ല. നല്ല മിത്രഭാവത്തിൽ നടന്നടുത്ത നരിയെ വെള്ളൻ പതുക്കെ തലോടി. തലോടിയും ഉരുമ്മിയും നേരം പോയതറിഞ്ഞില്ല. വെയിൽ വെള്ളം കുടിക്കാൻ പോയ തക്കത്തിന് വെള്ളൻ കമ്മട്ടിമരത്തിൽ വിശ്രമിക്കുന്നത് കാണാതായി. പുഴയിലൂടെ ഒരു വലിയ പുരത്തോണി തെക്കോട്ട് വെള്ളം മുറിച്ച് കടന്നുപോയ നേരത്ത് നരി പുഴയിലേക്ക് എടുത്തുചാടി. വെള്ളത്തിൽ മുങ്ങിയ നരി തല ഉയർത്തിപ്പിടിച്ച് പുഴ മുറിച്ച് നീന്താൻ തുടങ്ങി. പുഴയിലൂടെ കടൽതേടി ഒഴുകിപ്പോകുന്ന കുണ്ടാമണ്ടികൾ തള്ളിമാറ്റി നരി സാവകാശം നീന്തുക തന്നെ ചെയ്തു. കുണ്ടാമണ്ടികളിൽ തട്ടി ഒന്നുരണ്ടുവട്ടം നരി അതിന്റെ മാർഗ്ഗം തല തിരിക്കേണ്ടി വന്നുവെങ്കിലും ഒന്നുരണ്ടുമറി വെയിൽ വെള്ളം കുടിക്കാൻ പോയി തിരിച്ചെത്തുമ്പോഴേക്കും നീന്തൽക്കാരൻ അക്കരെ പിടിച്ചു കഴിഞ്ഞിരുന്നു.

പുഴയുടെ അക്കരെ കയറിയ നരി ഒന്നുരണ്ടുമറി സ്വന്തം ശരീരം കുടയുകയും മിനുസമുള്ള ശരീരത്തിലെ ജലാംശം പാറ്റിക്കളയുകയും ചെയ്തു. കിഴക്കോട്ടുനോക്കിയും തെക്കോട്ടുനോക്കിയും ആ സത്വം മൂന്നാലുവട്ടം അമറി. ആ അമറലിൽ ഒരു ജീവിയും പ്രതികരിച്ചില്ല. കുന്നിൻചരിവിൽ ദൂരെ ദൂരെയായി മയങ്ങി നിന്ന ചെറുകുടിലുകളിൽ ആളനക്കമുണ്ടായിരുന്നില്ല. ആ കുടിലുകാർ പോറ്റുന്ന പൈക്കിടാങ്ങളോ മൂരിക്കുട്ടന്മാരോ അകിടുനിറച്ച് പാൽചുരത്തുന്ന നാടൻ പശുക്കളോ ആടുകളോ അവിടെയൊന്നുമുണ്ടായിരുന്നില്ല. അഷ്ടിക്കു തെണ്ടാൻ പോയ കുടിലാളന്മാരും കുട്ടികളും ആ പ്രദേശത്തൊന്നും കണ്ടുമില്ല. പുഴക്കരയിലെ കുളക്കടവുകളിൽ കുന്തിച്ചിരുന്ന് ഉടയാടകൾ കുത്തിത്തിരുമ്പുകയും മുങ്ങിക്കുളിച്ച് മുടിവാരിക്കെട്ടുകയും ചെയ്യുകയായിരുന്ന ഏതാനും കുടിൽപ്പെണ്ണുങ്ങളുടെ കണ്ണിൽപ്പെടാതെ നരി കാട്ടുപച്ചച്ചെടികൾ

വകഞ്ഞ് തെക്കോട്ടും കിഴക്കോട്ടും നടന്നു. നെല്ലിയാടിക്കടവിനടുത്തെത്തുമ്പോൾ ഏതാനും ആളുകൾ കയറിക്കഴിഞ്ഞ കറുത്ത ഓടം കടവുവിട്ടു കഴിഞ്ഞിരുന്നു. തോണി യാത്രികർ അവർ പിരിച്ചുണ്ടാക്കിയ ചൂടികൊല്ലത്തങ്ങാടിയിൽ വില്ക്കാനും തിരിച്ചുപോരുമ്പോൾ തെങ്ങോലക്കൊട്ടയിൽ മത്തിമേടിച്ചു തിരിക്കാനും യാത്രയാവുകയാകാം...

ആൾപ്പാർപ്പു കുറഞ്ഞ ചെത്തുവഴികളിലൂടെയും കുണ്ടനിടവഴികളിലൂടെയും നരി സാകൂതം സഞ്ചരിച്ചു. പകൽ മറഞ്ഞ് രാത്രിയിരുളുമ്പോൾ നരിയുടെ കണ്ണുകൾ തിളങ്ങി. അതിന്റെ കൃഷ്ണമണികൾ തീക്കുന്നിപോലെ ജ്വലിച്ചു. ജ്വലനകാന്തിയിൽ ഇരുട്ട് നരിക്കു പ്രകാശമായി.

നീറോട് മലയും നിരപ്പില്ലാ വഴികളും താണ്ടി നരി നടന്നു. കല്ലങ്കികളും ചളിപ്പാടങ്ങളും ചാടവേ ഗ്രാമീണർ പലരും നരിയെ കണ്ടു. ആട്ടിൻകുട്ടികൾ അയ്യം വിളിച്ചു. കന്നൂട്ടികളും പൈത്തള്ളമാരും അമറിയാടുകയും വാലുപൊക്കിപ്പായാൻ നോക്കി കയറുപൊട്ടിക്കുകയും ചെയ്തു. കൈത്തണ്ടുകളും മുളവടിയും കവുങ്ങിൻ തറികളുമായി നരിയെ തച്ചുകൊല്ലാമെന്നു നണ്ണി ഗ്രാമീണർ ഒച്ചയിടുകയും പരക്കംപായുകയും ചെയ്തു. എന്നാൽ അതിൽപ്പിന്നെ നരിയെ ആരും കണ്ടില്ല. നരിയെ നരർ തപ്പി നടന്ന നരക്കോടുകൾ വിട്ട് നരി ഒറോക്കുന്നിന്റെ താഴ്‌വരകളിൽ ഉലാത്തി. മീത്തൽ ശവങ്ങളുറങ്ങുന്ന ഒറോക്കുന്നിൽ കയറാതെ നരി വടക്കോട്ടുവെച്ചു പിടിച്ചു. നെല്ലിൻകണ്ടങ്ങളും ചളിച്ചതുപ്പുകളും കവുങ്ങിൻതോട്ടങ്ങളും തെങ്ങിൻതോപ്പുകളും പിന്നിട്ടപ്പോൾ ഇടിഞ്ഞുപൊളിഞ്ഞ ഒരമ്പലം കണ്ടു. ഏതു സത്യവിശ്വാസിക്കും ഏതുയാത്രികനും ഏതലച്ചിൽപ്പണ്ടാരത്തിനും ക്ഷേത്രങ്ങളും കാവുകളും തന്നെ അഭയകേന്ദ്രങ്ങളും വിശ്രമസങ്കേതങ്ങളും. അമ്പലംകാണെ, ഒരു വിഹഗനിരീക്ഷണം നടത്തെ, അത് ഏതോ കാലമായി ആൾപ്പെരുമാറ്റമില്ലാത്ത ക്ഷേത്രമാണ്. ഓടും പട്ടികകളും ഇടിഞ്ഞുതാണിരിക്കുന്നു. മഴ നനഞ്ഞ, കുമ്മായം പൂശിയ മങ്ങിയ ചുമരുകളിൽ പൂപ്പ് കേറിപ്പടർന്നിരിക്കുന്നു. കുമ്മായത്തിന്റെ നിറം ശേഷിക്കുന്ന പൊട്ടിയടർന്ന ചുമരുകളിൽ മഞ്ഞയും പച്ചയും കലർന്ന പൂപ്പ് ആവാസമുറപ്പിച്ചിരിക്കുന്നു. വിളക്കും തിരിയും മറന്ന അമ്പലത്തിൽ ദേവൻ ശേഷിക്കുമോ! വെളിച്ചത്തിലും ഭംഗിയിലും സൗഭാഗ്യദൃശ്യങ്ങളിലും മാത്രമല്ല ദേവന്മാർ കുടികൊള്ളുന്നത്. കുടിയിരുന്ന സങ്കേതം ഏതു ദേവനും ഏതു ദേവതയും ഒരിക്കലും വിട്ടുപോവുകയില്ല. മനുഷ്യർ അത് പരിപാലിച്ച് വൃത്തിയും വെടിപ്പും ഗാംഭീര്യങ്ങളും കാത്തുവെച്ചാലും ഇല്ലെങ്കിലും! ആളുകളുടെ വിചാരം ക്ഷേത്രങ്ങളിലും അമ്പലങ്ങളിലും ആചാരങ്ങളും മര്യാദകളും പരിപാലനക്രമങ്ങളും മുടങ്ങിയാൽ അവിടത്തെ സങ്കല്പം നാടു നീങ്ങുമെന്നാണ്. എവിടെപ്പോകാനാണ് അവിടെ കുടിയിരുന്നുറച്ച സങ്കല്പം?

പുല്ലും കാടും മാറാലയും നിറഞ്ഞ് പൊളിഞ്ഞമർന്ന ആ പുരാതന ക്ഷേത്രവളപ്പിലേക്ക് നരി ചാടിക്കയറി. മുറ്റവും കണ്ടവും ഒന്നായി കാടു

മൂടിയിരിക്കുന്നു. അമ്പലത്തിന്റെ പല വശങ്ങളും ഇടിഞ്ഞു കുത്തിയിട്ടുണ്ട്. അട്ടത്ത് നിരത്തിയിട്ട പഴകിയ കവുങ്ങിൻ കീറുകളും വലിയ പനപ്പൊളികളും പൂതലിച്ച് നാമാവശേഷമായിരിക്കുന്നു. എന്നാലും കേറിക്കിടന്ന് വിശ്രമിക്കാവുന്ന ഇടം തകർന്ന ആ മട്ടുപ്പാവുതന്നെ. അതിന്മേലേക്ക് ചാടിയാൽ ഒരുപക്ഷേ ആ മരക്കീറുകളും കൂടി തകർന്നു വീഴുമായിരിക്കാം. അങ്ങനെവന്നാൽ അപ്പോൾ നോക്കാം എന്നു നിരീച്ച്, നരി അട്ടത്തേക്കു ചാടിക്കയറി. മട്ടുപ്പാവും മരക്കീറുകളും പൊളിഞ്ഞുവീണില്ല. സ്വൈര്യവിഹാരം നടത്തുകയായിരുന്ന നത്തുകളും നിഡൂളന്മാരും പാറാടക്കൂട്ടങ്ങളും പരിഭ്രമിച്ച് പറന്നകന്നു എന്നു മാത്രം.

നരി അട്ടത്തങ്ങനെ വിശ്രമിക്കവേ താഴെനിന്നും ഇങ്ങനെ ഒരു കൂട്ടം പറച്ചിൽ കേൾക്കായി:

“ഒരു പുലി ഇങ്ങോട്ടെങ്ങാൻ ചാടീയ്ക്കി. ഞാനെന്റെ കണ്ണോണ്ട് കണ്ടതാ.”

“നേരും തന്നെ. ഞാനും കണ്ടീയ്ക്കി.”

“ഞാളും കണ്ടിക്കി. ഞാളും കണ്ടിക്കി.”

“ന്നാലെങ്ങോട്ടുപോയത്! പൊളിഞ്ഞമ്പലത്തിക്കേറ്യോ?”

“കേറീയ്ക്കിണ്ടാവും. നോക്ക്യാലോ...”

അങ്ങനെ വടിയും കുന്തവും പാരയുമായി സ്ഥലവാസികളായ നാടൻ പടയാളികൾ അമ്പലം വളഞ്ഞു. ‘ചട്ടക്കേപൊട്ടക്കേ’ യെന്ന് ഒച്ചപ്പാടുണ്ടാക്കി, സ്വച്ഛന്ദം വിശ്രമിക്കുന്ന നരിയെ പുറത്തേക്കു ചാടിക്കുവാൻ അവർ പഠിച്ച പണി പലതും പയറ്റിയെങ്കിലും നരി അതിന്റെ സുരക്ഷിതമായ സ്ഥാനത്തുനിന്ന് കടുകിട വ്യതിചലിക്കുകയുണ്ടായില്ല. സുഖമായി കണ്ണുകളടച്ച് അതങ്ങനെ കിടന്നു. ചിലപ്പോൾ കണ്ണു തുറന്നു കിടന്നും അതു വിശ്രമിച്ചു. പൊളിഞ്ഞും ദ്രവിച്ചും കിടക്കുന്ന അമ്പലത്തിന്റെ ഉള്ളിലേക്കു കയറാനാകട്ടേ ആർക്കും ധൈര്യവുമില്ല. ഊയ്യാരവും ബഹളവുമായി അവർ അമ്പലപ്പറമ്പിൽ വിട്ടുപോകാതെ കൂടി. നേരം കടന്നു പോയിക്കൊണ്ടേയിരുന്നു. ഇളംവെയിൽ ചൂടായി. ഉദിപ്പ് ശിരസ്സുകൾക്ക് മുകളിൽ വെട്ടിത്തിളങ്ങി. കത്തിത്തുടങ്ങിയ സൂര്യവെളിച്ചത്തിൽ, സ്ഥലവാസികൾക്കിടയിലേക്ക് പെട്ടെന്നാണ് ഒരു നരി ചാടിയിറങ്ങിയത്. തന്നെ എല്ലാവരും കണ്ടുകൊള്ളട്ടെയെന്ന കണക്കിൽ വടക്കും തെക്കും അതൊരു ചാട്ടം ചാടി. വീരശൂരപരാക്രമികളായി നിന്ന നാട്ടുപടയാളികൾ ചിതറിപ്പാച്ചിൽ തുടങ്ങുന്നതിനു മുമ്പേ കൂട്ടത്തിൽ ചിലർ ബോധം കെട്ടുവീണു. വീണവരേയും പാഞ്ഞവരേയും സ്പർശിക്കപോലും ചെയ്യാതെ, തന്റെ സാന്നിദ്ധ്യമറിയിക്കുവാനായി മാത്രം നരി ഉള്ളിലേക്കു തന്നെ ചാടി മറഞ്ഞു. ജീവനിൽ കൊതിയുള്ള ചിലർ എങ്ങോട്ടേക്കോ സ്ഥലം കാലിയാക്കിയെങ്കിലും അത്രയ്ക്കത്രയ്ക്ക് നാടൻ പടയാളികൾ വിവരമറിഞ്ഞ് പടക്കോപ്പുകളുമായി അമ്പലപ്പറമ്പിലും സമീപങ്ങളിലും

തമ്പടിച്ചു. കൂടിയാലോചിച്ചും സഭകൂടിയും നരിയുമായി ഏറ്റുമുട്ടാൻ തന്നെ നാടൻ പടയാളികൾ തീരുമാനമെടുത്തു. കോയ്മകളും നാട്ടു പ്രമാണിമാരും അവരവരുടെ സങ്കേതങ്ങളിൽ നിർദ്ദേശങ്ങളും തീരുമാന ങ്ങളും അരുളിചെയ്യുകയായി. മുട്ടിയും തൊഴിച്ചും നരിയെ പുറത്തുചാടി ക്കാനുള്ള വിദ്യകളൊക്കെ പാളിയമർന്നു. ഒടുക്കം വെയിൽ നന്നായി ആറവേ, അമ്പലം പൊളിയുമെങ്കിൽ പൊളിയട്ടേ, നരിയെ സംഹരിക്കുക തന്നെ വേണമെന്നായി നാട്ടുക്കൂട്ടതീരുമാനം.

നാടൻ പടയാളികൾ പരാക്രമം ആരംഭിച്ചു. അമ്പലച്ചുമരുകൾ ഇടിഞ്ഞുതകർന്നു. പഴകിയ അമ്പലക്കെട്ടിടത്തിന്റെ അറുത്തു കെട്ടു വരെ ഇടിഞ്ഞു നിലം കുത്തി.

നരി എങ്ങോട്ടു പോയി?

ആരും എങ്ങും അതിനെ കണ്ടില്ല.

വീണു പൂതലിപ്പിന്റെ പുക പാറുകയായിരുന്ന അറുത്തുകെട്ടിൽ നിന്ന് ഒരു ചെറിയ കറുത്ത പൂച്ച ഓടി രക്ഷപ്പെടുന്നതുമാത്രം നാട്ടുപടയാളി കൾ കണ്ണാലെ കണ്ടു.

നരികേറിയ അമ്പലത്തിന്റെ നാലുപാടും രാവു മുച്ചൂടും കൂറ്റൻ തീക്കുണ്ഡങ്ങൾ ആളിപ്പാളിക്കൊണ്ടേയിരുന്നു. നരി മാത്രം പുറത്തു വന്നില്ല. പുറത്തു ചാടിയ കരിംപൂച്ച വടക്കേ വരമ്പിലൂടെയാണ് പാഞ്ഞത് എന്നു ചിലർ ഇടനേരങ്ങളിൽ അന്യോന്യം പറയുന്നുണ്ടായിരുന്നുവത്രെ.

കരിംപൂച്ച വരമ്പിലൂടെ പാഞ്ഞ് പാഞ്ഞ് ഇരിങ്ങത്ത് കയറി. കുപ്പേരി ക്കാവിന്റെ സമീപങ്ങളിലും മാപ്ലാരുടെ ഇല്ലത്തൊടികളിലും അത് ചുറ്റി നടന്നു. നല്ലമ്പ്രക്കുന്നിന്റെ ഉയരങ്ങളിലൂടെ അത് കുലുപ്പക്കണ്ടങ്ങളിൽ ഇറങ്ങി. നല്ലമ്പ്രക്കുന്നിന്റെ കുപ്പേരിത്തൊടികളിലെ ശവപ്പറമ്പുകൾ ബോധപൂർവ്വം ഒഴിവാക്കിയാണ് ആ ചെറുജീവി കുലുപ്പക്കണ്ടങ്ങളിൽ ഇറങ്ങിയത്. കുലുപ്പക്കണ്ടങ്ങളിലെ ആഴമേറിയ ചളിക്കുഴികൾ താണ്ടുക ഒരു പൂച്ച മാത്രമായ മാർജാര ജീവിക്ക് സംഭവ്യമല്ലല്ലോ.

മാർജ്ജാര സന്താനം ഒരു പൂമരച്ചുവട്ടിൽ കുത്തിയിരുന്നു. തെക്കു നിന്ന് തെരക്കിത്തിക്കി വന്ന ഒരു ചുഴലിക്കാറ്റിന്റെ കുട്ടി പൂമരം പിടിച്ചു കുലുക്കിയിട്ടെന്നപോലെ പൂമരത്തിൽ നിന്ന് പളപളാ പൂക്കൾ കൊഴിഞ്ഞു കൊണ്ടേയിരിക്കവേ മാർജ്ജാര സന്താനം താനേ അപ്രത്യക്ഷമായി. പൂമര ച്ചുവട്ടിൽ നിന്ന് ഇഴഞ്ഞു നീങ്ങിയ ഒരു വലിയ കാരാമ തിണ്ടിന്റെ നൈസർഗ്ഗികമായ കോണിപ്പടികളിൽ നിന്ന് പടരപ്പുല്ലിന്റെ നൈസർഗ്ഗി കമായ നൂലാമാലകളിൽ തങ്ങിനില്ക്കാതെ കുലുപ്പക്കണ്ടങ്ങളുടെ അഗാധഗർത്തങ്ങളിലേക്ക് നിലകിട്ടാതെ 'പെടോ...' എന്ന് നിപതിക്കുക യുണ്ടായി. ദൈവത്തിന്റെ സൃഷ്ടികർമ്മങ്ങളുടെ അഗാധതകൾപോലെ കുലുപ്പക്കണ്ടങ്ങളുടെ ഗർത്തങ്ങളിലൊഴുകി ആ സാധുജീവി അട്ട ക്കുണ്ടിൽ എത്തി.

അട്ടക്കുണ്ടിൽ അട്ടയുണ്ടായിരുന്നില്ല. മട്ടയുമുണ്ടായിരുന്നില്ല. തുറയൂർ വയലേലകളുടെ അതിവിശാലതകളിൽ വിളഞ്ഞ നെൽപ്പാടങ്ങളുടെ പൊൻകതിരുകളിൽ നിന്ന് ഉതിർന്നുപെരുകിയ പുന്നെല്ലരിച്ചോറിൽ പുഴക്കരയിൽപ്പിടിച്ച നാടൻ ഞണ്ടിന്റെ കപ്പൽമുളകരച്ചു വെച്ച കരിഞ്ചാറു കൂട്ടി തദ്ദേശീയർ കുഴച്ചുരുട്ടി വിഴുങ്ങിത്തുടങ്ങിയിരുന്നു, ഉച്ചതെറ്റിയ വെയിൽക്കാല മദ്ധ്യാഹ്നത്തിന്റെ ചാഞ്ഞ പ്രകാശത്തിൽ.

നാല്പത്തിയൊന്ന്

ഏതെല്ലാം വഴിക്കാണെന്നറിഞ്ഞുകൂടാ, കുന്നും താഴ്വാരങ്ങളും വയലും പുഴയുമൊക്കെത്താണ്ടി ഒരു പൂഴിക്കര പ്രദേശമെത്തിയപ്പോൾ കൺ കെട്ടും സ്വപ്നങ്ങളും വിഹ്വലതകളുമൊക്കെ മറന്ന് പഴയ രൂപത്തിലാണ് അദ്ദേഹം വന്നു നിന്നത്. വാർദ്ധക്യത്താൽ അല്പം തടിച്ച്, പഞ്ചാരപ്പൂഴിയിൽപ്പോലും നേരെ നിർത്തുന്നതിൽ സ്വന്തം കാലുകൾ പരാജയപ്പെടുന്നു. മുടികൊഴിഞ്ഞ് കഷണ്ടി ബാധിച്ച ഉരുളൻ തലയിൽ ശ്മശ്രുശകലങ്ങൾ വിരലിലെണ്ണാമെങ്കിലും അവ കഴുത്തിലേക്കു വളർന്ന് അറ്റം വളഞ്ഞു കിടക്കുന്നു. നന്നെ വെളുത്ത താടിരോമങ്ങൾ നേരിയ കുങ്കുമരാശി തടവുന്നുണ്ടോ എന്നു ശങ്കിക്കാം. എന്നാലും ശരീരത്തിൽ പഴയ പ്രതാപത്തിന്റെ സ്മരണകൾപോലെ കൈകളിലും നെഞ്ചിലും പുറത്തും കഠിനമാംസത്തിന്റെ കോളിളക്കം നിലച്ചിട്ടില്ല. വെള്ളയാമ്പലുകളും പിരാന്തൻ പൂവും പടർന്നു നിരന്ന ചല്ലിപ്പാടത്തിന്റെ കരയിൽ പൊന്നരിക്കുളിർമ്മയിൽ അദ്ദേഹം ഇരുന്നു. തോട്ടുവക്കിൽ നിരന്ന കൈതക്കാടുകളിൽ എത്രയോ കൈതച്ചക്കകൾ സമൃദ്ധിയുടെ കാലം കണക്കേ കൈതക്കൂമ്പു മാളിച്ച് ഉറഞ്ഞു നില്ക്കുന്നു. തുടരെ പൂക്കുകയും മാളുകയും ചെയ്യുന്ന കൈതപ്പൂവിൽ നിന്ന് പൊന്നരിക്കുളിരുള്ള വിശ്രമദേശങ്ങളിലേക്ക് കൈതപ്പൂ ഗന്ധം ലഹരിയടിച്ച് മദമുറഞ്ഞ ഒരു നിറഞ്ഞ പെണ്ണിനെപ്പോലെ തപ്പിത്തെന്നി നടക്കുന്നുണ്ട്.

കുളിർ കാറ്റിൽ അലിഞ്ഞ കൈതപ്പൂമണത്തിൽ മുഴുകി അദ്ദേഹം കണ്ണടച്ചുമയങ്ങി.

സായാഹ്നവർണ്ണങ്ങൾ പശ്ചിമാംബരദേശങ്ങളിൽ ചായംതേപ്പ് ആരംഭിക്കവേ 'ആരാണ് പൊന്നരിപ്പാട വരമ്പിൽ മയങ്ങുന്നത്?' എന്ന ചോദ്യവുമായി ഏതാനും കറുത്ത മനുഷ്യർ പൊന്നരിപ്പാടവരമ്പിൽ നോക്കിയും കണ്ടും വന്നും പോയുമിരുന്നുവെങ്കിലും ആരും നേരിൽ അടുത്തുകൂടുകയുണ്ടായില്ല. കൊറുമ്പനും വെളുമ്പനും ചോമ്പനും ചോമനും തളമ്പിരുമെല്ലാം ആ ചുറ്റിപ്പറ്റുകൂട്ടത്തിൽപ്പെടുമായിരുന്നു. ശയിതാവിന്റെ കൊതക്കേട് തീരുവോളം അവർ അവിടിവിടങ്ങളിൽ കാത്തിരുന്നു. ഏതായാലും

നവാഗതൻ ഒരു സാധാരണ വഴിപോക്കനല്ലെന്ന ധാരണ അവരിൽ പടർന്നു മാളിക്കിടക്കുന്നുണ്ടായിരുന്നു.

"മുത്തപ്പൻ വൈക്കൽ കുത്തിരിന്നിട്ട് എന്തോ കാര്യമായി ആലോചിക്കുന്നുണ്ടല്ലോ. അതെന്താ? - കൂടിയവരിൽ നിന്ന് ഇങ്ങനെ ഒരു ചോദ്യം ഉയർന്നു. ഈ മനുഷ്യൻ ഈ നാടിനുവേണ്ടി എന്തോ ചെയ്യാൻ പോകുന്നുണ്ട്. അതെന്താണെന്നറിയാൻ പലരിലും ആകാംക്ഷയായി. ചോദ്യം പിന്നെയും പിന്നെയുമുയർന്നപ്പോൾ മുത്തപ്പൻ പറഞ്ഞു:

"എനക്ക് ഇവിടെ ഇരുന്നു കൂടണം. ഇവിടെ ഇരുന്നു കൂടീറ്റ് നമ്മളെപ്പോലത്തെക്കണ്ട ആളുകൾക്ക് പഴയകാല മുത്തപ്പന്മാരുമായും ഗുരുകാരണവന്മാരുമായും നമ്മളെ ഭഗവതിയുമായും ബന്ധപ്പെട്ടു കൊണ്ട്, ദൈവത്തിന്റെ അനുഗ്രഹം നേടിയെടുക്കാൻ നോക്കണം. ദൈവത്തിന്റെ അനുഗ്രഹമില്ലാത്തതുകൊണ്ടാണ് നമ്മൾ തമ്പുരാക്കന്മാരുടെ ഇംഗിതത്തിനനുസരിച്ച് ജീവിക്കേണ്ടി വരുന്നത്. നമ്മക്ക് തുണിയില്ലാത്തത്. നമ്മക്ക് അരിയില്ലാത്തത്. നമ്മക്ക് വയ്യില്ലാത്തത്. എല്ലാ ഇല്ലായ്മക്കും കാരണം നമ്മള് ദൈവങ്ങളുമായി ബന്ധപ്പെടാത്തതുകൊണ്ടാണ്. അതുകൊണ്ട് എനക്കിവിടെ ഇരുന്നുകൂടീറ്റ്, നമ്മളാളുകൾക്കായിക്കൊണ്ട് ഗുരുകാരണവന്മാരെ വിളിക്കണം; മുത്തപ്പന്മാരെ വിളിക്കണം; ഭഗവതീനെ വിളിക്കണം..."

"അങ്ങനെ ഞമ്മള് ചെയ്യരുതല്ലോ? അത് ഞമ്മളെ തമ്പുരാക്കന്മാരുടേയും ഓലെ പരദൈവങ്ങളേയും കളിയാക്കലാകൂലെ? പടച്ചോനെ കൊക്കകെട്ടി തള്ളീടാൻ നോക്കാൻ കയ്യ്വോ?" അതായിരുന്നു വന്നവരിലും നിന്നവരിലും സംശയം.

"അതു തന്നെ കാര്യം:" മുത്തപ്പൻ പറഞ്ഞു: "നമ്മള് ദൈവത്തിനെ വിളിക്കാത്തോടത്തോളം കാലം ദൈവം നമ്മളെ വിളി കേക്കൂല. ദൈവത്തിനെ വിളിക്കുന്നോലെ വിളി ദൈവം കേക്കും. ഓലെ ഓശാരത്തിന് നമ്മള് ജീവിക്കണം. നമ്മക്ക്വേണ്ടി നമ്മക്ക് ജീവിക്കണോ? ദൈവത്തിനെ നമ്മള് വിളിക്കണം. അതിനൊരു തേയം വേണം. അതിനൊരാള് വേണം. അതിനായി നേരം വേണം..."

"ദൈവത്തിനെ വിളിച്ച് നമ്മക്കാക്കാൻ പാടില്ല. ദൈവത്തിനെ തമ്പുരാക്കന്മാർ വിളിച്ചോളും. തമ്പുരാക്കന്മാർ പറയുന്നത് കേക്കാനും ചെയ്യാനും വേണ്ടിയിട്ടാണ് പൊലേര് ജനിച്ചത്. പരദേവതകളും മുത്തപ്പന്മാരും കോപിച്ചാലും മയക്കില്ല. തമ്പുരാക്കൾക്ക് എതിരായിട്ട് നമ്മള് ഒന്നും ചെയ്യാൻ പാടില്ല. തമ്പുരാക്കൾക്ക് വേണ്ടിയിട്ടാണ് നമ്മക്ക് ഉയിര് കിട്ടിയത്. തമ്പുരാന്റെ പണി നമ്മള് ചെയ്യണം. തമ്പുരാന്റെ അടി നമ്മള് കൊള്ളണം. തമ്പുരാന്റെ വെളയെന്നും വേലിക്കും മേലെ വെളഞ്ഞ് നില്ക്കണം. അതിനായിട്ടാണ് പൊലയന് ഉയിര് തന്നത്. ദൈവത്തിനെ വിളിയല്ല പൊലയന്റെ കർമ്മം. തമ്പുരാന് ബയിപ്പെടുകയാണ്.

തമ്പുരാക്കന്മാരുടെ ആളുകൾക്ക് ബയിപ്പെടുകയാണ്. അതുകൊണ്ട് തമ്പുരാക്കമ്മാര്ക്ക് എതിരായി ദൈവത്തിനെ വിളിക്കാൻ ഞാളെ കിട്ടൂല' – വന്നവരും നിന്നവരുമായ പലരും പിരിഞ്ഞുപോയി.

ശേഷിച്ച ഒന്നോ രണ്ടോ കരിമ്പന്മാരേയുള്ളൂ. അവരോടായി മുത്തപ്പൻ പറഞ്ഞു: "എനക്ക് ഒരു പടന്ന വേണം. ഒരു കൈക്കോട്ടു വേണം..."

പടന്നയ്ക്കായും കൈക്കോട്ടിനായും കരിമ്പന്മാർ പോയപ്പോൾ മുത്തപ്പൻ പഴുത്ത തെങ്ങോല വലിച്ചു തള്ളിയിട്ടു. ഓല കൈകൊണ്ട് കീറി. കീറിയ ഓലകൊണ്ട് ചീറ്റുകൊട്ട മടഞ്ഞു. ചീറ്റുകൊട്ട മടഞ്ഞ് കഴിയുമ്പോഴേക്കും പടന്നയെത്തി. കൈക്കോട്ടും കൊടുവാളുമെത്തി.

മുത്തപ്പൻ പടന്നവാങ്ങി ലേശം വടക്കോട്ടു നടന്നു. ഒരു നോക്കപ്പാട് അപ്പുറമെത്തിയപ്പോൾ മുത്തപ്പൻ പടന്നകൊണ്ട് മണ്ണുവെട്ടിക്കൂട്ടാൻ തുടങ്ങി. പ്രായവും വാർദ്ധക്യവും നോക്കാതെ മുത്തപ്പൻ വെട്ടിക്കെളച്ച് കുനികൂട്ടാൻ തുടങ്ങിയപ്പോഴേക്കും മുത്തപ്പന്റെ മനസ്സിനു പാകത്തിൽ പണിയെടുക്കാൻ ഇനിയും പണിക്കാർ എത്തി. കൈക്കോട്ടുകാരും കൊടുവാളുകാരും വന്നു പണി ചെയ്യാനാരംഭിച്ചു. പകൽ തീർന്നപ്പോൾ രാത്രി പകലാക്കി പണി തുടർന്നു. മൂന്നുനാലു ദിവസംകൊണ്ട് മുത്തപ്പന് ഇരുന്നുകൂടാനുള്ള കുനിയായി. മൂന്നുനാല് മുട്ടത്തൈത്തെങ്ങുകളും അവിടെ എത്തി. കുനിയുടെ നാലതിരിലും തൈത്തെങ്ങു വെച്ചു. കുനിയുടെ വടക്കു പടിഞ്ഞാറെ കോണിൽ ഒരു കുടിലു പണിയായി. കുടിലിന്റെ മിറ്റത്ത് ചെങ്കൽ വെച്ചു. അത് പ്രതിഷ്ഠകളായിരുന്നു. തെക്കു പടിഞ്ഞാറായി മനസ്സിലെ പ്രതിഷ്ഠകളും വടക്കുപടിഞ്ഞാറായി കുടിലും പൊന്തി.

കുടിൽ മുത്തപ്പൻ കുടിയാക്കി. കുടിയിൽ ഇരുന്നും കുടിയിൽ കിടന്നും കുടിക്കു വെളിയിൽ മണ്ഡപങ്ങൾക്കും സങ്കല്പ സ്ഥാന ങ്ങളായ പ്രതിഷ്ഠകൾക്കും ഇടകളിൽ നടന്നും നിന്നും ശ്രോതാക്കളായി ട്ടെത്തുന്ന ആളുകളുമായി മുത്തപ്പൻ സംസാരിച്ചു.

മുത്തപ്പന്റെ വർത്തമാനം കേൾക്കുവാൻ ആളുകൾ തടിച്ചു. തടിച്ചു കൊണ്ടിരുന്ന ആളുകളോട് സംസാരിക്കൽ മാത്രമായി മുത്തപ്പന്റെ ജീവിതം മാറി. മുത്തപ്പന്റെ വർത്തമാനം കേട്ടിരിക്കുവാൻ രാവും പകലും ഭേദമില്ലാതെ കറുത്ത പണിയാളന്മാർ മുത്തപ്പനു ചുറ്റും വട്ടം കൂടുക പതിവായി.

മുത്തപ്പന്റെ വർത്തമാനം കേൾക്കുവാൻ വരുന്ന കൂട്ടത്തിൽ ആരോ ഒരാൾ ഒരു ദിവസം ഒരു ഉരൽ കൊണ്ടു വന്നിരുന്നു. പഴയ ഉരലാണ്. ഗുരുകാരണവ സങ്കല്പങ്ങളുടെ മണ്ഡപങ്ങളും ദൈവിക സ്ഥാനങ്ങളു മുള്ള കുടിലുകളിൽ സാധാരണയായി ഒരു ഉരൽ കിട്ടിയാൽ അതിലായി രിക്കും അവിടെ കലശങ്ങൾക്ക് ആവശ്യമായ അവിലും മലരും തവിടും ഉണ്ടാക്കുക. മഞ്ഞൾപ്പൊടിയുണ്ടാക്കുക. എന്നാൽ മുത്തപ്പന്റെ പുതിയ

കുടിലിൽ അത്തരം ഒരൊഴിച്ചു കൂടാൻ പറ്റാത്ത സാധനം കിട്ടിയതു കൊണ്ട് വലിയ ഉപകാരമില്ല. ആ കുടിലിൽ അവിലും മലരും തവിടും മറ്റു പൊടികളും കുത്തിയും ഇടിച്ചും ഉണ്ടാക്കുവാൻ പെണ്ണുങ്ങളൊന്നും ഇല്ലല്ലോ. അത്തരം നിത്യ നിദാന സാധനങ്ങൾ ആവശ്യത്തിന് അവിടെ എത്തിപ്പെടുന്നുമുണ്ട്. ഇവകൂടാതെ അവിടെ ആവശ്യമായ മറ്റൊരു സാധനം ഭസ്മമാണ്. ഉണങ്ങിയ ചാണകം ചുട്ട് ഭസ്മമാക്കി അതും അവിടെ എത്തുന്നുണ്ട്. ചുരുക്കത്തിൽ മുത്തപ്പന്റെ കുടിയിലെത്തിയ ഉരൽകൊണ്ട് പ്രത്യേകം ഉപയോഗമൊന്നുമില്ല. അത് നേർച്ചകൊണ്ടു വന്ന ആൾ ആരാണെന്നു പറയുകയോ അതു തിരികേ കൊണ്ടുപോവു കയോ ചെയ്തുമില്ല. അതുകൊണ്ട് ഈയിടെ മുത്തപ്പൻ ആഗതരോട് സംസാരിക്കുന്നത് ആ ഉരൽ തിരിച്ച് കുത്തനെ വെച്ച് അതിന്മേൽ കൊള്ളി ച്ചിരുന്നാണ്. കുറേനേരം നിന്ന് വർത്തമാനം പറയുവാൻ ഈയിടെ അദ്ദേഹത്തിന് കഴിയുന്നുമില്ലല്ലോ. വാർദ്ധക്യം ഏറെനേരം നില്ക്കു വാനുള്ള അദ്ദേഹത്തിന്റെ കഴിവ് പിൻവലിക്കുകയും ചെയ്തിരിക്കുന്നു.

തല തിരിച്ചു കുത്തനെ വെച്ച പഴയ ഉരലിന്മേൽ നിവർന്നിരുന്നാണ് മുത്തപ്പൻ അദ്ദേഹത്തിന്റെ ഭക്തജനങ്ങളോടു സംസാരിക്കുന്നത്. ചില പ്പോൾ ആ ഇരുപ്പിലും തുലനം തെറ്റിപ്പോകാതിരിയ്ക്കാൻ ഒരു നീണ്ട ഇല്ലിക്കണവടിയിൽ അദ്ദേഹം പിടിച്ചിരുന്നു എന്നു വരാം. അതാണല്ലോ ഇപ്പോൾ അദ്ദേഹത്തിനുള്ള ഏക ഊന്നുവടി!

മുത്തപ്പന്റെ ശ്രോതാവായി ഇപ്പോൾ ആളുവരുന്നതിന് ഒരു നിയ ന്ത്രണവുമില്ല. പുലയർക്ക് ഭക്തിയും ദൈവവിചാരവും വരുന്ന ഏത് നേരവും മുത്തപ്പന്റെ അടുത്തുപോകാം. അന്ന് പണിക്കു ചെല്ലാത്തതിന് തമ്പുരാന്റെ കാര്യസ്ഥന്മാർ അവരെ അടിക്കുകയില്ല. മുത്തപ്പന്റെ അടുത്ത് തന്റെ പണിയാളന്മാർ ചെല്ലുന്നത് തനിക്കുകൂടി നല്ലതാണെന്നാണ് ഇപ്പോൾ തമ്പുരാക്കന്മാരുടെ വിശ്വാസം. എന്തൊക്കെയോ ഊറ്റമുള്ള ഒരസാധാരണനാണ് എവിടെനിന്നോ വന്നുകൂടിയ പ്രായപ്പെട്ട ആ മുത്തപ്പൻ എന്ന് തമ്പുരാക്കന്മാരും വിശ്വസിച്ചുറപ്പിച്ചു കഴിഞ്ഞിരിക്കുന്നു. ഇപ്പോൾ തമ്പുരാക്കന്മാരുടെ തറവാടുകളിൽ നിന്നു തന്നെയും രഹസ്യ മായി വഴിപാടായെത്തുന്നുണ്ട് തവിടും മലരും അവിലും. തമ്പുരാക്ക ന്മാർക്കിപ്പോൾ വിലയുള്ള ഏക അടിയാളൻ മുത്തപ്പനാണ്. ‘ഓനോടു മാത്രം കളിവേണ്ട’ എന്ന് തമ്പുരാക്കന്മാരും കോയ്മകളും തീരുമാനം എടുത്തും കഴിഞ്ഞിരിക്കുന്നു. അതുകൊണ്ട് മുത്തപ്പനെതിരെ ഒരു തമ്പു രാനും ഉള്ളുകൊണ്ട് ഇല്ല തന്നെ.

സാധാരണപോലെ അന്നും മുത്തപ്പൻ ഇല്ലിക്കണക്കുന്തംവടിയുടെ സഹായത്തോടെ സ്വയം പതുക്കെപ്പതുക്കെ നടന്നുവന്ന് ഉരലിന്മേൽ ഇരുന്നു. കാത്തുനിന്ന കറുത്തവരുടെ മുഖങ്ങൾ പ്രസാദിച്ചു. മുത്തപ്പന്റെ മുഖപ്രസാദം അവരുടെ മുഖങ്ങളിലേക്കുകൂടി പ്രസരിച്ചു.

കഞ്ഞിയും വെള്ളവും കുടിക്കാതെ തന്നെക്കാണാൻ വന്നവർക്ക് മുത്തപ്പൻ ആദ്യം തന്നെ ഓരോ പിടി അവിലു വാരിക്കൊടുത്തു. ഓരോ പിടി മലരു വാരിക്കൊടുത്തു. ഓരോ പിടി തവിടും വാരിക്കൊടുത്തു. അതൊക്കെ തിന്ന് ഓരോ ചിരട്ട തെളിജലവും കുടിച്ച് തന്റെ മുന്നിൽ ആകാംക്ഷാഭരിതരായിരുന്നവരോട് മുത്തപ്പൻ പ്രസാദമധുരമായി സംസാരിക്കുകയായി. ആ വർത്തമാനത്തിന്റെ ഒഴുക്കിൽ പുതുകിനാക്കളിലേറി ശ്രോതാക്കൾ ഒഴുകുകയായി...

നാല്പത്തിരണ്ട്

പ്രഭാതം പൊട്ടിവിടരുമ്പോൾ ആളുകൾ കുടിൽ മുറ്റത്ത് വന്നു കാത്തിരിക്കുന്നു. ചെങ്കൽ സങ്കല്പങ്ങളിൽ തൊട്ടു നെറുകയിൽ വെച്ച്, ചെങ്കൽ സങ്കല്പസ്ഥാനങ്ങളിൽ അവിടിവിടെയായി കുഴഞ്ഞും പെരങ്ങിയും നാക്കിലക്കീറുകളിൽക്കണ്ട തലേന്നത്തെ ഭസ്മശകലങ്ങൾ തൊട്ട് കുറിയിട്ടും അവരങ്ങനെ വരമ്പത്തും മുണ്ട്യയിലുമൊക്കെയായി വന്നു കുത്തിയിരിക്കുക എല്ലാ ഉഷസ്സുകളിലും ശീലമായിരിക്കുന്നു. കാത്തിരിക്കുന്ന കറുത്തവരിലേക്ക് കണ്ണുവിടർത്തി ശിശു നിർവ്വിശേഷമായ കൗതുകത്തോടെയാണ് അന്നും മുത്തപ്പൻ മുള ഊന്നുവടിയിൽ സ്വയം താങ്ങി പുറത്തുവന്നത്. ഓരോ മനുഷ്യരേയും കാണുന്ന കൗതുകത്തിൽ മാത്രമല്ല കാത്തിരിക്കുന്ന മനുഷ്യരെ കാണുമ്പോൾ ശിശുസഹജമായ അമ്പരപ്പും വാർദ്ധക്യം തുടുപ്പിച്ച ആ മുഖത്ത് വിരാജിക്കുന്നുണ്ടായിരുന്നു. പതിവായിക്കാണുന്നവരുമായി പരിചയം പുതുക്കിയും പുതിയതായി വരുന്നവരെ പരിചയപ്പെട്ടും ഓരോരുത്തരുമായും എത്രയോ കാലമായി സൗഹൃദമുള്ളതുപോലെ എല്ലാവരുമായും സമരസപ്പെട്ടുകൊണ്ടുമാണ് അദ്ദേഹം സംസാരിക്കുക.

"വെള്ളൻദൈവത്തിനെ കാണുന്ന്തന്നെ ഉദിപ്പ് കാണ്ന്ന ചേലാ... ദൈവം തന്നെ. പടച്ച തമ്പിരാൻ ദൈവം." – അന്ന് പുതുതായി വരികയും ആളുകൾക്കൊപ്പം സദസ്സിലിരുന്ന് ആ നറുംഭാഷണം കേൾക്കുവാൻ കാത്തിരിക്കുകയും ചെയ്യുകയായിരുന്ന കറുത്ത് ചടച്ച ഒരർദ്ധ വൃദ്ധൻ അറിയാതെ പറഞ്ഞുപോയി.

വെള്ളൻമുത്തപ്പൻ ചിരിച്ചതേയുള്ളൂ. നിരുപദ്രവമായ ചിരി. ശിശു സഹജമായ ചിരി.

മുത്തപ്പൻ ഉരിയാടുന്നതിനുമുമ്പേ മറ്റൊരാൾ പിന്താങ്ങി: "ഇനിമ്മക്ക് മുത്തപ്പനെ വെള്ളൻതൈവംന്ന് വിളിക്കാം... വെള്ളൻ തൈവം."

വീണ്ടും മുത്തപ്പനിൽ ചിരി പൊട്ടിയതേയുള്ളൂ. അദ്ദേഹം പറഞ്ഞു: "ഒരാളും ദൈവല്ല. ദൈവം മനുഷ്യനുമല്ല. അപ്പം ഞാനെങ്ങനെ

ദൈവാകും! പക്കേങ്കില് വെള്ളൻ ദൈവംന്ന് പണ്ടും ന്നെ ആള് വിളിച്ചിററ്ണ്ട്. ആരാ വിളിച്ചത്? തമ്പിരാൻ, മങ്കൂട്ടത്തിൽ വലിയ തമ്പിരാൻ. അക്കണക്കില് ങ്ങേക്കെന്നെ എന്തും വിളിക്കാം. ങ്ങളെ ഏല്പോലെ വിളിക്കാം. നമ്മള് തമ്പിരാക്കളും അടിയാളരുമല്ല. നമ്മള് സൊന്തക്കാര്."

"ന്നാ, ഞാള്നി മുത്തപ്പനെ വെള്ളൻ ദൈവംന്ന് വിളിക്ക..." - ഒരു ശ്രോതാവ് പറഞ്ഞു: "വെള്ളൻ ദൈവം ഇനി ഞാളെ വലിയ മുത്തപ്പൻ മാത്തറല്ല - വെള്ളൻദൈവം തന്നെ."

മുത്തപ്പൻ അത് കാര്യമായി കേട്ടതുപോലെ പ്രതികരിച്ചില്ല. ഒരു ചെറു ചിരിയിൽ അതവഗണിച്ചതേയുള്ളൂ. അദ്ദേഹം പറഞ്ഞു:

"എല്ലാരും എന്നെക്കാണാൻ പൊന്നരിനാട്ടിൽ വരുവാണ്. ഞാനിനി കൊറച്ചീസം കൂടിയേ പൊന്നരിനാട്ടിലുണ്ടാകൂ. ഞാനൂടള്ളപ്പം, മ്മക്കൂടന്ന് നേരെ കാണാം. വല്ങ്ങനെ വഗ്ഗാണ്ട് ഞാനങ്ങ് വായേലേക്ക് പോകും. ങ്ങളൊക്കെ അവട വരണം. അവട ഒരു വെളക്കും തിരീം സ്ഥിരമായി വേണം. അതെന്നെ കാണാനും എന്നെ ഓർമ്മിക്കാനും വരുന്നോല് ചെയ്യണം."

ഒരു ശ്രോതാവല്ല, ഭൂരിപക്ഷം ശ്രോതാക്കളും ഒറ്റക്കൂറ്റിൽ പറഞ്ഞു: "വെള്ളൻ ദൈവംള്ളട്ത്ത് ഞാളെത്തും, ഞാക്ക് വേറേടേങ്ങ് പോക് ആന്?..."

"ങ്ങക്ക് എപ്പളും ന്റടത്ത് വരാം," - വെള്ളൻദൈവം പറഞ്ഞു: "നങ്ങളെ നെനച്ചിരിയ്ക്കിന്ന വേറെയും തേയങ്ങളില്ലേ! അതൊക്കെ എല്ലാർക്കും അറിയാലൊ. പന്തലായനി കുറുവങ്ങാട്ട് ചെട്ട്യാർ തൊടീല് ആണ്ടറുതിക്കെങ്കിലും ങ്ങള് പോണം, വിയ്യൂര് പുളിയഞ്ചേരി നടേമ്മലും ആണ്ടറുതിക്കെങ്കിലും ങ്ങള് പോണം, കിള്ളായിലില് പോണം, തിരുവള്ളൂര് പൊലേറ് കണ്ടീല് പോണം, ക്ഗ്ഗര്യൂര് പോണം, കീഗ്ഊരും പാലച്ചോട്ടിലും പള്ളിക്കരയിലും പൊറക്കാട്ടും മൊയിലൂർക്കുന്നുമ്മലും മുയിപ്പോത്തും അങ്ങനെയങ്ങനെ... മ്മളെ നെനച്ചിരിക്ക്ന്ന ഏതൊക്കെ തേയങ്ങള്ണ്ട്... ഇപ്രായത്തില് ഞാനെന്തിനാ എല്ലാടേം പറേന്ന്... ആടെയൊക്കെ അങ്ങൂടൂങ്ങൂടും എങ്കിലും ങ്ങളൊക്കെ തമ്മാമില് പോയും കണ്ടും നിക്കണം..." മുത്തപ്പൻ സ്വന്തം വാർദ്ധക്യത്തിന്റെ അസ്കിതകളോടെ എല്ലാരോടുമായി പറഞ്ഞു.

എല്ലാവരും കഴുത്താട്ടിയും കണ്ണുകാട്ടിയും അനുസരണം പറഞ്ഞും മൂളിയും കുത്തിയിരുന്നു. കാണാനും കേൾക്കാനും വേണ്ടി എത്തിപ്പെട്ടവരൊക്കെ കുത്തിയിരിക്കുക തന്നെ! വാർദ്ധക്യത്തിന്റെ അസ്കിതകളിൽ വെള്ളൻദൈവത്തിൽ നിന്നു പുറപ്പെടുന്ന ഓരോ വാക്കുകൾക്കുമായി ട്ടെന്നതുപോലെ ഓരോരുത്തരും കുത്തിയിരുന്നു.

"വെള്ളൻ ദൈവം പൊന്നരിനാട്ടില് ഇരുന്ന് കൂടീറ്റുണ്ട്ന്നറഞ്ഞാല്, പ്പറഞ്ഞോടുത്ത്ന്നൊക്കെ ആളൂട വരൂലേ?" - ഒരാൾ സംശയമായി

ചോദിക്കുകയും സ്വയം പറയുകയും ചെയ്തു: "ഊടവെരും, ആടന്നൊക്ക ഊട വെരും."

"വെരുവയ്നി." വെള്ളൻ ദൈവം പറഞ്ഞു: "പക്കേങ്കില്, ഞാനൂട ഇരുന്ന് കൂടിയ കാര്യം എക്കാലത്താ ആടെയൊക്കെ എത്ത്വ!... അറിഞ്ഞാല് എല്ലാരും വെരും... ഒരുത്തനും അങ്ങോട്ടുപോയിക്കൂടാ - ഇങ്ങോട്ടുപോയിക്കൂടാ. ആട തൊടരുത്. ഊട ചവ്ട്ടരുത്...എന്താ നമ്മളെ കൂട്ടക്കാരെ ഒര് സ്ഥിതി!"- വെള്ളൻ ദൈവം ഒരു നെടുവീർപ്പിട്ടു. ദുഃഖം ഉള്ളിലൊതുക്കി, പുറത്തു പ്രകടിപ്പിക്കാതെ അദ്ദേഹം തുടർന്നു: "ആദ്യമൊക്കെ ഞാനും നാട്ടുനടപ്പുപോലെ അനുസരിച്ച് കേട്ടു നടന്നു. പിന്നെ പലെവയ്ക്കും പോയി. അഭ്യാസങ്ങളും വിദ്യകളും നേടി. അതുകൊണ്ട് എന്നോട് കൂട്ട്യാക്കൂടാത്തൊതോണ്ട് എനക്കോറ് പലേ എളവും തന്ന്. തന്നൂന്നല്ല, ഞാനതൊക്കെ മാടിച്ചെടുത്ത്. എല്ലാർക്കൂപ്പതാവ്വോ! ആവൂല. നിന്ന് കൂടിപ്പോകാൻ തന്നെ ഒര്ത്തനാകൂല. ആകട്ടെ, എല്ലാം മാറും. നാട്ടുനടപ്പൊക്കെ മാറും. കുഞ്ഞമ്മയമ്മ പെറട്ടെ. വലിയ തമ്പുരാ പേരന്റെ മോക്ക് കുട്ടി ജനിക്കട്ടെ; ചേയിക്കട്ടെ, ഓൻ എല്ലത്തിനും ഒരു വയീണ്ടാക്കും, ഓൻ നായമ്മാരോട് കെഞ്ചീറ്റും ഓലോട്മ്മക്ക് വേണ്ടീറ്റ് അടി കൊണ്ടിറ്റും എല്ലത്തിനും ഒരു വയീണ്ടാക്കും... തമ്പ്രാൻ നടക്ക്ന്ന വരമ്പുമ്മല് ഞമ്മള് നടക്കും. തമ്പ്രാന്റെ അമ്പലത്തില് ഞമ്മള് കേറും, ഓാറെ കുട്ട്യേളും ഞമ്മള കുട്ട്യേളും കയ്യും പിടിച്ച്, തോള്ക്കയ്യിട്ട് ഒരു മയക്കൂല്ലാണ്ട് കൂടും... വരട്ടെ, മൺകൂട്ടത്തിൽ വലിയ തമ്പ്രാ പേരന്റെ മോക്ക് കുട്ടി പെറന്ന് ചേക്കട്ടെ..."

ശ്രോതാക്കളിൽ ആർക്കും വെള്ളൻ ദൈവം പറഞ്ഞത് മനസ്സിലായില്ല. അദ്ദേഹത്തിന്റെ ദിവ്യവചനങ്ങൾ ഇടത്തും വലത്തുമായ കറുത്ത ചെവികളിലൂടെ കയറുകയും വലത്തും ഇടത്തുമായ കറുത്ത ചെവികളിലൂടെ നിർഗ്ഗമിക്കുകയും മാത്രം ചെയ്തു. തമ്പുരാക്കന്മാരുടെ മുഖത്തു നോക്കി വർത്തമാനം പറയുവാനും അവരെ തൊട്ടു തീണ്ടി ജീവിക്കുവാനും പോലും മോഹമില്ലാത്ത ശ്രോതാക്കൾ, വെള്ളൻദൈവം എന്താണ് ഉരുവിട്ടതെന്ന് മനസ്സിലാക്കാൻ പോലും മെനക്കെട്ടില്ല. എന്നാലും വെള്ളൻ ദൈവത്തിന്റെ ദഹിക്കാത്ത വാക്കുകൾ വിശ്രമസങ്കേതത്തിലെ ഇളം തെന്നൽപോലെ അവർ ശ്രവിച്ചുകൊണ്ടേയിരുന്നു.

"എനക്കൊര് പെക്കറേള്ളു..." - വെള്ളൻ ദൈവം പറഞ്ഞു: "അറയുന്നോലും കേക്ക്ന്നോലും ഇവ്ടെവെരും, എന്റെ മക്കള് വെരൂല. എന്റെ ഒരു തെറ്റ് ഓല് കണ്ട് പിടിച്ച്. മറ്റൊന്നും ഓല് കണ്ടില്ല. കണ്ടുപിടിച്ച ഒരു തെറ്റ് മുഴുവൻ ജീവിതകാലത്തേക്കുമുള്ള ശത്രുതയായി ഓല് കൊണ്ടു നടക്ക്ന്ന്... പുഴുക്കളായ നമ്മളെ മനുഷ്യരാക്കാൻ തമ്പ്രാക്കന്മാർടെ താവഴീന്ന് തന്നെ ആളുണ്ടാകും. പക്കേങ്കില് അച്ഛനെ മനസ്സിലാക്കാൻ കഴിയാത്ത മക്കളെ എന്തു ചെയ്യാൻ കഴിയും! എങ്ങനെ പഠിപ്പിക്കും...? അതൊരു തീരാശാപമായി ഏറെക്കാലം നില്ക്കും..."

തിളങ്ങിയിരുന്ന ആ കണ്ണുകൾ ഒരു നിമിഷം അടഞ്ഞു. അടഞ്ഞ കൺപീലികൾ ജലാർദ്രമായോ? പറയുന്നതൊന്നും തിരിയുന്നില്ലെങ്കിലും വാക്കുകൾക്കുവേണ്ടി കാത്തിരിക്കുന്ന ആകാംക്ഷാഭരിതരായ കറുത്ത മനുഷ്യരിലേക്ക് കൺതുറന്ന് വെള്ളൻ ദൈവം വീണ്ടും വാചാലനായി. കൂടിയ ആവേശത്തിൽ, കാര്യമായി എന്തൊക്കെയോ പറയാനുള്ളതു പോലെ അദ്ദേഹം തന്റെ ജനങ്ങളെ ഉച്ചത്തിൽ അഭിസംബോധന ചെയ്യുകയായി:

"മാന്യരായ മഹാജനങ്ങളേ...!'' - പെട്ടെന്ന് ശബ്ദം തൊണ്ടയിൽ കുടുങ്ങി. ഇരുന്ന ഉരൽക്കുറ്റിയിൽ നിന്ന് വെള്ളൻ ദൈവം ഊർന്നുപോയത് ആർക്കും കാണാനായില്ല. കണ്ടെങ്കിൽ അതുൾക്കൊള്ളാനായില്ല. ഒരു താങ്ങെത്തുന്നതിനുമുമ്പേ അദ്ദേഹം നിപതിക്കുകയും നീണ്ടു നിവർന്ന് മുറ്റപ്പൂഴിയിൽ ശയനം കൊള്ളുകയുമായി.

ആളുകൾ വിറയാർന്ന് കൈകൂട്ടുന്നേരത്തേക്ക് വിയർത്തിരുന്ന ശരീരം തണുത്തു കഴിഞ്ഞിരുന്നു. സ്തബ്ധമായ ശോകാർദ്രമൗനം ആ കുടിൽ മുറ്റത്ത് ഉരുണ്ടുകൂടി നിന്നു. കറുത്ത ശരീരങ്ങളിൽ നിന്നുതിർന്ന തേങ്ങലുകൾ കൂട്ടനിലവിളിയായി.

■

www.ingramcontent.com/pod-product-compliance
Lightning Source LLC
LaVergne TN
LVHW100815051026
849519LV00006B/2090
* 9 7 8 9 3 8 7 3 3 1 7 7 8 *